ദൈവത്തിന്റെ മനസ്സ്

പ്രപഞ്ചം ജീവൻ അന്വേഷണം

daivathinte manasu

•

sabu jose

•

first edition
february 2016

•

typesetting & published
chintha publishers, thiruvananthapuram

•

printed
repro india ltd, mumbai

•

cover
ambeesh

•

price
rupees one hundred and seventy five only

വിതരണം

ദേശാഭിമാനി ബുക്ക് ഹൗസ്

H O തിരുവനന്തപുരം–695 035
phone: 0471-2303026, 6063026
www.chinthapublishers.com
chinthapublishers@gmail.com

ബ്രാഞ്ചുകൾ

ഹെഡ്ഓഫീസ് ബ്രാഞ്ച് കുന്നുകുഴി • സ്റ്റാച്യു തിരുവനന്തപുരം • കെ എസ് ആർ ടി സി ബസ് സ്റ്റേഷൻ ആലപ്പുഴ • കെ എസ് ആർ ടി സി ബസ് സ്റ്റേഷൻ എറണാകുളം • മച്ചിങ്ങൽ ലെയ്ൻ തൃശൂർ • ഐ ജി റോഡ് കോഴിക്കോട് • മാവൂർ റോഡ് കോഴിക്കോട് • എൻ ജി ഒ യൂണിയൻ ബിൽഡിങ് കണ്ണൂർ • സെൻട്രൽ ബസ് ടെർമിനൽ കോംപ്ലക്സ് താവക്കര കണ്ണൂർ

CO - 2328 / 3832
ISBN - 978-93-85045-67

ദൈവത്തിന്റെ മനസ്സ്

പ്രപഞ്ചം ജീവൻ അന്വേഷണം

സാബു ജോസ്

ചിന്ത പബ്ലിഷേഴ്സ്
തിരുവനന്തപുരം-695 035
വില : ₹ 175

സാബു ജോസ്

അദ്ധ്യാപകൻ, ശാസ്ത്രലേഖകൻ. മലയാളത്തിലെ ഒട്ടുമിക്ക ആനുകാലികങ്ങളിലും ഇ-മാഗസിനുകളിലും ശാസ്ത്രലേഖനങ്ങൾ എഴുതുന്നു. വീട് കോഴിക്കോട് ജില്ലയിലെ പുതുപ്പാടി. ഇപ്പോൾ വയനാട്ടിൽ താമസിക്കുന്നു. പുതുപ്പാടി ഗവ.ഹൈസ്കൂൾ, കോഴിക്കോട് ദേവഗിരി കോളേജ്, വയനാട് ഡയറ്റ് എന്നിവിടങ്ങളിൽ വിദ്യാഭ്യാസം. കേരള അമേച്വർ ആസ്ട്രോണമേർസ് ഓർഗ്ഗനൈസേഷൻ (AASTRO KERALA), ശാസ്ത്രസാഹിത്യ പരിഷത്ത് എന്നീ സംഘടനകളിൽ അംഗത്വം. കാലിഫോർണിയ ഇൻസ്റ്റിറ്റ്യൂട്ട് ഓഫ് ടെക്നോളജിയിൽ ഓൺ ലൈൻ ഗവേഷണം (ക്വാണ്ടം കോസ്മോളജി) ചെയ്യുന്നു. ഫെർമിലാബിൽ ഓൺ ലൈനിൽ കണികാ ഗവേഷണം (High Energy Physics - online) ചെയ്യുന്നു.

വിലാസം : മറ്റത്തിൽ
മേപ്പാടി പി ഒ
വയനാട് – 673577

mobile : 9656363145
e mail : sabu9656@gmail.com

ഉള്ളടക്കം

പ്രസാധകക്കുറിപ്പ്

പ്രപഞ്ചത്തെയും ജീവനെയും പറ്റി നിലനില്ക്കുന്ന പ്രഹേളികകൾ നിർദ്ധാരണം ചെയ്യാനുള്ള ശ്രമം മനുഷ്യന് ബോധമുറച്ച കാലം മുതൽക്കു തന്നെ തുടങ്ങിയിരിക്കണം. ആധുനിക ശാസ്ത്രം പകർന്ന വെളിച്ചത്തിൽ നാം ഏറെ മുന്നേറി. എന്നാൽ അറിയുവാൻ ഇനിയുമെത്രയോ ബാക്കിയാണ്. ശാസ്ത്രവും ശാസ്ത്രജ്ഞന്മാരും കണ്ടെത്തിയതിൽ എത്രയോ കുറച്ചേ സാധാരണ മനുഷ്യർക്ക് അറിയൂ. പ്രപഞ്ചത്തെപ്പറ്റിയുള്ള അന്വേഷണം അവനവനെക്കുറിച്ചുള്ള അന്വേഷണം കൂടിയാണ്. ശാസ്ത്രവും വിജ്ഞാനവും കുത്തകയാക്കി അറിവിനെ അധികാരപ്രയോഗത്തിന്റെ ഉപകരണമാക്കുകയാണ് അധീശത്വശക്തികൾ. ശാസ്ത്രവിഷയങ്ങൾ കൂടുതൽ പേരിലേക്ക് എത്തിക്കുകയെന്നത് ഏതൊരു പുരോഗമനകാരിയുടെയും കടമയാണ്. സമകാലിക പ്രസിദ്ധീകരണങ്ങളിൽ ശാസ്ത്രലേഖനങ്ങൾ എഴുതി ശ്രദ്ധേയനായ സാബു ജോസിന്റെ ഇരുപത്തിയൊന്നു ലേഖനങ്ങളാണ് ഈ പുസ്തകത്തിൽ. പ്രപഞ്ചത്തിന്റെയും ജീവന്റെയും ഉല്പത്തി മുതൽ അന്യഗ്രഹജീവികളിൽ വരെ എത്തുന്ന ലേഖനങ്ങൾ ശാസ്ത്രസാഹിത്യത്തിന് മുതൽക്കൂട്ടാണ്. ശാസ്ത്രസത്യങ്ങളിലേക്ക് മനസ്സു തുറക്കാൻ ആഗ്രഹിക്കുന്ന ആർക്കും ഈ കൃതി വായിച്ചാസ്വദിക്കാനാവും.

ചിന്ത പബ്ലിഷേഴ്സ്

അവതാരിക

പ്രപഞ്ചത്തിന്റെ നിഗൂഢതകളിലേക്ക് ആധുനിക ശാസ്ത്രം കടന്നു ചെല്ലുന്ന വഴിത്താരയിലൂടെ സഞ്ചരിക്കുകയാണ് ശ്രീ. സാബു ജോസ് ഈ പുസ്തകത്തിലൂടെ. ഒരു കൂട്ടം ലേഖനങ്ങളുടെ സമാഹാരമാണിത്. ഒരു അദ്ധ്യാപകന്റെ പരിമിതിയിൽ നിന്നുകൊണ്ട് ഈ മേഖലയിലുള്ള വിവര ശേഖരണവും സമാഹരണവും ബുദ്ധിമുട്ടുനിറഞ്ഞതാണെന്ന് മാത്രമല്ല, ആ വിവരങ്ങൾ സാധാരണക്കാർക്ക്, വിശേഷിച്ചും വിദ്യാർത്ഥികൾക്ക് ഗ്രഹിക്കത്തക്കവിധം ലളിതമായ ഭാഷയിൽ അവതരിപ്പിക്കുന്നതിന് ഒരുപാട് വേദനകൾ ശ്രീ. സാബു ജോസ് അനുഭവിച്ചിട്ടുണ്ടെന്ന് എനിക്കറിയാം. മലയാളത്തിലെ നിരവധി പത്ര–മാസികകളിൽ വിവിധ വിഷയങ്ങളിൽ തുടർച്ചയായി ശാസ്ത്രലേഖനങ്ങളെഴുതി പ്രതിഭ തെളിയിച്ചിട്ടുള്ള ശ്രീ. സാബു ജോസിന്റെ ലേഖന സമാഹാരങ്ങളുടെ ഈ പുസ്തകം പുതിയ തലമുറയിലെ വായനക്കാരെ ഉദ്ദേശിച്ചുള്ളതാണ്. ഈ പരിശ്രമത്തിന് ഹൃദയം നിറഞ്ഞ അനുമോദനങ്ങൾ.

നാഗരികത ഉദ്ഭവിച്ചതുമുതൽ ശാസ്ത്ര–സാങ്കേതിക വിദ്യയുടെ വളർച്ചയും ആരംഭിച്ചു. സിന്ധുനദീതട സംസ്കാരം, ഹാരപ്പ, മെസോപൊട്ടേമിയ, റോമൻ നാഗരികതകളെല്ലാം പരിശോധിച്ചാൽ ഇതിന് ബലം നല്കുന്ന ചരിത്രപരമായ തെളിവുകൾ നമുക്ക് ലഭിക്കും. ശാസ്ത്രത്തിനും ശാസ്ത്രീയ നിരീക്ഷണങ്ങൾക്കും ഈ നാഗരികതകൾ വളരെ പ്രാധാന്യം നല്കിയിരുന്നു. അക്കാലത്തുണ്ടായിരുന്ന തത്ത്വചിന്തകരും ഋഷിമാരും പ്രകൃതിയെ നിരീക്ഷിച്ചിരുന്നു. പ്രകൃതി പ്രതിഭാസങ്ങളെക്കുറിച്ചും പ്രപഞ്ചത്തെക്കുറിച്ചും അവർ നേടിയ വിവരങ്ങൾ കാവ്യങ്ങളായും ഇതിഹാസങ്ങളായും രചിക്കപ്പെട്ടു. അത് തീർച്ചയായും അക്കാലത്തുണ്ടായിരുന്ന ഉയർന്ന ശാസ്ത്രചിന്തകളുടെ സമാഹാരം തന്നെയായിരുന്നു.

ചിലപ്പോഴെങ്കിലും അവരുടെ ഭാവനകൾ സയൻസ് ഫിക്ഷനുകളിലേക്കും കല്പിത കഥകളിലേക്കും എത്തിപ്പെടുകയും ചെയ്തു. *മഹാഭാരത*വും അരിസ്റ്റോട്ടിലിന്റെ തത്ത്വചിന്തകളുടെ സമാഹാരവുമെല്ലാം ആ കാലഘട്ടത്തിലെ ഉയർന്ന ചിന്താശേഷിയുടെ മികച്ച ഉദാഹരണങ്ങളാണ്. പ്രകൃതിദുരന്തങ്ങളും യുദ്ധങ്ങളും അധിനിവേശങ്ങളും ഈ നാഗരികതകളുടെ തകർച്ചയ്ക്ക് കാരണമായപ്പോൾ അവർ മുളപ്പിച്ച ശാസ്ത്ര-സാങ്കേതിക വിദ്യയുടെ നാമ്പുകൾ മുരടിച്ചുപോവുകയാണുണ്ടായത്. എന്നാൽ കഴിഞ്ഞ മൂന്ന് നൂറ്റാണ്ടുകൾക്കുള്ളിൽ ശാസ്ത്ര രംഗത്തുണ്ടായ ത്വരിത വികാസവും നിരീക്ഷണ മേഖലയിലുണ്ടായ സാങ്കേതിക പുരോഗതിയും ശാസ്ത്രീയ ഉപകരണങ്ങളുടെ കണ്ടുപിടിത്തവും പരീക്ഷണങ്ങളിലൂടെ നിഗമനങ്ങളും പരികല്പനകളും പരിശോധിക്കാൻ സാധിച്ചതും വഴി പല പ്രാപഞ്ചിക പ്രതിഭാസങ്ങൾക്കും വിശദീകരണം നല്കാൻ ഇന്ന് കഴിയുന്നുണ്ട്. ശാസ്ത്രത്തിന്റെയും സാങ്കേതിക വിദ്യയുടെയും ലക്ഷ്യം മനുഷ്യരുടെ ജീവിതനിലവാരം ഉയർത്തുകയാണ്. ആയിരക്കണക്കിന് വ്യക്തികളുടെ അശ്രാന്തപരിശ്രമമാണ് ഇന്ന് മനുഷ്യവർഗ്ഗം ആസ്വദിക്കുകയും അനുഭവിക്കുകയും ചെയ്യുന്ന എല്ലാ സുഖസൗകര്യങ്ങൾക്കും പിന്നിലുള്ളത്. ശാസ്ത്ര-സാങ്കേതിക വിദ്യയുടെ വികാസമാണ് ഈ നേട്ടങ്ങൾക്കെല്ലാം പിന്നിലുള്ളത് എന്ന അവബോധം പൊതുസമൂഹത്തിലുണ്ടാകേണ്ടതും ശാസ്ത്രബോധമുള്ള ഒരു തലമുറയെ വാർത്തെടുക്കേണ്ടതും കാലഘട്ടത്തിന്റെ ആവശ്യമാണ്. കഴിഞ്ഞ ഏതാനും നൂറ്റാണ്ടുകളിലായി ക്രമമായും നിരന്തരമായുമുണ്ടായിക്കൊണ്ടിരിക്കുന്ന ശാസ്ത്ര പുരോഗതി ഇനിയും തുടർന്ന് പോകേണ്ടത് അത്യാവശ്യമാണ്.

ഒരു വിഷയത്തിന്റെ വിവിധ തലത്തിലുള്ള അന്വേഷണങ്ങൾ, അതിന്റെ വളരെ വിശാലമായ മേഖലകളിലൂടെയാണ് ലേഖകൻ സഞ്ചരിക്കുന്നതെന്ന് ഈ പുസ്തകത്തിലൂടെ കടന്നുപോകുമ്പോൾ കാണാൻ കഴിയും. ഭൗമ ജീവന്റെ ഉല്പത്തി മുതൽ ഭൗമേതര ജീവന്റെ സമവാക്യങ്ങൾവരെ, പ്രപഞ്ചോല്പത്തി മുതൽ ഗ്രഹകുടുംബങ്ങൾവരെ... ശാസ്ത്ര രംഗത്ത് കരിയർ രൂപപ്പെടുത്തുന്നവർക്കും വിദ്യാർത്ഥികൾക്കും വിലയേറിയ ഒരു സമ്മാനമായിരിക്കും ഈ പുസ്തകം. ഈ പുസ്തകത്തിൽ പ്രതിപാദിക്കുന്ന വിഷയങ്ങൾ കാലഘട്ടത്തിന് അനുയോജ്യവും ശാസ്ത്രീയ പിൻബലമുള്ളതുമാണ്. ഭൗമേതര ജീവൻ തേടിയുള്ള മനുഷ്യപ്രയാണത്തിന്റെ ചരിത്രവും ഇതുവരെയുണ്ടായിട്ടുള്ള നേട്ടങ്ങളും വിവരിക്കുന്നത് യുവാക്കളെയും വിദ്യാർത്ഥികളെയും തീർച്ചയായും ആവേശഭരിതമാക്കും. രക്ഷിതാക്കൾക്ക് ശാസ്ത്ര വിഷയങ്ങളിൽ താല്പര്യം ജനിപ്പിക്കുന്നതിനും കുട്ടികളെ ശാസ്ത്രത്തിന്റെ സമീപനം പരിചയപ്പെടുത്തുന്നതിനും ഈ പുസ്തകം ഉപകാരപ്രദമാണ്. മാത്രവുമല്ല, പുതിയ തലമുറയെ വാർത്തെടുക്കുന്ന അദ്ധ്യാപകർക്കും ഒരു മികച്ച കൈപ്പുസ്തകമായിരിക്കുമിത്.

ഒരു അദ്ധ്യാപകൻ അയാളുടെ പാഠ്യേതര പ്രവർത്തനങ്ങൾക്ക് ഇത്രയധികം പ്രാധാന്യം നല്കുന്നത് എന്നെ ഏറെ അത്ഭുതപ്പെടുത്തുന്നു. തീർച്ചയായും ഇത് അഭിനന്ദനാർഹമാണ്. വിജ്ഞാനത്തിന് പിന്നാലെയുള്ള ചുറുചുറുക്കുള്ള ഒരു പ്രയാണമായാണ് ഇത് എനിക്കനുഭവപ്പെടുന്നത്. വിവരങ്ങൾ ശേഖരിച്ച് അത് സാധാരണക്കാരുടെ ഭാഷയിൽ മൊഴിമാറ്റം നടത്തുകയല്ല ലേഖകൻ ചെയ്യുന്നത്. മറിച്ച് ഒരു വിദ്യാർത്ഥിക്കും അദ്ധ്യാപകനും രക്ഷിതാവിനും ഒരുപോലെ ദഹിക്കുന്ന തരത്തിൽ പുനരവതരിപ്പിക്കുകയാണിവിടെ. തീർച്ചയായും ഇതൊരു വലിയ പരിശ്രമം തന്നെയാണ്. ഭാവിയിൽ ഒരുപാട് നേട്ടങ്ങളും അംഗീകാരങ്ങളും ശ്രീ. സാബു ജോസിനെ തേടിവരുമെന്ന് എനിക്കുറപ്പുണ്ട്. നമുക്ക് ഇന്നുള്ള ധാരണകൾ എന്തെല്ലാമാണെന്ന് വ്യക്തമാക്കുന്നതിലുപരി ഭാവി ഗവേഷണങ്ങൾ അഭിമുഖീകരിക്കുന്ന വെല്ലുവിളികളും ശാസ്ത്ര പ്രവചനത്തിനുള്ള സാദ്ധ്യതയും തുറന്ന് കാണിക്കുന്നുണ്ട് എന്നതും ഈ പുസ്തകത്തിന്റെ സവിശേഷതയാണ്.

ഡോ. ജി മാധവൻനായർ
പ്രസിഡന്റ്,
-ഇന്റർനാഷണൽ അക്കാദമി ഓഫ്
ആസ്ട്രോനോട്ടിക്സ്,
ഐ എസ് ആർ ഒ മുൻ ചെയർമാൻ

ആമുഖം

'ദൈവത്തിന്റെ മനസ്സ്' തെരഞ്ഞെടുത്ത ഇരുപത്തിയൊന്ന് ശാസ്ത്രലേഖനങ്ങളുടെ സമാഹരണമാണ്. കാലിക പ്രസക്തിയുള്ള ശാസ്ത്ര വിഷയങ്ങൾ ഒരു സാമാന്യ വായനക്കാരന് ഗ്രഹിക്കത്തക്ക വിധത്തിൽ ലളിതമായി അവതരിപ്പിക്കുന്നതിന് ശ്രമിച്ചിട്ടുണ്ട്. ജ്യോതിശാസ്ത്രത്തിലും പ്രപഞ്ച വിജ്ഞാന മേഖലയിലും ഉണ്ടായിക്കൊണ്ടിരിക്കുന്ന പുതിയ കണ്ടെത്തലുകളെക്കുറിച്ചും നിലനില്ക്കുന്ന പ്രഹേളികകളെക്കുറിച്ചുമുള്ള അന്വേഷണമാണ് ഈ ലേഖനങ്ങളിലെല്ലാമുള്ളത്. ശാസ്ത്രം സമ്പന്നന്റെ കൈയിലെ ആയുധമാണെന്ന ഫ്രിജോപ് കാപ്രയുടെ പ്രസ്താവന ഇവിടെ സ്മരണീയമാണ്. ശാസ്ത്രീയ ഗവേഷണങ്ങൾ നടത്തുന്നതിനും അവയിലൂടെ കരഗതമാകുന്ന നേട്ടങ്ങൾ അനുഭവിക്കുന്നതിനും കഴിയുന്നത് സമ്പന്ന രാഷ്ട്രങ്ങളിലെ ജനങ്ങൾക്ക് മാത്രമാണ്. ദരിദ്രരാജ്യങ്ങൾ ഇന്ന് സമ്പന്ന രാഷ്ട്രങ്ങളുടെ കുപ്പത്തൊട്ടിയായിക്കൊണ്ടിരിക്കുകയാണ്. അതിനും പുറമെയാണ് അത്തരം രാജ്യങ്ങളിലെ വിദ്യാഭ്യാസ പിന്നോക്കാവസ്ഥയും ജനപ്പെരുപ്പവും. വർഗ്ഗീയ കലാപങ്ങളും ആഭ്യന്തര യുദ്ധങ്ങളും ദരിദ്ര രാജ്യങ്ങളുടെ മുഖമുദ്രയാണ്. അനാചാരങ്ങളെയും അക്രമങ്ങളെയും പരോക്ഷമായെങ്കിലും പ്രോത്സാഹിപ്പിക്കുന്നതിന് ചിലപ്പോഴെങ്കിലും സമ്പന്ന മുതലാളിത്ത രാഷ്ട്രങ്ങൾ ശ്രമിക്കുന്നുണ്ടെന്നത് നിലനില്ക്കുന്ന യാഥാർത്ഥ്യമാണ്. ആയുധക്കച്ചവടത്തിനും സൈനികാഭ്യാസത്തിനുമുള്ള ഒരു മറയാണ് അവർക്ക് പലപ്പോഴും ദരിദ്രരാജ്യങ്ങളിൽ നടക്കുന്ന വർഗ്ഗീയ-രാഷ്ട്രീയ ലഹളകളും ആഭ്യന്തര കലാപങ്ങളുമെല്ലാം. ശാസ്ത്രബോധമുള്ള ഒരു സമൂഹത്തിന് മാത്രമേ അനാചാരങ്ങൾക്കും അന്ധവിശ്വാസങ്ങൾക്കുമെതിരെ പോരാടാൻ കഴിയുകയുള്ളൂ. ഭൗതിക വിദ്യാഭ്യാസം സാർവ്വത്രികവും നിർബ്ബന്ധിതവുമാ

യിരിക്കണം. രാഷ്ട്രീയവും മതവിശ്വാസവുമെല്ലാം പ്രായപൂർത്തിയായതിനു ശേഷം തെരഞ്ഞെടുക്കാനുള്ളതായിരിക്കണം. ശാസ്ത്രവിഷയങ്ങൾ സാധാരണക്കാർക്ക് ഗ്രാഹ്യമാകത്തക്ക വിധത്തിൽ മാതൃഭാഷയിൽ അവതരിപ്പിക്കുകയും വേണം.

കേരളത്തിൽ നിരവധി ശാസ്ത്രലേഖകരുണ്ടെങ്കിലും ശാസ്ത്രപുസ്തകങ്ങൾ മലയാളത്തിൽ ഏറെയൊന്നുമില്ല. മലയാളത്തിൽ എഴുതിയിട്ടുള്ള ശാസ്ത്രപുസ്തകങ്ങളുടെ കൂട്ടത്തിലേക്ക് *ദൈവത്തിന്റെ മനസ്സും* സമർപ്പിക്കുന്നു.

സാബു ജോസ്

അന്യഗ്രഹജീവികൾ – സത്യമോ മിഥ്യമോ

Man at last realizes that he is alone in the unfeeling immensity of the Universe
Neither his destiny nor his duty have been written down."
JAQUES MONOD

മേഘങ്ങൾക്കിടയിലൂടെ പറന്നുവരുന്ന പറക്കും തളികകളും ഏലിയൻ സിനിമകളിലെ അത്ഭുത രൂപികളും എന്നും പ്രേക്ഷകർക്ക് ഹരമാണ്. സ്റ്റാർ വാർസ്, ഇ ടി സിനിമകൾ എക്കാലത്തെയും ഹിറ്റുകളാണ്. അതിരുകടന്ന ഭാവനയാണെങ്കിലും എന്നെങ്കിലുമൊരു ദിവസം ഒരു അന്യഗ്രഹജീവി പറക്കും തളികയിലൂടെ ഭൂമിയിൽ വിരുന്നെത്തുമെന്ന് സ്വപ്നം കാണാത്തവർ കുറവാണ്. സയൻസ് ഫിക്ഷനുകൾ എന്നറിയപ്പെടുന്ന ഇത്തരം സങ്കല്പങ്ങൾക്ക് യാഥാർത്ഥ്യവുമായി എന്തെങ്കിലും ബന്ധമുണ്ടോ? ഭൂമിക്കു വെളിയിൽ എവിടെയെങ്കിലും ജീവന്റെ തുടിപ്പുകൾ നിലനില്ക്കുന്നുണ്ടോ? അവരുടെ സാമൂഹിക കുടുംബ ബന്ധങ്ങൾ എപ്രകാരമായിരിക്കും? രാഷ്ട്രീയ–മതസംഘടനകൾ അവിടെയുണ്ടാകുമോ? അവരുടെ നിലപാടുകൾ എന്തെല്ലാമായിരിക്കും?

1960 കളിലാണ് ഭൗമേതരജീവനെക്കുറിച്ചുള്ള മനുഷ്യന്റെ അന്വേഷണം ആരംഭിച്ചത്. പടിഞ്ഞാറൻ വെർജിനിയയിലെ പ്രൊഫസറായിരുന്ന ഫ്രാങ്ക് ഡ്രേക്കും സംഘവുമാണ് ഈ ദൗത്യത്തിലേക്ക് ആദ്യമായി കടന്നുവന്നത്. ആകാശഗംഗയിലെ സൗരസമാന നക്ഷത്രങ്ങൾക്കു ചുറ്റും ഗ്രഹങ്ങളും അവയിൽ ജീവനും ഉണ്ടാകാനുള്ള സാദ്ധ്യത വളരെ കൂടുതലാണ്. ഹൈഡ്രജൻ ആറ്റത്തിൽനിന്നും പുറപ്പെടുന്ന റേഡിയോ തരംഗങ്ങൾ പിടിച്ചെടുക്കാൻ വേണ്ടി സജ്ജീകരിച്ച ദൂരദർശിനി (Green Bank Telescope-GBT) യാണ് ഡ്രേക്കും സംഘവും ഉപയോഗിച്ചത്. ഹൈഡ്രെ

അന്യഗ്രഹജീവികൾ ചിത്രകാരന്റെ ഭാവന

ജൻ ആറ്റത്തിന്റെ സാന്നിദ്ധ്യം ജലതന്മാത്രകളുടെ തെളിവാണ്. ജല സാന്നിദ്ധ്യം ജീവന്റെയും. ഭൂമിയിൽനിന്ന് 12 പ്രകാശവർഷം അകലെയുള്ള സൂര്യസമാന നക്ഷത്രമായ Tau Ceti യാണ് ആദ്യമായി നിരീക്ഷണവിധേയമാക്കിയത്. ഗ്രഹങ്ങളിൽനിന്നും വരുന്ന റേഡിയോ സന്ദേശങ്ങൾ റിക്കോർഡ് ചെയ്യുന്നതിന് പരീക്ഷണശാലയിൽ മാഗ്നറ്റിക് ടേപ്പുകൾ തയ്യാറാക്കിയിരുന്നു. എന്നാൽ ഈ ടേപ്പുകൾ ശൂന്യമായിത്തന്നെ കാണപ്പെട്ടു. ഡ്രേക്കും സംഘവും നിരാശപ്പെട്ടില്ല. Epsilon Eridani എന്ന നക്ഷത്രത്തെ ചുറ്റിപ്പറ്റിയായിരുന്നു തുടർന്നുള്ള അന്വേഷണങ്ങൾ. നിമിഷങ്ങൾക്കുള്ളിൽ പരീക്ഷണശാലയാകെ ശക്തമായ റേഡിയോ തരംഗങ്ങൾ നിറഞ്ഞു. അത്ഭുതകരമായ കാര്യം, അല്പ സമയത്തിനകം അവ അപ്രത്യക്ഷമായി. ഡ്രേക്കും സംഘവും ഇത്തരം നിരവധി പരീക്ഷണങ്ങൾ നടത്തിയിട്ടും പിന്നീട് ഇത്തരമൊരു റേഡിയോ സിഗ്നലുകൾ ലഭിച്ചില്ല. അതിനർത്ഥം ഭൗമേതരജീവന് സാദ്ധ്യതയില്ലെന്നല്ല. നിലവിലുള്ള സാങ്കേതികവിദ്യയുടെ പരിമിതി പലപ്പോഴും ഈ മേഖലയിലുള്ള ഗവേഷണങ്ങൾക്ക് തടസ്സം നില്ക്കുകയാണ്. കടൽത്തീരത്തെ മണൽപ്പരപ്പിൽ കളഞ്ഞുപോയ അരിമണി പരതുന്നതുപോലെ സങ്കീർണ്ണമായ പ്രക്രിയയാണിത്. ഗാലക്സികളിലെ നക്ഷത്രങ്ങളുടെ എണ്ണം, അവയോടു ബന്ധപ്പെട്ടു നില്ക്കുന്ന ഗ്രഹങ്ങൾ, അവയിൽത്തന്നെ ജീവനു സാദ്ധ്യതയുള്ള ഗ്രഹങ്ങൾ, ഈ ഗ്രഹങ്ങളിൽ നിന്നു ബുദ്ധിമാന്മാരായ ജീവികൾ ഉണ്ടാകാനുള്ള സാദ്ധ്യത, അത്തരം ജീവികൾ ടെക്നോളജി സ്വായ

ത്തമാക്കാനുള്ള സാദ്ധ്യത, റേഡിയോ സിഗ്നലുകൾ ഉപയോഗിക്കാനുള്ള സാദ്ധ്യത, അവരുടെ ജീവിതചക്രത്തിന്റെ ദൈർഘ്യം ഇവയെല്ലാം പരിഗണിക്കുമ്പോൾ ഈ അന്വേഷണം കൂടുതൽ സങ്കീർണ്ണമാകുന്നു.

ഒരു ഗാലക്സിയിൽ ഒരു ഭൗമവർഷത്തിൽ ഏഴ് എന്ന നിരക്കിൽ പുതിയ നക്ഷത്രങ്ങൾ ഉണ്ടാകാറുണ്ട്. നമ്മുടെ മാതൃ ഗാലക്സിയായ ആകാശഗംഗയിലെ പതിനായിരം കോടിയിൽപ്പരം നക്ഷത്രങ്ങളിൽ ഇരുപത് ശതമാനത്തിൽ താഴെ മാത്രമേ സൂര്യ സമാന നക്ഷത്രങ്ങളായിട്ടുള്ളൂ. മറ്റുള്ളവ കാണപ്പെടുന്നത് രണ്ടോ അതിലധികമോ നക്ഷത്രങ്ങളുള്ള ചെറിയ സംഘങ്ങളായാണ്. ഇത്തരം നക്ഷത്രങ്ങൾക്കിടയിലുള്ള അതിശക്തമായ കാന്തികമണ്ഡലത്തിൽ ഗ്രഹങ്ങൾക്ക് നിലനില്പില്ല. ഗ്രഹരൂപീകരണം പോലും നടക്കില്ല. ഒറ്റപ്പെട്ടു കാണുന്ന നക്ഷത്രങ്ങൾക്കു ചുറ്റുമേ ഗ്രഹങ്ങളും അവയിൽ ജീവനും ഉണ്ടാകൂ. കഴിഞ്ഞ പതിനഞ്ചു വർഷങ്ങൾക്കുള്ളിൽ ഇത്തരം 400 ഗ്രഹങ്ങളെ കണ്ടെത്തിയിട്ടുണ്ട്. ഇവയെ എക്സോപ്ലാനറ്റുകൾ എന്നാണ് വിളിക്കുന്നത്. സ്വയം പ്രകാശിക്കാത്ത ഗ്രഹങ്ങൾ മാതൃനക്ഷത്രത്തിന്റെ ഗുരുത്വവലയത്തിൽ അകപ്പെട്ടിരിക്കുന്നതുകൊണ്ട് അവയെ തിരിച്ചറിയുക ദുഷ്കരമാണ്. ഇപ്പോൾ ബഹിരാകാശത്തുള്ള കെപ്ലർ ടെലസ്കോപ്പ് ഒരു ലക്ഷത്തിൽ പരം നക്ഷത്രങ്ങളെ നിരീക്ഷിക്കുന്നുണ്ട്. ഗ്രഹങ്ങൾ ദൂരദർശിനിക്ക് അഭിമുഖമായി നക്ഷത്രബിംബത്തിന്റെ മുന്നിൽക്കൂടി കടന്നുപോകുന്ന അവസരത്തിൽ (സംതരണം Transit) നക്ഷത്രത്തിന്റെ പ്രകാശതീവ്രതയിലുണ്ടാകുന്ന വ്യതിയാനം ദൂരദർശിനിയിലെ സെൻസറുകൾ പിടിച്ചെടുക്കുകയും അതുവഴി ഗ്രഹത്തിന്റെ വലിപ്പവും ഘടനയും മനസ്സിലാക്കാൻ കഴിയുകയും ചെയ്യും.

നാനൂറ് എക്സോപ്ലാനറ്റുകളിൽ വാസയോഗ്യമായ ഗ്രഹമായി കണ്ടെത്താൻ കഴിഞ്ഞത് ഒന്നു മാത്രമാണ്. Gliese 581C എന്നു പേരിട്ടിരിക്കുന്ന ഈ ഗ്രഹം ഭൂമിയിൽനിന്നും 20 പ്രകാശവർഷമകലെയുള്ള ഒരു മങ്ങിയ ചുമപ്പുകുള്ളൻ നക്ഷത്രത്തെ വലംവെച്ചുകൊണ്ടിരിക്കുകയാണ്. ഭൂമിയുടെ ഒന്നരമടങ്ങ് വലിപ്പവും പത്തിരട്ടിയോളം ഭാരവുമുള്ള ഈ ഗ്രഹത്തിന് ഭൂമിയുടെ ഏതാണ്ടിരട്ടിയോളം ഗുരുത്വബലവുമുണ്ട്. ഈ ഗ്രഹം പാറകളും സമുദ്രങ്ങളും ഭൂഖണ്ഡങ്ങളും നിറഞ്ഞ ഒരു സൂപ്പർ ഭൂമിയാകാനുള്ള സാദ്ധ്യത വളരെയധികമാണ്. പാറയായാലും സമുദ്രമായാലും ഇവിടെ ജീവന്റെ സാദ്ധ്യതയുണ്ട്. കാരണം Gliese 581C സ്ഥിതി ചെയ്യുന്നത് മാതൃ നക്ഷത്രത്തിന്റെ വാസയോഗ്യമേഖലയിൽ (Habitable zone) ആണ്. ജലത്തിന് ദ്രാവകരൂപത്തിൽ സ്ഥിതിചെയ്യാൻ കഴിയുന്ന താപനില അല്ലെങ്കിൽ നക്ഷത്രത്തിൽ നിന്ന് ഗ്രഹത്തിലേക്കുള്ള ദൂരമാണ് ഹാബിറ്റബിൾ സോൺ അഥവാ വാസയോഗ്യമേഖല. ഒരു നക്ഷത്രം സ്പേസിലേക്ക് പുറന്തള്ളുന്ന ഊർജ്ജത്തിനനുസരിച്ച് ഹാബിറ്റബിൾ സോൺ വ്യത്യാസപ്പെട്ടിരിക്കും. സൂര്യന്റെ ഹാബിറ്റബിൾ സോൺ 14 കോടി കിലോമീറ്ററിനും 22.5 കോടി കിലോമീറ്ററിനും ഇടയി

ലാണ്. (സൂര്യനിൽ നിന്ന് ഭൂമിയിലേക്കുള്ള ശരാശരി ദൂരം 15 കോടി കിലോമീറ്ററാണ്). Gliese 581 C ഒരു ചുമപ്പുകുള്ളൻ (Red dwarf)നക്ഷത്രത്തെ ചുറ്റുന്ന ഗ്രഹമാണെന്നു പറഞ്ഞല്ലോ. ചുമപ്പുകുള്ളന്റെ താപനില സൂര്യനെ അപേക്ഷിച്ച് വളരെ കുറവാണ്. അതുകൊണ്ടുതന്നെ ഹാബിറ്റബിൾ സോൺ നക്ഷത്രത്തിന്റെ വളരെ അടുത്തായിരിക്കും. ഏകദേശം ഒരു കോടി കിലോമീറ്റർ മാത്രം അകലെ. ഈ ഗ്രഹം 13 ഭൗമദിനങ്ങൾകൊണ്ട് മാതൃനക്ഷത്രത്തെ ഒരു പ്രാവശ്യം വലംവയ്ക്കും. ഒരു വർഷമെന്നാൽ 13 ഭൗമദിനങ്ങളാണെന്നു ചുരുക്കം. നക്ഷത്രത്തിന്റെ ശക്തമായ ഗുരുത്വബലത്തിലുള്ള ഗ്രഹത്തിന് സ്വയം ഭ്രമണം ഏതാണ്ട് അസാദ്ധ്യമാണ്. ഒരു വശം പൂർണ്ണമായും മാതൃനക്ഷത്രത്തിനു നേരെ തിരിഞ്ഞിരിക്കുകയും മറുഭാഗം പൂർണ്ണമായും ഇരുട്ടിലുമാണ്. ജലത്തിന് ദ്രാവകാവസ്ഥയിൽ നിലനില്ക്കാൻ കഴിയുന്ന താപനിലയാണ് ഈ ഗ്രഹത്തിലുള്ളത്. മറ്റേതൊരു എക്സോപ്ലാനറ്റിലും ഈ സവിശേഷത കണ്ടെത്താൻ കഴിഞ്ഞിട്ടില്ല. കാരണം ഇതുവരെ കണ്ടെത്തിയ വിദൂരഗ്രഹങ്ങൾ ഒന്നുകിൽ വാസയോഗ്യമേഖലയിൽ ആയിരിക്കില്ല, അല്ലെങ്കിൽ അവ ഖര ഉപരിതലമില്ലാത്ത വാതകഭീമന്മാരായിരിക്കും.

സൂര്യന്റെ ഹാബിറ്റബിൾ സോൺ 14 കോടി കിലോമീറ്ററിനും 22.5 കോടി കിലോമീറ്ററിനും ഇടയിലാണെന്നു പറഞ്ഞല്ലോ. സൂര്യനിൽ നിന്നും 10 കോടി കി.മീ. അകലെയുള്ള ശുക്രൻ (venus) വാസയോഗ്യമേഖലയിലല്ല. എന്നാൽ ചൊവ്വ (Mars) യുടെ കാര്യം അങ്ങനെയല്ല. 22 കോടി കി.മീ. അകലെയുള്ള ചൊവ്വ ഹാബിറ്റബിൾ സോണിലാണുള്ളത്. അഥവാ സൗരയൂഥത്തിലെ 8 ഗ്രഹങ്ങളിൽ നാലിൽ ഒരു ഭാഗം ജീവന്റെ നിലനില്പിനും വളർച്ചയ്ക്കും അനുകൂലനം ചെയ്യപ്പെട്ടതാണ്. ഈ കണക്കുകൾ ആകാശഗംഗയിലെ ഗ്രഹങ്ങളുള്ള എല്ലാ നക്ഷത്രങ്ങൾക്കും ബാധകമാണ്. അതോടൊപ്പം ഗ്രഹത്തിന്റെ വലിപ്പവും തുല്യപ്രാധാന്യമർഹിക്കുന്നു.

ഹാബിറ്റബിൾ സോണിൽ നിന്നും ഭൂമിക്കു സമാനമായ ഭൗതിക സാഹചര്യങ്ങൾ ഒത്തുവരണമെന്ന് വാശിപിടിക്കുന്നതിൽ അർത്ഥമൊന്നുമില്ല. സാഹചര്യങ്ങൾക്കനുസരിച്ച് അനുകൂലനം നേടിയ ജീവിവർഗ്ഗങ്ങൾ ആവിർഭവിക്കുകയാണ് ചെയ്യുന്നത്. ജലം ദ്രാവകാവസ്ഥയിൽ നിലനില്ക്കുന്ന ഏതു ഗ്രഹത്തിലും ജീവന് സാദ്ധ്യതയുണ്ട്. വ്യാഴത്തിന്റെ ശക്തമായ ഗുരുത്വബലം പ്രദാനം ചെയ്യുന്ന വലിവുബലങ്ങൾ (tidal force) കാരണം യൂറോപ്പയുടെ ഉപരിതലം ജലസമൃദ്ധമാണ്. തീർച്ചയായും അവിടെ ജീവന്റെ സാദ്ധ്യത വളരെ വലുതാണ്. ഇവിടെ ജീവൻ എന്നു പറയുമ്പോൾ ഭൂമിയിലെ ജീവിതചക്രവുമായി താരതമ്യം ചെയ്യുന്നത് ശരിയാകണമെന്നില്ല. ഭൂമിയുടെ ഗുരുത്വബലത്തിനും ഭ്രമണപരിക്രമണ ചലനങ്ങൾക്കും സൂര്യനിൽ നിന്നു ലഭിക്കുന്ന ഊർജ്ജത്തിന്റെ അളവിനും കാലാവസ്ഥയ്ക്കും അനുകൂലനം ചെയ്യപ്പെട്ട ജീവനെ ഭൂമിയുടേതിൽ നിന്നും വളരെ വ്യത്യസ്തമായ ഭൗതിക സാഹചര്യങ്ങൾ

നിലനിൽക്കുന്ന മറ്റൊരു വിദൂര ഗ്രഹത്തിലുള്ള ജീവനുമായി താരതമ്യം ചെയ്യുന്നത് രസകരമായിരിക്കും. നമ്മുടെ തൊട്ടടുത്തുള്ള ചന്ദ്രനിൽ ഭൂമിയിൽ ജീവനുണ്ടായ കാലത്തുതന്നെ ജീവനുദ്ഭവിക്കുകയും ഇപ്പോഴും നിലനില്ക്കുകയും ചെയ്യുന്നുണ്ടെങ്കിൽ ചില സാദ്ധ്യതകൾ പരിശോധിക്കാം. ഭൂമിയുടെ ആറിലൊരു ഭാഗം മാത്രം ഗുരുത്വബലമുള്ളതുകൊണ്ട് അവിടെ തടിയന്മാരെ കാണാനുണ്ടാവില്ല. 9 അടിയിലേറെ ഉയരമുള്ള കൃശഗാത്രന്മാരായിരിക്കും അധികവും.

അന്യഗ്രഹജീവികൾ ഒരു ഭാവനാ ചിത്രം

അന്തരീക്ഷത്തിൽ ഓക്സിജനോ മറ്റു വാതകങ്ങളോ ഇല്ലാത്തതുകൊണ്ട് മണ്ണിലുള്ള ഓക്സിജൻ ശ്വസിക്കാൻ പാകത്തിൽ പാദങ്ങളിലായിരിക്കും നാസാരന്ധ്രങ്ങൾ ഉണ്ടാവുക.

ചന്ദ്രന്റെ ഉപരിതലം ഒരു കണ്ണാടി പോലെ സൂര്യപ്രകാശത്തെ പ്രതിഫലിപ്പിക്കുന്നതുകൊണ്ട് കണ്ണുകൾ ചെവിയുടെ പിറകിലായി കാണപ്പെടുന്നു. ഭാവന അതിരുകടക്കുന്നില്ലെങ്കിൽ ഓർമ്മിക്കുക, ഏകദേശം ഭൂമിയുടേതിന് സമാന സാഹചര്യമുള്ള ചന്ദ്രനിലെ സ്ഥിതി ഇങ്ങനെയാവുമെങ്കിൽ ഭൂമിയുടേതിൽനിന്ന് വളരെ വ്യത്യസ്തമായ ചുറ്റുപാടുകളിൽ ജീവനുകൊടുക്കുന്ന നിർവ്വചനം നിങ്ങളുടെ പ്രതീക്ഷകളിൽനിന്നും എത്രയോ വിഭിന്നമായിരിക്കും!

ഹാബിറ്റബിൾ പ്ലാനറ്റുകളിൽ ജീവന്റെ സാദ്ധ്യത അന്വേഷിക്കുന്നതിന് ജ്യോതിശാസ്ത്രജ്ഞർ വ്യത്യസ്തങ്ങളായ മാർഗ്ഗങ്ങളാണ് സ്വീകരിക്കുന്നത്. അവയിൽനിന്നു വരുന്ന റേഡിയോ സിഗ്നലുകൾ വിശകലനം ചെയ്യുകയാണ് ഒരു രീതി. മറ്റൊന്ന് അവയുടെ അന്തരീക്ഷത്തെക്കുറിച്ച് പഠനം നടത്തുകയും സസ്യ-ജന്തു ജാലങ്ങളുടെ ഉപാപചയ (Metabolism) പ്രവർത്തനങ്ങളുടെ ഭാഗമായി ഗ്രഹത്തിന്റെ അന്തരീക്ഷത്തിൽ ഓക്സിജൻ, മീഥേയ്ൻ തുടങ്ങിയ വാതകങ്ങളുടെ അളവിൽ വർദ്ധനവുണ്ടാകുന്നു. അല്ലെങ്കിൽ ഗ്രഹത്തിന്റെ അന്തരീക്ഷത്തിലെ ഓക്സിജൻ, മീഥേയ്ൻ തുടങ്ങിയ വാതകങ്ങളുടെ സാന്നിദ്ധ്യം അവയിലെ ജീവന്റെ തെളിവാണ്. ചൊവ്വയുടെ അന്തരീക്ഷത്തിലും ഏതാനും ചില എക്സോപ്ലാനറ്റുകളുടെ അന്തരീക്ഷത്തിലും അടുത്തിടെ കണ്ടെത്തിയ മീഥേയ്ൻ സാന്നിദ്ധ്യം ശാസ്ത്രലോകത്തിന് വളരെ പ്രതീക്ഷ നല്കുന്നു.

വിദൂര ഗ്രഹങ്ങളുടെ വളരെ മങ്ങിയ പ്രകാശം നിരീക്ഷിച്ച് അവ

യുടെ അന്തരീക്ഷത്തെക്കുറിച്ചുള്ള പഠനം -Spectral Analysis- വളരെ വിഷമകരമാണ്. ഇതുവരെ നാലു ഗ്രഹങ്ങളുടെ അന്തരീക്ഷത്തിന്റെ വിശകലനം നടത്താൻ മാത്രമേ നമുക്കു സാധിച്ചിട്ടുള്ളു. ഇവയിൽ മൂന്നും HR8799 എന്ന നക്ഷത്രത്തെ ചുറ്റുന്ന ഗ്രഹങ്ങളാണ്. ഒന്ന് Formalhaut എന്ന ശോഭ കൂടിയ നക്ഷത്രത്തിന്റെ ഗ്രഹവും. ഈ ഗ്രഹങ്ങൾ ഭൂമിക്കഭിമുഖമായി നക്ഷത്രബിംബത്തെ കടന്നുപോകുമ്പോൾ (സംതരണം Transit) നക്ഷത്രശോഭയിലുണ്ടാകുന്ന വ്യതിയാനം അപഗ്രഥിച്ചാണ് ഗ്രഹങ്ങളെക്കുറിച്ചുള്ള പഠനം നടത്തുന്നത്. ഇപ്പോൾ ലഭ്യമായ സാങ്കേതികപരിജ്ഞാനം ഉപയോഗിച്ച് മാസങ്ങൾ നീളുന്ന നിരീക്ഷണ പരീക്ഷണങ്ങൾ ഇതിനാവശ്യമാണ്. ഇത് താരതമ്യേന അപ്രായോഗികമാണെന്ന് പറയേണ്ടിവരും. എക്സോപ്ലാനറ്റുകളെക്കുറിച്ച് പഠനം നടത്തുന്നതിനാവശ്യമായ പ്രത്യേകതരം ദൂരദർശിനികൾ സജ്ജീകരിക്കുന്നതിലാണ് ശാസ്ത്രലോകം ഇപ്പോൾ ശ്രദ്ധ പതിപ്പിച്ചിരിക്കുന്നത്. ഭൂമിയിലെ ജീവന്റെ ഉല്പത്തിയും പരിണാമവും സാവധാനത്തിലും ക്രമാനുഗതവുമാണെന്നാണ് ഫോസിൽ തെളിവുകൾ സൂചിപ്പിക്കുന്നത്. ഭൂമിയുടെ പ്രായത്തിന്റെ മദ്ധ്യകാലമായപ്പോഴാണ് ജീവന്റെ ഏറ്റവും ലളിതമായ രൂപം ആവിർഭവിച്ചത്. പ്രോകാര്യോട്ടുകൾ (procaryotes) എന്നു വിളിക്കുന്ന മർമ്മ (nucleus)മില്ലാത്ത ഏകകോശം. കോശപ്രവർത്തനങ്ങൾ നിയന്ത്രിക്കുന്നത് കോശസ്തരത്തി (cell membrane) നുള്ളിലാണ്. ഏകദേശം 200 കോടി വർഷങ്ങൾക്കുമുമ്പ് ഇവ പരിണമിച്ച് മർമ്മമുള്ള ഏകകോശമായി മാറി. ഇതൊരു കുതിച്ചുചാട്ടമായിരുന്നു. ക്രമേണ സങ്കീർണ്ണമായ ഘടനയുള്ള ജീവികളിലേക്കുള്ള പ്രയാണം ആരംഭിച്ചു. ഏകകോശജീവികളുടെ പ്രതിപ്രവർത്തനങ്ങൾ വഴി ബഹുകോശജീവികളുണ്ടാകുകയും ഈ നില കോടിക്കണക്കിനു വർഷങ്ങൾ തുടരുകയും ചെയ്തു. സങ്കീർണ്ണമായ ശരീരഘടനയുള്ള ജീവികൾ ആവിർഭവിച്ചിട്ട് 50 കോടി വർഷങ്ങളേ ആയിട്ടുള്ളു. കാംബ്രിയൻ വിസ്ഫോടനം (Cambrian Explosion) എന്നു വിളിക്കപ്പെടുന്ന ആ കാലഘട്ടത്തെത്തുടർന്ന് ഏകദേശം 7–8 കോടി വർഷങ്ങൾക്കു മുമ്പ് മൃഗങ്ങളുടെ ഒരു വലിയ ഭാഗവും ആവിർഭവിച്ചു.

പരിണാമ ചക്രത്തിന്റെ പ്രവേഗം ത്വരിതഗതിയിലായത് അന്തരീക്ഷത്തിൽ ഓക്സിജന്റെ അളവ് വർദ്ധിച്ചതോടുകൂടിയാണ്. സസ്യങ്ങൾ പ്രകാശസംശ്ലേഷണത്തിന് (photosynthesis) ശേഷം പുറന്തള്ളുന്ന ഓക്സിജൻ സൂര്യപ്രകാശത്തിന്റെ സാന്നിദ്ധ്യത്തിൽ ഉല്പാദിപ്പിക്കുന്ന ഊർജ്ജം ജന്തുക്കളുടെ വളർച്ചയ്ക്കും നിലനില്പിനും അത്യന്താപേക്ഷിതമായി. സസ്യങ്ങൾ മാത്രമല്ല മറ്റനേകം സൂക്ഷ്മജീവികളും ഓക്സിജൻ പുറന്തള്ളുന്നുണ്ട്. വളരെയധികം പ്രതിപ്രവർത്തനശേഷിയുള്ള ഈ വാതകം ജീവന്റെ നിലനില്പിനെന്നപോലെ അനേകം സൂക്ഷ്മജീവികളുടെ നാശത്തിനും കാരണമാകുന്നുണ്ട്. മറ്റൊരു തരത്തിൽ പറഞ്ഞാൽ സൂക്ഷ്മജീവികളുടെ ക്രമാതീതമായ വർദ്ധന തടയുന്നത് ഓക്സിജ

നാണെന്നു പറയാം. മണ്ണിലടങ്ങിയിരിക്കുന്ന ഓക്സിജനെ തന്മാത്രാ രൂപത്തിലേക്ക് പരിണമിപ്പിക്കുന്നത് ഭൗമോപരിതലത്തിനടിയിൽ വസിക്കുന്ന ചില സൂക്ഷ്മജീവികളാണ്. ഇത്തരം തന്മാത്രാവസ്ഥയിലുള്ള ഓക്സിജനാണ് സങ്കീർണ്ണമായ ഘടനയുള്ള ജീവികളുടെ ഉദ്ഭവത്തിനും വളർച്ചയ്ക്കും കാരണമായത്. പരിണാമവൃക്ഷത്തിലെ അവസാനശാഖയായ മനുഷ്യന്റെ മസ്തിഷ്കത്തിന് ഊർജ്ജം പകരുന്നതും ഇതേ ഓക്സിജനാണ്.

നിങ്ങൾക്കറിയാമോ, ബുദ്ധിമാനായ ഈ മനുഷ്യൻ ഭൂമിയിൽ ആവിർഭവിച്ചിട്ട് രണ്ടുലക്ഷം വർഷങ്ങൾ മാത്രമേ ആയിട്ടുള്ളു. ബഹിരാകാശത്തേക്ക് സന്ദേശങ്ങൾ അയയ്ക്കാൻ തുടങ്ങിയിട്ട് വെറും 70 വർഷങ്ങൾ മാത്രവും.

അപ്പോൾ ഭൂമിയിൽ ജീവൻ ആവിർഭവിച്ചപ്പോൾ തന്നെ ജീവോല്പത്തി നടന്ന മറ്റൊരു ഗ്രഹത്തിലെ ബുദ്ധിമാനായ ജീവിയും ഭൂമിയിലെ ജീവന് നേടാൻ കഴിഞ്ഞിട്ടുള്ള സാങ്കേതിക വിദ്യയോ അതിനടുത്തോ ആയിരിക്കും നേടിയിരിക്കുക. അങ്ങനെ വരുമ്പോൾ ഭൂമിയിൽ നിന്നും റേഡിയോ സന്ദേശങ്ങൾ അയയ്ക്കാനും വിദൂര ഗ്രഹങ്ങളെ അപഗ്രഥിച്ച് വിശദീകരണം നല്കാനും മനുഷ്യൻ അനുഭവിക്കുന്ന വിഷമതകൾ മറ്റേതൊരു അന്യഗ്രഹജീവിയും അനുഭവിക്കുന്നുണ്ടാകും. സ്പേസിന്റെ അതിവിശാലതയും സാങ്കേതിക വിദ്യകളുടെ പരിമിതിയും പരസ്പര ബന്ധപ്പെടലുകൾക്ക് അതിരുകളാകുന്നുണ്ട് എന്നതാണ് യാഥാർത്ഥ്യം. ഉദാഹരണത്തിന് വാസയോഗ്യമേഖലയിൽ സ്ഥിതി ചെയ്യുന്ന Gliese 581C എന്ന എക്സോപ്ലാനറ്റിനെ പരിഗണിക്കാം. ഈ ഗ്രഹത്തിന്റെ ഉപരിതലം പൂർണ്ണമായും ജലത്താൽ മൂടപ്പെട്ടിരിക്കാം. ഭൂഖണ്ഡങ്ങളോ, കരഭാഗങ്ങൾ തന്നെയോ ഉപരിതലമായി ഇല്ലാതെയുള്ള ഈ ഗ്രഹത്തിൽ ജലജീവികൾ മാത്രമേ ഉണ്ടാവുകയുള്ളു. പരിണാമശൃംഖലയുടെ ഇങ്ങേത്തലയ്ക്കലുള്ള ബുദ്ധിമാനായ ജലജീവി എങ്ങനെയായിരിക്കും വൈദ്യുതി ആധാരമായുള്ള ഒരു വാർത്താവിനിമയ മാർഗം സ്വീകരിക്കുക.

വിവിധ സങ്കേതങ്ങൾ വഴി സന്ദേശങ്ങൾ കൈമാറാൻ കഴിയുന്ന ജീവികളെയാണ് ഏറ്റവും ബുദ്ധിമാന്മാരായി കണക്കാക്കപ്പെടുന്നത്. സന്ദേശങ്ങൾ കൈമാറാൻ കഴിയുന്ന ഇതേ മസ്തിഷ്കത്തിന്റെ പ്രവർത്തനം കൊണ്ടു തന്നെ സ്വന്തം വംശത്തെ നാമാവശേഷമാക്കാൻ കഴിയുന്ന മാരകായുധങ്ങൾ നിർമ്മിക്കാനും ബുദ്ധിമാന്മാരായ ജീവികൾക്ക് സാധിക്കും. അതിബുദ്ധിമാന്മാരായ ജീവികൾക്ക് അധികം നിലനില്പുണ്ടാവുകയില്ല. അവ പരസ്പരം നിഗ്രഹിച്ച് അപ്രത്യക്ഷമാകും. സാങ്കേതിക വിദ്യ പരസ്പരനിഗ്രഹത്തിനും കാലാവസ്ഥ വ്യതിയാനങ്ങൾക്കും പ്രകൃതി ദുരന്തങ്ങൾക്കു തന്നെയും കാരണമാകും. അപ്പോൾ മനുഷ്യരെക്കാൾ ബുദ്ധിമാന്മാരായ ജീവികൾ ഏതെങ്കിലും ഒരു ഗ്രഹത്തിൽ ഉണ്ടായാൽ തന്നെ അവയ്ക്ക് അധികകാലം നിലനില്ക്കാൻ

സാധിക്കുകയില്ല. അവർ കണ്ടുപിടിച്ച സാങ്കേതിക വിദ്യ അവരുടെ തന്നെ നാശത്തിനു കാരണമാകും.

ഭൗമേതര ജീവനെക്കുറിച്ചുള്ള അന്വേഷണങ്ങൾക്ക് (Search for Extra Terrestrial Intelligence – SETI) നാസയും യൂറോപ്യൻ സ്പേസ് ഏജൻസിയും വളരെയധികം പ്രാധാന്യം നല്കുന്നുണ്ട്. 1971 ൽ നാസ കമ്മീഷൻ ചെയ്യാൻ ഉദ്ദേശിച്ച SETI ടെലസ്കോപ്പാണ് പ്രൊജക്ട് സൈക്ലോപ്സ് (Project Cyclopse). ഗ്രീക്കുപുരാണത്തിലെ ഒറ്റക്കണ്ണൻ രാക്ഷസന്റെ പേരിലറിയപ്പെടുന്ന ഈ ഭീമൻ ടെലസ്കോപ്പുകൊണ്ട് 1000 പ്രകാശവർഷം അകലെവരെയുള്ള ഗ്രഹങ്ങളിൽ നിന്നും വരുന്ന റേഡിയോ സിഗ്നലുകൾ പിടിച്ചെടുക്കാൻ കഴിയും. സാധാരണ റേഡിയോ ടെലസ്കോപ്പുകൾക്ക് ദുർബ്ബലമായ റേഡിയോ സിഗ്നലുകൾ പിടിച്ചെടുക്കാൻ സാധിക്കില്ല. എന്നാൽ SETI ടെലസ്കോപ്പ് യാഥാർത്ഥ്യമാക്കാൻ ഇതുവരെ നാസയ്ക്ക് കഴിഞ്ഞിട്ടില്ല. SETI ശാസ്ത്രജ്ഞർ ഇതിലൊന്നും നിരാശപ്പെടുന്നില്ല. അവർ സ്പേസിലേക്ക് തുടർച്ചയായി റേഡിയോ സന്ദേശങ്ങൾ അയച്ചുകൊണ്ടിരിക്കുന്നു. എക്സോപ്ലാനറ്റുകളിൽ ഏതെങ്കിലുമൊന്നിലുള്ള അതിബുദ്ധിമാന്മാരായ ജീവികൾ ഈ സന്ദേശങ്ങൾ പിടിച്ചെടുക്കുമെന്നും തിരിച്ച് സന്ദേശങ്ങൾ അയയ്ക്കുമെന്നും അവർ പ്രതീക്ഷയോടെ കാത്തിരിക്കുകയാണ്. ഇത് വിമർശനങ്ങൾക്കും വഴിവയ്ക്കുന്നുണ്ട്. ഭൂമിക്കു വെളിയിലുള്ള മനുഷ്യരെക്കാളും ബുദ്ധിമാനായ ഒരു ജീവി ഭൂമിയിലെ മനുഷ്യനുമായി സന്ദേശങ്ങൾ കൈമാറുന്നതിലെ സാംഗത്യം എന്താണ്? മനുഷ്യനും അമീബയുമായി ആശയവിനിമയം നടത്തുന്നതുപോലെയല്ലെ അതുണ്ടാവുക. ഭൂമിയിൽ നിന്നയയ്ക്കുന്ന സന്ദേശങ്ങൾ അവരുടെ ഉപകരണങ്ങൾ പിടിച്ചെടുത്ത് തിരിച്ചയച്ചാൽ അവ ഡീകോഡ് ചെയ്യാൻ കഴിയുന്ന സാങ്കേതിക വിദ്യ മനുഷ്യൻ സ്വന്തമാക്കിയിട്ടില്ലെങ്കിൽ അതുകൊണ്ടെന്തു പ്രയോജനമാണുണ്ടാകുക. മനുഷ്യരെക്കാൾ താഴ്ന്ന ബുദ്ധിവളർച്ചയുള്ള ഒരു ജീവിവർഗ്ഗമാണവിടെയുള്ളതെങ്കിൽ ഈ റേഡിയോ സന്ദേശങ്ങൾ അവരെങ്ങനെ തിരിച്ചറിയും? അങ്ങനെ വരുമ്പോൾ മനുഷ്യർക്ക് തുല്യമായ മസ്തിഷ്ക വളർച്ചയും സാങ്കേതിക പരിജ്ഞാനവുമുള്ള ഒരു നാഗരികത ഈ അനന്തപ്രപഞ്ചങ്ങളിലെവിടെയെങ്കിലുമുണ്ടെങ്കിൽ മാത്രമേ ഈ പ്രയത്നത്തിന് ഫലമുണ്ടാകൂ. ലക്ഷങ്ങളിലോ കോടികളിലോ ശതകോടികളിലോ ഒരു ഭാഗം മാത്രമുള്ള ഈ സാദ്ധ്യതയ്ക്കുവേണ്ടി പരിശ്രമിക്കുന്നതുകൊണ്ട് എന്തു പ്രയോജനമാണുണ്ടാവുക? സന്ദേഹവാദികളുടെ ചോദ്യവും പ്രസക്തമാണ്.

1999ൽ പുറത്തിറങ്ങിയ SETI@home എന്ന സോഫ്റ്റ്‌വെയർ ഉപയോഗിച്ച് നിങ്ങളുടെ ലാപ്ടോപ്പിൽ വിദൂര ഗ്രഹങ്ങളിൽ നിന്നുള്ള റേഡിയോ സന്ദേശങ്ങൾ സ്വീകരിക്കാൻ കഴിയും. SERENDIP പ്രോജക്ട് (Search for Extra terrestrial Radio Emissions from Nearby Developed Intellegent Populations) റിസീവറുകൾ ഘടിപ്പിച്ചിട്ടുള്ള

റേഡിയോ ടെലസ്കോപ്പുകൾ അവ നിരീക്ഷിക്കുന്ന ഭാഗത്തുനിന്നും ലഭിക്കുന്ന റേഡിയോ സിഗ്നലുകൾ പിടിച്ചെടുക്കുകയും ഇന്റർനെറ്റ് സംവിധാനത്തിലൂടെ SETI@home സോഫ്റ്റ്‌വെയറിലെത്തിക്കുകയും ചെയ്യുന്നു. ലോകത്തിലെവിടെയും ഈ സോഫ്റ്റ്‌വെയർ ഉപയോഗിക്കുന്നവർക്ക് പ്രസ്തുത സിഗ്നലുകൾ സ്വീകരിക്കാനും NASA യുടെ സഹായത്തോടെ പരിശോധിക്കാനും കഴിയും. ഈ സൈറ്റിനു ലഭിക്കുന്ന വർദ്ധിച്ച ജനപിന്തുണ ഭൂമിക്കപ്പുറമുള്ള ജീവനെ കണ്ടെത്താനുള്ള മനുഷ്യന്റെ അദമ്യമായ ആഗ്രഹമല്ലാതെ മറ്റൊന്നുമല്ല.

ഒരു വിദൂരഗ്രഹത്തിൽ നിന്നുമുള്ള റേഡിയോ സിഗ്നൽ നമുക്ക് നാളെ ലഭിച്ചേക്കാം. അല്ലെങ്കിൽ അടുത്ത നൂറ്റാണ്ടിലാകാം. അതുമല്ലെങ്കിൽ ഒരിക്കലും ലഭിച്ചില്ലെന്നും വരാം. ഈ സന്ദേശങ്ങൾ പിടിച്ചെടുക്കാൻ കഴിയുന്ന സാങ്കേതിക പരിജ്ഞാനം ഒരുപക്ഷേ, ഭൂമിയിലെ ജീവന് ഒരിക്കലും ഉണ്ടായില്ലെന്നും വരാം. ഭൂമിയെപ്പോലെയുള്ള കോടിക്കണക്കിന് ഗ്രഹങ്ങൾ ഈ മഹാപ്രപഞ്ചത്തിൽ ഉണ്ടാകും. അവയിലെല്ലാം ജീവനുമുണ്ടാകും. എന്നാൽ ഭൂമിയിലെ മനുഷ്യനേക്കാൾ ബുദ്ധിവളർച്ചയെത്തിയ ജീവികളുടെ സാദ്ധ്യത വളരെ കുറവായിരിക്കാം. അതിലും വളരെ കുറഞ്ഞ സാദ്ധ്യതമാത്രമേ നക്ഷത്രാന്തര വാർത്താവിനിമയ സൗകര്യം വികസിപ്പിച്ചെടുത്ത ജീവികൾക്കുണ്ടാകൂ. വിശ്വസനീയമായ തെളിവുകൾ ലഭിക്കുന്നതുവരെ നമുക്കുപറയാം – നമ്മുടെ ഗാലക്സിയിൽ അല്ലെങ്കിൽ ഈ വിശാല പ്രപഞ്ചത്തിൽ ഭൂമിയിലെ മനുഷ്യനാണ് ഏറ്റവും ബുദ്ധിമാനായ ജീവിയെന്ന്.

സങ്കല്പ ലോകമല്ലീയുലകം

"O dark, dark, dark. They all go into dark,
The vacant interstellar spaces,
the vacant into the vacant."

- T S Eliot

തിരിച്ചെത്തുമെന്ന് ഉറപ്പില്ലാത്ത ചൊവ്വാ യാത്രയ്ക്ക് പതിനായിരങ്ങൾ പേര് രജിസ്റ്റർ ചെയ്തിരിക്കുന്നതും അന്യഗ്രഹങ്ങളിലെ കോളനിവല്ക്കരണവും ബഹിരാകാശ വിനോദ സഞ്ചാരവുമെല്ലാം ഇന്ന് പൊതുസമൂഹത്തിൽ അത്ര ശാസ്ത്രബോധമില്ലാത്തവർ തന്നെ ചർച്ച ചെയ്യുന്ന വിഷയങ്ങളാണ്. 'തിങ്കളി'ലും ചൊവ്വയിലുമെല്ലാം സന്ദർശനം നടത്തി തിരിച്ചെത്തുന്ന കുടുംബങ്ങളെ കാണാൻ ഇനി അധികകാലം കാത്തിരിക്കേണ്ടി വരില്ലെന്ന മട്ടിലാണ് വാർത്തകൾ പ്രചരിക്കുന്നത്. കേൾക്കുമ്പോൾ ആവേശം ജനിപ്പിക്കുന്ന വാർത്തയാണിതെങ്കിലും ബഹിരാകാശ യാത്രകൾ അത്ര എളുപ്പമൊന്നുമല്ല. ഒരു വിമാനത്തിൽ കയറി ഡൽഹിയിൽ നിന്ന് ന്യൂയോർക്കിലേക്കും ലണ്ടനിലേക്കും പോകുന്നതു പോലെ അനായാസമായി ബഹിരാകാശത്തേക്കു പോകാമെന്നും കരുതേണ്ട. ബഹിരാകാശം വിചിത്രമായ മറ്റൊരു ലോകമാണ്. ഭൗമ സമാനമായ ഒന്നുംതന്നെ അവിടെയില്ല. ഭൂമിയിൽ ഉദ്ഭവിച്ച് വികസിച്ച ജീവൻ ഭൂമിയിലെ സാഹചര്യങ്ങൾക്കനുസരിച്ച് ജീവിക്കാൻ അനുകൂലനം നേടിയതാണ്. അതുകൊണ്ടു തന്നെ സ്പേസിലെ തീവ്ര സാഹചര്യങ്ങൾ മനുഷ്യ ശരീരത്തിൽ സൃഷ്ടിക്കുന്ന പ്രത്യാഘാതങ്ങൾ അതിജീവിക്കാൻ മനുഷ്യന് കഴിയില്ല. സ്പേസിൽ ചെലവഴിക്കുന്ന ചുരുങ്ങിയ സമയത്തിനുള്ളിൽ തന്നെ ബഹിരാകാശ സഞ്ചാരി നിരവധി മാനസിക, ശാരീരിക പ്രശ്നങ്ങൾ അനുഭവിക്കേണ്ടി വരുന്നുണ്ട്. വിദഗ്ദ്ധ പരിശീലനം നേടിയ അസ്ട്രോനോട്ടുകൾക്ക് സാങ്കേതിക വിദ്യയുടെ

സഹായത്തോടു കൂടി മാത്രമേ ഏതാനും ദിവസങ്ങളോ, മാസങ്ങളോ ബഹിരാകാശത്ത് കഴിയാനാവൂ. നിലവിലുള്ള സാഹചര്യത്തിലും സാങ്കേതിക വിദ്യയിലും മനുഷ്യന്റെ ചൊവ്വായാത്രയും ഗ്രഹാന്തര സഞ്ചാരവുമെല്ലാം കേവലം സ്വപ്നമായി തന്നെ അവശേഷിക്കും. ബഹിരാകാശം തന്നെയാണ് പ്രധാന കടമ്പ. എന്തെല്ലാമാണ് ഒരു ബഹിരാകാശ സഞ്ചാരി അഭിമുഖീകരിക്കേണ്ടി വരുന്ന പ്രധാന പ്രശ്നങ്ങൾ എന്ന് പരിശോധിക്കാം.

സ്പേസിന്റെ ശൂന്യത (The vacuum of space)

മനുഷ്യന്റെ ശരീരഘടന ഭൂമിയുടെ ഉപരിതലത്തിൽ, ഭൗമാന്തരീക്ഷത്തിനുള്ളിൽ ജീവിക്കുന്നതിന് അനുകൂലനം നേടിയതാണ്. ഭൗമാന്തരീക്ഷത്തിലുള്ള പ്രാണവായു (oxygen) ശ്വസിക്കുന്നതിനാണ് മനുഷ്യന്റെ ശ്വാസകോശത്തിന് ശേഷിയുള്ളത്. അതിനാകട്ടെ ഒരു നിശ്ചിത വായു മർദ്ദവും ഗാഢതയും ആവശ്യവുമാണ് (16 kPa). ഇതിൽ താഴെയുള്ള സാഹചര്യങ്ങളിൽ മനുഷ്യൻ അബോധാവസ്ഥയിലാവുകയും തുടർന്ന് മരണപ്പെടുകയും ചെയ്യും (Hypoxia). സ്പേസിലെത്തുന്ന ഒരാളുടെ ശ്വാസകോശങ്ങൾ സാധാരണ പോലെ പ്രവർത്തിക്കുകയും എന്നാൽ ശ്വസിക്കാൻ വായുവില്ലാതെ വരുമ്പോൾ ശ്വാസകോശത്തിലും രക്തത്തിലുമുള്ള ഓക്സിജനുൾപ്പെടെയുള്ള മുഴുവൻ വാതകങ്ങളും നഷ്ടപ്പെടാൻ തുടങ്ങുകയും ചെയ്യും. 9 മുതൽ 12 വരെ സെക്കന്റുകൾക്കുള്ളിൽ ഓക്സിജൻ പൂർണ്ണമായും നഷ്ടപ്പെട്ടു കഴിഞ്ഞ രക്തം തല

സ്പേസിന്റെ ശൂന്യത

ച്ചോറിൽ എത്തുന്നതിനെത്തുടർന്ന് ബഹിരാകാശ സഞ്ചാരി അബോധാവസ്ഥയിലാകും. ഈ നില തുടർന്നാൽ രണ്ടു മിനിട്ടിനുള്ളിൽ ബഹിരാകാശ സഞ്ചാരി കൊല്ലപ്പെടും.

താപനിലയിലുള്ള തീവ്രമായ ഏറ്റക്കുറച്ചിലുകൾ (Extreme variations in temperature)

സ്പേസിന്റെ ശൂന്യതയിൽ ബഹിരാകാശ സഞ്ചാരിയുടെ ശരീരത്തിലെ താപം ചാലനമോ (conduction), സംവഹനമോ (convection) വഴി കൈമാറ്റംചെയ്യപ്പെടുന്നില്ല. താപവിതരണത്തിന് മാധ്യമത്തിന്റെ സഹായമാവശ്യമില്ലാത്ത വികിരണ രീതി (radiation) മാത്രമേ സ്പേസിൽ പ്രാവർത്തികമാവുകയുള്ളൂ. 310 കെൽവിൻ താപനിലയിലുള്ള ബഹിരാകാശ സഞ്ചാരിയുടെ ശരീരത്തിൽ നിന്നും 3 കെൽവിൻ (270 ഡിഗ്രി സെൽഷ്യസ്) താപനിലയിലുള്ള സ്പേസിലേക്ക് താപം കൈമാറ്റം ചെയ്യപ്പെടുമെങ്കിലും ഇത് വളരെ സാവധാനത്തിലായിരിക്കും. വസ്ത്രം ധരിച്ച ഒരാളിൽ ഈ പ്രവർത്തനം കുറേക്കൂടി സാവധാനത്തിലായിരിക്കും. അതു മാത്രമല്ല സ്പേസിൽ സൂര്യന്റെ അഭിമുഖമായി വരുന്ന ഭാഗത്ത് 120 ഡിഗ്രി സെൽഷ്യസ് വരെ ഉയരുന്ന ഊഷ്മാവ്, നിഴലിൽ –100 ഡിഗ്രി സെൽഷ്യസ് വരെ താഴും. സൂര്യന് അഭിമുഖമായി നില്ക്കുന്ന ഒരു ബഹിരാകാശ സഞ്ചാരിയുടെ മുൻഭാഗവും പിൻഭാഗവും തമ്മിൽ താപനിലയിൽ 200 ഡിഗ്രി സെൽഷ്യസിലധികം അന്തരമുണ്ടാകുമെന്നർത്ഥം!

തീവ്ര വികിരണങ്ങളുടെ ആക്രമണം (Increased Radiation Levels)

ഭൗമാന്തരീക്ഷവും ഭൂമിക്കു ചുറ്റുമുള്ള കാന്തിക ക്ഷേത്രവും (Magnetosphere) ആണ് തീവ്രമായ സൗര വികിരണങ്ങളിൽ നിന്നും കോസ്മിക് കിരണങ്ങളുടെ ആക്രമണത്തിൽനിന്നും ഭൗമ ജീവനേയും ഭൂമിയെത്തന്നെയും കാത്തുരക്ഷിക്കുന്നത്. എന്നാൽ ഔട്ടർ സ്പേസിലെത്തുന്ന ബഹിരാകാശ സഞ്ചാരി ഈ സംരക്ഷണ കവചത്തിനു വെളിയിലായിരിക്കും. സൗര വികിരണങ്ങൾ ഏറ്റവും പ്രതികൂലമായി ബാധിക്കുന്നത് ശരീരത്തിന്റെ രോഗ പ്രതിരോധ സംവിധാനത്തെ നിയന്ത്രിക്കുന്ന ലിംഫോസൈറ്റ് കോശങ്ങളെയാണ് (Lymphocyte cells). തിമിരം ബാധിക്കുന്നതിനുള്ള സാദ്ധ്യത ഒരു ബഹിരാകാശ സഞ്ചാരിക്ക് വളരെയധികമാണെന്ന് അടുത്ത കാലത്തു നടന്ന പഠനങ്ങൾ തെളിയിക്കുന്നുണ്ട്. ഉന്നത ഊർജ്ജനിലയിൽ പ്രവഹിച്ചുകൊണ്ടിരിക്കുന്ന ചാർജ്ജിത കണങ്ങളുടെ സഞ്ചയമായ (പ്രധാനമായും പ്രോട്ടോണുകളും ഇലക്ട്രോണുകളും) കോസ്മിക് കിരണങ്ങൾ ശരീര കലകളിൽ ഉല്പരിവർത്തനത്തിനും (Mutation), ക്രമേണ അർബ്ബുദത്തിനും കാരണമാകും.

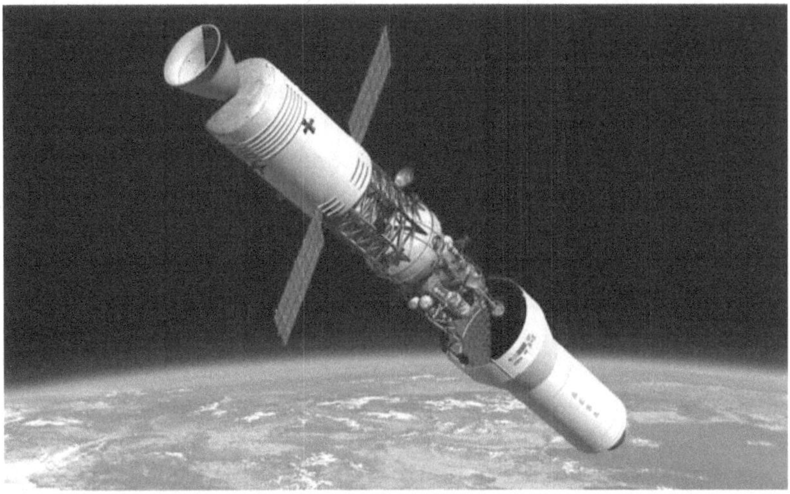

സൗര ആളലുകളും (solar flares) സൗരവാതങ്ങളും (solar winds) പ്ലാസ്മാ പ്രവാഹവും (Coronal Mass Ejection -CME) സൃഷ്ടിക്കുന്ന അപകടങ്ങൾ അതിനും പുറമെയാണ്.

ഭാരമില്ലായ്മ (The Effect of Weightlessness)

സ്പേസിലെ ഭാരമില്ലാത്ത (microgravity) സാഹചര്യത്തിൽ തുടർച്ചയായി താമസിക്കുന്നത് ശാരീരികവും മാനസികവുമായ പല പ്രത്യാഘാതങ്ങൾക്കും കാരണമാകും. കോശങ്ങളുടെയും അസ്ഥികളുടെയും പേശികളുടെയുമെല്ലാം ഘടനാ വൈകല്യങ്ങൾക്കും ഭാരനഷ്ടത്തിനും മുറിവുകളുണ്ടാകുന്നതിനും ഹൃദയത്തിന്റെയും മറ്റ് ആന്തരികാവയവങ്ങളുടെയും പ്രവർത്തനത്തെ പ്രതികൂലമായി ബാധിക്കുന്നതിനും അൽഷിമേഴ്സ് പോലുള്ള മറവി രോഗങ്ങൾക്കും കാഴ്ചത്തകരാറിനും ശരീരത്തിന്റെ തുലനനില നഷ്ടപ്പെടുന്നതിനും മറ്റ് നിരവധി അസ്വസ്ഥതകൾക്കും സ്പേസിലെ മൈക്രോഗ്രാവിറ്റി സാഹചര്യങ്ങൾ കാരണമാകുന്നുണ്ട്. ഇവ അല്പം വിശദമായിത്തന്നെ പരിശോധിക്കേണ്ടതാണ്.

1. സ്പേസ് അഡോപ്ഷൻ സിൻഡ്രോം (Space Adoption Syndrome - SAS)

സ്പേസിലെ ഭാരമില്ലായ്മ കാരണം ബഹിരാകാശ സഞ്ചാരി നേരിടുന്ന ബുദ്ധിമുട്ടുകളെ പൊതുവേ എസ് എ എസ് (Space Adoption Syndrome-SAS) എന്നാണ് വിളിക്കുന്നത്. ചലനത്തിനും സ്വതന്ത്ര സഞ്ചാരത്തിനുമുള്ള ബുദ്ധിമുട്ടാണ് ഇവയിൽ പ്രധാനമായിട്ടുള്ളത്.

ഛർദ്ദി, തലകറക്കം, മനംപുരട്ടൽ, തലവേദന എന്നിവയെല്ലാമാണ് പ്രകടമായ ലക്ഷണങ്ങൾ. സ്പേസിലെത്തിയ ആദ്യത്തെ 72 മണിക്കൂറുകൾ വരെ ബഹിരാകാശ സഞ്ചാരികളിൽ ഈ ലക്ഷണങ്ങൾ കാണപ്പെടാറുണ്ട്. ഭൂമിയിൽ നമ്മുടെ ശരീരം ഗുരുത്വാകർഷണവുമായി പ്രതിപ്രവർത്തിച്ചുകൊണ്ടിരിക്കുന്നത്; നമുക്ക് നിൽക്കുന്നതിനും നടക്കുന്നതിനുമെല്ലാം കഴിയുന്നത് ഭൂഗുരുത്വ ബലം കാരണമാണ്. സ്പേസിലെ മൈക്രോഗ്രാവിറ്റി സാഹചര്യത്തിൽ ഭൂമിയുടെ ഗുരുത്വ വലിവ് അനുഭവപ്പെടില്ല. മനുഷ്യന്റെ മദ്ധ്യകർണ്ണത്തിലുള്ള ഓട്ടോലിത്ത് ഓർഗനുകൾ ഭൂമിയുടെ ഗുരുത്വ വലിവുമായി സൂക്ഷ്മ സംവേദനക്ഷമമാണ്. ശരീര പേശികളേക്കാൾ കൂടുതൽ തുലനനില പാലിക്കുന്നതിൽ പങ്കുള്ളത് ഈ ഓട്ടോലിത്തുകൾക്കാണ്. ഭൗമ സാഹചര്യങ്ങളിൽ നിന്ന് പെട്ടെന്ന് ബഹിരാകാശത്തെ പുതിയ സാഹചര്യത്തിൽ എത്തുമ്പോൾ ഓട്ടോലിത്തുകളുടെ പ്രവർത്തനം തകരാറിലാവുകയും പാദങ്ങൾക്കും കണങ്കാലുകൾക്കും താഴെ നില്ക്കുന്നതിനുള്ള സന്ദേശം കൊടുക്കാൻ മസ്തിഷ്കത്തിന് കഴിയാതെ വരുകയും ചെയ്യും. ഈ അവസ്ഥ ബഹിരാകാശ സഞ്ചാരിക്ക് ഒരു വിഷ്വൽ-ഇല്യൂഷൻ സൃഷ്ടിക്കുകയും നിവർന്നു നില്ക്കുമ്പോൾ പോലും കിടക്കുകയാണെന്ന തോന്നൽ ഉണ്ടാക്കുകയും ചെയ്യും. പലപ്പോഴും കാൽ താഴെ തന്നെയാണോ എന്ന തോന്നലും ബഹിരാകാശ സഞ്ചാരിക്ക് ഉണ്ടാകും. ബഹിരാകാശത്തുവച്ച് 72 മണിക്കൂറിനുള്ളിൽ ശരീരം ഈ സാഹചര്യങ്ങളോട് പൊരുത്തപ്പെടുമെങ്കിലും തിരിച്ചു ഭൂമിയിലെത്തുമ്പോൾ ഇതേ അസ്വസ്ഥതകൾ സഞ്ചാരി അനുഭവിക്കുന്നുണ്ട്.

സ്പേസ് അഡോപ്ഷൻ സിൻഡ്രോം അളക്കുന്നതിന്റെ തോത് ഗാൺ സ്കെയിൽ എന്നാണറിയപ്പെടുന്നത്. യു എസ് സെനറ്ററായിരുന്ന ജേയ്ക്ക് ഗാണിന്റെ സ്മരണയിലാണ് ഈ പേര് സ്വീകരിച്ചിരിക്കുന്നത്. എസ് എ എസ് കാരണമുള്ള അസ്വസ്ഥതകൾ ഏറ്റവുമധികം അനുഭവിച്ചത് STS51-D സ്പേസ് ഷട്ടിലിലെ യാത്രികനായിരുന്ന ഗാൺ ആയിരുന്നു. ഇതനുസരിച്ച് ഒരു ഗാൺ എന്നാൽ ഒരു ബഹിരാകാശ സഞ്ചാരി സ്പേസിൽ വച്ചനുഭവിക്കുന്ന ഏറ്റവും ഗുരുതരമായ ശാരീരികാസ്വാസ്ഥ്യമാണ്. സാഹചര്യങ്ങളുടെ മാറ്റങ്ങൾ എങ്ങനെയെല്ലാമാണ് മനുഷ്യശരീരത്തെ; വിശേഷിച്ചും ഇന്ദ്രിയ സംവേദനങ്ങൾ, ആന്തര കർണ്ണം, മസ്തിഷ്കം, രക്ത പര്യയന വ്യവസ്ഥ എന്നിവയെ ബാധിക്കുന്നതെന്നും അത്തരം സാഹചര്യങ്ങൾക്കനുസൃതമായ ചികിത്സാ സംവിധാനങ്ങൾ വികസിപ്പിക്കുന്നതിനും വേണ്ടി നാസ ഗവേഷണങ്ങൾ നടത്തുന്നുണ്ട്. ഭൂമിയിൽ തന്നെ മാറുന്ന സാഹചര്യങ്ങളിൽ ശരീരം നേരിടുന്ന ബുദ്ധിമുട്ടുകൾക്കും സ്പേസ് മെഡിസിൻ പ്രയോജനപ്പെടുത്താൻ കഴിയുമോ എന്ന കാര്യത്തിലും ഗവേഷണങ്ങൾ നടക്കുന്നുണ്ട്.

2. ഗുരുത്വാകർഷണ ബലമില്ല
പേശികൾക്കും അസ്ഥികൾക്കുമുണ്ടാകുന്ന ഭാരനഷ്ടം

ഭൂമിയുടെ ഗുരുത്വാകർഷണ ബലമില്ലാത്തതുകൊണ്ട് ശരീരത്തെ നിവർത്തി നിറുത്തുന്ന പേശികളുടെ പ്രവർത്തനം ബഹിരാകാശ സഞ്ചാരിക്ക് ആവശ്യമുണ്ടാകില്ല. ഭാരമില്ലാത്ത അവസ്ഥയിൽ പുറം ഭാഗത്തെയും കാലുകളിലെയും പേശികളിൽ ബഹിരാകാശ സഞ്ചാരി മർദ്ദം പ്രയോഗിക്കില്ല. ഇത് ഈ പേശികൾ ദുർബ്ബലമാകുന്നതിനും ക്രമേണ ചുരുങ്ങുന്നതിനും കാരണമാകും. തുടർച്ചയായുള്ള വ്യായാമത്തിലൂടെയാണ് ബഹിരാകാശ സഞ്ചാരി ഈ അവസ്ഥ തരണം ചെയ്യുന്നത്. അല്ലാത്തപക്ഷം 5 മുതൽ 11 വരെ ദിവസങ്ങൾക്കുള്ളിൽ അവരുടെ പേശീഭാരത്തിന്റെ 20 ശതമാനവും നഷ്ടമായിട്ടുണ്ടാകും. അസ്ഥികളുടെ സ്വാഭാവിക ജൈവഘടനയിലും മാറ്റം സംഭവിക്കും. നട്ടെല്ലിന്റെ കീഴ്ഭാഗം, തുടയസ്ഥി, ഊരഭാഗത്തെ അസ്ഥികൾ എന്നിവയുടെ ഭാരം മാസത്തിൽ 1.5 ശതമാനം വരെ നഷ്ടമാകും. ഇത് രക്തത്തിൽ കാത്സ്യത്തിന്റെ അളവു വർദ്ധിക്കുന്നതിനും വൃക്കകളിൽ കല്ലുകൾ രൂപപ്പെടുന്നതിനും ഇടയാക്കും. അസ്ഥികൾക്കുണ്ടാകുന്ന തേയ്മാനം തിരിച്ച് ഭൂമിയിലെത്തിയാലും ഭേദപ്പെടില്ല എന്ന ദുരന്തം കൂടി ബഹിരാകാശ സഞ്ചാരി നേരിടുന്നുണ്ട്. അസ്ഥികളുടെ നഷ്ടപ്പെട്ട സാന്ദ്രത വീണ്ടെടുക്കുന്നതിനാകട്ടെ, വർഷങ്ങൾ തന്നെ വേണ്ടി വരും. ഇത്തരം പ്രശ്നങ്ങൾ ഒരു പരിധി വരെയെങ്കിലും തടയുന്നതിന് അന്താരാഷ്ട്ര ബഹിരാകാശ നിലയത്തിൽ (International Space Station - ISS) രണ്ട് ട്രെഡ്മില്ലുകൾ സജ്ജീകരിച്ചിട്ടുണ്ട്. പേശികൾക്കുണ്ടാകുന്ന ക്ഷതങ്ങൾ പരിഹ

രിക്കുന്നതിന് ഈ വ്യായാമ മുറകൾ സഹായിക്കുമെങ്കിലും അസ്ഥികളുടെ സാന്ദ്രതയിലുണ്ടാകുന്ന കുറവു പരിഹരിക്കപ്പെടില്ല. ഉറപ്പിച്ചിരിക്കുന്ന സൈക്കിൾ (stationary bicycle) നിത്യേന രണ്ടു മണിക്കൂറെങ്കിലും ബഹിരാകാശ സഞ്ചാരികൾ ചവിട്ടാറുണ്ട്. നാസയിലെ ഗവേഷകർ ബഹിരാകാശ സഞ്ചാരികളുടെ ആരോഗ്യകാര്യങ്ങളിൽ തല്പരരാണ്. അവരുടെ ഗവേഷണ ഫലമായി വികസിപ്പിച്ചെടുത്ത ചില ആധുനിക വ്യായാമ ഉപകരണങ്ങളും (Advanced Resistive Exercise Device - ARED) ഇപ്പോൾ അന്താരാഷ്ട്ര ബഹിരാകാശ നിലയത്തിലുണ്ട്.

3. സ്പേസിലെ ഭാരമില്ലായ്മ
ശരീര സ്രവങ്ങളുടെ വിതരണത്തിലുണ്ടാകുന്ന പാകപ്പിഴകൾ

സ്പേസിലെ ഭാരമില്ലായ്മ വരുത്തിവയ്ക്കുന്ന മറ്റൊരു പ്രശ്നം ശരീര സ്രവങ്ങളുമായി ബന്ധപ്പെട്ടതാണ്. മനുഷ്യശരീരത്തിൽ 60 ശതമാനവും ജലമാണ്. അതിൽ ഭൂരിഭാഗവും രക്തത്തിലും കോശങ്ങളിലുമാണുള്ളത്. സ്പേസിലെ മൈക്രോഗ്രാവിറ്റി സാഹചര്യങ്ങളിൽ ശരീര സ്രവങ്ങൾ അരക്കെട്ടിന് മുകളിലേക്ക് ഒഴുകാനാരംഭിക്കും. ഇത് കഴുത്തിലെ ഞരമ്പുകൾ തടിച്ചു വീർക്കുന്നതിനും മുഖം ചീർത്ത് വണ്ണം വയ്ക്കുന്നതിനും മൂക്കിലും സൈനസുകളിലും അമിതമായി ശ്ലേഷ്മം ഉല്പാദിപ്പിക്കുന്നതിനും കാരണമാകും. ജലദോഷം പിടിപെട്ട അവസ്ഥയിലായിരിക്കും അപ്പോൾ ബഹിരാകാശ സഞ്ചാരി. രക്തത്തിലെ പ്ലാസ്മയുടെ അളവു കുറയുന്നത് ചിലപ്പോഴെങ്കിലും ബോധക്ഷയത്തിനും കാരണമാകും.

4. കാഴ്ചത്തകരാറുകൾ

സ്പേസിലെ ഭാരമില്ലായ്മ ശരീര സ്രവങ്ങളുടെ പ്രവാഹത്തെ, ശരീരത്തിന്റെ മുകൾഭാഗത്തേക്ക് ഊർജ്ജിതമാക്കുന്നതുകൊണ്ട് മുഖത്തെയും കണ്ണുകളിലെയും നാഡീ ഞരമ്പുകളിൽ മർദ്ദം വർദ്ധിക്കുന്നതിന് കാരണമാകും. ഇത് നേത്ര നാഡികളെ ബാധിക്കും. നേത്രനാഡികളിൽ മർദ്ദം വർദ്ധിക്കുന്നത് കണ്ണുകൾ ചുമന്ന് കലങ്ങുന്നതിനും ക്രമേണ കാഴ്ചശക്തി നഷ്ടമാകുന്നതിനും ഇടയാക്കും. 2012 ലാണ് ഇക്കാര്യം സ്ഥിരീകരിക്കപ്പെട്ടത്. ഭാവിയിൽ ചൊവ്വയിലേക്കും മറ്റുമുള്ള ദീർഘകാല ബഹിരാകാശ യാത്രയിൽ ഇത് വലിയ ബുദ്ധിമുട്ട് തന്നെയാണ് സൃഷ്ടിക്കുന്നത്.

5. സ്വാദ് അറിയാനുള്ള ശേഷി നഷ്ടപ്പെടുന്നു

സ്പേസിലെ മൈക്രോഗ്രാവിറ്റി സാഹചര്യങ്ങളിൽ ബഹിരാകാശ സഞ്ചാരികളുടെ നാവിലെ സ്വാദ് മുകുളങ്ങളുടെ സംവേദനക്ഷമത തകരാറിലാകും. ചില ബഹിരാകാശ സഞ്ചാരികൾക്ക് എല്ലാ ഭക്ഷണ

പദാർത്ഥങ്ങൾക്കും പുളിരസമാണ് അനുഭവപ്പെടുന്നത്. മറ്റു ചിലർക്ക് ഭൂമിയിൽ ഏറ്റവും സ്വാദിഷ്ഠമായി തോന്നിയ ഭക്ഷണ പദാർത്ഥങ്ങൾക്ക് ബഹിരാകാശത്ത് അരുചിയാണ് അനുഭവപ്പെടുന്നത്. മറ്റുചിലരാകട്ടെ, ഭൂമിയിൽവച്ച് കഴിക്കാനിഷ്ടപ്പെടാത്ത ഭക്ഷണ പദാർത്ഥങ്ങൾ ബഹിരാകാശത്തുവച്ച് ആസ്വദിച്ചു കഴിക്കുന്നതും കണ്ടിട്ടുണ്ട്. ചിലർക്ക് ബഹിരാകാശത്തു വച്ച് ഭക്ഷണപദാർത്ഥങ്ങളുടെ രുചിഭേദം അനുഭവപ്പെടാറില്ല. നിരവധി പരികല്പനകൾ നിലവിലുണ്ടെങ്കിലും സ്വാദറിയുന്നതിനുള്ള ശേഷി നഷ്ടപ്പെടുന്ന പ്രഹേളികയ്ക്ക് കൃത്യമായ ഒരു ഉത്തരം ഇതുവരെ കണ്ടെത്താൻ കഴിഞ്ഞിട്ടില്ല. ഒരു പരിധി വരെയെങ്കിലും സ്വാദ് ആസ്വദിക്കുന്നതിനുവേണ്ടി തീവ്ര രുചികളുള്ള ഭക്ഷണ പദാർത്ഥങ്ങളാണ് ബഹിരാകാശ സഞ്ചാരികൾ പൊതുവേ ഉപയോഗിക്കുന്നത്.

6. മറ്റു ശാരീരിക പ്രശ്നങ്ങൾ

കാൽപാദങ്ങളിലെ ത്വക്ക് മൃദുവാകുന്നതും വേദനാജനകമാംവിധം സംവേദനക്ഷമമാകുന്നതും ബഹിരാകാശ സഞ്ചാരി അനുഭവിക്കുന്ന പ്രശ്നമാണ്. കണ്ണുനീർ ഒഴുകാതെ കണ്ണിൽ നിറഞ്ഞു നില്ക്കുന്നതും വയറിനും മുതുകിനും അനുഭവപ്പെടുന്ന വേദനയും ബഹിരാകാശ സഞ്ചാരിയുടെ സഹയാത്രികരാണ്. ആലസ്യവും ഉദാസീനതയും കൂടപ്പിറപ്പുകളുമാണ്.

7. മാനസിക സംഘർഷം

സ്പേസിലെ നിശ്ശബ്ദതയും ഏകാന്തതയും ഇരുട്ടും സൃഷ്ടിക്കുന്ന മാനസിക സമ്മർദ്ദം അത്യധികം സങ്കീർണ്ണമാണ്. ആദ്യ ചാന്ദ്രയാത്രാ സംഘാംഗമായ മൈക്കിൾ കോളിൻസ് തന്റെ അനുഭവക്കുറിപ്പിൽ ബഹിരാകാശത്തെ നിശ്ശബ്ദതയുടെയും ഏകാന്തതയുടെയും ആഴങ്ങൾ വരച്ചുകാണിക്കുന്നുണ്ട്. 50 ശതമാനത്തിലേറെ അസ്ട്രോനോട്ടുകളും ഉറക്ക ഗുളിക ശീലമാക്കിയവരാണ്. ബഹിരാകാശ യാത്രകൾ മസ്തിഷ്ക കലകൾക്ക് കേടുപാടുകൾ വരുത്തുമെന്ന് 2012 ഡിസംബർ 31 ന് നാസ പുറത്തുവിട്ട ഒരു പഠന റിപ്പോർട്ടിൽ വ്യക്തമാക്കിയിട്ടുണ്ട്. അൽഷിമേഴ്സ് പോലെയുള്ള മറവി രോഗങ്ങൾക്കും ബഹിരാകാശ സഞ്ചാരം കാരണമാകുമത്രേ.

സ്പേസ് സ്യൂട്ടുകൾ

ബഹിരാകാശം ഭൗമ ജീവന് തീർത്തും പ്രതികൂലമായ ഒരിടമാണ്. സ്പേസ് സ്യൂട്ടുകളെന്ന സവിശേഷമായ വേഷവിധാനമാണ് ഒരു പരിധി വരെയെങ്കിലും ബഹിരാകാശ സഞ്ചാരിയുടെ ജീവൻ സംരക്ഷിക്കുന്നത്. സ്പേസിലെ തീവ്ര പരിസ്ഥിതിയിൽ ഒരു ബഹിരാകാശ സഞ്ചാരിക്ക്

മാതൃപേടകത്തിൽ നിന്ന് പുറത്തിറങ്ങി വിവിധ ജോലികൾ ചെയ്യുന്നതിനു വേണ്ടി രൂപകല്പന ചെയ്ത വസ്ത്ര-യന്ത്ര സംഘാതമാണ് സ്പേസ് സ്യൂട്ടുകളെന്ന് സാമാന്യമായി പറയാം. സ്പേസ് ക്രാഫ്റ്റിലെയോ, ഭൂമിയിലെ തന്നെയോ സാഹചര്യങ്ങൾ ഒരു സ്പേസ് സ്യൂട്ടിനുള്ളിൽ കൃത്രിമമായി സൃഷ്ടിക്കാൻ കഴിയും. ഭൗമോപരിതലത്തിൽ നിന്ന് 19,000 മീറ്റർ (Armstrong Line) ഉയരത്തിലെത്തുമ്പോഴേക്കും അന്തരീക്ഷ വാതകങ്ങളുടെ മർദ്ദത്തിൽ ഗണ്യമായ കുറവുണ്ടാവുകയും സ്വാഭാവിക ശ്വസനപ്രക്രിയ അസാദ്ധ്യമാവുകയും ചെയ്യും. ഈ അവസരത്തിൽ ഒരു ബഹിരാകാശ സഞ്ചാരിക്ക് സ്പേസ് സ്യൂട്ട് ധരിച്ചേ മതിയാകൂ. യൂറി ഗഗാറിൻ (1961) ആണ് ആദ്യമായി സ്പേസ് സ്യൂട്ടണിഞ്ഞ ബഹിരാകാശ യാത്രികൻ.

ഒരു സ്പേസ്ക്രാഫ്റ്റിൽ നിന്നോ, അന്താരാഷ്ട്ര ബഹിരാകാശ നിലയത്തിൽ നിന്നോ സ്പേസ് സ്യൂട്ട് ധരിക്കാതെ പുറത്തിറങ്ങുന്ന ബഹിരാകാശ സഞ്ചാരി 15 സെക്കന്റിനുള്ളിൽ ബോധരഹിതനാകും. പ്രാണവായുവായ ഓക്സിജൻ ഇല്ലാത്തതു തന്നെ കാരണം. വായുമർദ്ദം ഇല്ലാത്തതും താപനിലയിലുള്ള തീവ്രമായ ഏറ്റക്കുറച്ചിലും കാരണം ബഹിരാകാശ സഞ്ചാരിയുടെ രക്തമുൾപ്പെടെയുള്ള ശരീരസ്രവങ്ങൾ തിളയ്ക്കാനാരംഭിക്കും. തുടർന്ന് അവ തണുത്തുറയ്ക്കും. ബാഹ്യ-ആന്തര ശരീരകലകൾ വികസിച്ച് പൊട്ടാൻ തുടങ്ങും. പലതരം തീവ്ര വികിരണങ്ങളും സൗര വാതങ്ങളും കോസ്മിക് കിരണങ്ങളും ചേർന്ന് ബഹിരാകാശ സഞ്ചാരിയുടെ ശരീരം കീറിമുറിക്കും. അതിവേഗതയിൽ സഞ്ചരിച്ചുകൊണ്ടിരിക്കുന്ന ചെറിയ പാറക്കഷണങ്ങളും (micro-meteroids) ധൂളിയും ബഹിരാകാശ സഞ്ചാരിയുടെ ശരീരത്തിൽ ചെണ്ട മേളം നടത്തും. അതിനും പുറമെ ബഹിരാകാശത്തിൽ ഉപേക്ഷിച്ചതോ, കേടു വന്നതോ ആയ സ്പേസ് ക്രാഫ്റ്റുകളുടെയും കൃത്രിമ ഉപഗ്രഹങ്ങളുടെയും അവശിഷ്ടങ്ങൾ (space junks) ഉയർത്തുന്ന അപകട ഭീഷണി വേറെയും. ഇവയിൽ നിന്നെല്ലാം ഒരു പരിധി വരെയെങ്കിലും ബഹിരാകാശ സഞ്ചാരിയെ സംരക്ഷിക്കുന്നത് സ്പേസ് സ്യൂട്ടുകളാണ്. ഇനി സ്പേസ് സ്യൂട്ടുകൾ എങ്ങനെയാണ് ബഹിരാകാശ സഞ്ചാരിയെ സംരക്ഷിക്കുന്നതെന്നു നോക്കാം.

കൃത്രിമ അന്തരീക്ഷം (Pressurised Atmosphere)

വാതക മർദ്ദം കൃത്രിമമായി സൃഷ്ടിച്ച്, കൃത്യമായി നിലനിറുത്തിയിരിക്കുന്നതുകൊണ്ട് ബഹിരാകാശ സഞ്ചാരിയുടെ ശരീര സ്രവങ്ങൾ ദ്രാവകാവസ്ഥയിൽ തന്നെ നിലനില്ക്കും. സമുദ്ര നിരപ്പിലെ സ്വാഭാവിക അന്തരീക്ഷ മർദ്ദമാണ് (14.7 rlb/in2 or 1 atm) സാധാരണയായി സ്പേസ് സ്യൂട്ടിനുള്ളിൽ നിലനിറുത്തിയിട്ടുള്ളത്. സ്പേസ് ഷട്ടിലിന്റെ ക്യാബി

നുള്ളിലും ഇതേ മർദ്ദം തന്നെ ആയിരിക്കും. സ്പേസ് സ്യൂട്ടിനുള്ളിൽ ശ്വസനോപകരണങ്ങൾ സജ്ജീകരിച്ചിട്ടുണ്ട്. കൂടാതെ ഓക്സിജൻ, കാർബൺ ഡയോക്സൈഡ് അനുപാതം കൃത്യമായി നിലനിറുത്തുകയും ചെയ്യും. സ്യൂട്ടിലുള്ള ലിഥിയം ഹൈഡ്രോക്സൈഡ് കാനിസ്റ്ററുകളിലേക്കാണ് അധികമുണ്ടാകുന്ന കാർബൺ ഡയോക്സൈഡ് നീക്കം ചെയ്യുന്നത്.

ക്രമീകരിക്കപ്പെട്ട ഊഷ്മാവ് (Controlled Temperature)

സ്പേസ് സ്യൂട്ടിനുള്ളിലെ താപനില നിയന്ത്രിക്കുന്നതിനു വേണ്ടി കട്ടിയുള്ള ഇൻസുലേഷനുകൾ ഉപയോഗിക്കുന്നുണ്ട്. നിയോപ്രെൻ, ഗോർ–ടെക്സ്, ഡക്രോൺ ഫാബ്രിക്കുകൾ ഉപയോഗിച്ചാണ് ഇൻസുലേഷനുകൾ നടത്തുന്നത്. പ്രകാശ പ്രതിഫലന ശേഷിയുള്ള മൈലാർ ഫാബ്രിക് ഉപയോഗിച്ച് സ്പേസ് സ്യൂട്ട് ഒന്നാകെ ആവരണം ചെയ്തിരിക്കും. എന്നാൽ മറ്റൊരപകടം ഇവിടെയുണ്ട്. ബഹിരാകാശ സഞ്ചാരിയുടെ ശരീരത്തിൽ നിന്നും പുറപ്പെടുന്ന താപം തടഞ്ഞുനിറുത്തുന്നതു കൊണ്ട് യാത്രികൻ പെട്ടെന്നു തന്നെ നിർജ്ജലീകരണത്തിനു (dehydration) വിധേയനാകാൻ സാദ്ധ്യതയുണ്ട്. ഇതിനു പരിഹാരമായി ചെറിയ ഫാനുകൾ സ്പേസ് സ്യൂട്ടിനുള്ളിൽ സജ്ജീകരിക്കുന്നുണ്ട്.

സൂക്ഷ്മ ഉൽക്കാശിലകളും സ്പേസ് സ്യൂട്ടും (Attack from Micrometeroids)

അതിവേഗതയിൽ സഞ്ചരിച്ചുകൊണ്ടിരിക്കുന്ന ചെറിയ പാറക്കഷണങ്ങളും ധൂളിയും സ്പേസിൽ സാധാരണമാണ്. ഇവ ശരീരത്തിൽ പതിക്കുന്നത് അപകടമാണ്. എന്നാൽ സ്പേസ് സ്യൂട്ടുകൾ നിർമ്മിക്കുന്നതിന് ഉപയോഗിക്കുന്ന ഡക്രോൺ, കെവ്‌ലർ തുടങ്ങിയ ഫാബ്രിക്കുകൾ ഇത്തരം ആക്രമണങ്ങൾ ചെറുക്കാൻ ശേഷിയുള്ളതാണ്.

സൗര വികിരണങ്ങളും സ്പേസ് സ്യൂട്ടും (Attack of Solar Radiations)

സൗര വികിരണങ്ങളിൽ നിന്ന് പൂർണ്ണമായും ബഹിരാകാശ സഞ്ചാരിയെ സംരക്ഷിക്കാൻ സ്പേസ് സ്യൂട്ടിന് കഴിയില്ല. സ്പേസ് സ്യൂട്ടിലെ മൈലാർ റിഫ്ളക്ടിംഗ് കോട്ടിംഗിന് ഒരു പരിധി വരെ മാത്രമേ സൗര വികിരണങ്ങളെ തടഞ്ഞു നിറുത്താൻ കഴിയൂ. എന്നാൽ സൗര വാതങ്ങളും സൗര ആളലുകളുമൊന്നും തടഞ്ഞു നിറുത്താൻ സ്പേസ് സ്യൂട്ടിന് കഴിയില്ല. അതുകൊണ്ടു തന്നെ സൗര പ്രതിഭാസങ്ങൾ തീവ്രമായ സമയത്ത് ബഹിരാകാശ സഞ്ചാരികൾ ആകാശ നടത്തത്തിന് മുതിരാറില്ല.

സ്പേസ് സ്യൂട്ടിലെ ഹെൽമറ്റ് (Helmet for Clear sight)

സ്പേസ് സ്യൂട്ടിനൊപ്പമുള്ള ഹെൽമറ്റുകൾ നിർമ്മിച്ചിട്ടുള്ളത് പ്ലാസ്റ്റിക് കൊണ്ടോ പോളി കാർബണേറ്റു കൊണ്ടോ ആണ്. സൂര്യ പ്രകാശത്തെ പ്രതിഫലിപ്പിക്കുന്ന കവറിംഗുകൾ ഹെൽമറ്റിന്റെ വൈസ റിനു മുകളിലുണ്ടായിരിക്കും. ഈ ടിന്റഡ് വൈസറുകൾ ഒരു സൺ ഗ്ലാസു പോലെയാണ് പ്രവർത്തിക്കുന്നത്. ഹെൽമറ്റിന്റെ ഉൾഭാഗം ആന്റി– ഫോഗ് സംയുക്തങ്ങൾ പൂശിയിരിക്കും. ഏറ്റവും പുതിയ ഇനം ഹെൽമറ്റുകളിൽ ചെറിയ ലൈറ്റുകളും ഘടിപ്പിച്ചിരിക്കും. നിഴലിലും വ്യക്തമായി കാണുന്നതിനു വേണ്ടിയാണിത്.

സ്പേസ് സ്യൂട്ടു ധരിച്ചുകൊണ്ടുള്ള സഞ്ചാരം ചലന സ്വാതന്ത്ര്യവും ആശയ വിനിമയവും (Mobility and Communication with in Space Suit)

സ്പേസ് സ്യൂട്ടു ധരിച്ചുകൊണ്ടുള്ള സഞ്ചാരം അത്ര എളുപ്പമൊന്നുമല്ല. അസ്ട്രോനോട്ടുകളുടെ കൈകളും ഭുജങ്ങളും കാൽമുട്ടുകളുമെല്ലാം വളയ്ക്കാൻ നല്ല പ്രയത്നം ആവശ്യമാണ്. സ്പേസ് സ്യൂട്ടുകളിൽ സജ്ജീകരിച്ചിട്ടുള്ള റേഡിയോ ട്രാൻസ്മിറ്ററുകളും റിസീവറുകളും ഉപയോഗിച്ച് ഗ്രൗണ്ട് സ്റ്റേഷനുമായും മറ്റു ബഹിരാകാശസഞ്ചാരികളുമായും ആശയ വിനിമയം നടത്താൻ കഴിയും. അതുകൂടാതെ മൈക്രോഫോണുകളും ഇയർ ഫോണുകളും ഉറപ്പിച്ച ഹെഡ്സെറ്റുകളും അസ്ട്രോനോട്ടുകൾ ധരിച്ചിരിക്കും.

സ്പേസ് ക്രാഫ്റ്റിനുള്ളിലെ ചലനസ്വാതന്ത്ര്യം (Mobility in the Space craft)

സ്പേസിലെ ഭാരമില്ലായ്മ അവസ്ഥയിൽ ചലനം സങ്കീർണ്ണവും പ്രയാസമേറിയതുമാണ്. ഏതെങ്കിലും ഒരു വസ്തുവിനെ തള്ളിയാൽ ബഹിരാകാശസഞ്ചാരി അതിന്റെ എതിർദിശയിൽ പറക്കാനാരംഭിക്കും.

ഏതു പ്രവർത്തനത്തിനും തുല്യവും വിപരീതവുമായ ഒരു പ്രതി പ്രവർത്തനം ഉണ്ടായിരിക്കുമെന്ന ഐസക് ന്യൂട്ടന്റെ മൂന്നാമത്തെ ചലന നിയമം ഓർമ്മിക്കുക. ഘർഷണമില്ലാത്തതുകൊണ്ട് ബഹിരാകാശ സഞ്ചാരിയുടെ ചലനം നില്ക്കുകയുമില്ല. ഇതിനു പരിഹാരമായി നാസ വികസിപ്പിച്ചെടുത്ത ചില ഉപകരണങ്ങൾ (Manned Maneuvering Unit - MMU & Simplified Aid for Extravehicular Activity Rescue - SAFER) ബഹിരാകാശ പേടകത്തിനകത്തും പുറത്തുമുള്ള സഞ്ചാരം സുഗമമാക്കാൻ സഹായിക്കുന്നുണ്ട്. നൈട്രജൻ പ്രൊപലന്റുകൾ ഉപയോഗിച്ചാണ് ഈ ഉപകരണങ്ങൾ പ്രവർത്തിക്കുന്നത്.

ബഹിരാകാശത്തെ കോളനിവല്ക്കരണം:

ബഹിരാകാശവാസത്തിന്റെ അപകടങ്ങളെക്കുറിച്ച് ഇതുവരെ നമുക്ക് ലഭിച്ചിട്ടുള്ള അറിവുകൾ ചുരുങ്ങിയ കാലം ബഹിരാകാശത്തു ചെലവഴിച്ചിട്ടുള്ള അസ്ട്രോനോട്ടുകളുടെ അനുഭവങ്ങളിൽ നിന്നാണ്. എന്നാൽ ഭാവിയിലെ വർദ്ധിച്ച ആവശ്യങ്ങൾക്കും ബഹിരാകാശ കോള നിവല്ക്കരണത്തിനും വേണ്ടി ദീർഘകാലം സ്പേസിൽ തങ്ങുന്നതു കൊണ്ടുള്ള പ്രത്യാഘാതങ്ങൾ മുൻകൂട്ടി പ്രവചിക്കാനാവില്ല. മനുഷ്യന് ചൊവ്വയിൽ പോയി തിരിച്ചെത്തുന്നതിന് നിലവിലുള്ള സാങ്കേതിക വിദ്യയിൽ 18 മാസമെങ്കിലും ആവശ്യമാണ്. ഈ കാലമത്രയും സ്പേ സിലെ തീവ്ര പരിസ്ഥിതികൾ അതിജീവിക്കാൻ മനുഷ്യ ശരീരത്തിന് കഴിയുമെന്ന് കരുതാനാവില്ല. അതിനു സാധിച്ചാൽത്തന്നെ ബഹിരാകാശ സഞ്ചാരിയുടെ മാനസികനില എന്താണെന്ന് പ്രവചിക്കാനും കഴിയില്ല. അപ്പോൾ തീർച്ചയായും സ്പേസ് മെഡിസിന്റെയും അനുബന്ധ വ്യായാ മ-ഭക്ഷണ ക്രമങ്ങളുടെയുമെല്ലാം മേഖലയിൽ ഇനിയും ഗവേഷണങ്ങൾ നടക്കേണ്ടിയിരിക്കുന്നു. കൃത്രിമ ഗുരുത്വ മണ്ഡലം സൃഷ്ടിക്കുന്നതും പരിഗണിക്കാവുന്ന നീക്കമാണ്. ബഹിരാകാശ യാത്രയും ഗ്രഹാന്തര സഞ്ചാരവുമൊന്നും അത്ര എളുപ്പമാണെന്നു കരുതേണ്ട. കാരണം ഭൗമ ജീവൻ രൂപപ്പെട്ടിരിക്കുന്നത് ഭൗമ സാഹചര്യങ്ങളുമായി അനുകൂലനം നേടിയാണ്. ഭൗമേതര സാഹചര്യങ്ങളിൽ ഈ ജീവൻ അതിജീവിക്ക ണമെന്നില്ല. എങ്കിലും മനുഷ്യ മസ്തിഷ്കത്തിന്റെ സങ്കീർണ്ണത ഭൗമ മെന്നോ ഭൗമേതരമെന്നോ വ്യത്യാസമില്ലാതെ സാഹചര്യങ്ങളെ അനു കൂലനം ചെയ്യുന്നതിനാണ് പരിശ്രമിച്ചുകൊണ്ടിരിക്കുന്നത്. അതിനുള്ള ഊർജ്ജം പകരുന്നതാവട്ടെ ഭൗതിക ശാസ്ത്രവും.

തക്കാളിയും സൂര്യാഘാതവും തമ്മിലെന്ത്?

സൂര്യതാപമെന്നും സൗരാക്രമണമെന്നും പല പേരുകളിൽ അറിയപ്പെടുന്ന സൂര്യാഘാതമെന്ന പ്രതിഭാസമെന്തെന്നും അതിൽനിന്നും രക്ഷപ്പെടാനുള്ള ഉപായമെന്താണെന്നും ഇത്തരം അപകടങ്ങളുണ്ടായാൽ സ്വീകരിക്കേണ്ട പ്രതിവിധികളെന്താണെന്നും ശാസ്ത്രീയമായി ചിന്തിക്കേണ്ടത് കുറഞ്ഞപക്ഷം ഇതുണ്ടാക്കുന്ന അസ്വസ്ഥതകളിൽനിന്നും രക്ഷപ്പെടുന്നതിനുള്ള പോംവഴികൂടിയാണ്. ജീവിതരീതിയിലുണ്ടായിരിക്കുന്ന മാറ്റങ്ങളും എന്തിന് ഭക്ഷണക്രമവുമെല്ലാം ഇത്തരം പ്രതിഭാസങ്ങളുടെ തീവ്രത വർദ്ധിപ്പിക്കുമെന്നു പറഞ്ഞാൽ അതിൽ അവിശ്വസനീയതയുടെ നീറ്റലും പുകച്ചിലുമൊന്നും ഉണ്ടാകേണ്ട കാര്യമില്ല. അത്തരമൊരു വേറിട്ടുള്ള അന്വേഷണമാണ് ഈ ലേഖനത്തിൽ നടത്തുന്നത്.

ജൈവകലകളെ ബാധിക്കുന്നതും അൾട്രാവയലറ്റ് വികിരണങ്ങൾ വഴിയുണ്ടാകുന്നതുമായ പൊള്ളലുകളും അതേത്തുടർന്ന് ആന്തരിക കോശങ്ങളിൽ ജനിതക വ്യതിയാനത്തിനു വരെ കാരണമായേക്കാവുന്ന ഡി എൻ എ നാശവുമെല്ലാം ചേർന്ന് വളരെ സാധാരണമായി പറയുന്ന പേരാണ് സൂര്യാഘാതം (sunburn). ത്വക്കിലെ കോശങ്ങളെയാണ് സൂര്യാഘാതം ഗുരുതരമായി ബാധിക്കുന്നത്. തൊലി ചുമന്നുതടിക്കുന്നതാണ് സാധാരണയായി കാണുന്ന ലക്ഷണം. അസഹനീയമായ വേദനയും ചിലപ്പോഴെല്ലാം തൊലി ഉരിഞ്ഞുപോകുന്ന അവസ്ഥയും ഉണ്ടാകാറുണ്ട്. ആലസ്യവും തലചുറ്റലും അനുബന്ധമായി ഉണ്ടാകാറുണ്ട്. ഈ ലക്ഷണങ്ങൾ ഉള്ളവർ അവ കാര്യമാക്കാതെ തുടർന്നും അൾട്രാവയലറ്റ് വികിരണങ്ങൾ ഏൽക്കുന്നതു ജീവനുതന്നെ അപകടമായിത്തീരും. കുറഞ്ഞ തോതിൽ അൾട്രാവയലറ്റ് വികിരണങ്ങൾ ശരീരത്തിൽ പതിക്കുമ്പോൾ പോലും അതു ത്വക്കിന്റെ നിറവ്യത്യാസത്തിന് കാരണമാകുന്നുണ്ട്. തൊലിപ്പുറത്തുണ്ടാകുന്ന ചെറിയ മുഴകളും വ്രണങ്ങളുമെല്ലാം

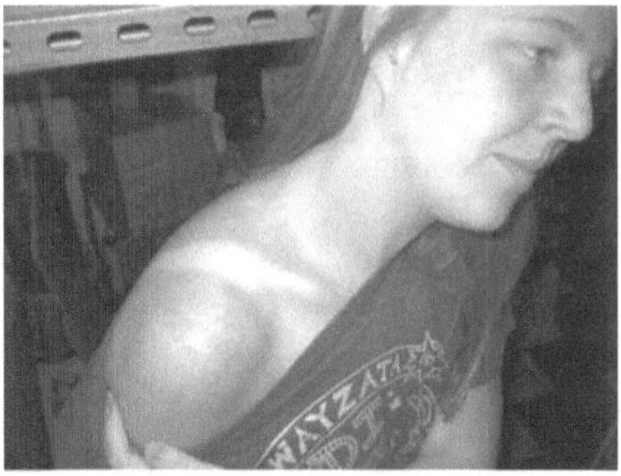

സൂര്യാഘാതം ഏറ്റ ഒരാൾ

ചിലപ്പോഴെങ്കിലും അൾട്രാവയലറ്റ് വികിരണങ്ങളുടെ ആക്രമണം കാരണമാകാറുണ്ട്.

സൺസ്ക്രീനുകളാണ് പൊതുവെ സൂര്യാഘാതത്തിന് തടയിടാൻ ഉപയോഗിക്കുന്നത്. എന്നാൽ, ചില ശാസ്ത്രജ്ഞരും ഗവേഷകരും ഇക്കാര്യത്തിൽ വിരുദ്ധ അഭിപ്രായമാണ് പ്രകടിപ്പിക്കുന്നത്. തൊലിപ്പുറത്തുണ്ടാകുന്ന പൊള്ളലുകൾ ഒരുപരിധിവരെ തടയുന്നുവെന്നല്ലാതെ ആന്തരകലകൾക്കുണ്ടാകുന്ന നാശത്തിന് തടയിടാൻ കഴിയില്ലെന്നു മാത്രമല്ല, അതിനു കാരണമാവുകയും ചെയ്യുന്നുണ്ടെന്നാണ് അവരുടെ വാദം. വസ്ത്രധാരണത്തിൽ വരുത്തേണ്ട മാറ്റവും വലിയ തൊപ്പികളുടെ ഉപയോഗവുമാണ് നേരിട്ടുള്ള സൂര്യകിരണങ്ങളുടെ ആക്രമണത്തിൽനിന്നു രക്ഷനേടാനുള്ള ഉപായമായി ചില ശാസ്ത്രജ്ഞർ നിർദ്ദേശിക്കുന്നത്. പൊള്ളലേൽക്കാത്ത തരത്തിൽ സൂര്യപ്രകാശമേറ്റ് ത്വക്കിന്റെ നിറത്തിൽ വ്യത്യാസമുണ്ടാകുന്നത് മെലാനിൻ എന്ന വർണ്ണവസ്തുവിന്റെ ഉല്പാദനവർദ്ധനവിനു കാരണമാവുകയും അതു ശരീരത്തിന്റെ സ്വാഭാവിക പ്രതിരോധശേഷി വർദ്ധിക്കുന്നതിനു സഹായകമാവുകയും ചെയ്യും. എന്നാൽ, മെലാനിന്റെ അമിതോല്പാദനം ക്രമേണ ഡി എൻ എ തന്മാത്രകളെ പ്രതികൂലമായി ബാധിക്കുകയും ബാഹ്യ-ആന്തര കലകൾ നശിക്കുന്നതിനും കാരണമാകും. വളരെ പെട്ടെന്നു തന്നെ സൂര്യാഘാതം വഴിയുണ്ടാകുന്ന അസ്വസ്ഥതകൾ ചികിത്സിച്ചു ഭേദമാക്കാൻ കഴിയുമെന്നു കരുതേണ്ട. വളരെ സാവധാനത്തിൽ മാത്രമേ സൂര്യാഘാതം കാരണമുണ്ടാകുന്ന പൊള്ളലുകൾ പരിഹരിക്കാൻ കഴിയൂ. വ്രണങ്ങളുടെ നീറ്റൽ കുറയ്ക്കാൻ ചില ലേപനങ്ങൾ ഡോക്ടർമാർ നിർദ്ദേശിക്കാറുണ്ട്.

അൾട്രാവയലറ്റ് ശ്രേണിയിലുള്ള ബി വികിരണങ്ങളാണ് (UVB) സൂര്യാഘാതത്തിന് കാരണമാകുന്നത്. എന്നാൽ, ഇത്തരം വികിരണങ്ങൾ സൃഷ്ടിക്കപ്പെടുന്നത് സൂര്യനിൽ മാത്രമല്ല. വെൽഡിംഗ് ആർക്കുകളും സൺബെഡ്ഡുകളിൽ ഉപയോഗിക്കുന്ന ചിലതരം ബൾബുകളും ചില കീടനിയന്ത്രണ ഉപാധികളും ഇത്തരം വികിരണങ്ങൾ പുറപ്പെടുവിക്കാറുണ്ട്. ശരീരകോശങ്ങളിലുള്ള മെലാനിൻ എന്ന വർണ്ണകം അൾട്രാവയലറ്റ് വികിരണങ്ങളെ പിടിച്ചെടുക്കുകയും ഡി എൻ എയിൽ സ്വതന്ത്ര റാഡിക്കലുകളുടെ രൂപീകരണത്തിന് കാരണമാവുകയും ചെയ്യും. സ്വതന്ത്ര റാഡിക്കലുകളുടെ രൂപീകരണം ജൈവകലകളുടെ അന്ത്യമാണ്.

CXCL 5 എന്ന മാംസ്യമാണ് സൂര്യാഘാതത്തെ തുടർന്നുണ്ടാകുന്ന കഠിനമായ വേദനയ്ക്ക് കാരണമാകുന്നത്. ഈ മാംസ്യം നാഡീതന്തുക്കളെ ഉത്തേജിപ്പിക്കുന്നതുകൊണ്ടാണ് കഠിനമായ നീറ്റലും പുകച്ചിലും അനുഭവപ്പെടുന്നത്.

സൂര്യാഘാതവും സ്കിൻ ക്യാൻസറും

അൾട്രാവയലറ്റ് വികിരണങ്ങൾ ത്വക്കിനെ ബാധിക്കുന്ന രണ്ടു തരത്തിലുള്ള അർബ്ബുദത്തിന് കാരണമാകുന്നുണ്ട്. ബാസൽ സെൽ കാർസിനോമയും സ്ക്വാമസ് സെൽ കാർസിനോമയും. എന്നാൽ സൂര്യപ്രകാശം ശരീരത്തിൽ പതിക്കുന്നതുതന്നെ ഹാനികരമാണെന്നൊന്നും ഇതിന് അർത്ഥമില്ല. മാത്രവുമല്ല, സൂര്യപ്രകാശം ശരീരത്തിൽ പതിക്കുന്നതു ശാരീരിക സുസ്ഥിരതയ്ക്ക് അത്യാവശ്യവുമാണ്. ശരീരത്തിനാവശ്യമായ ജീവകം-ഡി ഭൂരിഭാഗവും ലഭിക്കുന്നതു സൂര്യപ്രകാശത്തിൽ നിന്നാണ്. ഭക്ഷണത്തിലൂടെ വളരെ ചെറിയ തോതിൽ മാത്രമേ ജീവകം ഡി ലഭ്യമാകുന്നുള്ളൂ. കറുത്ത തൊലിയുള്ളവർ അവരുടെ ശരീരത്തിനാവശ്യമായ ജീവകം ഡി ലഭിക്കുന്നതിന് കൂടുതൽ സമയം സൂര്യപ്രകാശമേൽക്കണം. എന്നാൽ, വെയിൽ കൊള്ളുന്നത് പല മാരകരോഗങ്ങൾക്കും കാരണമാകുമെന്നു തെറ്റിദ്ധരിച്ച് പലരും പുറത്തിറങ്ങുന്നതു തന്നെ സൺസ്ക്രീൻ ലോഷനുകൾ പുരട്ടിയാണ്. യുവാക്കളിൽ വലിയൊരു പങ്കും സൺസ്ക്രീൻ ആരാധകരാണെന്നതാണ് വാസ്തവം. ഇതു പലപ്പോഴും ശരീരത്തിനാവശ്യമായ ജീവകം ഡി ലഭിക്കാതിരിക്കുന്നതിനും റിക്കറ്റ്സ് പോലെയുള്ള രോഗങ്ങൾക്ക് കാരണമാവുകയും ചെയ്യാറുണ്ട്. കുട്ടികളിലാണ് ഇത്തരം അസുഖങ്ങൾ കൂടുതലായും കാണപ്പെടുന്നത്. ആഴ്ചയിൽ മൂന്നുദിവസമെങ്കിലും രാവിലെയും വൈകീട്ടും 20 മുതൽ 30 മിനിട്ടുവരെ ശരീരത്തിൽ സൂര്യരശ്മികൾ പതിക്കുന്നതിന് അവസരമുണ്ടാക്കുന്നത് ആരോഗ്യപ്രദമാണെന്നാണ് ഈ മേഖലയിൽ ഗവേഷണം ചെയ്യുന്നവർ പറയുന്നത്. തുടർച്ചയായി തീവ്രതയുള്ള സൂര്യകിരണങ്ങൾ ശരീരത്തിൽ പതിക്കുന്നവരിലാണ് സൂര്യാഘാതത്തിനും അതേത്തുടർന്ന് ഡി എൻ എയിലുള്ള ഉൽപരിവർത്തനത്തിനും ക്രമേണ അർബ്ബുദത്തിലേക്കും വാതിൽ തുറക്കുന്നത്.

സൺസ്ക്രീനുകളും ആരോഗ്യപ്രശ്നങ്ങളും

ത്വക്കിലുണ്ടാകുന്ന അർബ്ബുദത്തിന് സൂര്യാഘാതം കാരണമാകുന്നുണ്ട്. എന്നാൽ, പലപ്പോഴും സൂര്യതാപം, ശരീരത്തിലുണ്ടാക്കുന്ന വ്രണങ്ങൾ (അൾട്രാവയലറ്റ് റേഡിയേഷൻ സൺബേൺ മെലനോമ) ക്യാൻസറായി തെറ്റിദ്ധരിക്കപ്പെടാറുണ്ട്. ഇനി സൂര്യാഘാതത്തെ ചെറുക്കാനുപയോഗിക്കുന്ന സൺസ്ക്രീനുകൾ എങ്ങനെയാണ് ശരീരത്തിന് ഹാനികരമാകുന്നതെന്നു പരിശോധിക്കാം. അൾട്രാവയലറ്റ് വികിരണങ്ങൾ ശരീരകോശങ്ങളിൽ സ്വതന്ത്ര റാഡിക്കലുകളുടെ രൂപീകരണ

ത്തിനും ക്രമേണ കോശങ്ങളുടെ നാശത്തിനും കാരണമാകും. സൺസ്ക്രീനുകൾ അൾട്രാവയലറ്റ് വികിരണങ്ങൾ ശരീരത്തിൽ പതിക്കുന്നത് ഒരു പരിധിവരെയെങ്കിലും തടഞ്ഞുനിർത്തുകയും സ്വതന്ത്ര റാഡിക്കലുകളുടെ രൂപീകരണം തടസ്സപ്പെടുത്തുകയും ചെയ്യുന്നുണ്ട്. എന്നാൽ, പതിവായി ഉപയോഗിക്കുന്ന സൺസ്ക്രീനുകൾ ക്രമേണ ത്വക്കിനുള്ളിലേക്ക് ഇറങ്ങിച്ചെല്ലുകയും കോശപ്രവർത്തനങ്ങളെ പ്രതികൂലമായി ബാധിക്കുകയും ചെയ്യും. ഡി എൻ എയുടെ ഘടനയിൽ തന്നെ മാറ്റംവരുത്തുന്ന ചില പ്രതിപ്രവർത്തനങ്ങളും ഗവേഷകരുടെ ശ്രദ്ധയിൽപ്പെട്ടിട്ടുണ്ട്. നിരവധി പഠനങ്ങൾ ഇപ്പോൾ ഈ മേഖലയിൽ നടന്നുവരുന്നുണ്ട്. എന്നിരുന്നാലും നേരിട്ടുള്ള സൂര്യതാപത്തിൽ നിന്നു ത്വക്കിനെ സംരക്ഷിക്കാൻ സൺസ്ക്രീനുകൾ ഉപകാരപ്രദമാണ്.

അൾട്രാവയലറ്റ് വികിരണങ്ങൾ ഭൗമാന്തരീക്ഷത്തിലൂടെ സഞ്ചരിക്കുമ്പോൾ അവയുടെ തീവ്രതയിലുണ്ടാകുന്ന ഏറ്റക്കുറച്ചിലുകൾ സൂര്യാഘാതത്തിന്റെ തീവ്രതയിലും ഏറ്റക്കുറച്ചിലുകൾ സൃഷ്ടിക്കുന്നുണ്ട്. ഭൂമദ്ധ്യരേഖാ പ്രദേശത്താണ് (23.5 ഡിഗ്രി വടക്കും 23.5 ഡിഗ്രി തെക്കും വരെ) സൗരവികിരണങ്ങളുടെ ആക്രമണം ഏറ്റവും തീവ്രമാകുന്നത്. മറ്റ് ഭൂപ്രദേശങ്ങളിലെല്ലാം സൗരവികിരണങ്ങളുടെ തീവ്രത കുറവും ഏറെക്കുറെ സമാനവുമായിരിക്കും. 23.5 ഡിഗ്രിക്കും 66.5 ഡിഗ്രിക്കും ഇടയിലുള്ള മേഖലയിൽ ഉയരം കൂടുന്നതിനനുസരിച്ച് അൾട്രാവയലറ്റ് വികിരണങ്ങളുടെ തീവ്രത കുറയുകയാണ് ചെയ്യുന്നത്. അതുകൂടാതെ, ഭൗമാന്തരീക്ഷത്തിൽ സഞ്ചരിക്കുന്ന പ്രകാശകിരണങ്ങളുടെ കോണളവും വികിരണതീവ്രതയെ സ്വാധീനിക്കുന്നുണ്ട്. ലളിതമായ ഭാഷയിൽ പറഞ്ഞാൽ നിഴലിന്റെ നീളത്തിന് വിപരീത അനുപാതത്തിലായിരിക്കും സൂര്യാഘാതത്തിന്റെ തീവ്രത അനുഭവപ്പെടുന്നത്. അതായത് നിഴലിന്റെ നീളം ഏറ്റവും കുറവുള്ള ഉച്ചസമയത്താണ് വികിരണങ്ങളുടെ തീവ്രതയും സൂര്യാഘാതത്തിന്റെ ശക്തിയും ഏറ്റവുമധികമാകുന്നത്. വെളുത്ത തൊലിയുള്ളവർക്ക് സൂര്യാഘാതം കാരണമുണ്ടാകുന്ന അസ്വസ്ഥതകൾ കറുത്ത തൊലിക്കാരെ അപേക്ഷിച്ച് അധികവുമായിരിക്കും.

ഓസോൺപാളിയും സൂര്യാഘാതവും

കഴിഞ്ഞ ഏതാനും ദശാബ്ദങ്ങളായി സൂര്യാഘാതം നിമിത്തമുണ്ടാകുന്ന അപകടങ്ങൾ വർദ്ധിച്ചുവരികയാണ്. സൗരവികിരണങ്ങളുടെ തീവ്രത വർദ്ധിക്കുന്നതു തന്നെയാണ് അതിന്റെ കാരണം. ദക്ഷിണാർദ്ധ ഗോളത്തിലാണ് ഈ വർദ്ധനവ് ഏറ്റവും പ്രകടമായിട്ടുള്ളത്. ദക്ഷിണാർദ്ധ ഗോളത്തിൽ, വിശേഷിച്ചും അന്റാർട്ടിക്കയ്ക്കു മുകളിൽ ഓസോൺ പാളിയിലുണ്ടായിരിക്കുന്ന തുളകളാണ് ഇതിനു കാരണമായി കാലാവസ്ഥാ ശാസ്ത്രജ്ഞർ ചൂണ്ടിക്കാണിക്കുന്നത്. ഓസോൺപാളിയാണ് തീവ്രവികിരണങ്ങൾ ഭൂമിയിൽ പതിക്കുന്നത് ഒരുപരിധിവരെയെങ്കിലും തടഞ്ഞുനിർത്തുന്നത്. ദക്ഷിണാർദ്ധ ഗോളത്തിൽ, വിശേഷിച്ചും ഓസ്ട്രേലിയ

യിൽ സ്കിൻ ക്യാൻസർ ബാധിതരുടെ എണ്ണം വളരെയധികമാണെന്നതും ഈ സാദ്ധ്യതയിലേക്കാണ് വിരൽചൂണ്ടുന്നത്. എന്നാൽ, ഇക്കാര്യത്തിൽ ശാസ്ത്രജ്ഞർ ഭിന്നാഭിപ്രായക്കാരാണ്. ഓസ്ട്രേലിയയിലെ മറ്റ് പ്രദേശങ്ങളെ അപേക്ഷിച്ച് ക്വീൻസ്‌ലന്റിലാണ് സ്കിൻ ക്യാൻസർ രോഗികളുടെ എണ്ണം കൂടുതലുള്ളത്. ക്വീൻസ്‌ലന്റിലെ ജനങ്ങൾ അമിതമായി സൺസ്ക്രീനുകൾ ഉപയോഗിക്കുന്ന ശീലമുള്ളവരാണ്. ഓസ്ട്രേലിയയിൽ ആദ്യമായി സൺസ്ക്രീനുകൾ പ്രചാരത്തിലായതും ക്വീൻസ്‌ലന്റിൽ തന്നെയാണെന്നതും ശ്രദ്ധേയമാണ്. ഓസോൺപാളിയിലുണ്ടാകുന്ന വിള്ളലുകൾ ഓരോ ചെറിയ ഭൂപ്രദേശത്തിനും വ്യത്യസ്തതോതിലുള്ള പ്രത്യാഘാതങ്ങളല്ല ഉണ്ടാക്കുന്നത്. അതുകൊണ്ടുതന്നെ ക്വീൻസ്‌ലന്റിലെ പ്രശ്നത്തിനു കാരണം ഓസോൺപാളിയിൽ ആരോപിക്കുന്നതിലും വിശ്വസനീയം സൺസ്ക്രീൻ പ്രശ്നം ഉയർത്തിപ്പിടിക്കുന്നതാണ് എന്നാണ് ഒരുവിഭാഗം ഗവേഷകർ കരുതുന്നത്. സൺസ്ക്രീൻ സംസ്കാരത്തെ പ്രതിക്കൂട്ടിലാക്കുന്ന ഈ പഠനത്തിനു ബലം നല്കുന്ന മറ്റൊരു പഠനം ഇതിനിടെ നോർവെയിൽ നിന്നും പുറത്തുവന്നിട്ടുണ്ട്. ഈ പഠനത്തിൽ ഓസോൺപാളിയുടെ ക്ഷയവുമായി സ്കിൻ ക്യാൻസറിന് നേരിട്ടുള്ള ബന്ധമൊന്നുമില്ലെന്നുമുള്ള വിവരമാണ് ഗവേഷകർ നല്കുന്നത്. 1957 മുതൽ 1984 വരെയുള്ള കാലത്ത് ഓസോൺ പാളിയിൽ കാര്യമായ മാറ്റമൊന്നുമുണ്ടായിട്ടില്ല. എന്നാൽ, ഈ കാലയളവിൽ ത്വക്കിലുണ്ടാകുന്ന അർബ്ബുദത്തിന്റെ തോത് പുരുഷന്മാരിൽ 350 ശതമാനവും സ്ത്രീകളിൽ 440 ശതമാനവും വർദ്ധിച്ചതായി കണ്ടെത്തിയിട്ടുണ്ട്. അപ്പോൾ സ്കിൻ ക്യാൻസറിന്റെ പല കാരണങ്ങളിൽ ഒന്നായിട്ടുപോലും ഓസോൺപാളിയിലെ വിള്ളലുകളെ കണക്കാക്കാൻ കഴിയില്ലെന്നാണ് നോർവേ ഗവേഷകസംഘം നല്കുന്ന സൂചന.

സൂര്യാഘാതം- ലക്ഷണങ്ങൾ

തൊലി ചുമന്നുതടിക്കുന്നതാണ് (erythema) പ്രാരംഭ ലക്ഷണം. അതോടൊപ്പം കഠിനമായ വേദനയും നീറ്റലും അനുഭവപ്പെടും. സൗരവികിരണങ്ങൾ ഏൽക്കുന്നതിന്റെ സമയവും തീവ്രതയും അനുസരിച്ചാണ് പൊള്ളലിന്റെ നീറ്റലും അസ്വസ്ഥതയും വർദ്ധിക്കുന്നത്. പനി, തൊലി ഉരിഞ്ഞുപോകൽ, തൊലിപ്പുറമെയുണ്ടാകുന്ന തടിപ്പുകൾ, ഛർദ്ദിക്കാനുള്ള പ്രവണത, മനംപിരട്ടൽ എന്നി

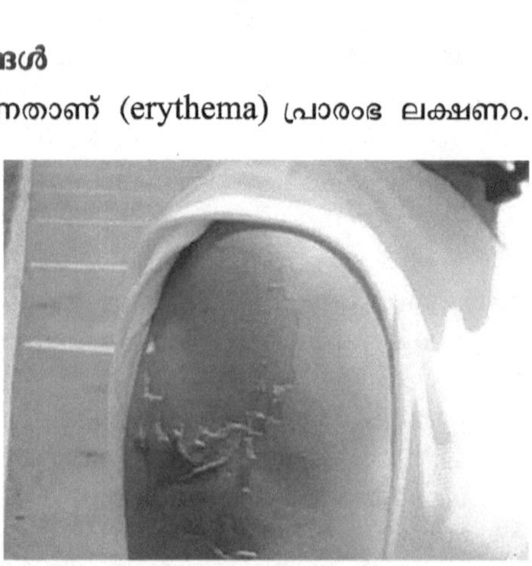

സൂര്യാഘാതം ഏറ്റ ചർമ്മം

വയെല്ലാമാണ് മറ്റ് ലക്ഷണങ്ങൾ. ഇത്തരം ലക്ഷണങ്ങൾ പ്രത്യക്ഷപ്പെട്ടാൽ വൈദ്യസഹായം തേടേണ്ടതാണ്. പൊള്ളലിന്റെ വേദനയും നീറ്റലും ആറുമുതൽ 48 മണിക്കൂറുകൾ നീണ്ടുനില്ക്കാറുണ്ട്. തൊലി ഉരിഞ്ഞുപോകുന്ന പ്രവണത ചിലപ്പോൾ ആഴ്ചകളോളം തുടരും. തൊലി ചുക്കിച്ചുളിഞ്ഞ് പെട്ടെന്നു വാർദ്ധക്യത്തിലെത്തിയ അവസ്ഥയും സൃഷ്ടിക്കപ്പെടാറുണ്ട്. സൂര്യാഘാതം തീവ്രമായ തോതിലായാൽ ജീവനുതന്നെ ഭീഷണിയാണ്.

സൂര്യാഘാതത്തിന് തടയിടാം

ശരീരത്തിൽ അൾട്രാവയലറ്റ് വികിരണങ്ങൾ എത്തിച്ചേരുന്നതിനുള്ള സാദ്ധ്യതകൾ പരമാവധി കുറയ്ക്കുകയാണ് സൂര്യാഘാതം തടയുന്നതിനുള്ള ഏറ്റവും ഫലപ്രദമായ നടപടി. രാവിലെ 10 മണി മുതൽ വൈകുന്നേരം നാലുമണി വരെയുള്ള സമയത്ത് സൂര്യരശ്മികൾ ശരീരത്തിൽ പതിക്കുന്നത് പരമാവധി ഒഴിവാക്കണമെന്നാണ് ലോകാരോഗ്യ സംഘടന (WHO) നിർദ്ദേശിക്കുന്നത്. തണലുകളിൽ നില്ക്കുക, ശരീരം മുഴുവൻ മറയ്ക്കുന്ന വസ്ത്രങ്ങൾ ധരിക്കുക, വലിയ തൊപ്പികൾ, സൺസ്ക്രീൻ, സൺഗ്ലാസുകൾ തുടങ്ങിയവ ഉപയോഗിക്കുന്നതും അഭിലഷണീയമാണ്. ഉച്ചയ്ക്ക് 12 മണിമുതൽ രണ്ടുമണിവരെയുള്ള സമയത്താണ് സൂര്യകിരണങ്ങൾ ഏറ്റവും തീവ്രമായി ഭൂമിയിൽ പതിക്കുന്നത്. ഈ സമയം കഴിയുന്നതും പുറത്തിറങ്ങാതെ മുറികളിൽത്തന്നെ കഴിച്ചുകൂട്ടുന്നതാണ് അഭികാമ്യം. സൺസ്ക്രീനുകൾ സൂര്യതാപത്തിനെതിരെയുള്ള പ്രതിവിധിയാണെന്നു തെറ്റിദ്ധരിക്കരുത്. സൂര്യതാപം നിമിത്തമുള്ള പൊള്ളലുകൾ ഉണ്ടാകാതെ നോക്കുമെങ്കിലും അൾട്രാവയലറ്റ് വികിരണങ്ങൾക്ക് തടയിടാനൊന്നും സൺസ്ക്രീനുകൾക്ക് കഴിയില്ല. നീന്തൽക്കുളങ്ങളിൽ കൂടുതൽ സമയം ചെലവിടുന്നതും വെൽഡർമാർ ഹെൽമറ്റുകളും ഷീൽഡുകളും ഉപയോഗിക്കേണ്ടതും അഭിലഷണീയവും ഗൗരവപൂർവ്വം പരിഗണിക്കേണ്ടതുമാണ്.

ചില ഭക്ഷണസാധനങ്ങൾ സൂര്യാഘാതത്തിന്റെ തീവ്രത കുറയ്ക്കാൻ സഹായിക്കുന്നുണ്ട്. ഉദാഹരണമായി തക്കാളിയിൽ അടങ്ങിയിരിക്കുന്ന ബീറ്റാ കരോട്ടിനും ലൈകോപിനും അൾട്രാവയലറ്റ് വികിരണങ്ങളുടെ ആക്രമണം കൊണ്ട് ത്വക്കിലുണ്ടാകുന്ന അസ്വസ്ഥതകൾ പരിഹരിക്കുന്നതിൽ ഫലപ്രദമാണെന്നു തെളിയിക്കപ്പെട്ടിട്ടുണ്ട്. തക്കാളിവർഗത്തിൽപ്പെട്ട മറ്റ് പഴങ്ങൾക്കും ഈ കഴിവുണ്ട്. 2007 ൽ നടത്തിയ ഒരു പഠനത്തിൽ തുടർച്ചയായി 10 മുതൽ 12 ആഴ്ചവരെ തക്കാളിയും തക്കാളിയിൽ നിന്നുണ്ടാക്കുന്ന ഉല്പന്നങ്ങളും മാത്രം ഉപയോഗിക്കുന്ന വ്യക്തികളുടെ ത്വക്കിന് അൾട്രാവയലറ്റ് വികിരണങ്ങളോടുള്ള സംവേദനക്ഷമത മറ്റുള്ളവരെ അപേക്ഷിച്ച് കുറവാണെന്നു തെളിഞ്ഞിട്ടുണ്ട്. കെച്ചപ്പുകൾക്കും സോസുകൾക്കുമെല്ലാം ഈ സവിശേഷതയുണ്ട്. ഇരുണ്ട നിറത്തിലുള്ള ചോക്കലേറ്റുകളും ഈ ഗുണങ്ങൾ കാണിക്കുന്നുണ്ട്.

ത്വക്കിനെപ്പോലെ തന്നെ സൂര്യതാപം ഗുരുതരമായി ബാധിക്കുന്ന ഭാഗ മാണ് കണ്ണുകൾ. അൾട്രാവയലറ്റ് വികിരണങ്ങൾ തടയാൻ കഴിയുന്ന തരത്തിലുള്ള സൺഗ്ലാസുകൾ ഉപയോഗിക്കുന്നത് ഒരു പരിധിവരെയെ ങ്കിലും നേത്രസംരക്ഷണത്തിന് സഹായകരമാണ്. നേത്രപടലത്തിന് (iris) ക്ഷതമേല്പിക്കുന്ന വികിരണങ്ങൾ കണ്ണിന്റെ നിറവ്യത്യാസത്തിനും ക്രമേണ അന്ധതയ്ക്കു തന്നെയും കാരണമാകും.

സൂര്യാഘാതവും ഭക്ഷണരീതിയും

ചില ഭക്ഷണരീതികൾ സൂര്യാഘാതത്തിന്റെ തീവ്രത കുറയ്ക്കു മെന്ന് പഠനങ്ങൾ തെളിയിച്ചിട്ടുണ്ട്. വിറ്റമിൻ-സി, വിറ്റമിൻ-ഇ എന്നിവ യടങ്ങിയ ഭക്ഷണപദാർത്ഥങ്ങൾ (പുളിയുള്ള പഴങ്ങളും പച്ചക്കറികളും മത്സ്യവിഭവങ്ങളും) സൂര്യാഘാതത്തിന്റെ തീവ്രത കുറയ്ക്കാൻ സഹാ യിക്കുന്നുണ്ട്. പഴവർഗ്ഗങ്ങളിലടങ്ങിയിട്ടുള്ള ബീറ്റാ-കരോട്ടിൻ (വിറ്റ മിൻ-എ) സൂര്യാഘാതത്തിനെതിരെ പ്രകൃതി സ്വീകരിച്ചിട്ടുള്ള പ്രതിവി ധിയാണെന്ന് 2007ൽ നടത്തിയ ഗവേഷണങ്ങൾ സാക്ഷ്യപ്പെടുത്തു ന്നുണ്ട്. *സയന്റിഫിക് ലിറ്ററേച്ചർ* മാഗസിനിൽ 2008 അവസാനം ഈ ഗ വേഷണ റിപ്പോർട്ട് പ്രസിദ്ധീകരിച്ചിരുന്നു. എന്നാൽ, സൂര്യാഘാതമേറ്റ ഒരു വ്യക്തിയുടെ ഭക്ഷണക്രമം ഈ രീതിയിലേക്കു മാറ്റിയാൽ എല്ലാ പ്രശ്നങ്ങളും പരിഹരിക്കപ്പെടും എന്നൊന്നും ഇതിനർത്ഥമില്ല. മാത്ര വുമല്ല, ഇത്തരം ഭക്ഷണക്രമം ഒരു ദിവസമോ ആഴ്ചയോ മാസമോ കൊണ്ട് സൂര്യാഘാതത്തിനെതിരെ പ്രവർത്തിക്കുമെന്നോ കരുതരുത്. ഇത്തരം ഭക്ഷണപദാർത്ഥങ്ങളുടെ തുടർച്ചയായുള്ള ഉപയോഗം സൂര്യാ ഘാതത്തെ പ്രതിരോധിക്കാൻ ശരീരകോശങ്ങളെ ശക്തമാക്കുമെന്നാണ് ഇതിൽനിന്നും അർത്ഥമാക്കേണ്ടത്. തുടർച്ചയായി 10 ആഴ്ചകളെങ്കിലും ഇത്തരത്തിലുള്ള ഭക്ഷണക്രമം തുടരുന്ന ആളുകളിലാണ് ശരീരം സ്വീ കരിക്കുന്ന പ്രതിരോധ സംവിധാനത്തിന്റെ സൂചനകൾ പ്രകടമാകുന്നത്. ചുണ്ടെലികളുടെ ശരീരത്തിൽ കാണപ്പെടുന്ന ലൂട്ടെയ്ൻ എന്ന കരോട്ടി നോയ്ഡിനും അൾട്രാവയലറ്റ് വികിരണങ്ങളെ തടയാൻ കഴിയുമെന്നു കണ്ടെത്തിയിട്ടുണ്ട്. ശരീരത്തിലെ ജലാംശം നഷ്ടപ്പെടുന്നതിനും (Dehydration) പോഷകമൂല്യങ്ങളുടെ അപര്യാപ്തതയ്ക്കും സൂര്യാഘാ തം കാരണമാകുന്നുണ്ട്. അതുകൊണ്ടു തന്നെ പ്രാരംഭ രോഗലക്ഷണ ങ്ങൾക്കു പുറമെ സൂര്യതാപം നിമിത്തമുണ്ടാകുന്ന വ്രണങ്ങൾ ഭേദമാ യിക്കഴിഞ്ഞാലും ശരീരത്തിന്റെ പ്രതിരോധ സംവിധാനം തകരുന്നതു കൊണ്ട് സൂര്യാഘാതമേറ്റ വ്യക്തിക്ക് തുടർച്ചയായി ആരോഗ്യപ്രശ്ന ങ്ങൾ ഉണ്ടാകുന്നതു സാധാരണമാണ്.

സൂര്യാഘാതവും ചികിത്സയും

സൂര്യകിരണങ്ങൾ നേരിട്ട് ശരീരത്തിൽ പതിക്കാതെ നോക്കുന്നതി നാണ് പ്രഥമ പരിഗണന നൽകേണ്ടത്. സൂര്യാഘാതമേറ്റ വ്യക്തിക്ക്

ഏറ്റവും അത്യാവശ്യം വിശ്രമമാണ്. ഏതാനും ആഴ്ചകൾ വിശ്രമിച്ചാൽ അസ്വസ്ഥതകൾ ക്രമേണ കുറയുന്നതായി കാണാൻ കഴിയും. പൊള്ള ലേറ്റ ഭാഗം നനഞ്ഞ തുണികൊണ്ട് മൂടുക, ഇടയ്ക്കിടെ തണുത്ത വെ ള്ളത്തിൽ കുളിക്കുക, ലോഷനുകൾ, കറ്റാർവാഴ (aloevera) അടങ്ങിയ ക്രീമുകൾ എന്നിവ ഉപയോഗിക്കുന്നത് നല്ലതാണ്. ഹൈഡ്രോ കോർട്ടി സോൺ ക്രീമുകൾ ഉപയോഗിക്കുന്നത് പൊള്ളലിന്റെ നീർക്കെട്ടും വേദ നയും കുറയ്ക്കാൻ ഫലപ്രദമാണ്. ഐബുപ്രൂഫൻ, ആസ്പിരിൻ, നാ പ്രോക്സിൻ, ടൈലനോൾ തുടങ്ങിയ മരുന്നുകൾ സൂര്യാഘാതം കാര ണമുണ്ടാകുന്ന പൊള്ളലിനും വേദനയ്ക്കും ഫലപ്രദമായി ഉപയോഗി ക്കുന്നുണ്ട്.

ശരീരത്തിന്റെ ജലാംശം നഷ്ടപ്പെടുത്തുന്നതിൽ പ്രധാന പങ്കുവഹി ക്കുന്നത് മദ്യത്തിന്റെ ഉപയോഗമാണ്. തീവ്രകാലാവസ്ഥയിലെങ്കിലും മദ്യത്തിന്റെ ഉപയോഗം കുറയ്ക്കുക... നാളെ, മദ്യപിക്കാൻ വേണ്ടിയെ ങ്കിലും ഈ ശരീരം ബാക്കിയാവണമല്ലോ?!

ജീവൻ സ്ഥലകാലങ്ങളെ സൃഷ്ടിക്കുന്നു പ്രപഞ്ചത്തെയും!

ഒരു കാര്യം അക്കങ്ങളിൽ അവതരിപ്പിക്കാൻ സാധിക്കുന്നില്ലെങ്കിൽ അത് ശാസ്ത്രമല്ല. അഭിപ്രായം മാത്രമാണ്.

ലാസറസ് ലോങ്

പ്രപഞ്ചം നാം സങ്കല്പിക്കുന്നതിലും വിചിത്രമാണ്. മാത്രമല്ല നമുക്ക് സങ്കല്പിക്കാൻ കഴിയുന്നതിലും വിചിത്രമാണത്.

ജെ ബി എസ് ഹാൾഡേൻ

പ്രപഞ്ചം കേവലമായ ഒരു വസ്തുവോ പ്രതിഭാസമോ അല്ല, മറിച്ച് ജന്തുമസ്തിഷ്കം ചുറ്റുപാടുകളോട് എങ്ങനെ സംവദിക്കുന്നു എന്നതിനെ അനുസരിച്ചാണ് പ്രപഞ്ചബോധം ഉണ്ടാകുന്നത്. അതുകൊണ്ടു തന്നെ കേവലപ്രപഞ്ചം എന്ന വാക്ക് അർത്ഥശൂന്യമാണ്. സ്ഥലവും കാലവും പ്രപഞ്ചബോധമളക്കാൻ ജന്തുമസ്തിഷ്കം ഉപയോഗിക്കുന്ന ഉപകരണങ്ങൾ മാത്രമാണ്. ജന്തുമസ്തിഷ്കം സംവേദനങ്ങളെ ബാഹ്യമെന്നും ആന്തരികമെന്നും വേർതിരിച്ചുകാണുന്നില്ല. കാരണം അവ ഒരു നാണയത്തിന്റെ ഇരുവശങ്ങൾപോലെ വേർപെടുത്താനാവാത്തവണ്ണം ബന്ധപ്പെട്ടാണിരിക്കുന്നത്. സൂക്ഷ്മകണികകൾ മുതൽ സ്ഥൂല ദ്രവ്യം വരെ എന്തും നിരീക്ഷകന്റെ സാന്നിദ്ധ്യത്തിനനുസരിച്ചാണ് പെരുമാറുന്നത്. ജന്തുബോധത്തിന്റെ സാന്നിദ്ധ്യമില്ലെങ്കിൽ അവയുടെ അസ്തിത്വം സാദ്ധ്യതാ തരംഗങ്ങളുടെ (Probability waves) ഗണത്തിൽ ഉൾപ്പെടുത്തുക മാത്രമേ നിർവ്വാഹമുള്ളൂ.

ബോധത്തിന്റെ അസാന്നിദ്ധ്യം ദ്രവ്യകണികകൾക്കു നല്കുന്ന സാദ്ധ്യതാതലം മാത്രമാണ് ജന്തുമസ്തിഷ്കത്തിന്റെ അഭാവം പ്രപഞ്ചത്തിനും നല്കുന്നത്. അതിനാൽ പ്രപഞ്ചഘടന വിവരിക്കുന്നതിന് ഒരു

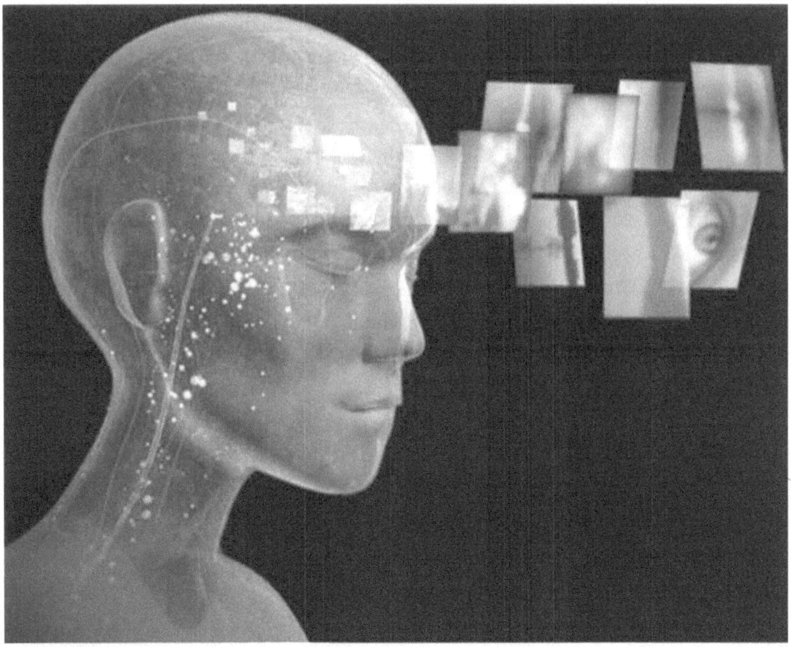

ജൈവ കേന്ദ്രീകൃത മാർഗ്ഗത്തിലൂടെ മാത്രമേ സാധിക്കൂ. കാരണം ജീവന് അനുയോജ്യമായ രീതിയിൽ ക്രമീകരിക്കപ്പെട്ടതാണ് ഈ പ്രപഞ്ചം. ജന്തുബോധത്തിനു വെളിയിൽ ഒന്നിനും, കാലത്തിനുപോലും സ്വതന്ത്രമായി നിലനില്ക്കാൻ കഴിയില്ല.

ജന്തുമസ്തിഷ്കം അപഗ്രഥിക്കുകയാണു ചെയ്യുന്നത്. കാലത്തെപ്പോലെ തന്നെ സ്ഥലവും (space) ഒരു വസ്തുവോ ഏതെങ്കിലുമൊരു ദ്രവ്യരൂപമോ അല്ല; സംഭവങ്ങളെ ബന്ധിപ്പിക്കാൻ ജന്തുമസ്തിഷ്കം ഉപയോഗിക്കുന്ന ഒരു മാധ്യമം മാത്രമാണത്. ആമകൾ അവയുടെ പാർപ്പിടം ചുമന്നുകൊണ്ടു നടക്കുന്നതുപോലെ ജന്തുക്കൾ അവയുടെ ചുറ്റുമുള്ള സ്ഥലവും കാലവും വഹിച്ചുകൊണ്ടാണ് സഞ്ചരിക്കുന്നത്. സ്വതന്ത്രമായ നിലനില്പ് ഇവയ്ക്കൊന്നിനുമില്ല.

ചിലന്തിവല കണ്ടിട്ടില്ലേ? ഒരു ചെറിയ ജന്തു ചെറിയൊരു പ്രദേശത്ത് ഇരപിടിക്കാൻ സ്ഥാപിച്ചിരിക്കുന്ന ഒരു കെണി മാത്രമല്ല അത്. ചിലന്തിയെ സംബന്ധിച്ചിടത്തോളം അതവന്റെ ലോകമാണ്, പ്രപഞ്ചമാണ്. അത് ജനിക്കുന്നതും വളരുന്നതും ഭക്ഷണം കണ്ടെത്തുന്നതും ജീവിക്കുന്നതും മരിക്കുന്നതുമെല്ലാം ഈ വലയിൽ തന്നെയാണ്. അതിനു വെളിയിൽ ചിലന്തിക്കൊരു ലോകമില്ല. വലയുടെ ഇഴകളാണ് ചിലന്തിയുടെ സ്ഥലകാല ബോധം നിർണ്ണയിക്കുന്നത്. എന്നാൽ ചിലന്തിയില്ലെങ്കിൽ ചിലന്തിവലയ്ക്ക് സ്വതന്ത്രമായ നിലനില്പുമില്ല. അതുപോലെതന്നെയാണ് ജീവനും ബോധവുമില്ലെങ്കിൽ പ്രപഞ്ചത്തിന്റെ അവസ്ഥയും.

വെള്ളത്തിൽ ഇളകാതിരിക്കാൻ പർവ്വതങ്ങൾ കൊണ്ട് ആണിയടിച്ച് ഉറപ്പിച്ചുവച്ച തളികപോലെയുള്ള ഭൂമിയും കുഞ്ഞുസൂര്യനും ഏഴടുക്കുകളുടെ മുകളിൽ ഉറപ്പിച്ചുവച്ച വിശുദ്ധിയുടെ രൂപങ്ങളായ ഏതാനും താരങ്ങളും കടന്ന് നക്ഷത്രക്കൂട്ടങ്ങളുടെ അപാരതയിലേക്കും സ്ഥലകാലങ്ങളുടെ അനന്തതയിലേക്കും സഞ്ചരിക്കുന്നത് നിരീക്ഷകന്റെ ബോധമണ്ഡലമാണ്. നിറം, ശബ്ദം, താപം ഇവയോടെല്ലാം ജന്തുമസ്തിഷ്കം സംവദിക്കുന്നത് വ്യത്യസ്തമായാണ്. കാരണം അവയൊന്നും കേവല യാഥാർത്ഥ്യങ്ങളല്ല. ജീവന്റെ സാന്നിദ്ധ്യമില്ലെങ്കിൽ ഇവയ്ക്കൊന്നിനും സ്വതന്ത്രമായ നിലനില്പില്ലാത്തതുപോലെ ജന്തു ബോധത്തിന്റെ സാന്നിദ്ധ്യമാണ് പ്രപഞ്ചത്തെ ഈ രീതിയിൽ അല്ലെങ്കിൽ മറ്റൊരു രീതിയിൽ പ്രകടമാക്കുന്നത്. അപ്പോൾ പ്രപഞ്ചത്തിന്റെ അടിസ്ഥാനം ജീവനാണ് എന്നുപറയാം. അല്ലെങ്കിൽ അങ്ങനെയാണ് പറയേണ്ടത്.

മസ്തിഷ്കത്തിൽ കൊടുങ്കാറ്റിന്റെ മൂളലുകൾ ഉയരുന്നുണ്ടെങ്കിൽ ക്ഷമിക്കുക. ഇത് ബയോസെൻട്രിക് പ്രപഞ്ചമെന്ന നൂതന പ്രപഞ്ച സിദ്ധാന്തമാണ്. വൈദ്യശാസ്ത്രത്തിൽ ഡോക്ടറും ക്വാണ്ടം ഭൗതികജ്ഞനുമായ ഡോ. റോബർട്ട് ലാൻസ ആവിഷ്കരിച്ച അതിനൂതന പ്രപഞ്ച ചിത്രമാണ് 'ബയോസെൻട്രിസം.' ഗ്രീക്ക് ഭാഷയിൽ ജീവൻ എന്നർത്ഥമുള്ള 'ബയോസ്' (Bios), കേന്ദ്രം എന്നർത്ഥമുള്ള 'കെൻട്രോൺ' (Kentron) എന്നീ വാക്കുകളിൽ നിന്നാണ് ബയോസെൻട്രിസം എന്ന പേരിന്റെ ഉദ്ഭവം. ക്വാണ്ടം ഭൗതികത്തിന്റെ അടിത്തറയിൽ പണിതുയർത്തിയിരിക്കുന്ന 'ബയോസെൻട്രിസം' മറ്റെല്ലാ പ്രപഞ്ച സിദ്ധാന്തങ്ങളിൽ നിന്നും ഒരുപാടകലെയാണ് സഞ്ചരിക്കുന്നത്. മറ്റെല്ലാ ആധുനിക പ്രപഞ്ച സിദ്ധാന്തങ്ങളും ഭൗതിക ശാസ്ത്രത്തിന്റെയും രസതന്ത്രത്തിന്റെയും അടിത്തറയിൽ കെട്ടിപ്പടുത്തവയാണ്. ജീവശാസ്ത്രത്തെ അയിത്തം കല്പിച്ച് മാറ്റിനിർത്തുകയാണുണ്ടായത്. എന്നാൽ ഡോ. ലാൻസയുടെ സിദ്ധാന്തത്തിന്റെ കേന്ദ്രം ജീവനാണ്. രസതന്ത്രത്തെയും ഭൗതിക ശാസ്ത്രത്തെയും ഒഴിവാക്കുന്നുമില്ല. അതുകൂടാതെ ക്വാണ്ടം ഭൗതികത്തിലെ അനിശ്ചിതത്വ പ്രമാണം തന്റെ നൂതന സിദ്ധാന്തത്തിൽ സമർത്ഥമായി പ്രയോഗിക്കുന്നതിനും ഡോ. ലാൻസ പരിശ്രമിക്കുന്നുണ്ട്. ജീവനും ബോധത്തിനും പ്രാധാന്യം നല്കാത്ത ഒരു ഭൗതികശാസ്ത്ര പരികല്പനയ്ക്കും ഉണ്മയുടെ ആഴങ്ങളിലെത്താൻ

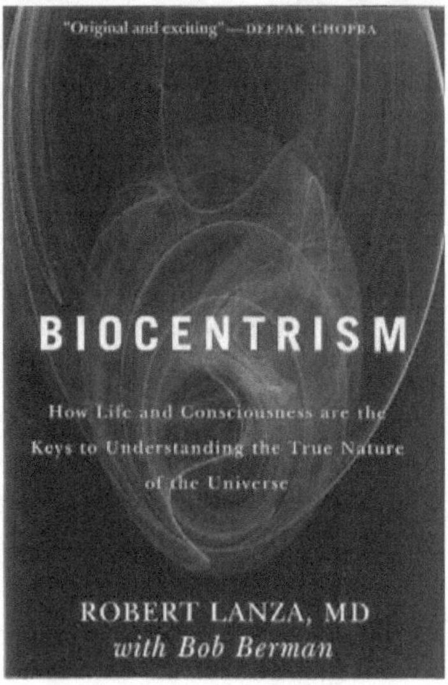

കഴിയില്ലെന്നാണ് ഡോ. ലാൻസ വാദിക്കുന്നത്. അദ്ദേഹത്തിന്റെ ഭാഷയിൽ ബയോസെൻട്രിസം സർവ്വതിന്റെയും സമ്പൂർണ്ണ സിദ്ധാന്തം തന്നെയാണ്.

ഡോ. ലാൻസയ്ക്ക് പെട്ടെന്നുണ്ടായ വെളിപാടൊന്നുമല്ല ബയോസെൻട്രിസം. ദെക്കാർത്തെ, കാന്റ്, ലെബ്നിസ്, ബെർക്ക്ലി, ഷോപ്പൻഹ്യൂർ, ബെർഗ്സൺ തുടങ്ങിയ ഭൗതികശാസ്ത്ര, തത്ത്വശാസ്ത്ര വിദഗ്ദ്ധരുടെ ആശയങ്ങൾ ബയോസെൻട്രിസത്തിന് അടിത്തറയായിട്ടുണ്ട്. സ്ഥലം, കാലം എന്നീ അടിസ്ഥാന സങ്കല്പങ്ങൾ കേവല (absolute) മല്ലെന്നും അവ പ്രപഞ്ചവുമായി സംവദിക്കാൻ ജന്തുമസ്തിഷ്കം സ്വീകരിച്ചിട്ടുള്ള ടൂളുകൾ മാത്രമാണെന്നതുമാണ് ബയോസെൻട്രിക് പ്രപഞ്ചമാതൃകയുടെ അന്തഃസത്ത. ജീവനും ബോധത്തിനും പ്രാധാന്യം നല്കാത്ത മഹാവിസ്ഫോടന മാതൃകയിൽ നിന്നും, ദൈവത്തിന്റെ കൈയൊപ്പു പതിഞ്ഞ ആന്ത്രോപിക്-ഡിസൈനർ പ്രപഞ്ചമാതൃകകളിൽ നിന്നും വ്യക്തമായ അകലം പാലിക്കുന്ന ബയോസെൻട്രിസം ഭൗതിക ശാസ്ത്രത്തിലെ പ്രഹേളികകളായി തുടരുന്ന അതിസൂക്ഷ്മ കണികകളുടെ അനിശ്ചിതത്വത്തിനും ഇരട്ട സ്ലിറ്റുകളിലെ സാദ്ധ്യതാതരംഗങ്ങൾക്കും അടിസ്ഥാന ബലങ്ങളുടെ അനുസരണക്കേടിനും പ്രാപഞ്ചിക സ്ഥിരാങ്കങ്ങളുടെ അസ്ഥിരതയ്ക്കുമെല്ലാം കൃത്യമായ മറുപടി നൽകുന്നുണ്ട്. നിരവധി പ്രപഞ്ചങ്ങളെന്ന മൾട്ടിവേർസ് പരികല്പനയും ബയോസെൻട്രിസം അംഗീകരിക്കുന്നില്ല. ബോധത്തിന്റെ നിരീക്ഷണമാണ് സ്ഥലകാലങ്ങളുടെ നിലനില്പിന് ആധാരം. സംഭവങ്ങളെ വർത്തമാനം, ഭൂതം, ഭാവി എന്നിങ്ങനെ തരംതിരിക്കുന്നത് ബോധത്തിന്റെ ഒരു തന്ത്രം മാത്രമാണ്. മറ്റൊരു തരത്തിൽ പറഞ്ഞാൽ അത് ജന്തുമസ്തിഷ്കത്തിലുണ്ടാക്കുന്ന ന്യൂറോ-ഇലക്ട്രിക്കൽ പ്രവർത്തനങ്ങളുടെ ഉല്പന്നമാണ്.

കാലവും (Time) അതിന്റെ നിലനില്പും ഭൗതികശാസ്ത്രജ്ഞരെയും തത്ത്വചിന്തകരെയും ഒരുപോലെ അസ്വസ്ഥരാക്കുന്ന പ്രഹേളികയാണ്. കാലത്തെ സ്ഥലത്തിൽ നിന്ന് വേർതിരിച്ചുകാണാൻ കഴിയില്ലെന്നും നീളം, വീതി, ആഴം എന്നിങ്ങനെയുള്ള സ്ഥലമാനങ്ങളോടു ചേർത്തുവായിക്കേണ്ട നാലാമത്തെ പരിമാണമാണ് കാലമെന്നും ആപേക്ഷികത പറയുമ്പോൾ അവയെ വേർതിരിച്ചും ക്വാണ്ടീകരിച്ചും കാണാൻ കഴിയുമെന്നുതന്നെയാണ് ക്വാണ്ടം ഭൗതികം പഠിപ്പിക്കുന്നത്. ഭൂതം, ഭാവി എന്നെല്ലാം കാലത്തെ വേർതിരിക്കുന്നത് സംഭവങ്ങളെ അടുക്കിവയ്ക്കാനും പരസ്പരം ബന്ധിപ്പിക്കാനും ജന്തുമസ്തിഷ്കം സ്വീകരിക്കുന്ന തന്ത്രം മാത്രമാണ്. സംഭവങ്ങൾ നടക്കുന്നതിന് ഒരു കാലമേയുള്ളൂ; അത് സംഭവിക്കുമ്പോൾ മാത്രമാണ്. ഭൗതിക ശാസ്ത്രജ്ഞർ കാലത്തിന് അതർഹിക്കുന്ന പ്രാധാന്യം നല്കുന്നില്ലെന്നാണ് ബയോസെൻട്രിസം കരുതുന്നത്. ന്യൂട്ടന്റെ പരികല്പനകൾ മുതൽ ക്വാണ്ടം ഭൗതികത്തിന്റെ നിയമങ്ങൾ വരെ കാലമെന്ന മാന്ത്രികനെപ്പറ്റി അധികമൊന്നും പറയു

ന്നില്ല. ഭൗതികശാസ്ത്ര തത്ത്വങ്ങൾ രൂപീകരിക്കുമ്പോൾ അതിൽ കാലത്തിന് കാര്യമായ ജോലിയൊന്നുമില്ല. മാറ്റങ്ങളെ കാലമായി പരിഗണിക്കുന്ന ഒരു സമ്പ്രദായമായി തുടരുകയാണ് ചെയ്യുന്നത്. എന്നാൽ മാറ്റവും കാലവും തികച്ചും വ്യത്യസ്തങ്ങളാണ്. ജന്തുബോധം സ്വീകരിക്കുന്ന സംവേദനങ്ങൾ മസ്തിഷ്കത്തിൽ വച്ചു പുനർനിർമ്മിക്കുകയും അവയെ ക്രമീകരിക്കുകയും ചെയ്യും. ഈ അർത്ഥത്തിൽ സംഭവങ്ങളെ അടുക്കി വയ്ക്കാൻ ബോധം സ്വീകരിക്കുന്ന ഒരുപാധിയായി മാത്രമേ കാലത്തെ പരിഗണിക്കാൻ കഴിയൂ. ബോധം സ്വീകരിക്കുന്ന സംവേദനങ്ങളാകട്ടെ, ഒന്നിനോടൊന്ന് വ്യത്യസ്തവുമാണ്. ഈ മാറ്റത്തെ സമയമായി അവതരിപ്പിക്കാമെങ്കിലും മാറ്റങ്ങൾ ഒരിക്കലും കേവലമല്ല. സംവേദനങ്ങൾ സ്വീകരിക്കുന്ന മസ്തിഷ്കത്തിന്റെ ബോധതലത്തിനനുസരിച്ച് അവ വ്യത്യസ്തങ്ങളും നിരീക്ഷകനെ സംബന്ധിച്ചിടത്തോളം ആപേക്ഷികവുമായിരിക്കും. നമ്മുടെ പ്രിയപ്പെട്ടവരുടെ വിയോഗത്തിനുത്തരവാദിയായി കാലത്തെ ചിത്രീകരിക്കുമ്പോഴും ഒരുവന്റെ സമയമായി, അപരനു സമയമായില്ല എന്നെല്ലാം ആരോപിക്കുമ്പോഴും കേവലമായ ഒരു സമയത്തെയാണ് ജന്തുമസ്തിഷ്കം ആവിഷ്കരിക്കാൻ ശ്രമിക്കുന്നത്. ഒരേ സമയം നടക്കുന്ന അപകടങ്ങളിൽ ചിലർ ഇരയാകുമ്പോൾ ചിലർ രക്ഷപ്പെടുന്നതും കാണാം. ഇവിടെ സമയം കേവലമാണെങ്കിൽ അങ്ങനെയല്ല സംഭവിക്കേണ്ടത്. ഒരാളുടെ സമയമായി, അപരനു സമയമായില്ല എന്നെല്ലാം പറയുമ്പോൾ കാലമെന്നത് ഓരോരുത്തർക്കും ഓരോതരത്തിലാവുകയാണ്. അല്ലെങ്കിൽ കാലബോധം വ്യക്തിനിഷ്ഠമാവുകയാണ്. മറ്റൊരുതരത്തിൽ പറഞ്ഞാൽ ജന്തുമസ്തിഷ്കത്തിലെ ന്യൂറോട്രാൻസ്മിറ്ററുകളുടെ പ്രവർത്തനങ്ങൾ ജന്തുബോധത്തിലുണ്ടാക്കുന്ന മിഥ്യാധാരണകൾ മാത്രമാണ് കാലവും കാലപ്രവാഹവും. കാലത്തെപ്പോലെ തന്നെ സ്ഥലവും കേവലമോ ഭൗതികമോ ആണെന്നു കരുതാൻ കഴിയില്ല. ഒരു കഷണം സ്ഥലമെടുത്ത് പരീക്ഷണശാലയിൽ ഉപകരണങ്ങളുടെ സഹായത്തോടെ പരീക്ഷിക്കാനും കഴിയില്ല. വസ്തുക്കൾ ജന്തുമസ്തിഷ്കത്തിലുണ്ടാക്കുന്ന സംവേദനങ്ങളാണ് സ്ഥലബോധം നിർമ്മിക്കുന്നത്. അവയാകട്ടെ ജന്തുമസ്തിഷ്കത്തിന്റെ ധാരണകളുടെയും പരികല്പനകളുടെയും ഉല്പന്നവുമാണ്. അപ്പോൾ സ്ഥലകാലങ്ങളെ എങ്ങനെയാണ് നിർവ്വചിക്കേണ്ടത്? എന്താണോ സംഭവങ്ങളെ തമ്മിൽ ബന്ധിപ്പിക്കുന്നത്, അതാണ് സ്ഥലം. എന്താണ് അവയെ ക്രമീകരിക്കാൻ സ്വീകരിക്കുന്ന തന്ത്രം, അതാണ് കാലമെന്നുപറയാം. ഇവ ജന്തുമസ്തിഷ്കത്തിന്റെ ബോധതലത്തിനനുസരിച്ച് വ്യത്യാസപ്പെട്ടിരിക്കും. അപ്പോൾ സ്ഥലകാലങ്ങൾ കേവലമല്ലെന്നും അവ ജന്തുമസ്തിഷ്കത്തിന്റെ സൃഷ്ടിയാണെന്നും അംഗീകരിച്ചേ മതിയാവൂ.

ഹൈസൻബെർഗിന്റെ അനിശ്ചിതത്വ സിദ്ധാന്തം ബയോസെൻട്രിസത്തിൽ സമർത്ഥമായി ഉപയോഗപ്പെടുത്തുന്നുണ്ട്. നിരീക്ഷകന്റെ സാന്നിദ്ധ്യം നിരീക്ഷണഫലത്തെ സ്വാധീനിക്കുമെന്ന അനിശ്ചിതത്വ

പ്രമാണം സ്ഥൂല പ്രപഞ്ചത്തിലേക്ക് പ്രക്ഷേപിക്കുകയാണ് ബയോസെൻട്രിസം ചെയ്യുന്നത്. അതി സൂക്ഷ്മ കണികകളെ–ഉദാഹരണമായി ഒരു ഇലക്ട്രോണിനെ–പരിഗണിച്ചാൽ അവയുടെ കൃത്യമായ സ്ഥാനവും ആക്കവും ഒരേ സമയം അളക്കാൻ കഴിയില്ല. കാരണം നിരീക്ഷകന്റെ സാന്നിദ്ധ്യം അവയുടെ സ്ഥാനത്തിലും ആക്കത്തിലും മാറ്റമുണ്ടാക്കും. അപ്പോൾ സൂക്ഷ്മ പ്രപഞ്ചത്തിൽ സംഭവങ്ങൾ വസ്തുനിഷ്ഠമായല്ല, വ്യക്തിനിഷ്ഠമായാണ് അരങ്ങേറുന്നതെന്ന് പറയേണ്ടിവരും. കാടിനു നടുവിൽ മരമൊടിഞ്ഞു വീണാൽ ശബ്ദമുണ്ടാകില്ലെന്നു പറയുന്നതുപോലെ (ശ്രോതാക്കളില്ലെങ്കിൽ ശബ്ദത്തിനെന്തു പ്രസക്തി!). സൂക്ഷ്മ പ്രപഞ്ചത്തിലെ ക്വാണ്ടം നിയമങ്ങൾ തന്നെയാണ് സ്ഥൂലപ്രപഞ്ചത്തിലും അരങ്ങേറുന്നതെന്ന് സ്ഥാപിക്കാനാണ് ഡോ. ലാൻസ പരിശ്രമിക്കുന്നത്. നാം ജീവിക്കുന്ന, അനുഭവിക്കുന്ന ഈ പ്രപഞ്ചം നമ്മുടെ ബോധത്തിന്റെ സൃഷ്ടിയാണ്. അത് വ്യക്തിനിഷ്ഠവും വ്യക്തിബോധത്തിനനുസരിച്ച് വ്യത്യസ്തവുമായിരിക്കും. വസ്തുനിഷ്ഠമായി പ്രപഞ്ചത്തെ അളക്കാൻ ഒരിക്കലും സാധിക്കില്ല.

ജീവൻ ആധാരമായുള്ള ഒരു പ്രപഞ്ചം എങ്ങനെയാണ് ഉദ്ഭവിക്കുന്നത്? ഏതു തരത്തിലുള്ള ബോധത്തിന്റെ പ്രവർത്തനഫലമായാണ് ആദ്യപ്രപഞ്ചം രൂപീകൃതമായത്? സ്വാഭാവികമായും തിയോളജിയിലേക്കു തന്നെയാണോ ബയോസെൻട്രിസവും സഞ്ചരിക്കുന്നതെന്നുവേണമെങ്കിൽ സന്ദേഹിക്കാം. ഡോ. ലാൻസ ഇത്തരം ആരോപണങ്ങൾക്കൊന്നും ചെവികൊടുക്കുന്നില്ല. ഭൗതിക ശാസ്ത്രവും ജീവശാസ്ത്രവുമാണ് അദ്ദേഹത്തിന്റെ വിഷയം. പ്രപഞ്ചം സൃഷ്ടിയാണോ, സ്വയംഭൂവാണോ, തുടക്കവും ഒടുക്കവുമില്ലാത്ത സ്ഥിരസ്ഥിതമാണോ എന്നതൊന്നും ബയോസെൻട്രിസം പരിഗണിക്കുന്നില്ല. ഇക്കാര്യത്തിലും നിരീക്ഷകന്റെ വ്യക്തിപരതയ്ക്കാണ് ബയോസെൻട്രിസം പ്രാധാന്യം നല്കുന്നത്. വ്യക്തിയുടെ ബോധതലത്തിനനുസരിച്ച് സൃഷ്ടിയായയോ, സ്വയംഭൂവായയോ, സ്ഥിരസ്ഥിതിയായയോ അതിനെ കാണാം. അപ്പോഴും അതിനെല്ലാം അടിസ്ഥാനം ജീവനും ജന്തുബോധവുമായി മാറുന്നുവെന്നതാണ് യാഥാർത്ഥ്യം.

സ്ഥലകാലങ്ങൾ യാഥാർത്ഥ്യമാണോ മിഥ്യയാണോ എന്നത് ഒരു സാമാന്യ ജന്തുമസ്തിഷ്കത്തെ അലട്ടുന്ന പ്രശ്നമൊന്നുമല്ല. എന്നാൽ പ്രപഞ്ച കഥയെഴുതുന്ന ജ്യോതിശാസ്ത്രജ്ഞർ അവയെ

സ്വതന്ത്രവും കേവലവുമായി കണക്കാക്കി പ്രപഞ്ച ചരിത്രം രചിക്കുന്നത് അപൂർണ്ണവും അർത്ഥശൂന്യവും അപകടകരവുമാണെന്നാണ് ഡോ. ലാൻസയുടെ മതം. പ്രപഞ്ചമെന്നാൽ അക്കങ്ങളും സമവാക്യങ്ങളും മാത്രമാണെന്നു കരുതുന്ന അതി ഭൗതിക ശാസ്ത്രജ്ഞരാണ് പലപ്പോഴും പ്രപഞ്ച ചരിത്രം നിർമ്മിക്കുന്നത്. അതുതന്നെയാണ് ഇത്തരം ചരിത്രനിർമ്മിതികളുടെ പരിമിതിയും. എന്നാൽ ക്വാണ്ടം ഭൗതികത്തിന്റെ വളർച്ച ഭൗതികശാസ്ത്രജ്ഞരുടെ പ്രപഞ്ച വീക്ഷണത്തിൽ കാര്യമായ മാറ്റമുണ്ടാക്കിയിട്ടുണ്ട്. സൂക്ഷ്മപ്രപഞ്ചത്തിലും സ്ഥൂല പ്രപഞ്ചത്തിലും ക്വാണ്ടം ഭൗതികത്തിലെ സമവാക്യങ്ങൾ ഒരുപോലെ പ്രയോഗിക്കാൻ കഴിയുമെന്ന പുതിയ കാഴ്ചപ്പാട് – അനിശ്ചിതത്വം സൂക്ഷ്മ കണങ്ങൾക്കു മാത്രമല്ല സ്ഥൂലദ്രവ്യത്തിന്റെയും സ്വഭാവമാണെന്ന ബയോസെൻട്രിക് കാഴ്ചപ്പാടിനെ കുറച്ചൊന്നുമല്ല സഹായിക്കുന്നത്. ഡേവിഡ് ഡ്യൂഷിനെപ്പോലെയുള്ള പ്രതിഭാശാലികളായ ക്വാണ്ടം ഭൗതികജ്ഞരുടെ വാക്കുകൾക്ക് ഒരു 'ഫിലോസഫിക്കൽ ടച്ച്' അനുഭവപ്പെടുന്നുണ്ടെങ്കിൽ അത് ഭൗതികമെന്നോ ആത്മീയമെന്നോ വേർതിരിച്ചുകാണാനാവാത്ത വിധം ഇഴചേർന്നിരിക്കുന്ന നവീനവും സമഗ്രവുമായ പ്രപഞ്ചവീക്ഷണമാണ്.

സ്ഥലകാലങ്ങൾ ജന്തുമസ്തിഷ്കത്തിന്റെ ഭാവനയാണെന്ന് ബയോസെൻട്രിസം ഒരിക്കലും വാദിക്കുന്നില്ല. എന്നാൽ സ്ഥലകാലങ്ങൾ സംവേദനക്ഷമമാകുന്നത് ജന്തുമസ്തിഷ്കത്തിന്റെ ബോധതലത്തെ ആശ്രയിച്ചാണിരിക്കുന്നതെന്ന കാര്യത്തിൽ ഡോ. ലാൻസ സംശയിക്കുന്നുമില്ല. അത് അവിടെയുണ്ട്, അല്ലെങ്കിൽ അവിടെയില്ല എന്ന് ഒന്നിനെക്കുറിച്ചും വസ്തുനിഷ്ഠമായി പറയാൻ കഴിയില്ല. കാരണം അവയെ അപഗ്രഥിക്കുന്നതിന് ജീവന്റെ സാന്നിദ്ധ്യം അനിവാര്യമാണ്. ജന്തുമസ്തിഷ്കത്തിന്റെ അഭാവത്തിൽ പ്രപഞ്ചത്തെക്കുറിച്ച് ഒന്നും പറയാൻ കഴിയില്ല. അതിങ്ങനെയായിരുന്നു. അല്ലെങ്കിൽ അങ്ങനെ ആയിത്തീരും എന്നൊക്കെ പറയുന്നതുകൊണ്ട് ഒരു പ്രയോജനവും ഉണ്ടാകില്ല.

ഭൗതിക ശാസ്ത്രത്തിന്റെയും ദൈവശാസ്ത്രത്തിന്റെയും–അതൊരു ശാസ്ത്രമാണെങ്കിൽ–അതിരുകൾ വളരെ നേർത്തുവരുന്നുണ്ട് ബയോസെൻട്രിക് പ്രപഞ്ചമാതൃകയിൽ. സമർത്ഥനായ ഒരു ആത്മീയ പ്രഭാഷകന് നുഴഞ്ഞുകയറാൻ ബയോസെൻട്രിക് മാതൃകയിൽ നിരവധി പഴുതുകളുമുണ്ട്. വെറും തത്വചിന്താപരമായ പരാമർശമോ പുതിയൊരു മത സിദ്ധാന്തമോ ആയി പരിഗണിക്കാൻ കഴിയുന്ന വാചകക്കസർത്തല്ലാതെ ഇതു ശാസ്ത്രമല്ല, ഇതിൽ ശാസ്ത്രമൊന്നുമില്ല എന്നുപറഞ്ഞ് ബയോസെൻട്രിസത്തെ തള്ളിക്കളയുന്ന ചില ഭൗതിക ശാസ്ത്രജ്ഞർ ലാൻസയുടെ പ്രധാന വിമർശകരായുണ്ട്. എന്നാൽ അക്കങ്ങൾകൊണ്ട് അവതരിപ്പിക്കാൻ കഴിയാത്തതൊന്നും ശാസ്ത്രമല്ലെന്നു കരുതുന്ന ഇത്തരം ഭൗതിക ശാസ്ത്രജ്ഞരെ ലാൻസയും അദ്ദേഹത്തിന്റെ ബയോസെൻട്രിസവും അംഗീകരിക്കുന്നുമില്ല.

പൗരസ്ത്യ ശാസ്ത്രവും പാശ്ചാത്യ സാങ്കേതികവിദ്യയും സംയോ

ജിപ്പിച്ചുകൊണ്ടുള്ള ഒരു നീക്കമാണ് ബയോസെൻട്രിസം എന്നു വേണമെങ്കിൽ പറയാൻ കഴിയും. ക്വാണ്ടം–ക്ലാസിക്കൽ ഭൗതികങ്ങളുടെ ഉറപ്പുള്ള ഒരടിത്തറയും ബയോസെൻട്രിസത്തിനുണ്ട്. സ്ഥലകാലങ്ങൾ ഭൗതികയാഥാർത്ഥ്യങ്ങളല്ലെന്നും അത് ജന്തുമസ്തിഷ്കത്തിന്റെ പ്രപഞ്ച ബോധമളക്കുന്നതിനുള്ള ഉപകരണങ്ങളാണെന്നുമുള്ള പുതിയ പരികല്പന സൂക്ഷ്മമെന്നും സ്ഥൂലമെന്നുമുള്ള വേർതിരിവില്ലാതെ സമഗ്രമായ ഒരു പ്രപഞ്ചവീക്ഷണത്തിന് പര്യാപ്തമാണ്. ഗണിതക്രിയകൾ കുത്തിനിറച്ച പ്രപഞ്ചസിദ്ധാന്തങ്ങൾക്കുപകരം ജീവൻ ആധാരമായുള്ള പുതിയ പ്രപഞ്ചചിത്രരചന തീർച്ചയായും കൗതുകകരമാണ്. പ്രപഞ്ചം നാം സങ്കല്പിക്കുന്നതിലും വിചിത്രമാണ്. മാത്രമല്ല അത് നമുക്ക് സങ്കല്പിക്കാൻ കഴിയുന്നതിലും വിചിത്രമാണ്.

ലോകാവസാനം

'The world is a bubble, and the life of man....
Less than a span'.

Francis Bacon

ജീവന്റെ ഉദ്ഭവത്തെക്കുറിച്ച് അന്വേഷിക്കുന്നത് രസകരമാണ്. അതേ സമയം ആവേശകരവും. ഉത്ഭവം പോലെതന്നെ അതിന്റെ വളർച്ചയും വികാസവും നിലനില്പും എന്നും ചർച്ചാവിഷയമാണ്. മത-രാഷ്ട്രീയ സംവാദങ്ങൾ ചൂടുപിടിപ്പിക്കാൻ മേൽപ്പറഞ്ഞ വിഷയങ്ങൾ ധാരാളം മതി. മനുഷ്യന്റെ ചരിത്രം പഠിക്കുമ്പോൾ ദൈവങ്ങളും രാജാക്കന്മാരും യുദ്ധങ്ങളും പ്രകൃതിദുരന്തങ്ങളുമെല്ലാം രംഗത്തെത്തും. ഇവ രാഷ്ട്രീയ ചർച്ചകൾക്ക് വിഷയമാകുമെങ്കിലും ശാസ്ത്രീയമായി ഇവയ്ക്കുള്ള പ്രസക്തി നിസ്സാരമാണ്. ജനസംഖ്യാവർദ്ധനവ് കാലാവസ്ഥ വ്യതിയാനം പോലുള്ള പാരിസ്ഥിതിക പ്രശ്നങ്ങൾക്ക് ആക്കം കൂട്ടുമെങ്കിലും മതപരവും രാഷ്ട്രീയവുമായ മുൻവിധികളെ മാറ്റിനിർത്തിയാൽ ഏതാനും ലക്ഷം വർഷങ്ങൾ കൂടി ഭൂമിയിൽ അധിവസിക്കും, തുടർന്ന് ജീവനുണ്ടായ കാലത്തേതുപോലെ സൂക്ഷ്മ ജീവികളുടെ ആധിപത്യം ആരംഭിക്കും.

ഭൂമിയിലെ ജീവന്റെ നിലനില്പിനുള്ള പ്രധാന വെല്ലുവിളി ഒരുപക്ഷേ യാദൃച്ഛികമായി തോന്നാം - ഭൂമിയിൽ ജീവനുണ്ടായ അതേ കാരണം തന്നെയായിരിക്കും. ഉൽക്കാപതനം പോലൊരു സ്ഫോടനം... ഭൂമിയുടെ ചരിത്രം പരിശോധിച്ചാൽ ഇത്തരത്തിലുള്ള നിരവധി സംഭവങ്ങൾ കാണാം. കുറെ ജീവികളല്ല, ജീവിവംശങ്ങൾ തന്നെ അപ്രത്യക്ഷമായ ചരിത്രങ്ങൾ നമുക്ക് മുന്നിലുണ്ട്. ആറരകോടി വർഷം മുമ്പ് ഭൂമി അടക്കിഭരിച്ചിരുന്ന ഭീമൻ പല്ലികളെ (Terrible Lizards ഡിനോസറുകൾ) കൊന്നൊടുക്കിയത് ഇത്തരമൊരു ഉൽക്കാപതനമായിരുന്നു. ഇതിനുമുമ്പ്

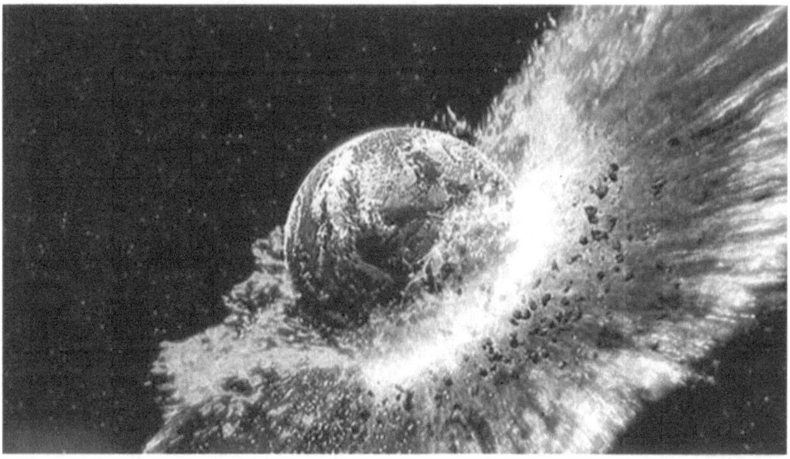

22 കോടി വർഷം മുമ്പും 25 കോടി വർഷം മുമ്പും 36 കോടി വർഷം മുമ്പും 44 കോടി വർഷം മുമ്പും ഉണ്ടായ സ്വർഗ്ഗീയ പതനങ്ങൾ (celestial impacts) ജീവന്റെ നിലനില്പിനെ ചോദ്യം ചെയ്തവയാണ്. ആറു കോടി വർഷം മുമ്പുണ്ടായതാണ് ഇവയിലേറ്റവും ശക്തമായത്. ഭൂമിയിലെ ജീവിവർഗ്ഗത്തിന്റെ 70% നും ഈ ആഘാതത്തിൽ വംശനാശം സംഭവിച്ചു. ഇത്തരമൊരു ദുരന്തം ഇനിയുണ്ടായാൽ മനഷ്യനുൾപ്പെടെയുള്ള അനേകം ജീവികൾ ഭൂമുഖത്തുനിന്ന് അപ്രത്യക്ഷമാകും. എങ്കിലും ഭൂമിയിൽ ജീവന്റെ തുടിപ്പ് അവസാനിക്കുന്നില്ല. മാറിയ സാഹചര്യത്തിനും കാലാവസ്ഥയ്ക്കും അനുയോജ്യരായ പുതിയ ജീവിവർഗ്ഗങ്ങൾ പരിണമിച്ചുണ്ടാവും. അപ്പോൾ എന്നായിരിക്കും ജീവന്റെ ഒടുക്കം?

നക്ഷത്രങ്ങളുടെ ജനന മരണങ്ങൾ ഏതൊരു ശാസ്ത്ര വിദ്യാർത്ഥിക്കും സുപരിചിതമാണ്. സൂര്യൻ അർദ്ധായുസ്സ് പിന്നിട്ട ഒരു നക്ഷത്രമാണ്. കുറേ കോടി വർഷങ്ങൾക്കുശേഷം സൂര്യൻ വൃദ്ധനാകും. അഥവാ സൂര്യൻ ചുമന്ന് തുടുത്ത് തടിച്ചു വീർത്ത് വലിപ്പം വർദ്ധിക്കും. വലിപ്പമെന്ന് പറഞ്ഞാൽ ഒരു ചുമന്ന ഭീമൻ (Red giant) തന്നെ. നമ്മുടെ അയൽക്കാരനായ ബുധനെയും ശുക്രനെയും ഈ ഭീമൻ വിഴുങ്ങിക്കളയും. സൂര്യനിലെ ന്യൂക്ലിയർ ഇന്ധനമെല്ലാം കത്തിത്തീർന്ന് ഗുരുത്വവലിവ് കുറഞ്ഞ് പുറംപാളികൾ വികസിക്കുമ്പോഴാണ് ഇങ്ങനെ സംഭവിക്കുന്നത്. ഭൂമി വരണ്ടുണങ്ങും. ജീവന്റെ അവസാനത്തെ കണികയും വിടപറയും.

അല്പം ശാസ്ത്രീയമായി ചിന്തിക്കാം, എന്താണിവിടെ സംഭവിക്കുന്നത് ? സൂര്യനെപോലൊരു നക്ഷത്രത്തിന്റെ ജീവിതാവസാനമാണിവിടെ പറയുന്നത്. ന്യൂക്ലിയർ ഇന്ധനമെല്ലാം കത്തിത്തീർന്ന നക്ഷത്രത്തിന്റെ കേന്ദ്രം അതിശക്തമായ ഗുരുത്വബലം കാരണം ചുരുങ്ങുന്നു. എന്നാൽ വികിരണഊർജ്ജം നക്ഷത്രത്തിന്റെ പുറംപാളിയെ ഊതി വീർപ്പിക്കുന്നു. കേന്ദ്രത്തിലെ താപനില നക്ഷത്രത്തിന്റെ വിശാലമായ ഉപരിതല

ത്തിലേക്ക് വ്യാപിക്കുമ്പോൾ താപനിലയിൽ ഗണ്യമായ കുറവുണ്ടാകുന്നു. ഇത് ഒരു യൂണിറ്റ് നക്ഷത്രദ്രവ്യത്തിൽ അനുഭവപ്പെടുന്ന കാര്യമാണ്. ആകെ താപനില അപ്പോഴും മാറ്റമില്ലാതെ നിലനില്ക്കും – കൊല്ലന്റെ പണിശാലയിലെ ഇരുമ്പ് നോക്കൂ. ചൂടുകൂടുന്തോറും മഞ്ഞ, വെള്ള, നീല എന്നിങ്ങനെ നിറങ്ങൾ കാണാം. ചൂടുകുറയുമ്പോൾ ചുമപ്പും. അപ്പോഴും നക്ഷത്ര കേന്ദ്രത്തിൽ അണുസംയോജനം നടക്കുന്നുണ്ടാവും. കേന്ദ്രത്തിലെ ഹീലിയം ന്യൂക്ലിയസുകൾ സംയോജിച്ച് കാർബൺ ന്യൂക്ലിയസുകളായിട്ടുണ്ടാവും (Helium burn). തൻമൂലമുണ്ടാകുന്ന അധികതാപം നക്ഷത്രത്തെ കുറേക്കൂടി വികസിപ്പിക്കും. ഇങ്ങനെ വികസിച്ച അതിഭീമൻ നക്ഷത്രത്തിന്റെ കേന്ദ്രത്തിൽ കൂടുതൽ ഭാരമുള്ള മൂലകങ്ങൾ ഉണ്ടാവുകയും (Carbon burn) ഉപരിതലത്തിലെ അടുക്കുകൾ അടർന്നുപോവുകയും ചെയ്യും. ഒടുവിൽ നക്ഷത്രത്തിന്റെ കേന്ദ്രം മാത്രം അവശേഷിക്കും. നമ്മുടെ ഭൂമിയുടെ മാത്രം വലുപ്പമുള്ള, സ്വന്തം ഗുരുത്വബലത്താൽ അമർത്തപ്പെട്ട വെളുത്തു നരച്ച ഒരു കുള്ളൻ നക്ഷത്രമായി (White dwarf) ഉള്ളിലൊരു വജ്രഖനിയുമായി.

എപ്പോഴാണിതെല്ലാം സംഭവിക്കുക. ഉടനൊന്നുമില്ല. ഇനിയൊരു 700 കോടി വർഷങ്ങൾ കൂടി കഴിഞ്ഞിട്ട്. അപ്പോൾ ഇനിയൊരു 500 കോടി വർഷങ്ങൾ കൂടി ഭൂമിയിൽ ജീവൻ – അതിന്റെ ഏതെങ്കിലുമൊരു രൂപത്തിൽ – അവശേഷിക്കും തീർച്ച. ഇപ്പോൾ ഭൂമി പരിക്രമണം ചെയ്യുന്നത് സൂര്യനിൽ നിന്നും 15 കോടി കിലോ മീറ്റർ വ്യാസാർദ്ധമുള്ള ഒരു പാതയിൽ കൂടിയാണല്ലോ. സൂര്യൻ ഒരു ചുമന്ന ഭീമനാകുമ്പോഴേക്കും സൂര്യന്റെ വ്യാസാർദ്ധം 16 കോടി കിലോമീറ്ററുകൾ കഴിയും. അപ്പോൾ സൂര്യൻ ഭൂമിയെ വിഴുങ്ങില്ലേ എന്ന് ന്യായമായും സംശയിക്കാം. ഒരു സാധാരണ നക്ഷത്രം ചുമന്ന ഭീമനാകുമ്പോൾ നക്ഷത്ര പിണ്ഡത്തിന്റെ 20% നഷ്ടമാകും. അതോടൊപ്പം നക്ഷത്രത്തിന്റെ ഗുരുത്വവലിവ് കുറയുകയും ഭൂമി ഇപ്പോഴുള്ള പരിക്രമണപാതയിൽ നിന്ന് അകന്ന് 18.6 കോടി കിലോമീറ്റർ ആരമുള്ള വൃത്തപഥത്തിൽ കൂടി സഞ്ചരിക്കാനാരംഭിക്കുകയും ചെയ്യും. അടുത്ത ഘട്ടത്തിൽ നക്ഷത്രം അതിഭീമൻ (Super giant) ആകുമ്പോൾ പിണ്ഡനഷ്ടം 30% ആവുകയും സൂര്യന്റെ വ്യാസാർദ്ധം 17 കോടി കിലോമീറ്ററിലെത്തുകയും ചെയ്യും. അപ്പോഴേക്കും ഭൂമി കുറേക്കൂടി അകലെയുള്ള 22.4 കോടി കിലോമീറ്റർ വ്യാസാർദ്ധമുള്ള പരിക്രമണപാത സ്വീകരിക്കും. അതായത് ഇപ്പോൾ ചൊവ്വയുടെ പരിക്രമണപാതയിലൂടെ. ചൊവ്വയാകട്ടെ കുറേകൂടെ ദൂരേക്ക്മാറി പരിക്രമണം ചെയ്തുകൊണ്ടിരിക്കും. ഈ പ്രതിഭാസങ്ങൾ നടക്കുമ്പോൾ പ്രകാശം ഇപ്പോഴുള്ളതിന്റെ 2800 ഇരട്ടി വർദ്ധിക്കുകയും സൗരോപരിതലത്തിലെ താപം ഏകദേശം പകുതിയായി അഥവാ 2700 K ആയി കുറയുകയും ചെയ്യും. ബുധനും ശുക്രനുമെല്ലാം അപ്പോഴേക്കും ചുമന്ന ഭീമന്റെ ഉള്ളിലായി കഴിഞ്ഞിരിക്കും.

ഭൂമിയിൽ എത്രകാലം മനുഷ്യർക്ക് ജീവിക്കാൻ കഴിയും എന്ന

ചോദ്യം ഇവിടെ പ്രസക്തമാണ്. ഈ നൂറ്റാണ്ട് അവസാനിക്കുമ്പോഴേക്കും ഭൂമിയിലെ താപനിലയിൽ ശരാശരി 5 ഡിഗ്രിയുടെ വർദ്ധനവ് ഉണ്ടാകും. ജനസംഖ്യാ വിസ്ഫോടനവും ഹരിതഗൃഹപ്രഭാവവും വ്യവസായങ്ങളും വാഹനപ്പെരുപ്പവും ഒക്കെച്ചേർന്ന് താപനില ഗണ്യമായി വർദ്ധിപ്പിക്കുമെന്ന് ചിന്തിക്കുന്നുണ്ടാകും. മനുഷ്യന്റെ പ്രകൃതിയിലുള്ള ഇടപെടലുകൾ താപനില വർദ്ധിക്കാൻ കാരണമാകുന്നുണ്ട്. എന്നാൽ ഈ വർദ്ധനവ് ആസന്നമായ താപവർദ്ധനയുടെ കോടിയിലൊരംശം മാത്രമാണെന്ന കാര്യം വിസ്മരിച്ചുകൂടാ. സൂര്യതാപം കാരണം സമുദ്രങ്ങൾ തിളയ്ക്കാൻ തുടങ്ങുന്നതോടെ ജീവന്റെ നിലനില്പിന് വെല്ലുവിളി ആരംഭിക്കുകയായി. ഏകദേശം 500 കോടി വർഷങ്ങൾ കഴിഞ്ഞ്. അപ്പോഴേക്കും കുറേകൂടി ബുദ്ധിമാന്മാരായ ജീവികൾ –നമ്മുടെ പിൻഗാമികൾ–അവർ മറ്റൊരു താമസസ്ഥലം തേടി പോയിരിക്കും. സംശയിക്കേണ്ട യൂറോപ്പ പോലെയുള്ള ഉപഗ്രഹങ്ങളുടെ കാര്യമാണ് പറഞ്ഞുവരുന്നത്. അപ്പോഴേക്കും യൂറോപ്പയുടെ താപനില ഉയർന്ന് ജീവന് അനുയോജ്യമാവുകയും അമോണിയ സംയുക്തങ്ങൾ വിഘടിച്ച് കാർബണിക പദാർത്ഥങ്ങൾ ഉണ്ടാവുകയും ചെയ്യും. അതുമല്ലെങ്കിൽ അതിബുദ്ധിമാൻമാരായ നമ്മുടെ പിൻഗാമികൾ മറ്റെന്തെങ്കിലും വഴികൾ കണ്ടെത്തിയിരിക്കും.

അത്തരമൊരു സാദ്ധ്യത നമുക്ക് പരിശോധിക്കാം. ഇപ്പോൾ നാം സൗരയൂഥത്തിന്റെ അതിർത്തികളിലേക്ക് വിക്ഷേപിക്കുന്ന കൃത്രിമ ഉപഗ്രഹങ്ങൾക്ക് ഗ്രാവിറ്റി അസിസ്റ്റിങ് സ്വിങ് എന്ന ഒരു സങ്കേതം ഉപയോഗിക്കുന്നുണ്ട്. അതായത് ഈ കൃത്രിമ ഉപഗ്രഹങ്ങൾ വ്യാഴം, ശനി തുട

ങ്ങിയ ഭീമൻ ഗ്രഹങ്ങളുടെ ഭ്രമണപഥത്തിലൂടെ കടന്നുപോകുമ്പോൾ മുന്നോട്ടുള്ള കുതിപ്പിനുള്ള അധിക ഊർജ്ജം ഈ ഗ്രഹങ്ങളുടെ ഗതി കോർജ്ജത്തിൽ നിന്ന് സ്വീകരിക്കുന്നു. അതോടൊപ്പം പ്രസ്തുത ഗ്രഹ ങ്ങളുടെ ഗതികോർജ്ജത്തിൽ നേരിയ-വളരെ നേരിയ കുറവുണ്ടാകും. ഈ ഗ്രഹങ്ങളും കൃത്രിമ ഉപഗ്രഹങ്ങളും തമ്മിലുള്ള വലിപ്പവ്യത്യാസം കണക്കിലെടുക്കുമ്പോൾ ഗ്രഹങ്ങളുടെ ഊർജ്ജനഷ്ടം കണക്കിലെടു ക്കേണ്ടതില്ല. ഭൂമിയുടെ കാര്യത്തിലും ഇത്തരമൊരു സാദ്ധ്യത നില നില്ക്കുന്നുണ്ട്. വ്യാഴത്തിനു സമീപമുള്ള ഒരു വലിയ ഛിന്നഗ്രഹത്തെ -പണ്ട് ദിനോസറുകളുടെ അന്തകനായതുപോലുള്ള ഒരെണ്ണത്തെ-ഭൂമി യുടെ പരിക്രമണപഥത്തിലെത്തിക്കുക. വളരെയടുത്തുതന്നെ-ഏകദേശം 15000 കി.മീ. വരെ അടുത്ത്. ഓരോ പ്രാവശ്യവും ഭൂമിയുടെ സമീപമെ ത്തുമ്പോൾ ഭൂമിയുടെ ഓർബിറ്റൽ വെലോസിറ്റിയുടെ ചെറിയൊരു ഭാഗം ഛിന്നഗ്രഹം സ്വീകരിക്കും. അതിനർത്ഥം ഗതികോർജ്ജം കുറയുന്നതോ ടുകൂടി ഭൂമി സൂര്യനിൽ നിന്ന് പതുക്കെപതുക്കെ അകലാൻ തുടങ്ങും. സൂര്യൻ ചുമന്ന ഭീമനാകുമ്പോഴേക്കും ഭൂമി സുരക്ഷിതമായ അകല ത്തിലെത്തിയിരിക്കും എന്നർത്ഥം. ആഗോളതാപനപ്രശ്നത്തിലും ഈ രീതി സ്വീകരിക്കാവുന്നതാണ്. ചിരിക്കാൻ വരട്ടെ, സ്പുട്നിക്-1 എന്ന കൃത്രിമ ഉപഗ്രഹം വിക്ഷേപിച്ചിട്ട് ഇപ്പോൾ 54 വർഷങ്ങളേ ആയിട്ടുള്ളൂ. അവിടെ നിന്നും ഇന്നുവരെ ജ്യോതിശാസ്ത്രരംഗത്തത്തുണ്ടായിട്ടുള്ള വളർച്ച പരിശോധിച്ചാൽ ഇത് അസംഭാവ്യമൊന്നുമല്ലെന്ന് മനസ്സിലാക്കാം. ഇന്നത്തെ സ്വപ്നങ്ങളാണ് നാളെ ശാസ്ത്രസത്യങ്ങളാകുന്നത്. വളരെ ശ്രദ്ധിക്കേണ്ട ഒരു സംഗതിയും ഇതിലുണ്ട്. കണക്കുകൂട്ടലുകളിലെ നേരിയ ഒരു പാളിച്ച മതി ആറരക്കോടി വർഷങ്ങൾക്കുമുമ്പുണ്ടായതു പോലെയുള്ള ഒരു മഹാദുരന്തത്തിനും ഈ പരീക്ഷണം കാരണമാകും.

ദ്രവ്യത്തിന്റെ നാശത്തെക്കുറിച്ചാണ് നാം പറഞ്ഞുവന്നത്. സൂര്യ നെപോലൊരു നക്ഷത്രത്തിന്റെ ജീവിതാന്ത്യത്തിൽ അതൊരു വെള്ള ക്കുള്ളനാകുമെന്ന് പറഞ്ഞല്ലോ, കുറേക്കൂടി വലിയ നക്ഷത്രങ്ങളുടെ കാര്യത്തിൽ ന്യൂട്രോൺ സ്റ്റാർ, തമോദ്വാരങ്ങൾ മുതലായ സാദ്ധ്യത കളുണ്ട്. എന്നാൽ സൂര്യന്റെ കാര്യത്തിൽ (Main sequence yellow-dwarf star) ഇതു ബാധകമല്ല. ദ്രവ്യത്തിന്റെ അന്ത്യത്തെക്കുറിച്ച് പറയുമ്പോൾ നാം സങ്കല്പിക്കുക അടിസ്ഥാന കണങ്ങ(Baryonic Matter)ളെക്കുറി ച്ചാണ്. അതിനപ്പുറമെന്താണെന്ന് നാം അജ്ഞരാണ്. COBE, WMAP (കോബി, ഡബ്ല്യു-മാപ്പ്) ഇമേജുകളുടെ പഠനത്തിൽനിന്നും മനസ്സിലായ കാര്യം നമ്മുടെ പ്രപഞ്ചം തുറന്നതും പരന്നതുമാണെന്നാണ്. പ്രപഞ്ചം അതിവേഗത്തിൽ വികസിച്ചുകൊണ്ടുമിരിക്കുന്നു. ഐൻസ്റ്റൈൻ കണ്ടെ ത്തിയതുപോലെയുള്ള വക്രതകൾ സ്പേസിലെങ്ങും കാണുന്നുമില്ല. പ്രപഞ്ചവികാസം ഏകദേശം 10^{12} വർഷങ്ങൾ തുടരും. അപ്പോഴേക്കും നക്ഷത്ര സമൂഹങ്ങൾ നിറം മങ്ങും. ഇപ്പോഴുള്ള നക്ഷത്രങ്ങൾ വെള്ള ക്കുള്ളൻമാരും തമോദ്വാരങ്ങളും ന്യൂട്രോൺ താരങ്ങളുമായി മാറും.

നക്ഷത്രങ്ങൾ ചെറുതാകുന്നതോടുകൂടി അവയുടെ ഗുരുത്വവലിവ് വർദ്ധിക്കുകയും കൂടുതൽ കൂടുതൽ ദ്രവ്യത്തെ വിഴുങ്ങാൻ ആരംഭിക്കുകയും ചെയ്യും. ഇപ്പോൾത്തന്നെ ഗാലക്സി കേന്ദ്രങ്ങളിലുള്ള തമോദ്വാരങ്ങൾ കൂടുതൽ കരുത്താർജ്ജിക്കുകയും (Highly massive Blackholes) ചുറ്റുമുള്ള നക്ഷത്ര-നക്ഷത്രാന്തര ദ്രവ്യത്തെ (inter stellar matter) വിഴുങ്ങുകയും ചെയ്യും. ഈ ദുർവ്വിധിയിൽ അകപ്പെടാതെ നിലനില്ക്കുന്ന ദ്രവ്യത്തിന്റെ ഭാവിയും ശോഭനമല്ല. അവ ന്യൂട്രോണുകളും പ്രോട്ടോണുകളുമായി വേർതിരിയും. ന്യൂട്രോണുകളാകട്ടെ, പ്രോട്ടോണുകളും ഇലക്ട്രോണുകളും ന്യൂട്രിനോകളുമായി വിഘടിക്കപ്പെടും. തുടർന്ന് പ്രോട്ടോണുകൾ വിഘടിച്ച് പ്രോസിട്രോണുകളും ഊർജ്ജവികിരണങ്ങളും (gramma photons) ഉത്സർജ്ജിക്കും. ഇത് 10^{32} വർഷങ്ങൾക്കുശേഷം നടക്കുന്ന കാര്യങ്ങളാണ്. പ്രപഞ്ചത്തിലെ ധന-ഋണഊർജ്ജനിലകൾ സംതുലിതമാകേണ്ടതുണ്ട്. പ്രപഞ്ചദ്രവ്യമാകെ ന്യൂട്രിനോകളും ശുദ്ധ ഊർജ്ജവുമായി മാറുകയും ഇലക്ട്രോണുകളും *പോസിട്രോണു*കളും പരസ്പരം നിർവ്വീര്യമാക്കപ്പെടുകയും (Joint annihilation) ഊർജ്ജം പുറപ്പെടുവിക്കുകയും ചെയ്യും (Gamma raya flash). അപ്പോൾ തമോദ്വാരങ്ങൾ വിഴുങ്ങിയ ദ്രവ്യമോ? തമോദ്വാരങ്ങൾ എല്ലാകാലവും നിലനില്ക്കുന്നവയല്ല. ഹോക്കിംഗ് റേഡിയേഷൻ വഴി തമോദ്വാരങ്ങൾ വളരെ സാവധാനം ബാഷ്പീകരിച്ച് വികിരണ ഊർജ്ജവും ദ്രവ്യ-പ്രതിദ്രവ്യങ്ങളുമായി (Matter -Antimatter)തീരും. ഈ ദ്രവ്യ-പ്രതി ദ്രവ്യങ്ങൾ പരസ്പരം നിഗ്രഹിക്കും. 10^{120} വർഷങ്ങൾക്കുശേഷം ഈ പ്രവർത്തനവും അവസാനിക്കും. അപ്പോഴും പ്രപഞ്ചം ഉണ്ടായിരിക്കും. ശൂന്യമായി... ശുദ്ധശൂന്യമായി...?

ഇനിയൊരു കാത്തിരിപ്പാണ്. അനന്തതയുടെ അതിരുവരെ നീളുന്ന കാത്തിരിപ്പ്.... മറ്റൊരു ക്വാണ്ടം ആന്ദോളനത്തിനായി... മറ്റൊരു സ്രഷ്ടാവിനായി.

പ്രപഞ്ചം പരന്നതാണ്

It is almost infinite. As a matter of fact, we think it is infinite
- Dan Quayle

പ്രപഞ്ചത്തിനൊരു ആകൃതിയുണ്ടോ? എന്തായിരിക്കും പ്രപഞ്ചത്തിലെ ദ്രവ്യ-ഊർജ്ജ വിന്യാസത്തിന്റെ ക്രമം? ദ്രവ്യസാന്നിദ്ധ്യമാണോ പ്രപഞ്ചത്തിന്റെ ആകൃതി നിർണ്ണയിക്കുന്നത്? പ്രപഞ്ച വിജ്ഞാനത്തിലെ (cosmology) കുഴയ്ക്കുന്ന ഒരു സമസ്യയാണിത്. ദ്രവ്യവും അതിന്റെ ഗുരുത്വബലവുമാണ് പ്രപഞ്ചോല്പത്തിക്കും അതിന്റെ ഭാവി നിർണ്ണയിക്കുന്നതിനും കാരണമാകുന്നതെന്നും പ്രപഞ്ചത്തിലെ ദ്രവ്യസാന്നിദ്ധ്യം സ്ഥലകാലങ്ങളുടെ വക്രതയ്ക്ക് കാരണമാകുന്നുവെന്നും ഈ വക്രത ധനാത്മകവുമാണെന്നാണ് (Positively curved) ഐൻസ്റ്റൈന്റെ പൊതുആപേക്ഷികതാ സിദ്ധാന്തം പറയുന്നത്. ഒരു പന്തിന്റെ ഉപരിതലം പോലെയുള്ള പ്രപഞ്ചം അതിരുകളില്ലാ (unbounded)ത്തതാണെങ്കിലും അനന്ത (infinite) മല്ല. പ്രപഞ്ചത്തിലെ ഒരു ബിന്ദുവിൽ നിന്നും യാത്രയാരംഭിക്കുന്ന നക്ഷത്ര സഞ്ചാരി ഒടുവിൽ പുറപ്പെട്ട സ്ഥാനത്തു തന്നെ തിരിച്ചെത്തുമെന്നു സാരം.

സ്പേസ് ധനാത്മക വക്രമാണെങ്കിൽ നക്ഷത്രങ്ങളിൽ നിന്നും പുറപ്പെടുന്ന പ്രകാശത്തിന് അധികദൂരം നേർരേഖയിൽ സഞ്ചരിക്കാൻ സാധിക്കില്ല. പ്രകാശം സ്പേസിലൂടെ സഞ്ചരിക്കുന്നതുകൊണ്ട് സ്പേസിന്റെ വക്രത പ്രകാശരശ്മികളെയും വക്രീകരിച്ചുകളയും. ഐൻസ്റ്റൈന്റെ പ്രവചനമനുസരിച്ച് സൂര്യഗ്രഹണസമയത്ത് നടത്തിയ പരീക്ഷണങ്ങളിൽനിന്നും പ്രകാശരശ്മികൾക്കുണ്ടാകുന്ന വക്രത കൃത്യമായി ജ്യോതിശാസ്ത്രജ്ഞർക്ക് ബോദ്ധ്യപ്പെട്ടിട്ടുണ്ട്. ഇപ്രകാരം ധനാത്മക വക്രമായ പ്രപഞ്ചം ഒടുവിൽ ദ്രവ്യത്തിന്റെ ഗുരുത്വബലത്തിനു വിധേയമായി

അതിന്റെ തുടക്കം പോലെ തന്നെ ഒരു ബിന്ദുവിലേക്ക് ഒതുങ്ങും (Big crunch).

ജ്യോതിശാസ്ത്ര രംഗത്തുണ്ടായ വളർച്ച ഇത്തരം ധനാത്മക പ്രപഞ്ചത്തിന്റെ സാദ്ധ്യതയെ പൂർണ്ണമായി അംഗീകരിക്കുന്നില്ല. 19–ാം നൂറ്റാണ്ടിലെ റഷ്യൻ ഗണിതശാസ്ത്രജ്ഞനായിരുന്ന നിക്കോളായ് ലബച്ചേവ്സ്കിയാണ് ആദ്യമായി പ്രപഞ്ചത്തിന്റെ ആകൃതിയെക്കുറിച്ച് വ്യത്യസ്തമായ വീക്ഷണങ്ങൾ മുന്നോട്ടുവച്ചത്. സ്പേസിന്റെ ആകൃതി ഒന്നുകിൽ പരന്നതോ (Euclidean geometry) അല്ലെങ്കിൽ ഒരു കുതിര ജീനിയുടെ ഉപരിതലം പോലെ ഋണാത്മക (Negatively Curved-Hyperbolic) വക്രമോ ആകാൻ സാദ്ധ്യതയുണ്ടെന്ന് അദ്ദേഹം കണക്കുകൂട്ടി. രണ്ടായാലും പ്രപഞ്ചം അനന്തമാണെന്നുതന്നെ പറയാം. എന്നാൽ തെളിവുകളുടെ അഭാവം ധനാത്മക വക്രമെന്ന സാന്ത്വ പ്രപഞ്ചത്തിന് തന്നെ മുൻകൈ നേടിക്കൊടുത്തു. പ്രപഞ്ചത്തിന്റെ ഈ തിരശ്ശീലയിൽ യൂക്ലിഡിയൻ ജ്യാമിതി വിലപ്പോകില്ല. സമാന്തര രേഖകൾക്ക് ഏറെ നേരം സ്പേസിൽ സമാന്തരമായി തുടരാൻ കഴിയില്ല. പ്രാപഞ്ചിക തിരശ്ശീലയിൽ വരയ്ക്കുന്ന ത്രികോണം ഗോളോപരിതലത്തിലെ ത്രികോണം പോലെ 180°യ്ക്കും മുകളിലായിരിക്കും. സ്പേസിന്റെ ധനാത്മക വക്രത സമാന്തര രേഖകളെ സമാന്തരമല്ലാതാക്കിത്തീർക്കുന്നു. സ്പേസിനെ വക്രീകരിക്കുന്നത് ദ്രവ്യത്തിന്റെ ഗുരുത്വബലമാണെന്നുവരുമ്പോൾ അതിന്റെ ഉല്പത്തിയും ഭാവിയും നിർണ്ണയിക്കുന്നതും ഗുരുത്വബലമാ

ണെന്നുതന്നെ കരുതണം. അപ്പോൾ പ്രപഞ്ചോല്പത്തിക്ക് മഹാവിസ്ഫോടന (Big Bang) സിദ്ധാന്തമല്ലാതെ മറ്റെന്താണു പകരം വയ്ക്കാനുള്ളത്?! ദ്രവ്യോർജ്ജ സാന്ദ്രത അനന്തമായ ഒരു വൈചിത്ര്യ ബിന്ദു (Point of singularity) വിൽ നിന്ന് ആരംഭിച്ച് പ്രാപഞ്ചിക ദ്രവ്യത്തിന്റെ ഗുരുത്വബലത്തിന് കീഴടങ്ങി ഒടുവിൽ മറ്റൊരു വൈചിത്ര്യബിന്ദുവിൽ തിരിച്ചെത്തുന്ന പ്രതിഭാസമാണീ പ്രപഞ്ചമെന്നു വേണമെങ്കിൽ മഹാവിസ്ഫോടന സിദ്ധാന്തത്തെ വ്യാഖ്യാനിക്കാം.

ഗുരുത്വബലത്തിനു കീഴടങ്ങി വൈചിത്ര്യബിന്ദുവിൽ തിരിച്ചെത്തുന്നതിനാവശ്യമായ ദ്രവ്യം പ്രപഞ്ചത്തിലുണ്ടോയെന്ന് പരിശോധിക്കേണ്ടിയിരിക്കുന്നു. പ്രപഞ്ചത്തിലാകമാനം വിന്യസിക്കപ്പെട്ടിരിക്കുന്ന ദ്രവ്യത്തിന്റെ സാന്ദ്രത പ്രാപഞ്ചിക ദ്രവ്യത്തിന്റെ നിർണ്ണായക മൂല്യത്തിലും (Critical density -Omega)കൂടുതലാണെങ്കിൽ മാത്രമേ പൊതുആപേക്ഷികതാ സിദ്ധാന്ത പ്രകാരമുള്ള വക്രതകൾ പ്രപഞ്ചത്തിനുണ്ടാവുകയുള്ളൂ. എങ്കിൽ മാത്രമേ ഭാവിയിൽ ഒരു മഹാ വിഭംഗന (Big crunch) ത്തിനും സാദ്ധ്യതയുള്ളൂ. ഈ നിർണ്ണായക മൂല്യത്തിലും കുറവാണ് ദ്രവ്യസാന്ദ്രതയെങ്കിൽ പ്രപഞ്ചം അനന്തമായി വികസിച്ചുകൊണ്ടിരിക്കും. അതൊരിക്കലും അവസാനിക്കുകയുമില്ല. ക്രിട്ടിക്കൽ ഡെൻസിറ്റി ഏറെക്കുറെ കൃത്യമായി കണക്കുകൂട്ടാൻ കഴിഞ്ഞിട്ടുണ്ടെങ്കിലും ($P_{critical}=1.0x10^{-6}kg/m^3$) പ്രപഞ്ചത്തിൽ ആകെയുള്ള ദ്രവ്യമെത്രയാണെന്നും അവയുടെ യഥാർത്ഥ സാന്ദ്രതയെന്താണെന്നും തൃപ്തികരമായ വിശദീകരണം ലഭ്യമല്ലാത്തതുകൊണ്ട് പൊതു ആപേക്ഷികതയിലെ പ്രവചനങ്ങൾക്ക് ഇപ്പോഴും പ്രസക്തി നഷ്ടപ്പെട്ടിട്ടില്ല. ദ്രവ്യസാന്ദ്രത നിർണ്ണായക മൂല്യത്തിലും കൂടുതലാണെങ്കിൽ തീർച്ചയായും പ്രപഞ്ചവികാസം നിലയ്ക്കുകയും അത് സങ്കോചിക്കാൻ ആരംഭിക്കുകയും ചെയ്യും. അങ്ങനെ മഹാ വിസ്ഫോടനത്തിനു ശേഷമുള്ള സംഭവങ്ങൾ ക്രമമായി പിന്നിലേക്ക് സഞ്ചരിക്കുകയും ഒടുവിൽ ഒരു ബിന്ദുവിൽ അവ

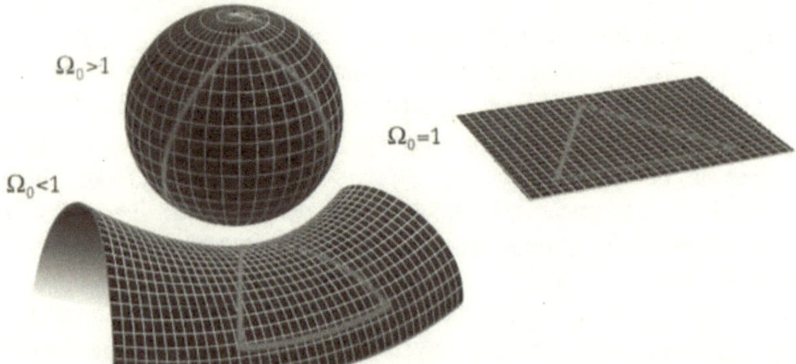

സാനിക്കുകയും ചെയ്യും. ദ്രവ്യസാന്ദ്രത ക്രിട്ടിക്കൽ വാല്യുവിലും കുറവായാൽ സംഭവങ്ങൾ ഇങ്ങനെയല്ല അരങ്ങേറുന്നത്. പ്രപഞ്ചവികാസം ഒരിക്കലും നിലയ്ക്കില്ല. പ്രപഞ്ചദ്രവ്യമാകെ നേർത്തുനേർത്ത് സ്പേസിൽ അലിഞ്ഞു ചേരും. ഒടുവിൽ വികിരണങ്ങൾ മാത്രം അവശേഷിക്കും.

പ്രപഞ്ചത്തിന്റെ വക്രത എന്നുപറയുന്നത് രണ്ടുതരത്തിലുണ്ട്. സ്ഥലത്തിനുമാത്രമുണ്ടാകുന്ന വക്രതയും (Curvature in space) സ്ഥലകാല (Space-time)ത്തിൽ ഉണ്ടാകുന്ന വക്രതയും. ആപേക്ഷികതയുടെ ലോകത്ത് സ്ഥലത്തെയും കാലത്തെയും വേർതിരിക്കാൻ കഴിയില്ല. പ്രപഞ്ചമെന്നാൽ സ്ഥലകാലങ്ങളുടെ നാലുമാനങ്ങളാണ്. ദ്രവ്യസാന്നിദ്ധ്യം പ്രാപഞ്ചിക തിരശ്ശീലയിലുണ്ടാക്കുന്ന വക്രതകൾ അതിലെതന്നെ നിഴൽച്ചിത്രങ്ങളായ മനുഷ്യർക്ക് ഒരിക്കലും ദൃഷ്ടിഗോചരമാകില്ലെങ്കിലും ഗണിത സൂത്രങ്ങൾ ഉപയോഗിച്ച് (Differential geometry) ഇതു തെളിയിക്കാൻ കഴിയും. എന്നാൽ ദ്രവ്യസാന്നിദ്ധ്യം വക്രീകരിക്കുന്നത് സ്ഥലത്തെ മാത്രമാണെന്നും അത് കാലത്തെ ബാധിക്കില്ലെന്നുമുള്ള മറ്റൊരു പരികല്പനയും നിലനില്ക്കുന്നുണ്ട്. റോബർട്ട്സൺ-വാക്കർ മെട്രിക് പ്രകാരം സ്പേസിന്റെ വക്രത നിർണ്ണയിക്കാനും ഫ്രീഡ്മാന്റെ സമവാക്യങ്ങൾ ഉപയോഗിച്ച് വക്രതയുള്ള സ്പേസിന്റെ വികാസനിരക്ക് അളക്കാനും കഴിയുന്നതാണ്.

ആധുനിക ജ്യോതിശാസ്ത്രരംഗത്തെ വളർച്ച പ്രപഞ്ചവിജ്ഞാനത്തെ ഗണിതശാസ്ത്ര സമസ്യകളിൽ നിന്നും പരികല്പനകളിൽ നിന്നും പരീക്ഷണ നിരീക്ഷണ ഫലങ്ങളുടെ സാദ്ധ്യതയിലേക്ക് എടുത്തുയർത്തി. 1990 കളിൽ ആരംഭിച്ച BOOMERANG, COBE പരീക്ഷണങ്ങളും MAXIMA, DASI എന്നീ പ്രാപഞ്ചിക പശ്ചാത്തല വികിരണ നിരീക്ഷണങ്ങളും ഭൂമിയുടെ ദക്ഷിണധ്രുവത്തിൽ സ്ഥാപിച്ചിരിക്കുന്ന ACBAR ടെലസ്ക്കോപ്പ് ഉപയോഗിച്ച് നടത്തിയ പരീക്ഷണങ്ങളും കോസ്മോളജിയിലെ നിരവധി പരികല്പനകളെ തകിടം മറിക്കുന്നതായിരുന്നു. തുടർന്ന് 2003 മുതൽ 2006 വരെ നടത്തിയ WMAP ഉപഗ്രഹ സർവ്വേഫലങ്ങളും പ്രപഞ്ചത്തിന്റെ ആകൃതിയെക്കുറിച്ച് വ്യത്യസ്തമായൊരു ചിത്രമാണ് നല്കുന്നത്. നിരീക്ഷണഫലങ്ങൾ നല്കുന്ന സൂചന പ്രപഞ്ച ദ്രവ്യത്തിന്റെ ആകെ സാന്ദ്രത നിർണ്ണായക മൂല്യത്തിന് (critical value) തുല്യമാണെന്നാണ്. ശ്യാമദ്രവ്യം നിരീക്ഷണ വിധേയമല്ലെങ്കിലും അതുല്പാദിപ്പിക്കുന്ന ഗുരുത്വബലം കണക്കുകൂട്ടിയെടുക്കാൻ കഴിയും. അതുപ്രകാരം പ്രപഞ്ചത്തിന്റെ ജ്യാമിതി യൂക്ലിഡിയനാണെന്നും പ്രപഞ്ചം ഏറെക്കുറെ പരന്നതാണെന്നുമുള്ള നിഗമനത്തിലാണ് ജ്യോതിശാസ്ത്രജ്ഞർ എത്തിയിരിക്കുന്നത്. ഒരിക്കലും സങ്കോചിക്കാതെ വികാസം അനന്തത വരെ തുടരുന്ന ഈ പ്രപഞ്ചത്തിന്റെ ഭാവി പ്രവചനം ദുഷ്കരമാക്കുന്നത് ജ്യോതിശാസ്ത്രജ്ഞരുടെ ദൃഷ്ടിയിൽ നിന്നും വഴുതിമാറിക്കൊണ്ടിരിക്കുന്ന ശ്യാമഊർജ്ജ (Dark energy) ത്തിന്റെ പ്രഭാവം കൊണ്ടാണ്.

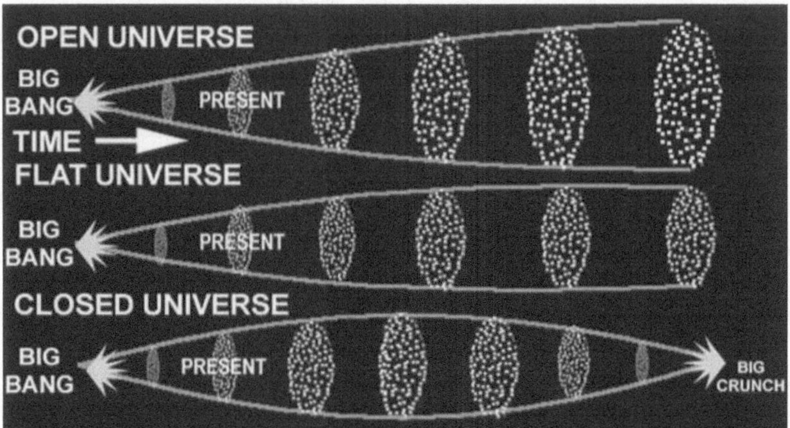

Depending on the amount of matter in the universe, it is either open, and will continue to expand forever; is flat, and will reach a maximum size and stay there; or is closed, and will eventually stop expanding and then collapse.

പ്രപഞ്ചം പരന്നതാണെങ്കിൽ പൊതുആപേക്ഷികതയിലെ പ്രവചനങ്ങൾ ശരിയല്ലെന്നുവരുമോ? തമോദ്വാരങ്ങളിൽ (Black holes) സ്ഥലകാലങ്ങളുടെ വക്രത അനന്തമാകുന്നില്ലേ? തീർച്ചയായും ദ്രവ്യസാമീപ്യം സ്പേസിനെ വക്രീകരിക്കുന്നുണ്ട്. ഗ്രഹങ്ങളും നക്ഷത്രങ്ങളും നക്ഷത്രസമൂഹങ്ങളും നെബുലകളുമെല്ലാം ചേർന്ന പ്രപഞ്ചത്തിലെ സാധാരണ ദ്രവ്യം കേവലം 5% ൽ താഴെ മാത്രമേ ഉണ്ടാകൂ. അവയുണ്ടാക്കുന്ന വക്രതകൾ ഈ വിശാല പ്രപഞ്ചത്തിൽ നിസ്സാരമാണ്. മുഖക്കുരുവിന്റെ കലകൾപോലെ വളരെ നിസ്സാരം. ഡാർക്ക്മാറ്ററിന്റെ സാന്നിദ്ധ്യം പോലും 30% ൽ താഴെ മാത്രം സംശയിക്കപ്പെടുമ്പോൾ അവയുല്പാദിപ്പിക്കുന്ന ഗുരുത്വബലം ഈ പ്രപഞ്ചത്തെയാകെ വക്രീകരിച്ചുകളയുമെന്ന് കരുതുന്നതിൽ ഒരർത്ഥവുമില്ല. പ്രാപഞ്ചിക സ്ഥിരാങ്കം (cosmological constant) പൂജ്യവും ആകെ ദ്രവ്യസാന്ദ്രതയും ദ്രവ്യ സാന്ദ്രതയുടെ നിർണ്ണായക മൂല്യവും തുല്യമാവുകയും ചെയ്യുന്ന ഒരു ക്രിട്ടിക്കൽ-ഡെൻസിറ്റി പ്രപഞ്ചത്തിലാണ് നാം അധിവസിക്കുന്നത്. അപ്പോൾ ഒരു കാര്യം ഉറപ്പിച്ചുപറയാൻ കഴിയും. പ്രപഞ്ചം ഏറെക്കുറെ പരന്നതാണ്. പ്രപഞ്ചവികാസം അനന്തത വരെ തുടർന്നുകൊണ്ടിരിക്കും. ഒരു തിരിച്ചുപോക്കിന് ഇനി ഒരു സാദ്ധ്യതയുമില്ല.

സ്റ്റീഫൻ ഹോക്കിങ്ങും പിഴയ്ക്കുന്ന ചിന്തകളും

The absence of event horizons means that there are no blackholes- in the sense of regimes from which light can't escape to infinity"

- Stephen Hawking

തമോദ്വാരങ്ങളെ സംബന്ധിച്ചുള്ള ഏറ്റവും പ്രബലമായ സിദ്ധാന്തങ്ങൾ നിർമ്മിച്ചത് സ്റ്റീഫൻ ഹോക്കിങ്ങാണ്. എന്നാൽ, ഇപ്പോഴിതാ അദ്ദേഹം പറയുന്നു അങ്ങനെയൊന്നില്ലെന്ന്. ഭൗതികശാസ്ത്രത്തിലെ ഫയർവാൾ പ്രഹേളികയ്ക്ക് വിശദീകരണം നൽകുന്നതിനു വേണ്ടിയാണ് തമോദ്വാരങ്ങളുടെ സംഭവചക്രവാളത്തെ (Event horizon) ഹോക്കിങ് ചോദ്യംചെയ്യുന്നത്. തമോദ്വാരത്തിന്റെ അദൃശ്യ അതിർവരമ്പായ സംഭവ ചക്രവാളത്തിനകത്തേക്ക് പ്രവേശിക്കുന്ന ഒരു സാങ്കല്പിക ബഹിരാകാശ സഞ്ചാരിക്ക് സംഭവിക്കുന്ന മാറ്റങ്ങൾ ഒരു ബാഹ്യനിരീക്ഷകന് നിരീക്ഷിക്കാൻ കഴിയില്ലെന്നാണ് സാമാന്യ ആപേക്ഷികത പറയുന്നത്.

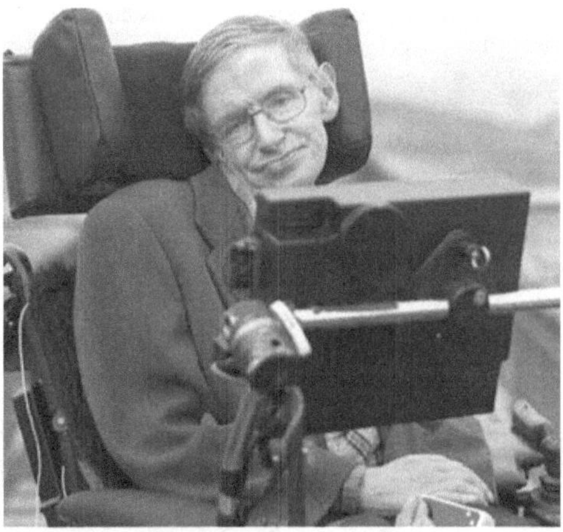

സ്റ്റീഫൻ ഹോക്കിങ്

എന്നാൽ, ക്വാണ്ടം ഭൗതികത്തിന്റെ പ്രമാണങ്ങൾ അനുസരിച്ച് ഈ സംഭവം അവതരിപ്പിച്ചാൽ ക്വാണ്ടീകരിക്കപ്പെട്ട വിവരങ്ങൾ (Informations) ഒരിക്കലും നഷ്ടമാകില്ല. ഫയർവാൾ പ്രഹേളികയെന്നറിയപ്പെടുന്ന ഈ ചിന്താപരീക്ഷണത്തിന് വിശദീകരണം നല്കുന്നതിനുവേണ്ടിയാണ് വീക്ഷണ ചക്രവാളമാണ് (Apparent Horizon) യാഥാർത്ഥ്യമെന്നും സംഭവ ചക്രവാളമെന്നൊന്നില്ലെന്നും ഹോക്കിങ് വാദിക്കുന്നത്. ഗണിത ക്രിയകളൊന്നുമില്ലാതെ, വെറും രണ്ടു പേജിൽ മാത്രം ഒതുങ്ങിനില്ക്കുന്ന, *നേചർ* വാരികയിൽ പ്രസിദ്ധീകരിച്ച കേവല വാദത്തിന് അദ്ദേഹത്തിന്റെ പ്രതിഭയോട് നീതിപുലർത്താനാവുന്നുണ്ടോയെന്ന് സംശയിക്കേണ്ടിയിരിക്കുന്നു. സംഭവ ചക്രവാളമില്ലെങ്കിൽ തമോദ്വാരങ്ങളുമില്ലെന്നാണ് അദ്ദേഹം ഇപ്പോൾ പറയുന്നത്. ക്ലാസിക്കൽ ഭൗതികത്തിൽ ഒന്നിനും-ദ്രവ്യത്തിനും വികിരണത്തിനും-തമോദ്വാരത്തിൽ നിന്ന് പുറത്തുകടക്കാൻ കഴിയില്ല. എന്നാൽ ക്വാണ്ടം ഭൗതികം അതിനവസരം നല്കുന്നുണ്ട്. വിവരങ്ങൾ ഒരിക്കലും നഷ്ടമാവില്ലെന്നാണ് ക്വാണ്ടം ഭൗതികം പറയുന്നത്. അങ്ങനെവരുമ്പോൾ തമോദ്വാരങ്ങളെന്ന പ്രയോഗം തന്നെ അസ്ഥാനത്താകും.

ഇതോടെ തമോദ്വാരങ്ങളെക്കുറിച്ച് നിലവിലുള്ള പ്രബലങ്ങളായ പരികല്പനകൾ, കഷണ്ടിത്തല സിദ്ധാന്തം (No hair theorem), കെർ നിർദ്ധാരണം ഹോക്കിങ്-പെൻറോസ് പരികല്പനകൾ, താപഗതികത്തിലെ നിയമങ്ങൾ ഇവയെല്ലാം പുനഃപരിശോധനയ്ക്ക് വിധേയമാക്കപ്പെടുമെന്നൊന്നും അനുമാനിക്കാൻ കഴിയില്ല. എന്നാൽ മറുഭാഗത്ത് സ്റ്റീഫൻ ഹോക്കിങ് എന്ന അതികായനാണെന്ന കാര്യം തള്ളിക്കളയാനും കഴിയില്ല. ഇക്കഴിഞ്ഞ ജനുവരി 8 ന് 72 വയസ്സു തികഞ്ഞ സ്റ്റീഫൻ, *നേച്ചർ* വാരികയ്ക്കു നൽകിയ റിപ്പോർട്ടിലാണ് ശാസ്ത്ര സമൂഹത്തെയൊന്നാകെ അമ്പരപ്പിക്കുന്ന പരാമർശം നടത്തിയത്.

1942 ജനുവരി 8 ന് ഫ്രാങ്ക് ഹോക്കിങ്ങിന്റെയും ഇസബെല്ലിന്റെയും മൂത്തമകനായി പിറന്ന സ്റ്റീഫൻ വില്യം ഹോക്കിങ് ഇന്ന് ജീവിച്ചിരിക്കുന്ന സൈദ്ധാന്തിക ഭൗതിക ശാസ്ത്രജ്ഞരിൽ പ്രമുഖനാണ്. കേംബ്രിഡ്ജ് യൂണിവേഴ്സിറ്റിക്ക് കീഴിലുള്ള സെന്റർ ഫോർ തിയററ്റിക്കൽ കോസ്മോളജിയുടെ ഡയറക്ടറാണ് അദ്ദേഹം. ഓക്സ്ഫോർഡ് യൂണിവേഴ്സിറ്റിയിലെ ഗണിത ശാസ്ത്രജ്ഞനായ സർ റോജർ പെൻറോസുമായി ചേർന്ന് സാമാന്യ ആപേക്ഷികതയും തമോദ്വാരങ്ങളുമായി ബന്ധപ്പെടുത്തി നിരവധി പഠനങ്ങൾ നടത്തിയിട്ടുണ്ട്. തമോദ്വാരങ്ങളിൽ നിന്നു പുറപ്പെടുന്ന താപവികിരണങ്ങൾ ഹോക്കിങ് വികിരണങ്ങൾ എന്നാണ് അറിയപ്പെടുന്നത്. സാമാന്യ ആപേക്ഷികതയും ക്വാണ്ടം മെക്കാനിക്സും സംയോജിപ്പിച്ചുകൊണ്ട് രൂപീകരിക്കുന്ന സമ്പൂർണ്ണ പ്രപഞ്ച ചിത്രമായ ക്വാണ്ടം ഗ്രാവിറ്റി സിദ്ധാന്തങ്ങളുടെ ആരാധകൻ കൂടിയാണ് ഹോക്കിങ്. ബെസ്റ്റ് സെല്ലറുകളായ നിരവധി ശാസ്ത്ര പു

സ്തകങ്ങൾ അദ്ദേഹം രചിച്ചിട്ടുണ്ട്. നിരവധി ടിവി, സയൻസ് ഫിക്ഷൻ ഷോകളും കുട്ടികൾക്കായുള്ള രചനകളും അദ്ദേഹത്തിന്റേതായുണ്ട്. അമിയോട്രോഫിക് ലാറ്ററൽ സ്ക്ലീറോസിസ് എന്ന അസുഖത്തിന്റെ വകഭേദമായ മോട്ടോർ ന്യൂറോൺ രോഗബാധിതനാണ് ഹോക്കിങ്. ചലനശേഷി നഷ്ടപ്പെട്ട അദ്ദേഹത്തിന്റെ ചിന്തകൾ സൂപ്പർ കംപ്യൂട്ടറുകൾ ഉപയോഗിച്ച് പകർത്തിയെടുത്താണ് ശാസ്ത്രലോകം അദ്ദേഹത്തിന്റെ പ്രതിഭയുടെ ആഴങ്ങൾ അളക്കുന്നത്.

എന്നാൽ ഹോക്കിങ്ങിന്റെ വാദങ്ങൾ യാഥാർത്ഥ്യത്തോട് എത്ര മാത്രം അടുത്തു നില്ക്കുന്നുവെന്ന് പരിശോധിക്കേണ്ടിയിരിക്കുന്നു. അതിന് എന്താണ് തമോദ്വാരങ്ങളെന്നും, പ്രപഞ്ചത്തിൽ അവയുടെ സ്ഥാനം, ഉദ്ഭവ പരിണാമങ്ങൾ എന്നിവയെക്കുറിച്ചെല്ലാം സാമാന്യധാരണയുണ്ടായിരിക്കേണ്ടത് അത്യാവശ്യമാണ്. ചിലപ്പോഴെങ്കിലും ചില ഭൗതിക ശാസ്ത്രജ്ഞർക്കുണ്ടാകുന്ന അമിതാവേശമാണോ ഹോക്കിങ്ങിന്റെ പ്രസ്താവനയ്ക്ക് പിന്നിലെന്നും പരിശോധിക്കേണ്ടിയിരിക്കുന്നു.

തമോദ്വാരങ്ങൾ ഉണ്ടാകുന്നത്

തമോദ്വാരങ്ങൾ അദൃശ്യമാണെങ്കിലും ചുറ്റുമുള്ള വസ്തുക്കളിൽ അതുണ്ടാക്കുന്ന മാറ്റങ്ങളിലൂടെ അവയുടെ സാന്നിദ്ധ്യം മനസ്സിലാക്കാൻ കഴിയും. തമോദ്വാരത്തിന് ചുറ്റുമുള്ള നക്ഷത്രങ്ങളിൽ നിന്ന് നക്ഷത്ര ദ്രവ്യം തമോദ്വാരത്തിലേക്ക് വീഴുകയും ഉന്നത താപനിലയിലേക്ക് മാറ്റപ്പെടുന്ന ഇവ എക്സ്-വികിരണങ്ങൾ ഉത്സർജ്ജിക്കുകയും ചെയ്യും. ദൂരദർശിനികളുടെ സഹായത്തോടെ ഇത്തരം വികിരണങ്ങൾ കണ്ടെത്തുകയും അതുവഴി പ്രപഞ്ചത്തിൽ തമോദ്വാരങ്ങളുടെ അസ്തിത്വം ഉറപ്പി

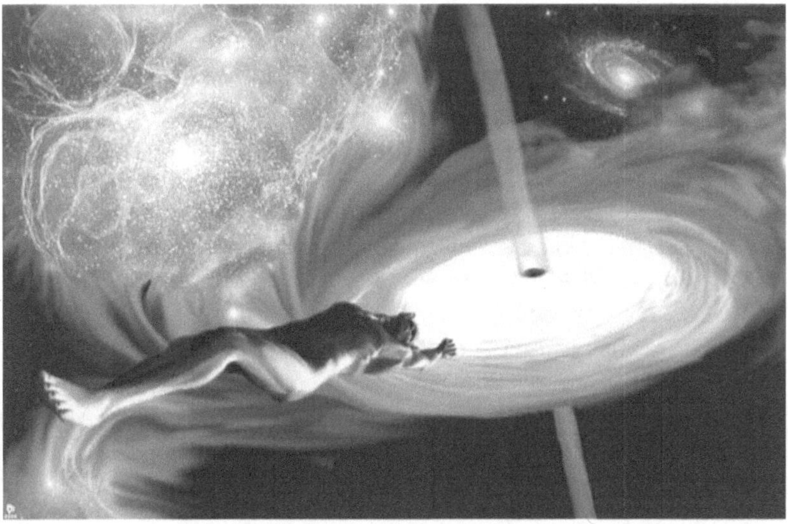

ക്കുകയും ചെയതിട്ടുണ്ട്. തമോദ്വാരത്തിന്റെ സീമയാണ് സംഭവ ചക്ര വാളം. ഒരു സൂപ്പർനോവാ വിസ്ഫോടനത്തിനുശേഷം അവശേഷിപ്പി ക്കുന്ന നക്ഷത്രക്കാമ്പിന്റെ പിണ്ഡം 1.44 സൗര പിണ്ഡത്തിലും അധിക മായാൽ (ചന്ദ്രശേഖർ സീമ) നക്ഷത്ര പിണ്ഡം സ്വന്തം ഗുരുത്വാകർഷ ണത്താൽ വീണ്ടും വീണ്ടും ചുരുങ്ങിക്കൊണ്ടിരിക്കും. ഇങ്ങനെ ചുരു ങ്ങുന്നതിനൊപ്പം നക്ഷത്രക്കാമ്പിന്റെ ഗുരുത്വ ബലവും വർദ്ധിക്കും. ഗു രുത്വ ബലത്തിന്റെ തീവ്രത വർദ്ധിച്ച് നക്ഷത്രക്കാമ്പിൽ നിന്നുള്ള പലാ യന പ്രവേഗം പ്രകാശപ്രവേഗത്തെ (3,00,000 Km/s) മറികടക്കുമ്പോൾ നക്ഷത്രം തമോദ്വാരമായി മാറുന്നു. പറയുമ്പോൾ കാര്യങ്ങൾ നിസ്സാര മെന്നു തോന്നുമെങ്കിലും പലപ്പോഴും തമോദ്വാരങ്ങൾ ഭൗതികശാസ്ത്ര നിയമങ്ങളെ വെല്ലുവിളിക്കുന്നുണ്ട്. സംഭവ ചക്രവാളത്തിനകത്തേക്ക് പ്രവേശിക്കുന്ന ഒന്നും-ദ്രവ്യവും ഊർജ്ജവും -തിരിച്ചുവരില്ല. എന്നാൽ ഇവ എവിടേക്ക് നഷ്ടപ്പെടുന്നതെന്നു പറയാൻ സാമാന്യ ആപേക്ഷികത യ്ക്ക് കഴിയുന്നുമില്ല. അതിലുപരി നിരവധി ഗണിത പ്രഹേളികകൾക്കു കൂടി തമോദ്വാരങ്ങൾ വിശദീകരണം നല്കേണ്ടി വരുന്നുണ്ട്. ആപേ ക്ഷികതയ്ക്കൊപ്പം ക്വാണ്ടം ഭൗതികത്തിന്റെ നിയമങ്ങളും കൂട്ടി വായി ച്ചാണ് ശാസ്ത്രജ്ഞർ തമോദ്വാരങ്ങളുടെ സംഭവ ചക്രവാളങ്ങളെ സ മീപിക്കുന്നത്. തമോദ്വാരങ്ങളുടെ *ഫയർവാൾ* പ്രശ്നം പരിഹരിക്കാനു ള്ള ശ്രമത്തിന്റെ ഭാഗമായാണ് സംഭവ ചക്രവാളമില്ലെന്നും വീക്ഷണ ച ക്രവാളമാണുള്ളതെന്നും വീക്ഷണ ചക്രവാളത്തിൽ വിവരങ്ങൾ നഷ്ട മാകുന്നില്ലെന്നും, അതുകൊണ്ടുതന്നെ തമോദ്വാരം എന്ന ആശയം നി ലനില്ക്കുന്നതല്ലെന്നും സ്റ്റീഫൻ ഹോക്കിങ് അഭിപ്രായപ്പെടുകയുണ്ടാ യത്.

1915 ൽ സാമാന്യ ആപേക്ഷികതാ സിദ്ധാന്തം വികസിപ്പിക്കുന്നതി നു മുമ്പുതന്നെ പ്രകാശത്തെ, ഗുരുത്വാകർഷണം സ്വാധീനിക്കുമെന്ന് ഐൻസ്റ്റൈൻ വാദിച്ചിരുന്നു. പിന്നീട് കാൾ ഷ്വാർസ്ചൈൽഡ് എന്ന ഭൗതിക ശാസ്ത്രജ്ഞൻ, ഒരു ബിന്ദുവിൽ കേന്ദ്രീകൃതമോ, ഗോളീയ സമമിതിയുള്ളതോ ആയ പിണ്ഡം സൃഷ്ടിക്കുന്ന ഗുരുത്വക്ഷേത്രം എപ്ര കാരമായിരിക്കുമെന്ന് കണ്ടെത്തി. ഇതിലൂടെ തമോദ്വാരങ്ങളുടെ അ സ്തിത്വം സൈദ്ധാന്തികമായി തെളിയിക്കുന്നതിന് അദ്ദേഹത്തിന് ക ഴിഞ്ഞു. ഭ്രമണം ചെയ്യാത്ത ഒരു തമോദ്വാരത്തിന്റെ സംഭവ ചക്രവാള ത്തിന്റെ ആരമാണ് ഷ്വാർസ്ചൈൽഡ് ആരം. (Schwarzchild Radius)

ഭ്രമണം ചെയ്യാത്തതും സൂര്യന്റെ 1.44 ഇരട്ടി പിണ്ഡമുള്ളതുമായ (Chandrashekhar Limit) ഇലക്ട്രോൺ-ഡീജനറേറ്റ് ദ്രവ്യത്താൽ നിർ മ്മിതമായ ഒരു വസ്തു ഗുരുത്വാകർഷണം കാരണം തന്നിലേക്ക് ത ന്നെ ചുരുങ്ങുമെന്ന് 1930 ൽ ഇന്ത്യൻ വംശജനായ ഭൗതിക ശാസ്ത്ര ജ്ഞൻ സുബ്രഹ്മണ്യൻ ചന്ദ്രശേഖർ സാമാന്യ ആപേക്ഷികതയിലൂ ടെ തെളിയിച്ചു. എന്നാൽ ഈ ചുരുങ്ങലിന് ഒരു പരിധിയുണ്ടെന്നായിരു

ന്നു അക്കാലത്തെ ഭൗതിക ശാസ്ത്രജ്ഞരിൽ പ്രമുഖനായിരുന്ന ആർതർ എഡിങ്ടൺ വാദിച്ചത്. ചന്ദ്രശേഖർ സീമയേക്കാൾ പിണ്ഡമുള്ള വെള്ളക്കുള്ളന്മാർ (White Dwarfs) എല്ലാംതന്നെ അനന്തമായി ചുരുങ്ങുന്നില്ല. ചിലത് ന്യൂട്രോൺ താരങ്ങളായാണ് മാറുന്നത്. എന്നാൽ സൂര്യന്റെ മൂന്നിരട്ടിയിലേറെയുള്ള (ടോൾ മാൻ-ഓപ്പൺ ഹൈമർ-വോൾക്കോഫ് സീമ) നക്ഷത്ര പിണ്ഡങ്ങൾ ചന്ദ്രശേഖർ വിവരിച്ച കാരണങ്ങളാൽ തമോദ്വാരങ്ങളായി മാറുമെന്ന് 1939 ൽ റോബർട്ട് ഓപ്പൺഹൈമർ തെളിയിച്ചു.

ഷ്വാർസ്ചൈൽഡ് നിർദ്ദേശാങ്ക വ്യവസ്ഥ ഉപയോഗിച്ചായിരുന്നു ഓപ്പൺ ഹൈമറുടെയും കൂട്ടാളികളുടെയും ഗവേഷണങ്ങൾ നടന്നിരുന്നത്. ഷ്വാർസ്ചൈൽഡ് ആരത്തിൽ ഗണിതപരമായ വൈചിത്ര്യങ്ങൾ (Singularity) ഉണ്ടാകാൻ ഈ നിർദ്ദേശാങ്ക വ്യവസ്ഥ കാരണമായി. മറ്റൊരു തരത്തിൽ പറഞ്ഞാൽ സമവാക്യങ്ങളിലെ ചില പദങ്ങളുടെ വില ഷ്വാർസ്ചൈൽഡ് ആരത്തിൽ അനന്തമായി മാറി. ഷ്വാർസ്ചൈൽഡ് ആരത്തിനുള്ളിൽ സമയം ചലിക്കാതെ നില്ക്കുന്നു എന്നാണ് ഇതിന് വിശദീകരണം നല്കപ്പെട്ടത്. ഈ വീക്ഷണം ബാഹ്യനിരീക്ഷകന് ആപേക്ഷികമായി ശരിയാണെങ്കിലും തമോദ്വാരത്തിലേക്ക് പതിച്ചുകൊണ്ടിരിക്കുന്ന ഒരു നിരീക്ഷകനെ സംബന്ധിച്ചിടത്തോളം തെറ്റാണ്. ഈ സവിശേഷത കാരണം ഇങ്ങനെ ചുരുങ്ങിയ നക്ഷത്രങ്ങൾ ഉറഞ്ഞ നക്ഷത്രങ്ങളെന്നറിയപ്പെട്ടു. പക്ഷേ, ചലിക്കാതെ നില്ക്കുന്ന സമയം എന്ന ആശയം അക്കാലത്ത് ശാസ്ത്രലോകത്തിന് അംഗീകരിക്കാൻ കഴിഞ്ഞില്ല. പിന്നീട് 1958 ൽ ഡേവിഡ് ഫ്രാങ്കെൻസ്റ്റെൻ, എഡിങ്ടൺ-ഫ്രാങ്കെൻസ്റ്റെൻ നിർദ്ദേശാങ്കങ്ങൾ എന്ന പുതിയ ഗണിത സങ്കേതത്തിലൂടെ സംഭവ ചക്രവാളം എന്ന സങ്കല്പം വികസിപ്പിച്ചു. ഷ്വാർസ്ചൈൽഡ് ആരം വൈചിത്ര്യമല്ലെന്നും അത് വസ്തുക്കളെ ഒരു ദിശയിൽ മാത്രം കടത്തിവിടുന്ന ഒരു പാട (Membrane) പോലെ പ്രവർത്തിക്കുന്നുവെന്നും അദ്ദേഹം കണ്ടെത്തി. ഓപ്പൺ ഹൈമറുടെ കണ്ടെത്തലുകളെ പൂർണ്ണമായി നിരാകരിക്കാതെ സംഭവ ചക്രവാളത്തിനകത്തേക്കു വീഴുന്ന നിരീക്ഷകനെക്കൂടി ഉൾപ്പെടുത്തിക്കൊണ്ട് വികസിപ്പിക്കുകയാണ് ഫ്രാങ്കെൻസ്റ്റെൻ ചെയ്തത്. എന്നാൽ അതുവരെയുള്ള സിദ്ധാന്തങ്ങളെല്ലാം ഭ്രമണം ചെയ്യാത്ത തമോദ്വാരങ്ങളെക്കുറിച്ചു മാത്രമായിരുന്നു സംസാരിച്ചത്. 1963 ൽ റോയ്കെർ ഭ്രമണം ചെയ്യുന്ന തമോദ്വാരങ്ങളെക്കൂടി ഉൾക്കൊള്ളിച്ചുകൊണ്ട് ഒരു സിദ്ധാന്തമുണ്ടാക്കി. ഈ സിദ്ധാന്തമനുസരിച്ച് ഭ്രമണം ചെയ്യുന്ന വൈചിത്ര്യം ഒരു വലയമല്ല, ബിന്ദുവാണ്. എല്ലാ തമോദ്വാരങ്ങളിലും ഇത്തരം വൈചിത്ര്യങ്ങൾ ഉണ്ടാകുമെന്ന് റോജർ പെൻറോസ് പിന്നീട് തെളിയിച്ചു.

1967 ൽ റേഡിയോ ജ്യോതിശാസ്ത്രജ്ഞർ പൾസാറുകൾ കണ്ടെത്തി. ഇവ അതിവേഗത്തിൽ ഭ്രമണം ചെയ്യുന്ന ന്യൂട്രോൺ താരങ്ങ

ളാണെന്ന് പിന്നീട് തെളിയിക്കപ്പെട്ടു. അക്കാലം വരെ ന്യൂട്രോൺ താരങ്ങളും സിദ്ധാന്തങ്ങളിൽ മാത്രം നിലവിലുണ്ടായിരുന്നവയുമായിരുന്നു. ഗുരുത്വാകർഷണ ഫലമായുണ്ടാകുന്ന സങ്കോചം വഴി സൃഷ്ടിക്കപ്പെടുന്ന സാന്ദ്രതയേറിയ മറ്റു വസ്തുക്കളെ കണ്ടെത്താനുള്ള ശ്രമങ്ങൾക്ക് പൾസാറുകളുടെ കണ്ടെത്തൽ വലിയ ഊർജ്ജമാണ് പകർന്നത്. 1967 ൽ ഭൗതിക ശാസ്ത്രജ്ഞനായ ജോൺ വീലറാണ് തമോദ്വാരം എന്ന പദം ആദ്യമായി ഉപയോഗിച്ചതെന്നാണ് കരുതപ്പെടുന്നത്. തമോദ്വാരത്തിന് മൂന്ന് സവിശേഷതകളേ ഉള്ളൂവെന്നാണ് കഷണ്ടിത്തല സിദ്ധാന്തം പറയുന്നത്. പിണ്ഡം, വൈദ്യുതചാർജ്ജ്, കോണിയ സംവേഗം എന്നിവയാണവ. തമോദ്വാരത്തിനു വെളിയിൽ നിന്നുതന്നെ ഈ സവിശേഷതകൾ നിരീക്ഷിക്കാനാകുമെന്നതാണ് ഇവയ്ക്ക് പ്രാധാന്യം നല്കാൻ കാരണം. ഉദാഹരണമായി പ്രകാശകണങ്ങൾക്ക് (Photons) തമോദ്വാരത്തിന്റെ പുറത്തുകടക്കാനാവില്ലെങ്കിലും വൈദ്യുത ചാർജ്ജുള്ള ഒരു തമോദ്വാരം തുല്യമായ ചാർജ്ജുള്ള മറ്റു വസ്തുക്കളെ വികർഷിക്കും. ഗോസിന്റെ നിയമമനുസരിച്ച് ഒരു ഗോളത്തിന്റെ പ്രതലത്തിലെ വൈദ്യുത ക്ഷേത്രം അതിനകത്തുള്ള വൈദ്യുത ചാർജ്ജിന്റെ മൊത്തം വില നല്കുന്നതിനാലാണിത്. ചാർജ്ജുള്ള വസ്തുക്കൾ തമോദ്വാരത്തിലേക്ക് വീഴുമ്പോൾ വൈദ്യുത ബലരേഖകൾ സംഭവ ചക്രവാളത്തിന് പുറത്തു നിലനിൽക്കും. ചാർജ്ജ് സംരക്ഷണനിയമം ഇങ്ങനെയാണ് പാലിക്കപ്പെടുന്നത്. വൈദ്യുത ബലരേഖകൾ തമോദ്വാരത്തിന്റെ പ്രതലത്തിലാകെ ഏകമാനമായ രീതിയിൽ വ്യാപിക്കും. ഗോസ് നിയമത്തിന്റെ ഗുരുത്വബലവുമായി ബന്ധപ്പെട്ട രൂപമുപയോഗിച്ച് തമോദ്വാരത്തിന്റെ പിണ്ഡവും കണക്കാക്കാൻ കഴിയും. ഗുരുത്വകാന്തിക ക്ഷേത്രം കാരണമുള്ള ഫ്രെയിം ഡ്രാഗിങ് ഉപയോഗിച്ച് അകലെനിന്നുതന്നെ കോണിയ സംവേഗത്തിന്റെ വിലയും കണക്കാക്കാൻ കഴിയും.

ഏതെങ്കിലുമൊരു ദ്രവ്യരൂപത്തെ തമോദ്വാരം വിഴുങ്ങുമ്പോൾ അതിന്റെ സംഭവ ചക്രവാളം ഒരു പാടയുടേതിന് സമാനമായ രൂപത്തിൽ ആന്ദോളനം ചെയ്യും. ഘർഷണ സമാനമായ ഡാംപിങ് മൂലം ആന്ദോളനം ക്രമേണ കുറഞ്ഞുവരികയും ഒടുവിൽ സംഭവ ചക്രവാളം സ്ഥിരമായ ഒരു രൂപത്തിലാവുകയും ചെയ്യും. അവസാനം മൂന്നു സവിശേഷതകൾ (പിണ്ഡം, വൈദ്യുത ചാർജ്ജ്, കോണിയ സംവേഗം) മാത്രമുള്ള രൂപത്തിലേക്ക് മാറും. അതോടെ ആദ്യം നിലവിലുണ്ടായിരുന്ന ദ്രവ്യരൂപത്തെക്കുറിച്ചുള്ള വിവരം എന്നന്നേക്കുമായി നഷ്ടപ്പെടും. ബേര്യോൺ സംഖ്യ, ലെപ്റ്റോൺ സംഖ്യ തുടങ്ങി കണികാ ഭൗതികത്തിലെ സംരക്ഷിക്കപ്പെടുന്ന ചാർജ്ജുകളെക്കുറിച്ചുള്ള വിവരങ്ങളും നഷ്ടപ്പെടുന്ന വിവരങ്ങളിൽ ഉൾപ്പെടുന്നു. തമോദ്വാരങ്ങളുടെ വിവരനഷ്ടവിരോധാഭാസം (Information loss Paradox) എന്നാണിതറിയപ്പെടുന്നത്. ഈ വിരോധാഭാസം ഭൗതിക ശാസ്ത്രജ്ഞരെ വളരെയധികം കുഴയ്ക്കുന്നുണ്ട്. സാ

മാന്യ ആപേക്ഷികത ഒരു ലാഗ്രാഞ്ചിയൻ സിദ്ധാന്തമായതിനാൽ അതിന് സമമിതി ഉണ്ടാകേണ്ടതും ഹാമിൽട്ടോണിയൻ ആയിരിക്കേണ്ടതുമാണ്. എന്നാൽ സംഭവ ചക്രവാളം തമോദ്വാരത്തെ സമയ സമമിതി ഇല്ലാത്തതാക്കുന്നു. ദ്രവ്യത്തിന് അതിലേക്ക് പ്രവേശിക്കാനല്ലാതെ പുറത്തേക്കു കടക്കാനാവില്ല. തമോദ്വാരത്തിന്റെ വിപരീത സ്വഭാവം കാണിക്കുന്ന പ്രതിഭാസത്തെ ശ്വേതദ്വാരം (White hole) എന്നാണ് വിളിക്കുന്നത്. എന്നാൽ ക്വാണ്ടം ബലതന്ത്രവും താപഗതികത്തിലെ നിയമങ്ങളും ഉപയോഗിച്ചുള്ള നിരീക്ഷണങ്ങൾ ശ്വേതദ്വാരങ്ങളും തമോദ്വാരങ്ങളും ഒന്നുതന്നെയാകാമെന്നാണ് കാണിക്കുന്നത്.

കഷണ്ടിത്തല സിദ്ധാന്തം തമോദ്വാരങ്ങളെക്കുറിച്ചുള്ള അവസാനത്തെ വാക്കാണെന്നു കരുതാൻ കഴിയില്ല. സ്ഥലകാലങ്ങൾക്ക് നാലിലേറെ മാനങ്ങളുള്ളപ്പോഴും നോൺ–ആബേലിയൻ യാങ്–മിൽസ് മണ്ഡലങ്ങളുടെ സാന്നിദ്ധ്യത്തിലും ഡിസ്ക്രീറ്റ്–ഗേജ് സമമിതികളിലും സാമാന്യ ആപേക്ഷികതയിൽ നിന്ന് വിഭിന്നമായ ഗുരുത്വാകർഷണ സിദ്ധാന്തങ്ങളിലും കഷണ്ടിത്തല സിദ്ധാന്തം തെറ്റാണെന്നു തെളിയിക്കാൻ കഴിയും. എന്നാൽ ഇവയിലധികവും അസ്ഥിരവും തമോദ്വാരത്തിൽ നിന്ന് അകലെ സംരക്ഷിക്കപ്പെടുന്ന കൂടുതൽ ക്വാണ്ടം സംഖ്യകളെ നല്കാത്തതുമാണ്. അങ്ങനെ വരുമ്പോൾ നാലു മാനങ്ങളാണെന്ന് നാം വിശ്വസിക്കുന്നതും ഏറെക്കുറെ പരന്നതുമായ നമ്മുടെ പ്രപഞ്ചത്തിൽ കഷണ്ടിത്തല സിദ്ധാന്തം ശരിയാകേണ്ടതാണ്. എന്നാൽ കഷണ്ടിത്തല സിദ്ധാന്തത്തെ കാൾടെക്കിലെ ശാസ്ത്രജ്ഞനായ ജോൺ പ്രെസ്കിൽ ചോദ്യം ചെയ്തിരുന്നു. 1997 ൽ പ്രെസ്കിലുമായി സ്റ്റീഫൻ ഹോക്കിങും, കിപ്തോണും ഈ വിഷയത്തിൽ ഒരു വാതുവയ്പ്പ് നടത്തി. ഹോക്കിങ് വികിരണത്തിലൂടെ (ക്വാണ്ടം പ്രഭാവം വഴി ഒരു തമോദ്വാരം പുറപ്പെടുവിക്കുന്ന ബ്ലാക് ബോഡി വർണ്ണ ശ്രേണിയിലെ താപവികിരണങ്ങളാണ് ഹോക്കിങ് വികിരണങ്ങൾ. 1974 ൽ സ്റ്റീഫൻ ഹോക്കിങ് ഇതിന്റെ നിലനില്പിനെപ്പറ്റി തെളിവ് നല്കി) പുറത്തു വരുന്ന വിവരങ്ങൾ തമോദ്വാരത്തിനകത്തുവെച്ച് പുതുതായി സൃഷ്ടിക്കപ്പെട്ടതാണെന്ന് ഹോക്കിങ്ങും തോണും വാദിച്ചപ്പോൾ അകത്തേക്കു പോയ വസ്തുക്കളുടെ ക്വാണ്ടം അവസ്ഥയെക്കുറിച്ചുള്ള വിവരങ്ങൾ നഷ്ടമാകുന്നില്ലെന്നും പുറത്തുവരുന്ന കണങ്ങൾ അതേ ക്വാണ്ടം അവസ്ഥയിൽ ആയിരിക്കുമെന്നും പ്രെസ്കിൽ വാദിച്ചു. യൂക്ലിഡിയൻ പാത്ത് ഇന്റഗ്രൽ എന്ന ഗണിത സങ്കേതമുപയോഗിച്ചുള്ള കൂടുതൽ പഠനങ്ങളിലൂടെ തന്റെ വാദം ശരിയല്ലെന്ന നിഗമനത്തിലാണ് ഹോക്കിങ് ഒടുവിൽ എത്തിച്ചേർന്നത്. കഷണ്ടിത്തല സിദ്ധാന്തം തെറ്റാണെന്നാണ് ഇതിലൂടെ ഹോക്കിങ് സമ്മതിച്ചത്. എന്നാൽ തോൺ തന്റെ വാദത്തിൽ ഉറച്ചുതന്നെ നിന്നു. കഷണ്ടിത്തല സിദ്ധാന്തം തെറ്റാണെന്ന ഹോക്കിങ്ങിന്റെ വാദത്തെ ശാസ്ത്രലോകവും അംഗീകരിച്ചിട്ടില്ല.

സംഭവ ചക്രവാളവും വൈചിത്ര്യ ബിന്ദുവും

സംഭവ ചക്രവാളത്തിന്റെ സാന്നിദ്ധ്യമാണ് തമോദ്വാരങ്ങളെ മറ്റു സാധാരണ ദ്രവ്യ പിണ്ഡങ്ങളിൽ നിന്ന് വ്യത്യസ്തമാക്കുന്നത്. സ്ഥല കാലങ്ങളുടെ ഈ അതിർത്തിക്കപ്പുറത്തു നടക്കുന്ന സംഭവങ്ങളൊന്നും ഒരു ബാഹ്യനിരീക്ഷകനെ യാതൊരു തരത്തിലും ബാധിക്കില്ല. സാമാന്യ ആപേക്ഷികതയനുസരിച്ച് പിണ്ഡമുള്ള വസ്തുക്കളുടെ സാന്നിദ്ധ്യം അതു നിലനില്ക്കുന്ന സ്ഥലകാലങ്ങളെ വികലമാക്കും. തമോദ്വാരത്തിന്റെ സംഭവ ചക്രവാളത്തിനടുത്ത് സ്ഥലകാലങ്ങൾ പുറത്തേക്കു പാതകളൊന്നുമില്ലാത്തത്ര വികലമാക്കപ്പെടും. ഇതിനകത്തെത്തിക്കഴിഞ്ഞാൽ കേന്ദ്രത്തിലേക്കു പോവുക മാത്രമേ ഒരു കണികയ്ക്കു വഴിയുള്ളൂ. ദൂരെയുള്ള നിരീക്ഷകന് സംഭവചക്രവാളത്തിൽ കാലപ്രവാഹം മന്ദഗതിയിലായാണ് അനുഭവപ്പെടുന്നത്. തമോദ്വാരത്തിലേക്ക് വീഴുന്ന വസ്തുക്കളുടെ വേഗത കുറയുന്നതായും അവ സംഭവ ചക്രവാളത്തിലെത്താൻ അനന്തം സമയമെടുക്കുന്നതായും അനുഭവപ്പെടും. ഇതിനടുത്തുള്ള എല്ലാ പ്രക്രിയകളും ഒരുപോലെ മന്ദഗമനം പ്രദർശിപ്പിക്കുന്നതുകൊണ്ട് അവിടെ നിന്നുള്ള പ്രകാശം ചുവന്നതും മങ്ങിയതുമായാണ് കാണപ്പെടുന്നത്. ഗ്രാവിറ്റേഷണൽ റെഡ്-ഷിഫ്റ്റിങ് എന്നാണ് ഈ പ്രതിഭാസം അറിയപ്പെടുന്നത്. ഒരു പരിധികഴിഞ്ഞാൽ സംഭവ ചക്രവാളത്തിലേക്ക് വീഴുന്ന വസ്തു കാണാനാവാത്ത വിധം മങ്ങുന്നു. അതിനാൽ സംഭവ ചക്രവാളത്തിലെത്തുന്നതിന് തൊട്ടുമുമ്പ് വസ്തു അദൃശ്യമാകുന്നു. ഭ്രമണം ചെയ്യാത്ത തമോദ്വാരത്തിന്റെ സംഭവ ചക്രവാളത്തിന്റെ പരിധി ഷ്വാർസ്ചൈൽഡ് ആരമാണ്. ഒരു വസ്തുവിന്റെ ഷ്വാർസ്ചൈൽഡ് ആരം അതിന്റെ പിണ്ഡത്തിന് ആനുപാതികമാണ്. എന്നാൽ ഭ്രമണം ചെയ്യുന്ന തമോദ്വാരങ്ങളുടെ സംഭവ ചക്രവാളം ഗോളീയമല്ലാത്തതും വികലവുമാണ്. സംഭവ ചക്രവാളം യഥാർത്ഥത്തിലുള്ള ഒരതിർത്തിയല്ലാത്തതിനാൽ ദ്രവ്യത്തെയും വികിരണങ്ങളെയും ഇതിനകത്തേക്ക് വീഴുന്നതിൽ നിന്നും തടഞ്ഞുനിർത്താൻ കഴിയില്ല. പക്ഷേ, ഉള്ളിൽ വീഴുന്ന ഒന്നിനും പുറത്തുകടക്കാൻ കഴിയില്ല. സാമാന്യ ആപേക്ഷികത ഉപയോഗിച്ചുള്ള തമോദ്വാരത്തിന്റെ വിശദീകരണം യഥാർത്ഥത്തിൽ കൃത്യമല്ലെന്നുമാത്രമല്ല അതിന്റെ സവിശേഷതകൾ കൃത്യമായി വിശദീകരിക്കണമെങ്കിൽ ക്വാണ്ടം ഗുരുത്വപ്രഭാവങ്ങൾക്ക് സംഭവ ചക്രവാളത്തിനടുത്ത് പ്രാധാന്യമുണ്ടെന്നും തിരിച്ചറിയേണ്ടതുണ്ട്.

തമോദ്വാരത്തിന്റെ കേന്ദ്രത്തിൽ പദാർത്ഥ സാന്ദ്രത, ഗുരുത്വബലം, ഇതുണ്ടാക്കുന്ന സ്ഥലകാലങ്ങളുടെ വക്രത എന്നിവ അനന്തമാണ്. അതായത് തമോദ്വാരത്തിന്റെ പിണ്ഡം മുഴുവൻ വ്യാപ്തം പൂജ്യമായ ഒരു മേഖലയിലേക്ക് ചുരുങ്ങുന്നു. ഇങ്ങനെ വ്യാപ്തം പൂജ്യമായതും സാന്ദ്രത അനന്തമായതുമായ ഈ മേഖലയാണ് വൈചിത്ര്യം അഥവാ സിംഗുലാരിറ്റി എന്നറിയപ്പെടുന്നത്. ഭ്രമണം ചെയ്യാത്ത ഒരു തമോദ്വാരത്തി

ന്റെ സിംഗുലാരിറ്റിയുടെ നീളം, വീതി, ഉയരം എന്നിവയെല്ലാം പൂജ്യമായിരിക്കും. അഥവാ ഇത്തരം തമോദ്വാരങ്ങളുടെ വൈചിത്ര്യം ഒരു ബിന്ദുവായിരിക്കും. എന്നാൽ ഭ്രമണം ചെയ്യുന്ന തമോദ്വാരങ്ങളുടെ സിംഗുലാരിറ്റി വ്യാപിച്ച് വലയരൂപത്തിലാകുന്നു. ഈ വലയം തമോദ്വാരത്തിന്റെ ഭ്രമണത്തിന്റെ തലത്തിലായിരിക്കും. എന്നാൽ ഈ വലയത്തിന് വീതിയില്ലാത്തതിനാൽ ഇതിന്റെ വ്യാപ്തം പൂജ്യമായിരിക്കും. സാമാന്യ ആപേക്ഷികതയിൽ സിംഗുലാരിറ്റികൾ പ്രത്യക്ഷപ്പെടുന്നത് സിദ്ധാന്തത്തിന്റെ പരാജയത്തെയാണ് സൂചിപ്പിക്കുന്നത്. എന്നാൽ ഇതത്ര അദ്ഭുതാവഹമൊന്നുമല്ല, കാരണം ഉയർന്ന സാന്ദ്രതയുള്ള ഇത്തരം വ്യവസ്ഥകളിൽ ക്വാണ്ടം മെക്കാനിക്സിന് മാത്രം വിശദീകരിക്കാൻ കഴിയുന്ന ചില തലങ്ങളുണ്ടെന്നുള്ളതും പ്രധാനമാണ്. ക്വാണ്ടം ഭൗതികത്തെയും ഗുരുത്വാകർഷണ സിദ്ധാന്തങ്ങളെയും വിജയകരമായി സംയോജിപ്പിക്കാൻ ഇതുവരെ ഭൗതിക ശാസ്ത്രജ്ഞർക്കു കഴിഞ്ഞിട്ടില്ല. ക്വാണ്ടം ഗ്രാവിറ്റി സിദ്ധാന്തങ്ങൾ അതിന്റെ പണിപ്പുരയിലാണിപ്പോഴുള്ളത്. ക്വാണ്ടം ഗുരുത്വ സിദ്ധാന്തങ്ങളിലെ തമോദ്വാരങ്ങൾക്ക് സിംഗുലാരിറ്റികൾ ഉണ്ടാവില്ലെന്നാണ് കരുതപ്പെടുന്നത്.

ഭ്രമണം ചെയ്യുന്ന തമോദ്വാരങ്ങൾക്കു ചുറ്റും വസ്തുക്കൾക്ക് നിശ്ചലമായി നിൽക്കാൻ കഴിയാത്ത ഒരു മേഖലയുണ്ടാകും. എർഗോസ്ഫിയർ (Ergosphere) എന്നാണീ മേഖല അറിയപ്പെടുന്നത്. ഫ്രെയിം ഡ്രാഗിങ് എന്ന പ്രതിഭാസം കാരണമാണിത് സംഭവിക്കുന്നത്. ഭ്രമണം ചെയ്യുന്ന വസ്തുക്കളെല്ലാം അവയ്ക്കു ചുറ്റുമുള്ള സ്ഥലകാലങ്ങളെ തങ്ങളോടൊപ്പം വലിച്ചിഴയ്ക്കുന്നുവെന്നാണ് സാമാന്യ ആപേക്ഷികത പറയുന്നത്. അതിനാൽ ഭ്രമണം ചെയ്യുന്ന വസ്തുവിനു ചുറ്റുമുള്ള വസ്തുക്കളും അതിനൊപ്പം ചലിക്കാൻ ആരംഭിക്കുന്നു. ഭ്രമണം ചെയ്യുന്ന തമോദ്വാരങ്ങളുടെ ചുറ്റുമുള്ള സ്ഥലകാലത്തിൽ ഈ പ്രഭാവം അത്യധികം ശക്തമായതിനാൽ ഇവയ്ക്ക് ചുറ്റുമുള്ള വസ്തുക്കൾ ഇങ്ങനെ ചലിക്കാതിരിക്കാൻ വിപരീത ദിശയിൽ പ്രകാശത്തേക്കാൾ വേഗത്തിൽ സഞ്ചരിക്കേണ്ടി വരും. എർഗോസ്ഫിയറിന്റെ ഉള്ളിലെ അതിർത്തി സംഭവ ചക്രവാളമാണ്. പുറമെയുള്ള അതിർത്തിക്ക് പരന്ന ഗോളാകൃതിയാണുള്ളത്. ധ്രുവങ്ങളിൽ ഗോളാഭം സംഭവ ചക്രവാളത്തെ സ്പർശിക്കുന്നു. എന്നാൽ മദ്ധ്യരേഖയ്ക്കടുത്ത് ഗോളാഭത്തിന്റെ വീതി അധികമാണ്. എർഗോസ്ഫിയറിനുള്ളിൽ സ്ഥലകാലങ്ങൾ പ്രകാശത്തിലും വേഗത്തിൽ വലിച്ചിഴയ്ക്കപ്പെടുന്നു. വസ്തുക്കളെ പ്രകാശത്തിലും വേഗത്തിൽ സഞ്ചരിക്കുന്നതിൽ നിന്ന് ആപേക്ഷികത വിലക്കുന്നുണ്ടെങ്കിലും സ്ഥലകാലത്തെ മറ്റുള്ള സ്ഥലകാലത്തിലെ മറ്റു മേഖലകളെ അപേക്ഷിച്ച് പ്രകാശത്തിലും വേഗത്തിൽ നീങ്ങാൻ അനുവദിക്കുന്നുണ്ട്. എർഗോസ്ഫിയറിനുള്ളിലെ വസ്തുക്കൾക്ക് സംഭവ ചക്രവാളത്തിനുള്ളിലേക്ക് വീഴാതിരിക്കാൻ സാധിക്കുമെങ്കിലും നിശ്ചലമായിരിക്കാനാവില്ല.

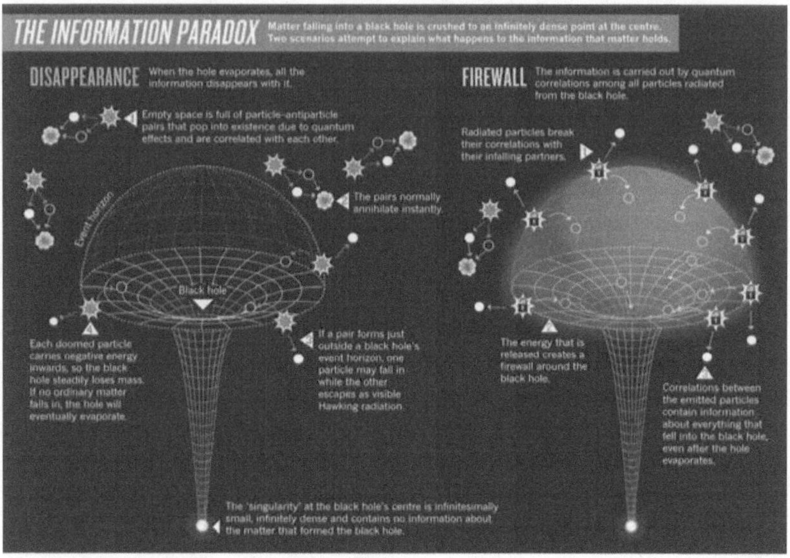

എർഗോസ്ഫിയറിനുള്ളിൽ നിന്ന് രക്ഷപ്പെടാനും ചിലപ്പോൾ സാധിച്ചേക്കും. പെന്റോസ് പ്രക്രിയ വഴി തമോദ്വാരത്തിന്റെ ഭ്രമണം മൂലമുള്ള ഗതികോർജ്ജത്തിന്റെ ഒരു ഭാഗം സ്വായത്തമാക്കുക വഴിയാണിത്. ധാരാളം പിണ്ഡം ഇങ്ങനെ പുറത്തുപോവുകയാണെങ്കിൽ തമോദ്വാരത്തിന്റെ ഭ്രമണം അവസാനിക്കാൻ ഇതു കാരണമാകും.

തമോദ്വാരങ്ങളുടെ വർഗ്ഗീകരണവും നഗ്ന വൈചിത്ര്യങ്ങളും.

ഏറ്റവും സങ്കീർണത കുറഞ്ഞ തമോദ്വാരങ്ങൾ പിണ്ഡമുള്ളവയും കോണീയ സംവേഗമില്ലാത്തവയുമാണ്. 1915 ൽ ഇവയെക്കുറിച്ചുള്ള ഐൻസ്റ്റൈൻ ക്ഷേത്ര സമവാക്യങ്ങളുടെ നിർദ്ധാരണം കണ്ടെത്തിയ കാൾ ഷ്വാർസ്ചൈൽഡിന്റെ ബഹുമാനാർത്ഥം ഷ്വാർസ്ചൈൽഡ് തമോദ്വാരങ്ങൾ എന്നാണിവ അറിയപ്പെടുന്നത്. ഇതിനുശേഷം കൂടുതൽ ഭൗതിക ഗുണങ്ങളുള്ള തമോദ്വാരങ്ങൾക്കുള്ള നിർദ്ധാരണവും കണ്ടുപിടിക്കപ്പെട്ടു. ചാർജ്ജുള്ള തമോദ്വാരങ്ങളെ റൈസ്നർ–നോൺഡ്സ്ട്രോം മെട്രിക് വിശദീകരിക്കുമ്പോൾ കെർ മെട്രിക്, ഭ്രമണം ചെയ്യുന്ന തമോദ്വാരങ്ങളെ വിശദീകരിക്കുന്നു. സ്ഥലകാലത്തിലുള്ള തമോദ്വാരത്തിനുള്ള നിർദ്ധാരണമാണ് കെർ–ന്യൂമാൻ മെട്രിക്. ചാർജ്ജും ഭ്രമണവും ഉൾക്കൊള്ളുന്ന തമോദ്വാരത്തിന്റെ പിണ്ഡത്തിന് (M) ഏതു വിലയും സ്വീകരിക്കാനാവുമെങ്കിലും ചാർജ്ജ് (Q), കോണീയ സംവേഗം (J) എന്നിവയുടെ വിലകൾക്ക് പിണ്ഡം പരിധി നിശ്ചയിക്കുന്നു. ഈ മൂന്ന് ഭൗതിക ഗുണങ്ങളുടെ വിലയും ചേർന്ന് Q2+(J/M)2<- M2 എന്ന അ

സമീകരണം പാലിക്കേണ്ടതുണ്ട്. ഇതുപാലിക്കാത്ത നിർദ്ധാരണങ്ങളും ഐൻസ്റ്റൈൻ സമവാക്യങ്ങളിലുണ്ടെങ്കിലും അവയ്ക്ക് ചക്രവാളം ഉണ്ടാകുന്നതല്ല. മറ്റൊരു തരത്തിൽ പറഞ്ഞാൽ ഇവയുടെ വൈചിത്ര്യം നഗ്നമായിരിക്കും. എന്നാൽ നഗ്ന വൈചിത്ര്യങ്ങൾക്ക് (Naked Singularities) നിലനില്പില്ലെന്നാണ് പൊതുവെ കരുതപ്പെടുന്നത്. റോജർ പെൻറോസിന്റെ കോസ്മിക് സെൻസർഷിപ്പ് പരികല്പന നഗ്ന വൈചിത്ര്യങ്ങളുടെ സാദ്ധ്യത തള്ളിക്കളയുന്നുമുണ്ട്. നക്ഷത്ര സങ്കോചം മൂലമുണ്ടാകുന്ന തമോദ്വാരങ്ങൾ നക്ഷത്രങ്ങളെപ്പോലെതന്നെ ചാർജ്ജ് വളരെ കുറഞ്ഞവയായിരിക്കുമെന്ന് കരുതപ്പെടുന്നു. എന്നാൽ മിക്ക ജ്യോതിശാസ്ത്ര വസ്തുക്കളും ഭ്രമണം ചെയ്യുന്നവയാണ്. തമോദ്വാരമെന്ന് കരുതപ്പെടുന്ന ദ്വന്ദ്വ എക്സ്-റേ പ്രഭവകേന്ദ്രമായ GRS 1915+105 അനുവദനീയമായ കൂടിയ വിലയോടടുത്തുള്ള കോണീയ സംവേഗമുള്ള ജ്യോതിശാസ്ത്ര വസ്തുവാണ്.

സംഭവ ചക്രവാളത്തിന്റെ ആരമായ ഷ്വാർസ്ചൈൽഡ് ആരം തമോദ്വാരത്തിന്റെ വലിപ്പത്തിന്റെ സൂചകമാണ്. ഷ്വാർസ്ചൈൽഡ് ആരം തമോദ്വാരത്തിന്റെ പിണ്ഡത്തിന് ആനുപാതികമാണ്. പിണ്ഡമനുസരിച്ച് തമോദ്വാരങ്ങളെ തരംതിരിച്ചിരിക്കുന്നത് നോക്കുക.

സൂപ്പർമാസീവ് ബ്ലാക്ഹോൾ

സൗരപിണ്ഡത്തിന്റെ ($2.85X10^{30}$ Kg) ലക്ഷം മടങ്ങുമുതൽ ആയിരം കോടി ഇരട്ടിവരെ പിണ്ഡമുള്ളവയാണ് അതിസ്ഥൂല തമോദ്വാരങ്ങൾ (Super massive black holes). ക്ഷീരപഥമടക്കമുള്ള മിക്ക ഗാലക്സികളുടെയും കേന്ദ്രത്തിലും ക്വാസാറുകളിലും ഇവ കാണപ്പെടുന്നു. OJ 287 ആണ് ഇതുവരെ അറിയപ്പെട്ടതിൽ വച്ച് ഏറ്റവും വലിയ തമോദ്വാരം. ഇതിന് സൂര്യന്റെ 1800 കോടി ഇരട്ടി പിണ്ഡമുണ്ട്.

ഇന്റർ മീഡിയറ്റ് ബ്ലാക് ഹോൾ

സൂര്യന്റെ ആയിരം ഇരട്ടിയോളം പിണ്ഡമുള്ള ഇവ ശക്തിയേറിയ എക്സ്-റേ സ്രോതസ്സുകളാണ്. ഗോളീയ താരാവ്യൂഹങ്ങളുടെ കേന്ദ്രങ്ങളിൽ നടക്കുന്ന പിണ്ഡം കുറഞ്ഞ തമോദ്വാരങ്ങളുടെ സംഘട്ടനത്തിലൂടെയാവാം ഇവ രൂപപ്പെടുന്നതെന്നും കരുതുന്നു.

സ്റ്റെല്ലാർ ബ്ലാക്ക് ഹോൾ

1.4 സൗരപിണ്ഡത്തിനും 3.0 സൗരപിണ്ഡത്തിനും ഇടയിലും കൂടിയത് 15 മുതൽ 20 വരെ സൗരപിണ്ഡം വരെയുമുള്ള തമോദ്വാരങ്ങളാണ് താരകീയ തമോദ്വാരങ്ങൾ (Stellar black holes). നക്ഷത്രങ്ങളുടെ സങ്കോചവും ദ്വന്ദ്വ ന്യൂട്രോൺ താരങ്ങളുടെ കൂടിച്ചേരലും വഴിയാണ് ഇവ രൂപംകൊള്ളുന്നത്.

മൈക്രോ ബ്ലാക്ക് ഹോൾ

ക്വാണ്ടം ഗുരുത്വ സിദ്ധാന്തമനുസരിച്ച് ഉന്നത ഊർജ്ജമുള്ള കോസ്മിക് കിരണങ്ങൾ അന്തരീക്ഷത്തിലെത്തുമ്പോഴും കണികാത്വരത്രങ്ങളിൽ നടക്കുന്ന കണികാ സംഘട്ടന വേളയിലും രൂപം കൊള്ളുന്ന സൂക്ഷ്മ തമോദ്വാരങ്ങൾക്ക് നക്ഷത്ര സങ്കോചവുമായി ബന്ധമൊന്നുമില്ല. ഹോക്കിങ് വികിരണസിദ്ധാന്ത പ്രകാരം ഇവ നിമിഷാർദ്ധങ്ങൾക്കകം ബാഷ്പീകരിക്കപ്പെടും.

തമോദ്വാരങ്ങളുടെ അദ്ഭുതകരമായ സവിശേഷതകൾ പരിഗണിക്കുമ്പോൾ ഇത്തരം വസ്തുക്കൾ യഥാർത്ഥത്തിൽ ഉണ്ടായിരിക്കുമോ എന്നു സംശയമുണ്ടാകാം. ഇവ ഐൻസ്റ്റൈൻ സിദ്ധാന്തങ്ങളുടെ സൈദ്ധാന്തികമായ നിർദ്ധാരണം മാത്രമാണെന്ന് തോന്നാനിടയുണ്ട്. തമോദ്വാരങ്ങൾ രൂപം കൊള്ളില്ലെന്നു തന്നെയായിരുന്നു ഐൻസ്റ്റൈനും കരുതിയിരുന്നത്. തമോദ്വാരത്തിലേക്ക് വീഴുന്ന വസ്തുക്കളുടെ കോണീയ സംവേഗം ഒരു പരിധി കഴിഞ്ഞാൽ അവയ്ക്ക് സ്ഥിരത നല്കുമെന്ന് അദ്ദേഹം കരുതി. മിക്ക ഭൗതിക ശാസ്ത്രജ്ഞരും ആദ്യകാലത്ത് ഈ വീക്ഷണത്തെ പിന്താങ്ങിയെങ്കിലും ചിലരെങ്കിലും അപ്പോഴും തമോദ്വാരങ്ങൾ യഥാർത്ഥ വസ്തുക്കളാണെന്ന് വാദിച്ചുപോന്നു. 1960 കളുടെ അവസാനമായപ്പോഴേക്കും സംഭവചക്രവാള രൂപീകരണത്തിന് ഭൗതികമായ തടസ്സങ്ങളൊന്നുമില്ലെന്ന് ഭൗതിക ശാസ്ത്രജ്ഞർക്ക് ബോദ്ധ്യപ്പെട്ടു. സംഭവ ചക്രവാളം രൂപീകൃതമായാൽ അതിനുള്ളിൽ ഒരു വൈചിത്ര്യം രൂപപ്പെടുമെന്ന് റോജർ പെൻറോസ് തെളിയിച്ചു. അദിശമണ്ഡലങ്ങളോ അദ്ഭുത സ്വഭാവമുള്ള ദ്രവ്യത്തിന്റെ സാന്നിദ്ധ്യമോ ഇല്ലാത്ത പക്ഷം മഹാവിസ്ഫോടനം സംബന്ധിയായ പ്രപഞ്ചശാസ്ത്രത്തിലെ നിർദ്ധാരണങ്ങളിലും വൈചിത്ര്യങ്ങളുണ്ടാകുമെന്ന് സ്റ്റീഫൻ ഹോക്കിങ്ങും തെളിയിച്ചു. കെർ നിർദ്ധാരണം, കഷണ്ടിത്തല സിദ്ധാന്തം, തമോദ്വാര താപഗതിക നിയമങ്ങൾ എന്നിവ തമോദ്വാരങ്ങളുടെ ഭൗതിക ഗുണങ്ങൾ സരളവും ലളിതവുമാണെന്ന് തെളിയിച്ചു. കൂടുതൽ കൂടുതൽ ഭൗതിക ശാസ്ത്രജ്ഞർ തമോദ്വാരങ്ങളെക്കുറിച്ച് പഠിക്കാനാരംഭിച്ചു. നക്ഷത്രങ്ങളുടെയും മറ്റു പിണ്ഡമേറിയ വസ്തുക്കളുടെയും ഗുരുത്വാകർഷണ ഫലമായുണ്ടാകുന്ന സങ്കോചം വഴിയാണ് സാധാരണയായി തമോദ്വാരങ്ങൾ ഉണ്ടാകുന്നതെന്ന് കരുതപ്പെടുന്നു. എങ്കിലും മറ്റു പ്രതിഭാസങ്ങളും തമോദ്വാരങ്ങൾ സൃഷ്ടിക്കാൻ കാരണമാകുന്നുണ്ട്. ഉയർന്ന സാന്ദ്രതയ്ക്ക് കാരണമാകുന്ന ഉന്നത ഊർജ്ജ സംഘട്ടനങ്ങളും തമോദ്വാരങ്ങളെ സൃഷ്ടിക്കുന്നുണ്ട്. എന്നാൽ ഇന്നുവരെ ഇത്തരം സംഭവങ്ങൾ നിരീക്ഷിക്കാൻ കഴിഞ്ഞിട്ടില്ല.

സ്റ്റീഫൻ ഹോക്കിങ്ങിന്റെ വാദമനുസരിച്ച് സംഭവചക്രവാളം യഥാർത്ഥമല്ല. വീക്ഷണ ചക്രവാളമാണ് ശരി. അവിടെ നിന്ന് വിവരങ്ങളും ഊർജ്ജവും നഷ്ടപ്പെടുന്നില്ല. വീക്ഷണ ചക്രവാളം എപ്പോഴും സംഭവ

ചക്രവാളത്തിനുള്ളിലുമായിരിക്കും. അങ്ങനെ വരുമ്പോൾ പോയിന്റ് ഓഫ് നോ റിട്ടേൺ എന്നു പറയുന്ന സംഭവ ചക്രവാളത്തിന്റെ പ്രസക്തി നഷ്ടമാകുന്നു. സംഭവ ചക്രവാളമില്ലെങ്കിൽ പിന്നെ തമോദ്വാരവുമില്ല. നഗ്ന വൈചിത്ര്യങ്ങൾ റോജർ പെൻറോസിന്റെ കോസ്മിക് സെൻസർഷിപ്പിൽ കുരുങ്ങിക്കിടക്കുകയാണല്ലോ. സ്റ്റീഫൻ ഹോക്കിങ്ങിന് ഇനിയും സമയമുണ്ടെന്നു വേണം കരുതാൻ. ന്യൂട്ടനും ഐൻസ്റ്റൈനുമെല്ലാം ഇതുപോലെ നിരവധി അബദ്ധങ്ങളിൽ ചെന്നു ചാടിയവരാണ്. എന്നാൽ അവരുടെ പ്രതിഭയ്ക്കു മുന്നിൽ അബദ്ധങ്ങളെല്ലാം ശാസ്ത്രലോകം വിസ്മരിക്കുകയാണുണ്ടായത്.

എം–തിയറി പറയുന്നു...
പ്രപഞ്ചമല്ല, ഇനി പ്രപഞ്ചങ്ങൾ!

"May be nature is fundamentally ugly, Chaotic and complicated. But if it is like that, then I want out."

അന്വേഷണങ്ങളുടെയും കണ്ടെത്തലുകളുടെയും വഴിയാണ് ശാസ്ത്രത്തിന്റെ രീതിയും സമീപനവും. അതുകൊണ്ടുതന്നെ ഒരു ശാസ്ത്രസിദ്ധാന്തം രൂപീകരിക്കുന്നതിന് മുമ്പ് നിരവധി കടമ്പകൾ കടന്നുപോകേണ്ടതുണ്ട്. അങ്ങനെ വരുമ്പോൾ ഇന്നലെ വരെ ശാസ്ത്രസത്യങ്ങളായി കരുതിയിരുന്ന സിദ്ധാന്തങ്ങളും പരികല്പനകളും പലതും നിരാകരിക്കേണ്ടതായോ കൂട്ടിച്ചേർക്കലുകൾ വരുത്തേണ്ടതായോ ഉണ്ടാകും. ശാസ്ത്രത്തിൽ ആത്യന്തിക സത്യങ്ങളോ അപ്രമാദിത്യമുള്ള വേദഗ്രന്ഥങ്ങളോ ഇല്ല. വിശ്വസ്രഷ്ടാവ് നിർമ്മിച്ച്, നിയന്ത്രിച്ചിരുന്ന ലോകത്തിൽനിന്ന് തുടക്കവും ഒടുക്കവുമില്ലാത്ത സ്ഥിര സ്ഥിതി പ്രപഞ്ചമാതൃക ശാസ്ത്രലോകത്തിന് സ്വീകാര്യമായത് അങ്ങനെയാണ്. ഈ മാതൃകയ്ക്കും അധികകാലം നിലനില്പുണ്ടായില്ല. സ്ഥലകാലങ്ങൾ ഒരു ബിന്ദുവിൽ നിന്നാരംഭിക്കുന്ന മഹാവിസ്ഫോടന സിദ്ധാന്തം പിന്നീട് ആ

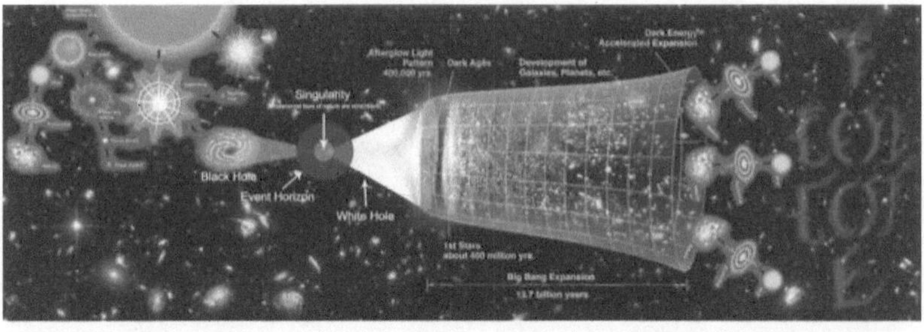

വിർഭവിച്ചു. സ്ഥലകാലങ്ങളുടെ ഈ വൈചിത്ര്യത്തിനും ഇനി അധിക കാലം ആയുസ്സുണ്ടാകുമെന്നു കരുതാനാവില്ല. 'മഹാവിസ്ഫോടനത്തിനു മുൻപ്' എന്ന പ്രയോഗം റോജർ പെൻറോസിനെപ്പോലെയുള്ള ഗണിതശാസ്ത്രജ്ഞർ ഉപയോഗിക്കാൻ തുടങ്ങിയിട്ടുണ്ട്. എല്ലാം, സ്ഥലവും കാലവുമെല്ലാം മഹാവിസ്ഫോടനത്തിൽ ആരംഭിക്കുന്നുവെന്ന് ഉരുവിട്ട് പഠിച്ച, സാമാന്യ മസ്തിഷ്കത്തിന് ദഹനക്കേടുണ്ടാക്കുന്ന പ്രസ്താവനയാണിതെങ്കിലും ഡബ്ല്യു-മാപ് സ്പേസ് ക്ലാഫ്റ്റുപയോഗിച്ച് പരഭാഗ വികിരണങ്ങളിൽ നടത്തിയ പഠനങ്ങൾ മഹാവിസ്ഫോടനം സർവ്വതിന്റെയും തുടക്കമല്ല എന്ന നിഗമനത്തിലേക്കുതന്നെയാണ് വിരൽ ചൂണ്ടുന്നത്.

പ്രപഞ്ച പഠനത്തിനുപയോഗിക്കാവുന്ന രണ്ടു ടൂളുകളാണ് ആപേക്ഷികതയും ക്വാണ്ടം ഭൗതികവും. ആപേക്ഷികത സ്ഥൂല പ്രപഞ്ചത്തിന്റെ ചര്യകൾ വിവരിക്കുന്നതിൽ സമ്പൂർണ്ണ വിജയമാണെങ്കിലും അതിന് സൂക്ഷ്മ പ്രപഞ്ചത്തിന്റെ അനിശ്ചിത സ്വഭാവം വഴങ്ങില്ല. സൂക്ഷ്മ പ്രപഞ്ചം സംസാരിക്കുന്നത് ക്വാണ്ടം ഭൗതികത്തിന്റെ ഭാഷയാണ്. സ്ഥൂലമെന്നും സൂക്ഷ്മമെന്നുമുള്ള വ്യത്യാസമില്ലാതെ പ്രപഞ്ചത്തെക്കുറിച്ചു പഠിക്കുന്നതിന് ഈ രണ്ടു പ്രമാണങ്ങളെയും സംയോജിപ്പിക്കേണ്ടത് അനിവാര്യമാണ്. അതിനാദ്യം വേണ്ടത് പ്രപഞ്ചത്തിലെ അടിസ്ഥാന ബലങ്ങളെ ഒരു കുടക്കീഴിലാക്കുകയാണ്. എന്നാൽ ഇതത്ര എളുപ്പമൊന്നുമല്ല. ശക്ത ന്യൂക്ലിയർ ബലം, ക്ഷീണ ന്യൂക്ലിയർ ബലം, വൈദ്യുത കാന്തിക ബലം, ഗുരുത്വ ബലം എന്നീ നാല് അടിസ്ഥാന ബലങ്ങളാണ് പ്രപഞ്ചത്തിലുള്ളത്. ഗണിതപരമായി നിലനില്ക്കുന്ന നിരവധി പ്രപഞ്ചസിദ്ധാന്തങ്ങൾ അടിസ്ഥാന ബലങ്ങളെ സംയോജിപ്പിക്കുന്നതിനുവേണ്ടി പ്രതിഭാശാലികളായ ഗണിതശാസ്ത്രജ്ഞർ ഇതിനകം രൂപപ്പെടുത്തുകയോ ചില സിദ്ധാന്തങ്ങളുടെ പണിപ്പുരയിലോ ആണ്. പ്രപഞ്ചത്തെക്കുറിച്ചുള്ള ഇത്തരം ഗണിതശാസ്ത്ര സിദ്ധാന്തങ്ങളുടെ ഒരു കൂട്ടത്തെ ക്വാണ്ടം ഗ്രാവിറ്റി എന്നു വിളിക്കാം. സ്റ്റീഫൻ ഹോക്കിങ്ങിന്റെ അഭിപ്രായത്തിൽ ക്വാണ്ടം സകലതിന്റെയും സമ്പൂർണ്ണ സിദ്ധാന്തമാണ്. നിങ്ങൾക്കു വേണമെങ്കിൽ ക്വാണ്ടം ഗ്രാവിറ്റിയെ ദൈവമെന്നു വിളിക്കാൻ കഴിയും. എന്നാൽ അത് നിങ്ങൾ പ്രതീക്ഷിക്കുന്നതുപോലെ വരങ്ങൾ തരികയും നിങ്ങൾക്കായി പ്രതികാരം നിർവ്വഹിക്കുകയും ചെയ്യുന്ന ഒരു സ്വകാര്യ, പുരുഷ ദേവനല്ല, മറിച്ച് ഒരുകൂട്ടം ഗണിതശാസ്ത്ര പ്രമാണങ്ങളാണ്.

ചരടു സിദ്ധാന്തങ്ങളും (String theories) അവയുടെ വകഭേദങ്ങളും സംസാരിക്കുന്നത് സകലതിന്റെയും സമ്പൂർണ്ണ സിദ്ധാന്തത്തിന്റെ (Theory of Everything) ഭാഷ തന്നെയാണ്. ശുദ്ധ ശൂന്യതയും വൈചിത്ര്യബിന്ദുവുമൊന്നും ആവശ്യമില്ലെങ്കിലും ചരടു സിദ്ധാന്തങ്ങളെ സാധാരണക്കാരന് മനസ്സിലാവുന്ന ഭാഷയിൽ വിശദീകരിക്കുക ഏറെ പ്രയാസകരമാണ്. സ്ഥലകാലങ്ങളുടെ അധികമാനങ്ങളും (Extra

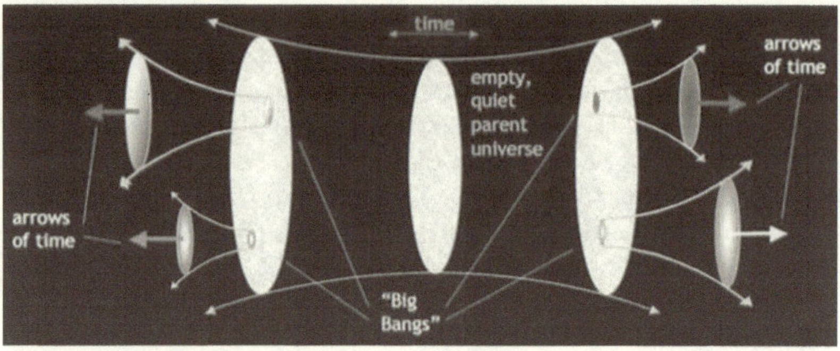

dimensions) പ്രകാശാതിവേഗ കണികകളും (tachyons) ആപേക്ഷിക തയിൽ കുരുങ്ങിക്കിടക്കുന്ന ശാസ്ത്രവിദ്യാർത്ഥിക്കും ദഹനക്കേടുണ്ടാക്കും. ചരടു സിദ്ധാന്തങ്ങളുടെ പരിഷ്കരിച്ച പതിപ്പുകളാണ് സൂപ്പർ സിമട്രിയും സൂപ്പർ ഗ്രാവിറ്റിയും. അടിസ്ഥാന കണങ്ങൾ ബിന്ദുക്കളല്ല, മറിച്ച് അവ ചില ചരടുകളുടെ അഥവാ തന്ത്രികളുടെ (string) കമ്പനമാണെന്നാണ് ഈ സിദ്ധാന്തങ്ങളെല്ലാം അവതരിപ്പിക്കുന്നത്. സ്ഥലകാലങ്ങളുടെ പതിനൊന്ന് മാനങ്ങളിലാണ് ഈ സിദ്ധാന്തങ്ങൾ പ്രവർത്തിക്കുന്നത്. കുറെയേറെ വ്യത്യാസങ്ങളുണ്ടെങ്കിലും ഏറെക്കുറെ സൂപ്പർ ഗ്രാവിറ്റി സിദ്ധാന്തവുമായി ചേർന്നുനില്ക്കുന്ന പ്രപഞ്ചസിദ്ധാന്തമാണ് എം–തിയറി (M- theory). ക്വാണ്ടം ഭൗതികത്തിനും ആപേക്ഷികതയ്ക്കും പോറലേല്പിക്കാതെ പ്രപഞ്ചകഥ പറയാൻ കഴിയുന്ന ഈ സിദ്ധാന്തം ഭൗതിക ശാസ്ത്രജ്ഞരെയും ഗണിതശാസ്ത്രജ്ഞരെയും ഒരുപോലെ തൃപ്തരാക്കുന്നതും ഗണിതപരമായി പൂർണ്ണതയുള്ളതുമാണ്. എന്നാൽ സിദ്ധാന്തം അതിന്റെ പൂർണ്ണ രൂപത്തിലെത്തിയിട്ടില്ല. തീർച്ചയായും ഇതൊരു അത്ഭുത ശിശുവായിരിക്കുമെന്നാണ് ശാസ്ത്രലോകത്തിന്റെ പ്രതീക്ഷ. നാളത്തെ പാഠപുസ്തകങ്ങളിൽ പ്രപഞ്ചകഥയെഴുതുന്നത് എം–തിയറിയുടെ ഭാഷയിലായിരിക്കും എന്ന കാര്യത്തിൽ തർക്കമൊന്നുമില്ല.

ചരടു സിദ്ധാന്തങ്ങളിൽ അവതരിപ്പിക്കുന്നതുപോലെ അടിസ്ഥാന കണങ്ങൾ തന്ത്രികളുടെ കമ്പനമല്ല. മറിച്ച് രണ്ടു മാനങ്ങൾ മാത്രമുള്ള സ്തരങ്ങളുടെ ചലനമാണെന്നതാണ് എം–തിയറിയുടെ കാതൽ. രണ്ടു മാനങ്ങളുള്ള ഒരു പേപ്പർ ഷീറ്റായോ ഒരു ഡ്രമ്മിന്റെ തോലായോ ഈ സ്തരത്തെ പരിഗണിക്കാം. ഗണിതഭാഷയിൽ ഒരു ബിന്ദുവിനെ O-brane എന്നും രേഖയെ 1-brane എന്നും ഒരു സ്തരത്തെ 2-brane എന്നും വിളിക്കാം. അധികമാനങ്ങളെ 3-branes, 4-branes എന്നിങ്ങനെയും വിളിക്കുന്നു. ഇവയെ പൊതുവേ P-branes എന്ന് കണക്കാക്കാം. 'P' എന്നത് ഏത് സംഖ്യയുമാകാം. കൗതുകകരമായ മറ്റൊരു വസ്തുത 'M-Theory' യിലെ 'M' എന്താണെന്ന് നിർവ്വചിക്കപ്പെട്ടിട്ടില്ല എന്നതാണ്. ഈ സിദ്ധാന്തത്തിന്റെ സ്രഷ്ടാവായ എഡ്വിറ്റൻ 'M'ന്റെ നിർവ്വചനം

ബോധപൂർവ്വം ഒഴിവാക്കിയതാണെങ്കിലും 'Membrane' എന്നതിന്റെ ചുരുക്കരൂപമാണ് 'M' എന്നു കരുതാനാണ് ശാസ്ത്രസമൂഹം ഇഷ്ടപ്പെടുന്നത്. സ്തരങ്ങളും തന്ത്രികളെപ്പോലെ തന്നെയാണ് പെരുമാറുന്നത്. എന്നാൽ അവയുടെ ക്രമീകരണത്തിലെ (Compactification) സവിശേഷത കാരണം ഒരു മാനം മാത്രമുള്ള തന്ത്രികളെ സങ്കല്പിക്കുന്നതിനുള്ള പ്രയാസം സ്തരങ്ങൾക്കില്ല. സ്തരങ്ങളും തന്ത്രികളെപ്പോലെ തന്നെയാണ് പെരുമാറുന്നത്. വലിയുകയും ചുരുങ്ങുകയും ചെയ്യാൻ കഴിയുന്ന ഇവയ്ക്ക് സ്ട്രിങ്ങുകളുടെ എല്ലാ സവിശേഷതകളുമുണ്ട്.

പ്രപഞ്ച രഹസ്യങ്ങളുടെ ഒരു സമ്പൂർണ്ണ സിദ്ധാന്തം ആവശ്യമുണ്ടെന്ന് വാശിപിടിക്കുന്നവർ അവസാനമെത്തിച്ചേരുക എം–തിയറിയിലായിരിക്കും. അതോടൊപ്പം ഒരേയൊരു പ്രപഞ്ചമെന്ന (Universe) യാഥാസ്ഥിതിക കാഴ്ചപ്പാടിൽനിന്നും വ്യത്യസ്തമായി നിരവധി പ്രപഞ്ചങ്ങളുടെ (Multiverse) സാദ്ധ്യതയിലേക്കും ഈ സിദ്ധാന്തം വാതിൽ തുറക്കുന്നുണ്ട്. എനർജി ബാരിക്കേഡുകൾ കൊണ്ട് കൃത്യമായി വേർതിരിക്കപ്പെട്ട നിരവധി പ്രപഞ്ചങ്ങൾ, ഒന്നിനുമീതെ മറ്റൊന്നായി നിരവധി പേപ്പറുകൾ അടുക്കിവച്ചിരിക്കുന്നതുപോലെ വിന്യസിക്കപ്പെട്ടിരിക്കുകയാണ്. എന്നാൽ സമാന്തര പ്രപഞ്ചങ്ങളിലേക്കൊരു സഞ്ചാരം സാദ്ധ്യമല്ല. ഊർജ്ജനിലയുടെ അന്തരം തന്നെ കാരണം. എന്നാൽ സമാന്തര പ്രപഞ്ചങ്ങൾ തൊട്ടടുത്തുതന്നെയാണ്.

ഇനി, പരമ്പരാഗത മഹാവിസ്ഫോടന സിദ്ധാന്തത്തിന്റെ എം–തിയറി എങ്ങനെയാണ് നിർവ്വചിക്കപ്പെടുന്നത് എന്ന് നോക്കാം. സ്തരങ്ങൾക്കിടയിലുള്ള ഊർജ്ജത്തിന്റെ (Interbrane force) ഫലമായി ബ്രേയ്നുകൾ കൂട്ടിമുട്ടുന്നതാണ് മഹാവിസ്ഫോടനം. ഇങ്ങനെയുള്ള ഓരോ കൂട്ടിമുട്ടലുകളിലും പ്രപഞ്ചത്തിലെ ഐക്യരൂപമില്ലായ്മകൾ (നക്ഷത്രസമൂഹങ്ങൾ, വാതക പടലങ്ങൾ, ഗ്രഹങ്ങൾ മുതലായവ) നശിപ്പിക്കപ്പെടുകയും പുതിയവയുടെ രൂപീകരണത്തിന് കാരണമാവുകയും ചെയ്യും. കൈകൾ കൂട്ടിയടിക്കുമ്പോൾ ഇരുകൈകളുടെയും പ്രതലങ്ങൾ ഒരേസമയം സന്ധിക്കുന്നതുപോലെ സ്തരങ്ങളുടെ കൂട്ടിമുട്ടലുണ്ടാകുന്ന നേരിയ വ്യതിയാനമാണ് പരഭാഗ വികിരണങ്ങളിൽ (Cosmic Microwave Background) ഉണ്ടാകുന്ന അപശ്രുതിക്ക് കാരണമാകുന്നത്. ഇത്തരമൊരു വിശദീകരണം പരമ്പരാഗത മഹാവിസ്ഫോടന മാതൃകയ്ക്ക് തികച്ചും അന്യമാണ്. ചാക്രിക പ്രപഞ്ചമെന്നോ, ഫിനിക്സ് പ്രപഞ്ചമെന്നോ വിളിക്കാവുന്ന ഏക പ്രപഞ്ച മാതൃകാവാദികളായ ജ്യോതിശാസ്ത്രജ്ഞരിൽ പലരും ഇപ്പോൾ എം–തിയറിയുടെ ആരാധകരാണ്. പ്രതിഭാശാലിയായ ഗണിതശാസ്ത്രജ്ഞൻ സ്റ്റീഫൻ ഹോക്കിങ്ങും എം–തിയറിയുടെ സമാന്തര പ്രപഞ്ചങ്ങളുടെ സാദ്ധ്യതയെ അംഗീകരിക്കുന്നുണ്ട്. ഇനി പ്രപഞ്ചോല്പത്തിയും അതിന്റെ പരിണാമവും എം–തിയറി വിവരിക്കുന്നത് എങ്ങനെയാണെന്ന് പരിശോധിക്കാം.

ഐക്യരൂപമുള്ള സമാന്തര സ്തരങ്ങളുടെ ഇടയിലുണ്ടാകുന്ന

ഊർജ്ജം (Interbrane force), സ്തരങ്ങളിൽ ക്വാണ്ടം ആന്ദോളനങ്ങൾ ശക്തമാകുന്നതോടെ ബ്രേയ്നുകൾ കൂട്ടിമുട്ടുന്നു. ഇതിന് മഹാവിസ് ഫോടനമെന്നു വേണമെങ്കിൽ പറയാം. അത് ഐക്യരൂപമില്ലാത്തതും അതാര്യവുമായ പ്ലാസ്മയുടെ സൃഷ്ടിക്ക് കാരണമാകുന്നു. ബ്രേയ്നുകളുടെ ഇലാസ്തിക സ്വഭാവം കാരണം കൂട്ടിമുട്ടലിന്റെ ഫലമായി അവ പരമാവധി അകലുന്നു. ഇത് മഹാവിസ്ഫോടനത്തിനു ശേഷം ഒരു മൈക്രോസെക്കന്റിനുള്ളിൽ സംഭവിക്കാവുന്ന കാര്യങ്ങളാണ്. പരസ്പരം അകലുന്നതിനൊപ്പം ബ്രേയ്നുകൾ വലിഞ്ഞുനീളാൻ (expansion) ആരംഭിക്കുന്നു. ഇപ്പോൾ ബ്രേയ്നുകളിലാകെ റേഡിയേഷൻ നിറഞ്ഞുനില്ക്കുകയാണ്. ക്രമേണ റേഡിയേഷൻ നേർത്തുവരികയും ദ്രവ്യം ആധിപത്യം സ്ഥാപിക്കുകയും ചെയ്യുന്നു. ബ്രേയ്നുകളിലെ ഐക്യരൂപമില്ലാത്ത ഭാഗങ്ങളിൽ ദ്രവ്യത്തിന്റെ വിവിധ രൂപങ്ങൾ (നക്ഷത്ര സമൂഹങ്ങൾ, നെബുലകൾ) ആവിർഭവിക്കുന്നു. ആയിരം കോടി വർഷങ്ങൾ ഈ അവസ്ഥയിൽ തുടരുകയായി. ക്രമേണ ദ്രവ്യാധിപത്യത്തിനുമേൽ പ്രപഞ്ചവികാസ നിരക്ക് ത്വരിതപ്പെടുത്തുന്ന ഋണമർദ്ദം (Dark Energy) ആധിപത്യം സ്ഥാപിക്കുന്നു. ശ്യാമ ഊർജ്ജത്തിന്റെ സാന്നിദ്ധ്യം ബ്രേയ്നുകളുടെ വികാസം ത്വരിതഗതിയിലാക്കും. സ്പേസിനെ അതിദ്രുതം വികസിപ്പിച്ചുകൊണ്ടിരിക്കുന്നത് ശ്യാമ ഊർജ്ജത്തിന്റെ സാന്നിദ്ധ്യമാണ്. ഒരു ട്രില്യൺ വർഷങ്ങൾ ഈ അവസ്ഥ തുടർന്നുകൊണ്ടിരിക്കും. പ്രപഞ്ച ദ്രവ്യമൊന്നാകെ നേർത്തുനേർത്ത് അപ്രത്യക്ഷമാകും. ഒടുവിൽ വികിരണങ്ങൾ മാത്രം നിറഞ്ഞ ഐക്യരൂപമുള്ള ബ്രേയ്നുകൾ മാത്രം അവശേഷിക്കും. ഈ ബ്രേയ്നുകൾ മറ്റൊരു ക്വാണ്ടം ആന്ദോളനത്തിന്റെ ഫലമായുണ്ടാകുന്ന മറ്റൊരു മഹാവിസ്ഫോടനത്തിനായി കാത്തിരിക്കും. സമാന്തരങ്ങളായ നിരവധി ബ്രേയ്നുകളുടെ സാദ്ധ്യത നിരവധി പ്രപഞ്ചങ്ങളുടെ സാദ്ധ്യതയിലേക്കാണ് വിരൽ ചൂണ്ടുന്നത്. ഒരു പ്രപഞ്ചമുണ്ടെങ്കിൽ എന്തുകൊണ്ട് ഒന്നിലധികമായിക്കൂടാ. എം–തിയറിസ്റ്റുകൾ ആ രീതിയിൽ ചിന്തിക്കുന്നവരാണ്.

പ്രപഞ്ചത്തിന്റെ രൂപീകരണത്തിലും നിലനില്പിലും അതിന്റെ ഭാവി തീരുമാനിക്കുന്നതിലുമെല്ലാം നിർണ്ണായക പങ്കുവഹിക്കുന്നത് ഗുരുത്വബലമാണ്. നാല് അടിസ്ഥാന ബലങ്ങളിൽ ഏറ്റവും ദുർബ്ബലമാണെങ്കിലും (ക്ഷീണ ന്യൂക്ലിയർ ബലം ഗുരുത്വബലത്തേക്കാൾ 10^{38} മടങ്ങ് ശക്തമാണ്) മറ്റൊരു അടിസ്ഥാന ബലവും പ്രവർത്തിക്കാത്ത അകലങ്ങളിൽ ഗുരുത്വബലം സ്വാധീനം ചെലുത്തും. ശക്തബലവും ക്ഷീണബലവും (strong and weak nuclear forces) ആറ്റത്തിന്റെ ന്യൂക്ലിയസിൽ ശക്തമാണെങ്കിലും അതിനപ്പുറമെത്തില്ല. വൈദ്യുത കാന്തിക ബലത്തിന്റെ പരിധിയും അത്ര വലുതൊന്നുമല്ല. എന്നാൽ ഒരിടത്തരം നക്ഷത്രമായ സൂര്യന്റെ ഗുരുത്വാകർഷണ ക്ഷേത്രം 1.6 പ്രകാശവർഷം ദൂരേക്ക് വ്യാപിച്ചിരിക്കുന്നുണ്ടെന്ന് പറഞ്ഞാൽ അത് ഗുരുത്വബലത്തിന്റെ 'ലോംഗ് റേഞ്ച്' ആണ് സൂചിപ്പിക്കുന്നത്. അതുകൂടാതെ മറ്റ് അടിസ്ഥാന ബല

ങ്ങളെല്ലാം പരസ്പര വിരുദ്ധ ഗുണങ്ങൾ– ധനാത്മകവും ഋണാത്മകവും– പ്രകടിപ്പിക്കുമ്പോൾ ഗുരുത്വബലം ആകർഷണ സ്വഭാവം മാത്രമേ പ്രകടിപ്പിക്കുന്നുള്ളൂ. എം–തിയറി അനുസരിച്ച് ഗുരുത്വബലം ഒഴികെയുള്ള അടിസ്ഥാന ബലങ്ങളെല്ലാം ബ്രേയ്നുകളിൽ ബന്ധിക്കപ്പെട്ടിരിക്കുകയാണ്; അഥവാ കണികകളുടെ സ്വഭാവം പ്രകടിപ്പിക്കുന്ന ബ്രേയ്നുകൾ അടിസ്ഥാന ബലങ്ങളെ വഹിച്ചുകൊണ്ടുപോകുന്നവയാണ്. എന്നാൽ ഗുരുത്വ ക്വാണ്ടങ്ങൾ (gravitons) അടഞ്ഞ തന്ത്രികളുടെ (closed strings) രൂപത്തിൽ സ്വതന്ത്രമായ ബ്രേയ്നുകളിൽ സഞ്ചരിക്കുന്നു. സ്വതന്ത്രമായ ഗ്രാവിറ്റോണുകൾ സ്പേസിന്റെ അധികമാനങ്ങളിലൂടെ അനന്തമായി സഞ്ചരിക്കുന്നവയായതു കൊണ്ട് അവ ക്രമേണ നേർത്തു നേർത്തു വരുന്നു. ഗ്രാവിറ്റോണുകളെ തടഞ്ഞുനിർത്താൻ കഴിയുന്നതു കൊണ്ട് ബ്രേയ്ൻ പ്രപഞ്ചത്തെ അതിന്റെ വികാസത്തിൽനിന്നു തടയാൻ മറ്റൊരു ബലത്തിനും കഴിയില്ല. ബ്രേയ്ൻ പ്രപഞ്ചങ്ങളിലെ അധികമാനങ്ങളുടെ ക്രമീകരണത്തെ (Configuration) ആശ്രയിച്ചാണ് ഗ്രാവിറ്റോണുകളുടെ പലായനം. ഗ്രാവിറ്റോണുകളുടെ പ്രവേഗത്തെ തടസ്സപ്പെടുത്തുന്ന തരത്തിലുള്ള ക്രമീകരണമാണുള്ളതെങ്കിൽ പ്രപഞ്ചവികാസം അധികകാലം തുടരുകയില്ല. എന്നാൽ, ക്രമീകരണം ഈ നിലയിലല്ലെങ്കിൽ പ്രപഞ്ചവികാസം ഒരിക്കലും അവസാനിക്കില്ല. അതുമാത്രമല്ല, ഗ്രാവിറ്റോണുകൾ നമ്മുടെ ബ്രേയ്ൻ പ്രപഞ്ചത്തിൽനിന്ന് പുറത്തേക്ക് ലീക്ക് ചെയ്യപ്പെടുന്ന അവസ്ഥയുണ്ടാകും. അങ്ങനെ വരുമ്പോൾ മറ്റ് ബ്രേയ്ൻ പ്രപഞ്ചങ്ങളിൽ നിന്നുള്ള കണികകൾ ഇവിടെയും എത്താനുള്ള സാദ്ധ്യതയുണ്ട്. ശ്യാമദ്രവ്യ കണങ്ങളെക്കുറിച്ച് (Dark matter particles) പഠിക്കുന്ന ജ്യോതിശാസ്ത്രജ്ഞർ ഇതിനുള്ള സാദ്ധ്യത തള്ളിക്കളയുന്നില്ല.

സ്പേസിൽ രണ്ടു മാനങ്ങളുള്ള ബ്രേയ്നുകൾ ഒഴുകിനടക്കുകയാണ്. സ്പേസ് എന്ന വാക്കിന് ഇവിടെ ആപേക്ഷികത നിർവ്വചിക്കുന്ന അർത്ഥമല്ല ഉള്ളത്. ബ്രേയ്നുകൾക്കിടയിലുള്ള 'എനർജി ബാരിക്കേഡുകൾ' സൂചിപ്പിക്കുന്നതിനാണ് ഈ വാക്കുപയോഗിക്കുന്നത്. ഒഴുകിനടക്കുന്ന ബ്രേയ്നുകൾ പരസ്പരം കൂട്ടിമുട്ടുകയും ഒന്ന് മറ്റൊന്നിനെ ചുറ്റുകയും പരസ്പരം അകന്നുപോകുകയും ചെയ്യും. മേശപ്പുറത്ത് അടുക്കിവച്ചിരിക്കുന്ന പേപ്പറുകൾ കാറ്റിൽ പറന്നുനടക്കുന്നതുപോലെ. എന്നാൽ, സ്പേസിന്റെ അധികമാനങ്ങൾ തിരിച്ചറിയാൻ കഴിയുന്ന ഒരു സംവിധാനം ഇന്നില്ല. എന്നാൽ, ഗണിതക്രിയകൾക്കപ്പുറം അധികമാനങ്ങൾ തിരിച്ചറിയുകതന്നെ ചെയ്യപ്പെടും. ബ്രേയ്നുകൾക്കിടയിലുള്ള ഇന്റർ ബ്രേയ്ൻ ഫോഴ്സ്, ബ്രേയ്നുകൾ കൂട്ടിമുട്ടുമ്പോൾ മറ്റു രൂപത്തിലേക്ക് മാറ്റപ്പെടുന്നു. ഇങ്ങനെ രൂപമാറ്റം വരുത്തപ്പെടുന്ന ഊർജ്ജമാണ് പ്രപഞ്ചത്തിന്റെ ത്വരിതവികാസത്തിന് (inflation) തിരിതെളിക്കുന്നത്. ബ്രേയ്നുകൾ കൂട്ടിമുട്ടുമ്പോൾ സൃഷ്ടിക്കപ്പെടുന്ന ഊർജ്ജത്തിന്റെ അളവ് പ്രപഞ്ചത്തിന്റെ ഊർജ്ജനിലയുമായി താരതമ്യം ചെയ്യാൻ കഴിയില്ല.

അപ്പോൾ മറ്റ് രീതികളിലും ഊർജ്ജോല്പാദനം നടക്കുന്നുണ്ടെന്നു കാണാൻ കഴിയും. ദ്രവ്യവും പ്രതിദ്രവ്യവും കൂട്ടിമുട്ടുമ്പോൾ അവ പരസ്പരം നിഗ്രഹിച്ച് ഊർജ്ജമായി മാറുന്നതുപോലെ ഒരു ബ്രേയ്ൻ പ്രപഞ്ചവും അതിന്റെ വിപരീത ഗുണമുള്ള ആന്റി ബ്രേയ്ൻ പ്രപഞ്ചവും അടുത്തെത്തിയാൽ പരസ്പരം നിഗ്രഹിച്ച് ഊർജ്ജോല്പാദനം നടത്തും. അങ്ങനെ വരുമ്പോൾ ശ്യാമദ്രവ്യമെന്ന ഋണമർദ്ദത്തിനും തൃപ്തികരമായ വിശദീകരണം നല്കാൻ എം–തിയറിക്കു കഴിയും.

സ്പേസിലെ അധികമാനങ്ങളിൽ സഞ്ചരിക്കുന്ന രണ്ടു ബ്രേയ്നുകൾ പരസ്പരം അടുത്തെത്തുമ്പോൾ അവയുടെ ഗതികോർജ്ജം ദ്രവ്യമായും വികിരണങ്ങളായും പരിവർത്തനം ചെയ്യപ്പെടും. ഈ ഊർജ്ജമെല്ലാം അടിസ്ഥാനപരമായി ബ്രേയ്നുകളുടെ ഗുരുത്വബലത്തിൽനിന്നാണ് ഉണ്ടാകുന്നത്. ഒരു തവണ ബ്രേയ്നുകളിലുണ്ടാകുന്ന ഇളക്കങ്ങൾ അവയുടെ തുടർച്ചയായുള്ള ആന്ദോളനങ്ങൾക്ക് കാരണമാകും (ഒരു റബ്ബർ പന്ത് തറയിൽ തട്ടി തെറിക്കുന്നതുപോലെ). ഗുരുത്വബലത്തിന്റെ ഋണാത്മകത (Negativity) കാരണം ഈ കമ്പനങ്ങൾ ഒരിക്കലും അവസാനിക്കില്ല. അതിനർത്ഥം സ്പേസ് സ്ഥിരമായി വികസിച്ചുകൊണ്ടിരിക്കുമെന്നാണ്. കമ്പനങ്ങൾ തുടരുന്നതിനൊപ്പം പ്രപഞ്ചമാകെ റേഡിയേഷൻ നിറയും. ഒടുവിൽ നക്ഷത്രസമൂഹങ്ങളെല്ലാം നേർത്തുനേർത്ത് അപ്രത്യക്ഷമായി വികിരണങ്ങൾ മാത്രമുള്ള ഒരു വിശാല വെളിമ്പ്രദേശമായി പ്രപഞ്ചം അവശേഷിക്കും.

ഏക പ്രപഞ്ചമെന്ന പഴഞ്ചൻ ആശയത്തിൽനിന്നും അനേക പ്രപഞ്ചങ്ങളുടെ അനന്തസാദ്ധ്യതയിലേക്ക് വാതിൽ തുറക്കുകയാണ് എം–തിയറി നിർമ്മിക്കുന്ന പ്രപഞ്ചമാതൃക. നിരവധി ബ്രേയ്ൻ പ്രപഞ്ചങ്ങൾ, അവയിൽ നാമധിവസിക്കുന്ന ബ്രേയ്ൻ പ്രപഞ്ചത്തിന് സമാനമായ നിരവധി ലോകങ്ങളുണ്ടാകും. അവയിലെ ദ്രവ്യഘടന നമ്മുടെ പ്രപഞ്ചത്തോട് സമമായിരിക്കും. അവിടെ നക്ഷത്രക്കൂട്ടങ്ങളും നെബുലകളും ഗ്രഹകുടുംബങ്ങളുമെല്ലാം രൂപീകരിക്കപ്പെട്ടിരിക്കും. അത്തരം ബ്രേയ്ൻ പ്രപഞ്ചങ്ങളിലെ ജീവന്റെ നിർവ്വചനം നമ്മുടെ പ്രപഞ്ചത്തിലേതുതന്നെ ആയിരിക്കും. എന്നാൽ, ഈ ബ്രേയ്ൻ ലോകത്തിൽനിന്നും വ്യത്യസ്തമായ ക്രമീകരണങ്ങളുള്ള മറ്റൊരു ലോകത്ത് കാര്യങ്ങൾ വളരെ വിഭിന്നമായിരിക്കും. ജീവനാകട്ടെ, നിങ്ങൾ പ്രതീക്ഷിക്കുന്നതിൽനിന്ന് എത്രയോ വിചിത്രമായിരിക്കും. ചില ബ്രേയ്ൻ പ്രപഞ്ചങ്ങളിൽ ജീവന്റെ രൂപീകരണത്തിനാവശ്യമായ സാഹചര്യങ്ങൾ സൃഷ്ടിക്കപ്പെടുകപോലുമില്ല!

സമാന്തരപ്രപഞ്ചങ്ങൾ എത്രവരെയാകാമെന്നതാണ് മറ്റൊരു കാര്യം. അവ സ്പേസിലെ 'വാക്വം സ്റ്റേറ്റിനെ' ആശ്രയിച്ചാണിരിക്കുന്നത്. സ്പേസിലുള്ള 500 വാക്വം സ്റ്റേറ്റുകൾ കണക്കാക്കിയാൽ തന്നെ വ്യത്യസ്തങ്ങളായ 10^{500} ക്രമീകരണങ്ങൾ ലഭിക്കും. ഇതൊരു വലിയ സംഖ്യയാണ് (ഒന്നിനു ശേഷം 500 പൂജ്യങ്ങൾ വരുന്ന സംഖ്യ). ദൃശ്യപ്രപഞ്ചത്തിലെ

ആകെ ആറ്റങ്ങളുടെ എണ്ണം 10^{80} (ഒന്നിനു ശേഷം 80 പൂജ്യങ്ങൾ വരുന്ന സംഖ്യ) മാത്രമാകുമ്പോൾ തീർച്ചയായും ഇതു വളരെ വളരെ വലുതാണ്. ഈ സംഖ്യ സ്വന്തമാണെന്നു പറയുമ്പോഴും അതിന് അനന്തവുമായുള്ള അന്തരം തിരിച്ചറിയാൻ മനുഷ്യമസ്തിഷ്കത്തിന് കഴിയുമെന്നു തന്നെ കരുതാം. ചില പുതിയ കണക്കുകൂട്ടലുകളിൽ സമാന്തര പ്രപഞ്ചങ്ങളുടെ ക്രമീകരണം 10^{1000} (ഒന്നിനു ശേഷം 1000 പൂജ്യം വരുന്ന സംഖ്യ) വരെ ആകാമെന്നാണ് കണ്ടെത്തിയിരിക്കുന്നത്. 10^{500} ഒരു പഴയ എസ്റ്റിമേറ്റാണത്രേ! അതുകൂടാതെ, നാം ജീവിക്കുന്ന പ്രപഞ്ചത്തിന്റെ കോൺഫിഗറേഷനുള്ള 10^{320} പ്രപഞ്ചങ്ങളെങ്കിലും ഉണ്ടാകാനുള്ള സാദ്ധ്യതയുണ്ട്. അഥവാ നമ്മുടെ പ്രപഞ്ചത്തിനു സമാനമായ 10^{320} പ്രപഞ്ചങ്ങൾ നമ്മുടെ തൊട്ടടുത്തു തന്നെയുണ്ട്. മൾട്ടിവേൾഡിൽ 10^{1000} ക്രമീകരണങ്ങളുണ്ട് എന്നു പറഞ്ഞാൽ അത്രയും എണ്ണം പ്രപഞ്ചങ്ങളുണ്ടെന്നല്ല, മറിച്ച് അത്രയും തരത്തിൽപ്പെട്ട പ്രപഞ്ചങ്ങളുണ്ടെന്നാണ്. പ്രപഞ്ചങ്ങളുടെ എണ്ണം അതിലും എത്രയോ വലുതായിരിക്കും.

മൾട്ടിവേൾഡുകൾ സാദ്ധ്യമാണോ? കേവലമൊരു സയൻസ് ഫിക്ഷനുമപ്പുറം അതിനു നിലനില്പുണ്ടോ? ഭൗതികശാസ്ത്രത്തിലെ നിയമങ്ങൾ കപടശൂന്യത (False vacuum) എന്നൊരു സാദ്ധ്യത അംഗീകരിക്കുന്നുണ്ട്. രണ്ടു വാക്വം സ്റ്റേറ്റുകളിൽ ഒന്നു മറ്റേതിനേക്കാൾ ഊർജ്ജനില വർദ്ധിക്കുന്നതിനാണ് കപടശൂന്യതയെന്നു പറയുന്നത്. അങ്ങനെ വരുമ്പോൾ ഊർജ്ജനില കൂടിയ വാക്വം സ്റ്റേറ്റിൽ ക്വാണ്ടം ആന്ദോളനങ്ങൾ നടക്കുകയും ഊർജ്ജനില കുറഞ്ഞ ക്വാണ്ടം തലത്തി

ലേക്ക് പ്രവേശിക്കുകയും (Quantum tunneling) ചെയ്യും. സ്പേസിന്റെ ത്വരിതവികസനത്തിന് തിരിതെളിക്കുന്നത് ഇത്തരം ക്വാണ്ടം ആന്ദോള നങ്ങളാണ്. ദൃശ്യപ്രപഞ്ചത്തിലുള്ള ഒരൊറ്റ കപടശൂന്യതതന്നെ നിരവ ധി പ്രപഞ്ചങ്ങൾക്കു കാരണമാവുമ്പോൾ മൾട്ടിവേൾഡിന്റെ നിലനില് പിന് നിരവധി കപടശൂന്യതകളുടെ ഒരു പ്രാപഞ്ചിക തിരശ്ശീല (Cosmological Landscape) ആവശ്യമാണ്. പ്രാപഞ്ചിക സ്ഥിരാങ്കങ്ങൾ (Cosmological Constants) വ്യത്യസ്തങ്ങളായ അത്തരം പ്രപഞ്ചങ്ങളിൽ കാർബണിന്റെയും ഓക്സിജന്റെയും ഘടനയും വ്യത്യാസപ്പെട്ടിരിക്കും. കോസ്മോളജിക്കൽ ലാൻഡ്സ്കേപ്പിന് അതിഭൗതികത്തിന്റെ ഒരു നി റമുണ്ടോ എന്ന സംശയം സ്വാഭാവികമാണ്. എന്നാൽ, ഡി–ബ്രേയ്നുക ളുടെ സാന്നിദ്ധ്യം സൈദ്ധാന്തികമായി തെളിയിക്കപ്പെട്ടിട്ടുള്ളതാണ്. ജ്യോ തിശാസ്ത്ര–പ്രപഞ്ച വിജ്ഞാന മേഖലയിൽ ഗണിതപരമായി ഏറ്റവും നിലനില്പുള്ള സിദ്ധാന്തങ്ങളാണ് ചരടുസിദ്ധാന്തവും എം– തിയറിയും. എന്നാൽ, പരീക്ഷണശാലയിൽ ഉപകരണങ്ങളുടെ സഹായത്തോടെ തെ ളിയിക്കുന്നതിന് ഇപ്പോഴുള്ള സാങ്കേതികവിദ്യ പര്യാപ്തമല്ല. ലാർജ് ഹാഡ്രോൺ കൊളൈഡറുകളിലും ഇന്ന് ഇത്തരമൊരു പരീക്ഷണം നട ത്താൻ കഴിയില്ല. അതിനർത്ഥം നാളെ അതിന് കഴിയില്ലെന്നല്ല. ഗണിത പരമായി തെളിയിക്കപ്പെട്ട ശാസ്ത്രസിദ്ധാന്തങ്ങളാണ് പിന്നീട് ഉപകര ണങ്ങൾ വഴി തെളിയിക്കപ്പെടുന്നതും നാളത്തെ ശാസ്ത്രസത്യങ്ങളായി മാറുന്നതും.

എം–തിയറി നൂറുശതമാനവും ശാസ്ത്രീയമാണ്. അതീത ഭൗതി കത്തിന്റെ ഒരംശവും അതിലില്ല. പ്രാപഞ്ചിക തിരശ്ശീല എം– തിയറിയു ടെ ഭാഗമാണ്. അതുകൊണ്ടുതന്നെ സമാന്തരപ്രപഞ്ചങ്ങൾ ശാസ്ത്രക ഥയോ തത്ത്വചിന്താപരമായുള്ള പരാമർശങ്ങളോ അല്ല. നാളത്തെ ശാ സ്ത്രപുസ്തകങ്ങളിൽ പഠിക്കാനുള്ളവയാണ്.

ദൈവത്തിന്റെ മനസ്സ്

"Any intelligent fool can make things bigger, more complex, and more violent. It takes a touch of genius and a lot of courage to move in the opposite direction"

-Albert Einstein

ആകാശ മേലാപ്പിന്റെ ഏഴടുക്കുകൾക്കും മുകളിലിരുന്ന് പ്രപഞ്ചത്തെയാകെ നിയന്ത്രിക്കുന്ന സ്ഥല-കാലങ്ങൾക്കതീതമായ അതുല്യ ശക്തി. പ്രാപഞ്ചിക പ്രതിഭാസങ്ങളെല്ലാം ആ ശക്തിയുടെ ലീലാവിലാസങ്ങൾ മാത്രം. രണ്ടായിരം വർഷങ്ങൾക്കു മുൻപുള്ള പ്രപഞ്ച സങ്കല്പമാണിത്. കാലം കുറെ കടന്നുപോയെങ്കിലും ഇതിനപ്പുറമൊന്നും ചിന്തിക്കാൻ സാമാന്യജനത്തിന്റെ മസ്തിഷ്കത്തിനു കഴിഞ്ഞിട്ടില്ല. സമൂഹവും സമുദായവുമൊന്നും അതിനനുവദിച്ചില്ല, എന്നു പറയുന്നതാവും ശരി. ഒറ്റപ്പെട്ട ചില ശബ്ദങ്ങൾ ഉണ്ടായില്ലെന്നല്ല. എന്നാൽ ബോധമണ്ഡലം ചിതലരിച്ച പൊതുസമൂഹത്തിന് അവ ചില ഭ്രാന്തന്മാരുടെ ജല്പനങ്ങളായി തോന്നിയിട്ടുണ്ടെങ്കിൽ അത് സ്വാഭാവികം മാത്രമാണ്.

ലോകത്തിന്നുവരെയുണ്ടായിട്ടുള്ള ഭൗതിക ശാസ്ത്രജ്ഞരുടെ എണ്ണത്തിൽ കൂടുതൽ പേർ ഇരുപതാം നൂറ്റാണ്ടിൽ മാത്രമുണ്ടായി എന്നു പറയുമ്പോൾ ശ്രദ്ധിക്കേണ്ട ഒരു കാര്യമുണ്ട്. അസഹിഷ്ണുതയുടെ മതിലുകൾ തകരുമ്പോൾ സ്വതന്ത്രമാക്കപ്പെടുന്ന ശാസ്ത്രബോധം പ്രപഞ്ചത്തെപ്പോലെ തന്നെ വികസിച്ചുകൊണ്ടിരിക്കുകയാണ്. അനന്തമജ്ഞാനമവർണ്ണനീയമെന്നു കരുതിയിരുന്ന ഈ മഹാപ്രപഞ്ചത്തിന്റെ നിഗൂഢതകൾ ഓരോന്നായി മറനീക്കപ്പെടുകയാണിന്ന്. പ്രപഞ്ചത്തെക്കുറിച്ച് ആധുനിക ഭൗതിക ശാസ്ത്രത്തിന് വ്യക്തമായ കാഴ്ചപ്പാടുണ്ട്. ഇരുപ

തിനായിരത്തിലധികം വർഷങ്ങളുടെ പാരമ്പര്യമില്ലാത്ത ഹോമോ സാപിയൻസിന്റെ (ആധുനിക മനുഷ്യൻ) ഭാവനാസൃഷ്ടിമാത്രമായ അദൃശ്യ ശക്തിയുടെ കരവലയങ്ങളിൽ ഈ മഹാപ്രപഞ്ചമൊന്നാകെ കെട്ടിയിടാൻ ബോധപൂർവ്വം കണ്ണും കാതും കൊട്ടിയടച്ചവർക്കല്ലാതെ യുക്തിബോധമുള്ള ആർക്കും കഴിയുമെന്ന് തോന്നുന്നില്ല. നിരവധി പ്രതിഭാശാലികൾ വാർത്തെടുത്ത കണിശങ്ങളായ ഭൗതിക ശാസ്ത്ര സിദ്ധാന്തങ്ങളെ സംയോജിപ്പിച്ച് ഒരു സമ്പൂർണ്ണ പ്രപഞ്ച സിദ്ധാന്തം രൂപീകരിക്കാനുള്ള തയ്യാറെടുപ്പിലാണ് ഇന്ന് ശാസ്ത്രലോകം എത്തിനില്ക്കുന്നത്. അത് മനുഷ്യമസ്തിഷ്കത്തിന്റെ യുക്തിചിന്തയുടെ ഏറ്റവും ഉയർന്ന തലമായിരിക്കുമെന്നാണ് സ്റ്റീഫൻ ഹോക്കിങ് പ്രവചിക്കുന്നത്. ഐൻസ്റ്റൈന്റെ ഭാഷയിൽ പറഞ്ഞാൽ അത് ദൈവത്തിന്റെ മനസ്സറിയലുമാകും.

പ്രപഞ്ചത്തെക്കുറിച്ചുള്ള എല്ലാ ഭൗതികശാസ്ത്ര സിദ്ധാന്തങ്ങളെയും സംയോജിപ്പിക്കുന്നതിനുള്ള നീക്കമാണ് സർവ്വതിന്റെയും സിദ്ധാന്തമെന്ന തിയറി ഓഫ് എവരിതിങ്. 20-ാം നൂറ്റാണ്ടിൽ ആരംഭിച്ച ഈ നീക്കത്തിന് അവസാനത്തെ സിദ്ധാന്ത (Final theory) മെന്നും ഒരു വിളിപ്പേരുണ്ട്. സൈദ്ധാന്തികമായി തെളിയിക്കാവുന്നതും ഗണിതപരമായി നിലനില്ക്കുന്നതുമായ നിരവധി പ്രപഞ്ച സിദ്ധാന്തങ്ങൾ നിലവിലുണ്ടെങ്കിലും പരീക്ഷണങ്ങൾ വഴി തെളിയിക്കാൻ കഴിയാത്തതുകൊണ്ട് സാമാന്യജനത്തിന് അവ ഇപ്പോഴും അന്യമാണ്.

സ്വയം സിദ്ധമായ ചില പ്രമാണങ്ങളുടെ അടിസ്ഥാനത്തിലാണ് പ്രപഞ്ചത്തിന്റെ നിലനില്പെന്ന് ആദ്യമായി പറഞ്ഞത് ഗ്രീക്ക് ഗണിതശാസ്ത്രജ്ഞനായ ആർക്കിമെഡിസ് ആണ്. പ്രപഞ്ചത്തെ നിയന്ത്രിക്കുന്നത് ഈ പ്രമാണങ്ങളാണെന്ന് അദ്ദേഹം പഠിപ്പിച്ചിരുന്നു. ശ്രദ്ധേയമായ മറ്റൊരു നീക്കം നടത്തിയത് ഡെമോക്രിറ്റസാണ്. ആറ്റം എന്ന വാക്കുതന്നെ അദ്ദേഹത്തിന്റെ സംഭാവനയാണ്. പ്രപഞ്ചത്തിലെ എല്ലാ പ്രതിഭാസങ്ങളും അരങ്ങേറുന്നത് അടിസ്ഥാന ഘടകമായ ആറ്റങ്ങളുടെ ചലനം കൊണ്ടാണെന്നും അവയുടെ പരസ്പരമുള്ള പ്രതിപ്രവർത്തനങ്ങളുടെ പരിണിതഫലമാണ് പ്രപഞ്ചരഹസ്യങ്ങളുടെ അന്തസ്സത്തയെന്നും അദ്ദേഹം വിശ്വസിച്ചു. പിന്നീട് ഐസക് ന്യൂട്ടൻ തന്റെ ചലന സിദ്ധാന്തങ്ങളുപയോഗിച്ച് പ്രപഞ്ചത്തിലെ ബലങ്ങളെ നിർവ്വചിക്കുകയും കണികകളിൽ അവയുണ്ടാക്കുന്ന സ്വാധീനത്തെക്കുറിച്ച് സിദ്ധാന്തമുണ്ടാക്കുകയും ചെയ്തു. ഏറെക്കുറെ എല്ലാ പ്രാപഞ്ചിക പ്രതിഭാസങ്ങളെയും ഗുരുത്വബലത്തിന്റെ കാണാച്ചരടിൽ കെട്ടിയിടാൻ ഏറെക്കാലം അദ്ദേഹത്തിന്റെ സിദ്ധാന്തങ്ങൾക്കു കഴിഞ്ഞിട്ടുമുണ്ട്. ഗണിതശാസ്ത്രജ്ഞനായ ലാപ്ലാസ് മറ്റൊരു തരത്തിലാണ് ചിന്തിച്ചത്. നിശ്ചിതസമയത്ത് ഒരു കണികയുടെ സ്ഥാനവും പ്രവേഗവും കണ്ടെത്താൻ കഴിയുന്ന ഒരു ധിഷണാശാലിക്ക് മറ്റൊരു സമയം പ്രപഞ്ചത്തിന്റെ മറ്റൊരു കോണിലുള്ള കണികയുടെ അവസ്ഥയും ഭൗതിക പ്രമാണങ്ങൾക്കനുസരിച്ച് കൃത്യമായി കണ്ടെത്താൻ കഴിയുമെന്നായിരുന്നു അദ്ദേഹത്തിന്റെ കണക്കുകൂട്ടൽ. എന്നാൽ സൂക്ഷ്മകണികകളുടെ ലോകത്ത്, അവയുടെ സ്ഥാനവും പ്രവേഗവും ഒരേ സമയത്ത് അളക്കാൻ കഴിയില്ലെന്നും അവയുടെ സ്വഭാവത്തിലുള്ള അനിശ്ചിതത്വം ക്വാണ്ടം ഭൗതികം തെളിയിക്കുകയും ചെയ്തതോടെ ലാപ്ലാസിന്റെ പ്രവചനങ്ങൾ പോലെ അത്ര സുഗമമല്ല കാര്യങ്ങളെന്നും വ്യക്തമായി. ഹാൻസ് ക്രിസ്റ്റ്യന്റെ പരീക്ഷണങ്ങളെത്തുടർന്ന് ജെയിംസ് ക്ലാർക്ക് മാക്സ്വെൽ വൈദ്യുതിയേയും കാന്തിക ബലത്തേയും സംയോജിപ്പിച്ചുകൊണ്ടുള്ള വൈദ്യുത-കാന്തിക സിദ്ധാന്തം രൂപീകരിച്ചെങ്കിലും ദ്രവ്യത്തിന്റെ ഇലാസ്തികതയും ഘർഷണവും മർദ്ദവും ആകർഷണബലവും വിസ്കോസിറ്റിയുമെല്ലാം തെളിയിക്കാൻ കഴിയുന്ന സിദ്ധാന്തത്തിന് ഗുരുത്വബലം പിടികിട്ടാപ്പുള്ളിയായിത്തന്നെ തുടർന്നു. വൈദ്യുത-കാന്തിക ബലങ്ങൾ വിപരീത സ്വഭാവങ്ങൾ പ്രദർശിപ്പിക്കുമ്പോൾ ഗുരുത്വബലം ഏക ഗുണം മാത്രമുള്ളതാണ്. അതാകട്ടെ ഋണാത്മകവും. വൈദ്യുത കാന്തിക സിദ്ധാന്തത്തെ പരിഷ്കരിക്കുന്നതിന് പിന്നീട് മൈക്കൽ ഫാരഡെ നടത്തിയ ശ്രമങ്ങളും വിജയം കണ്ടില്ല. ക്വാണ്ടം മെക്കാനിക്സ് മൗലിക കണങ്ങൾക്കിടയിലുള്ള ആകർഷണത്തിനു കാരണം അവയിലെ വൈദ്യുത ചാർജ്ജാണെന്നു സ്ഥാപിച്ചതോടെ പിണങ്ങി നിന്ന ഗുരുത്വാകർഷണത്തെ വൈദ്യുത കാന്തിക ബലങ്ങളുമായി സംയോജിപ്പിക്കാമെന്ന അവസ്ഥയുണ്ടാക്കി. തുടർന്ന് ആൽബർട്ട് ഐൻസ്റ്റൈൻ സാമാന്യ ആപേക്ഷിക

quantum mechanics · spacetime · gravity

$$W = \int_{k<\Lambda} [Dg][DA][D\psi][D\Phi] \exp\left\{ i \int d^4x \sqrt{-g} \left[\frac{m_p^2}{2} R \right.\right.$$

$$\left.\left. - \frac{1}{4} F^a_{\mu\nu} F^{a\mu\nu} + i\bar{\psi}^i \gamma^\mu D_\mu \psi^i + \left(\bar{\psi}^i_L V_{ij} \Phi \psi^j_R + \text{h.c.} \right) - |D_\mu \Phi|^2 - V(\Phi) \right] \right\}$$

other forces · matter · Higgs

തയെ ക്വാണ്ടം മെക്കാനിക്സുമായി ഇണക്കിച്ചേർത്തുകൊണ്ടുള്ള ഒരു സംയോജിത സിദ്ധാന്തത്തിനു (Grand Unification Theory-GUT) പരിശ്രമിച്ചെങ്കിലും ഫലം കണ്ടില്ല.

അടിസ്ഥാന ബലങ്ങളായി വൈദ്യുത കാന്തിക ബലത്തെയും ഗുരുത്വബലത്തെയും മാത്രമാണ് ഐൻസ്റ്റൈൻ പരിഗണിച്ചത്. അവയെ സംയോജിപ്പിക്കാൻ ശ്രമിക്കുന്നതിനിടയിൽ ന്യൂക്ലിയർ ബലങ്ങൾ അടിസ്ഥാനബലങ്ങളാണെന്ന തിരിച്ചറിവ് ഭൗതിക ശാസ്ത്രത്തിനുണ്ടായത് സംഗതിയാകെ കീഴ്മേൽ മറിച്ചു. ശക്തബലം, ക്ഷീണബലം എന്നീ രണ്ടു ന്യൂക്ലിയർ ബലങ്ങളുണ്ടെന്നും അവയ്ക്കു വൈദ്യുതകാന്തിക ബലവുമായും ഗുരുത്വബലവുമായും ബന്ധമൊന്നുമില്ലെന്ന് തിരിച്ചറിയുകയും ചെയ്തതോടെ അടിസ്ഥാന ബലങ്ങളെ സംയോജിപ്പിച്ചുകൊണ്ടുള്ള ഒരു സമ്പൂർണ്ണ പ്രപഞ്ചസിദ്ധാന്തം പാഴ്ക്കിനാവാകുമെന്ന പ്രതീതിയുണ്ടാക്കി. എന്നാൽ വൈദ്യുത കാന്തിക ബലങ്ങളെ ഗുരുത്വബലവുമായി ക്വാണ്ടം മെക്കാനിക്സ് യോജിപ്പിച്ചതുപോലെ ശക്ത–ക്ഷീണ ബലങ്ങളെ സംയോജിപ്പിക്കാൻ ക്ലാസിക്കൽ ഭൗതികത്തിന് കഴിഞ്ഞപ്പോൾ നിരാശ ബാധിച്ചു തുടങ്ങിയ ഭൗതിക ശാസ്ത്രജ്ഞർക്ക് അതൊരു പുത്തനുണർവ്വായി.

ഇന്ന് ശാസ്ത്രലോകം ഏറ്റവുമധികം താലോലിക്കുന്ന സ്വപ്നമാണ് തിയറി ഓഫ് എവരിതിങ്. സ്ഥൂലമെന്നോ സൂക്ഷ്മമെന്നോ ഉള്ള വിവേചനമില്ലാതെ സമഗ്രമായ പ്രപഞ്ചബോധം നിർമ്മിക്കാൻ ഈ പ്രമാണത്തിനു കഴിയുമെന്നാണ് ശാസ്ത്രമതം. ശ്യാമദ്രവ്യവും ശ്യാമോർജ്ജവുമുൾപ്പെടെ ആധുനിക പ്രപഞ്ചവിജ്ഞാന മേഖലയിൽ നിലനില്ക്കുന്ന എല്ലാ പ്രഹേളികകൾക്കും ഉത്തരം ലഭിക്കും. പ്രപഞ്ചത്തിന്റെ കാണാമറയത്തുപോലും ഗുരുത്വബലത്തിന്റെ സ്വാധീനവും കാലത്തിന്റെ മുന്നോട്ടു മാത്രമുള്ള പ്രയാണത്തിന്റെ രഹസ്യവുമെല്ലാം മറനീക്കി പുറത്തുവരും. അത് മനുഷ്യമസ്തിഷ്കത്തിന്റെ യുക്തിബോധത്തിന്റെ ഏറ്റവും ഉയർന്നതലവും ഐൻസ്റ്റൈന്റെ ഭാഷയിൽ ദൈവത്തിന്റെ മനസ്സുമായിരിക്കും. എങ്കിലും ദൈവശാസ്ത്രജ്ഞരുടെ ഉറക്കം നഷ്ടപ്പെടുന്ന രീതിയിലൊന്നും സംഭവങ്ങൾ നടന്നിട്ടില്ല. കാരണം സർവ്വ

തിന്റെയും സിദ്ധാന്തത്തിലേക്കുള്ള ഭൗതിക ശാസ്ത്രത്തിന്റെ വളർച്ച താരതമ്യേന സാവധാനത്തിലാണ്. സർവ്വതിന്റെയും സിദ്ധാന്തമാകാൻ മത്സരിക്കുന്ന നിരവധി ഭൗതികശാസ്ത്ര സിദ്ധാന്തങ്ങൾ ഇന്ന് നിലവിലുണ്ട്. ഓരോന്നും അവയുടെ തലത്തിൽ പൂർണ്ണമായും ഗണിതപരമായി നിലനില്ക്കുന്നതുമാണ്. പ്രധാനപ്പെട്ട ചില സിദ്ധാന്തങ്ങളെ ഇവിടെ പരിചയപ്പെടുത്തുന്നു.

സ്ട്രിങ് തിയറി അഥവാ തന്ത്രീ സിദ്ധാന്തം

ഏറ്റവുമധികം അറിയപ്പെടുന്ന TOE സിദ്ധാന്തമാണ് സ്ട്രിങ് തിയറി. ഏറ്റവുമധികം പഠനങ്ങൾ നടന്നിട്ടുള്ളതും ഗണിതശാസ്ത്രജ്ഞർ മുക്തകണ്ഠം പ്രശംസിക്കുന്നതുമായ തന്ത്രീ സിദ്ധാന്തത്തിൽ മൗലിക കണങ്ങൾ കണികകളല്ലെന്നും ഏകമാനം മാത്രമുള്ള ചരടുകളുടെ കമ്പനങ്ങളാണെന്നുമാണ് പറയുന്നത്. അതിസൂക്ഷ്മങ്ങളായ ഈ ചരടുകൾ നിരീക്ഷിക്കാൻ കഴിയുന്ന ഉപകരണങ്ങളില്ലാത്തതുകൊണ്ടാണ് അവ കണികകളായി കാണപ്പെടുന്നത്. തന്ത്രീ സിദ്ധാന്തം സ്ഥലത്തിന്റെ അധികമാനങ്ങളെക്കുറിച്ചാണ് (Extra dimensions) സംസാരിക്കുന്നത്. പക്ഷേ അതൊരിക്കലും സ്പേസിന്റെ നാലുമാനങ്ങളിൽ ഒട്ടിപ്പിടിച്ചിരിക്കുന്ന മനുഷ്യന് സംവേദനക്ഷമമാകില്ല. പ്രപഞ്ചപഠനത്തിലെ നിരവധി കീറാമുട്ടികൾക്ക് പരിഹാരം നല്കാൻ കഴിയുന്ന വിപ്ലവകരമായ നീക്കമാണ് ഈ സിദ്ധാന്തമെങ്കിലും പരീക്ഷണങ്ങൾ വഴി തെളിയിക്കാൻ കഴിയാത്തത് ഒരു പോരായ്മയാണ്. തന്ത്രീ സിദ്ധാന്തങ്ങളിൽ തന്നെ നിരവധി വകഭേദങ്ങളുണ്ട്. സൂപ്പർ സ്ട്രിങ് തിയറിയും സൂപ്പർ ഗ്രാവിറ്റിയും കാലൂസ–ക്ലെയിൻ സിദ്ധാന്തവും പണിപ്പുരയിലുള്ള തിയറിയുമെല്ലാം തന്ത്രീ സിദ്ധാന്തങ്ങൾ തന്നെയാണ്. ആപേക്ഷികതയുടെ അടിത്തറയിൽ, ക്വാണ്ടം ഭൗതികത്തിന്റെ നിയമങ്ങൾ പാലിച്ചുകൊണ്ട് പ്രപഞ്ചകഥ പറയുന്ന ഈ സിദ്ധാന്തങ്ങളും ചില പ്രശ്നങ്ങൾ നേരിടുന്നുണ്ട്. ഇവയിലേറെയും തത്ത്വചിന്താപരമാണെന്നതാണ് ഏറെ വിചിത്രം. തിയറിയനുസരിച്ച് 10^{500} പ്രപഞ്ചങ്ങളെങ്കിലും നിലനില്ക്കുന്നുണ്ട്. ഒരു ബണ്ടിൽ 5^4 ഷീറ്റുകൾ പോലെ പരസ്പരം ബന്ധിക്കപ്പെടാത്ത, ഏറെക്കുറെ പരന്ന പ്രപഞ്ചങ്ങളിലൊന്നു മാത്രമാണ് നാമനുഭവിക്കുന്ന ഈ മഹാപ്രപഞ്ചമെന്നു പറയുമ്പോൾ ഉയർന്ന യുക്തിബോധമുള്ള മസ്തിഷ്കത്തിനു പോലും അത് ഉൾക്കൊള്ളാൻ പ്രയാസമാകും. സങ്കീർണ്ണമായ ഗണിത ക്രിയകൾകൊണ്ടു മാത്രം തെളിയിക്കാൻ കഴിയുന്ന ഇത്തരം സിദ്ധാന്തങ്ങൾ വിശ്വാസ പ്രമാണങ്ങൾ കൊണ്ട് മസ്തിഷ്ക പ്രക്ഷാളനം ചെയ്യപ്പെട്ട ഒരു സാമാന്യ സമൂഹത്തിന് ഏറെക്കുറെ അപ്രാപ്യവുമാണ്. എന്നാൽ അത് സിദ്ധാന്തത്തിന്റെ പരിമിതിയല്ലെന്നോർക്കുക.

ലൂപ് ക്വാണ്ടം ഗ്രാവിറ്റി

സ്ഥലത്തിന്റെ നൈരന്തര്യമില്ലായ്മയാണ് ലൂപ് ക്വാണ്ടം ഗ്രാവിറ്റിയുടെ കാതൽ. നിങ്ങൾ കരുതുന്നതു പോലെ തുടർച്ചയായി അനന്തത വരെ വ്യാപിച്ചിരിക്കുന്ന ഒരു പ്രതിഭാസമൊന്നുമല്ല സ്പേസ്. മറിച്ച് വളരെ ചെറിയ ഭാഗങ്ങൾ (കഷണങ്ങൾ എന്നുതന്നെ പറയാം) ചേർന്നുണ്ടായതാണ്. പ്ലാങ്ക് ലെങ്ത്തിലാണ് (10^{35}M) ഓരോ കഷണവും. പരസ്പരം ബന്ധിച്ചിരിക്കുന്ന ഇവയിലെ ബന്ധനങ്ങളിലെ കുരുക്കുകളും ചിത്രപ്പണികളുമാണ് മൗലിക കണങ്ങളുടെ സൃഷ്ടിക്കു കാരണമാകുന്നത്. പ്രപഞ്ചോല്പത്തിയെക്കുറിച്ചും പ്രപഞ്ചത്തിന്റെ ഭാവിയെക്കുറിച്ചുമെല്ലാം കൃത്യമായ വിവരങ്ങൾ നല്കാൻ കഴിയുമെങ്കിലും ഗുരുത്വബലത്തെ മറ്റ് അടിസ്ഥാന ബലങ്ങളുമായി യോജിപ്പിക്കുന്നതിൽ ഈ സിദ്ധാന്തം വേണ്ടത്ര ഫലപ്രദമല്ല. അതുമാത്രമല്ല തന്ത്രീ സിദ്ധാന്തങ്ങൾ പോലെതന്നെ പരീക്ഷണങ്ങൾ വഴി തെളിയിക്കാനും കഴിയില്ല.

കോസൽ ഡൈനമിക്കൽ ട്രയാംഗുലേഷൻസ് (C D T)

ലൂപ് ക്വാണ്ടം ഗ്രാവിറ്റി സിദ്ധാന്തവുമായി ചേർന്നു നിൽക്കുന്ന പ്രപഞ്ച സിദ്ധാന്തമാണ് സി ഡി റ്റി നൈരന്തര്യമില്ലാത്ത സ്ഥലകാലങ്ങൾ അതിസൂക്ഷ്മമായ ബിൽഡിംഗ് ബ്ലോക്കുകൾ കൊണ്ടാണ് നിർമ്മിച്ചിരിക്കുന്നത്. നാലുമാനങ്ങളിൽ സ്ഥിതിചെയ്യുന്ന പെന്റാകൊറോണുകൾ (Pentachorons) എന്ന ഈ ബിൽഡിംഗ് ബ്ലോക്കുകൾ കൂടിച്ചേർന്ന് വലിയ അളവുകളിലുള്ളതും മൂന്ന് സ്ഥലമാനങ്ങളും കാലത്തിന്റെ ഒരു മാനവും ചേർന്ന് നാമനുഭവിക്കുന്ന നാലുമാനങ്ങളിലുള്ള സ്ഥലകാലങ്ങളുടെ സൃഷ്ടി നടത്തുന്നു. ഏറെക്കുറെ എല്ലാ പ്രാപഞ്ചിക പ്രതിഭാസങ്ങളെയും വിവരിക്കാൻ പര്യാപ്തമാണെങ്കിലും ദ്രവ്യത്തിന്റെ നിലനില്പും പരിണാമവും വിവരിക്കുന്നതിൽ ഈ സിദ്ധാന്തം പരാജയപ്പെടുന്നുണ്ടെന്ന് പറയേണ്ടി വരും.

ക്വാണ്ടം ഐൻസ്റ്റൈൻ ഗ്രാവിറ്റി

പ്രപഞ്ചത്തിന്റെ വലിയ അളവുകളിൽ സമ്പൂർണ്ണ വിജയവും എന്നാൽ അതിസൂക്ഷ്മ കണികകളുടെ അനിശ്ചിതത്വത്തിനു മുൻപിൽ അപരിചിതത്വവും പ്രകടമാക്കുന്ന ആപേക്ഷികതയും അതിബുദ്ധിമാന്മാരുടെ മസ്തിഷ്കത്തിനു മാത്രം വഴങ്ങുന്നതും സൂക്ഷ്മകണികകളുടെ ലോകത്തു നിലനില്ക്കുന്നതുമായ ക്വാണ്ടം മെക്കാനിക്സും സമർത്ഥമായി സംയോജിപ്പിക്കുന്നതിനുള്ള നീക്കമാണ് ക്വാണ്ടം ഗ്രാവിറ്റി സിദ്ധാന്തം. ഗുരുത്വബലത്തെ മറ്റ് അടിസ്ഥാനബലങ്ങളുമായി സംയോജിപ്പിക്കാൻ കഴിയുന്നതിൽ വിജയിക്കുന്ന ഈ സിദ്ധാന്തം അതിന്റെ പണിപ്പുരയിലാണ്. നിരവധി സമാന സിദ്ധാന്തങ്ങളുടെ സമാഹാരമായ ക്വാണ്ടം ഗ്രാവിറ്റി TOE സിദ്ധാന്തങ്ങളിലെ ഏറ്റവും ശക്തനായ സ്ഥാനാർത്ഥിയാണ്. ഈ പ്രപഞ്ചത്തിന്റെ ഉല്പത്തിക്കും അതിന്റെ പ്രവർത്തന

ങ്ങൾക്കും പിന്നിൽ ഒരു ശക്തിയെ ആവശ്യമുണ്ടെങ്കിൽ നിങ്ങൾക്ക് ക്വാണ്ടം ഗ്രാവിറ്റിയെ ദൈവമെന്നു വിളിക്കാമെന്നാണ് ഗണിതശാസ്ത്രജ്ഞനായ സ്റ്റീഫൻ ഹോക്കിങ്ങിന്റെ അഭിപ്രായം.

ക്വാണ്ടം ഗ്രാവിറ്റി

മറ്റു TOE സിദ്ധാന്തങ്ങളിൽ നിന്നും ഏറെ അകന്നു നില്ക്കുന്ന പ്രപഞ്ചകഥയാണ് ക്വാണ്ടം ഗ്രാവിറ്റിക്ക് പറയാനുള്ളത്. സ്പേസ് പരസ്പരം ബന്ധിക്കപ്പെട്ടിരിക്കുന്ന മുകുളങ്ങളുടെ നെറ്റ് വർക്കാണ്. ഈ നെറ്റ് വർക്കിന് തകർച്ച നേരിടുമ്പോൾ മുകുളങ്ങൾ കൂട്ടിമുട്ടുകയും ആ മഹാവിസ്ഫോടനത്തിന്റെ പരിണിത ഫലമാണ് നാമിന്നനുഭവിക്കുന്ന പ്രപഞ്ചത്തിന്റെ ഉല്പത്തിക്കു കാരണമാകുകയും ചെയ്യുന്നത്. സ്ഥല-കാല സങ്കല്പങ്ങളും സമയത്തിന്റെ ആരംഭവും പ്രയാണവുമെല്ലാം ക്ലാസിക്കൽ മഹാ വിസ്ഫോടന സിദ്ധാന്തം പറയുന്ന തരത്തിൽ തന്നെയാണ് ക്വാണ്ടം ഗ്രാവിറ്റിയും അവതരിപ്പിക്കുന്നത്.

ഇന്റേർണൽ റിലേറ്റിവിറ്റി

അതിസൂക്ഷ്മകണികകളുടെ ക്വാണ്ടം ലോകത്ത് സാമാന്യ ആപേക്ഷികതയുടെ പ്രവർത്തനം കണ്ടെത്തുകയാണ് ഇന്റേണൽ റിലേറ്റിവിറ്റി. മൗലിക കണങ്ങളുടെ കറക്ക (spin) ത്തെ ആശ്രയിച്ചാണ് ദ്രവ്യത്തിന്റെ വിവിധ രൂപങ്ങൾ സംജാതമാകുന്നത്. സ്വതന്ത്രമായി കറങ്ങിക്കൊണ്ടിരിക്കുന്ന ഒരു വ്യൂഹത്തിൽ മൗലിക കണങ്ങൾ ക്രമരഹിതമായാണ് നിലകൊള്ളുന്നത്. ഈ വ്യൂഹത്തിന്റെ താപനില ഒരു നിർണ്ണായക മൂല്യത്തിലെത്തുമ്പോൾ അവയുടെ കറക്കം സമാനമാവുകയും കൃത്യമായ പാറ്റേണുകളിലുള്ള ദ്രവ്യത്തിന്റെ വലിയ രൂപങ്ങൾ സൃഷ്ടിക്കപ്പെടുകയും ചെയ്യും. ഈ സിസ്റ്റത്തിനുള്ളിൽ നിലനില്ക്കുമ്പോൾ അതിന്റെ കറക്കം തിരിച്ചറിയാൻ കഴിയില്ലെങ്കിലും പരിണിതഫലം അനുഭവിക്കാൻ കഴിയും. സാമാന്യ ആപേക്ഷികതയിൽ ആരംഭിക്കുന്ന ഈ സിദ്ധാന്തത്തിന് ഇതുവരെ ന്യൂട്ടോണിയൻ ഗ്രാവിറ്റി വരെ മാത്രമേ എത്തിച്ചേരാൻ കഴിഞ്ഞിട്ടുള്ളൂ എന്നത് സിദ്ധാന്തത്തിന്റെ പരിമിതിയാണ്.

E8:

എട്ടുമാനങ്ങളിൽ നിലനിൽക്കുന്നതും 248 കെട്ടുകളുള്ളതുമായ ഒരു ഗണിത പാറ്റേണാണ് E8 എന്നു വേണമെങ്കിൽ പറയാം. എല്ലാ അടിസ്ഥാന ബലങ്ങളെയും മൗലിക കണങ്ങളെയും E8 പാറ്റേണിൽ കെട്ടിയിടാൻ കഴിയുന്നുണ്ട്. അതുപോലെ കണികകളുടെ പ്രതിപ്രവർത്തനങ്ങൾക്ക് സ്വാഭാവികമായ നിർവ്വചനം നല്കാനും സാധിക്കും. ഏറ്റവുമധികം വിമർശനങ്ങൾക്കു വിധേയമായിക്കൊണ്ടിരിക്കുന്ന പ്രപഞ്ചസിദ്ധാന്തവും E8 തന്നെയാണ്. അതിസങ്കീർണ്ണങ്ങളായ ഗണിതക്രിയകൾ

കുത്തിനിറച്ച ഈ സിദ്ധാന്തം ഉൾക്കൊള്ളുന്നതിനാവശ്യമായ മസ്തിഷ്ക വളർച്ച സമാന്യ ജനസമൂഹത്തിനുണ്ടെന്നു തോന്നുന്നില്ല. എങ്കിലും നിരവധി ഗണിതശാസ്ത്രജ്ഞരുടെ പിന്തുണയുള്ള E8 അതിന്റെ പണിപ്പുരയിലാണ്. കാര്യങ്ങൾ ലളിതമായി അവതരിപ്പിക്കണം. എന്നാൽ ലളിതവല്ക്കരണം സിദ്ധാന്തത്തിന്റെ അന്തസ്സത്ത ചോർത്തിക്കളയുന്ന തരത്തിലാകരുത് എന്ന പക്ഷക്കാരാണ് E8 സിദ്ധാന്തത്തിനു പിന്നിൽ പ്രവർത്തിക്കുന്നതെന്ന് പറയാതെ വയ്യ.

സ്റ്റീഫൻ ഹോക്കിങ്ങിനെപ്പോലെയുള്ള ഗണിതശാസ്ത്രജ്ഞർ സർവ്വതിന്റെയും സിദ്ധാന്തത്തിന്റെ രൂപീകരണത്തെക്കുറിച്ച് ശുഭാപ്തി വിശ്വാസമുള്ളവരാണ്. എന്നാൽ കർട്ട് ഗോഡലിനെപ്പോലെയുള്ള ഭൗതിക ശാസ്ത്രജ്ഞർ ഒരു സമ്പൂർണ്ണ പ്രപഞ്ചസിദ്ധാന്തം ഒരിക്കലും സാദ്ധ്യമല്ല എന്നു വാദിക്കുന്നവരാണ്. ഗോഡലിന്റെ ഇൻകംപ്ലീറ്റ്നെസ് തിയറി പറയുന്നത് ഒരു സമ്പൂർണ്ണ സിദ്ധാന്തത്തിനുവേണ്ടിയുള്ള പരിശ്രമം പാഴ്‌വേലയാണെന്നാണ്. എന്നാൽ പ്രപഞ്ചസിദ്ധാന്തങ്ങൾ ലാബറട്ടറിയിൽ പരീക്ഷിക്കാൻ കഴിയില്ലെന്നു കരുതി അവ തള്ളിക്കളയാനാവില്ല. ഗണിതശാസ്ത്രജ്ഞന്റെ മേശപ്പുറത്താണ് അവ രൂപീകരിക്കുന്നതും പരീക്ഷിക്കപ്പെടുന്നതും. സിദ്ധാന്തങ്ങൾ നവീകരിക്കുമ്പോൾ നടക്കുന്നത് തെറ്റുതിരുത്തലല്ല, മറിച്ച് ആത്യന്തിക സത്യത്തിലേക്ക് ഒരു ചുവടുകൂടി വയ്ക്കുകയാണ് ചെയ്യുന്നത്.

പ്രപഞ്ചത്തെക്കുറിച്ചുള്ള ഒരു സമ്പൂർണ്ണ സിദ്ധാന്തമെന്നു പറയുമ്പോൾ അതിന് തത്ത്വചിന്താപരമായും സാമൂഹികപരവുമായ നിരവധി മാനങ്ങളുണ്ട്. എന്തിനാണ് ഒരു സമ്പൂർണ്ണ സിദ്ധാന്തത്തിന് വാശിപിടിക്കുന്നത്? വിവിധ പ്രപഞ്ചസിദ്ധാന്തങ്ങൾ യോജിപ്പിക്കുന്നതിനു പകരം പ്രപഞ്ചത്തെ വിവിധ വീക്ഷണങ്ങളിൽ വിലയിരുത്തുന്നതല്ലേ കൂടുതൽ അഭികാമ്യം? ലീ സ്മോളിൻ പറയുന്നതുപോലെ ഉള്ളിയുടെ അടരുകൾ പോലെയാണ് പ്രപഞ്ച വിന്യാസമെങ്കിൽ ഉൺമ തേടിയുള്ള യാത്രയുടെ പര്യവസാനം എവിടെയാണ്? പ്രപഞ്ചത്തിന്റെ അപാരത മസ്തിഷ്ക്കത്തിലൊതുക്കാൻ ശ്രമിക്കുന്ന മനുഷ്യൻ ഒരദ്ഭുത പ്രതിഭാസം തന്നെയാണ്. ഒരുപക്ഷേ, പ്രപഞ്ചത്തെക്കാൾ നിഗൂഢവുമാണ് അവന്റെ മാനസിക വ്യാപാരങ്ങൾ.

പ്രപഞ്ചവികാസം ചോദ്യംചെയ്യപ്പെടുന്നു

The existing scientific concepts cover always only a very limited part of reality, and the other part that has not yet been understood is infinite

- Werner Heisenberg

പ്രപഞ്ചോല്പത്തിയെക്കുറിച്ച് ഇന്ന് നിലവിലുള്ള ഏറ്റവും പ്രബലമായ സിദ്ധാന്തം മഹാവിസ്ഫോടന മാതൃക തന്നെയാണ്. ദ്രവ്യ-ഊർജ്ജ സാന്ദ്രത അനന്തമായ വൈചിത്ര്യ ബിന്ദുവിൽ സംഭവിച്ച ക്വാണ്ടം ആന്ദോളനങ്ങളാണ് പ്രപഞ്ചസൃഷ്ടിക്ക് കാരണമായത്. ശൂന്യതയിൽനിന്ന് ഈ മഹാപ്രപഞ്ചം നിയതമായ കാരണമില്ലാതെ തന്നെ ഉടലെടുക്കുന്നത് വിവരിക്കുന്നതിന് സൈദ്ധാന്തികമായി തടസ്സമൊന്നുമില്ല. ക്വാണ്ടം നിയമങ്ങളനുസരിച്ച് ഒന്നുമില്ലായ്മയിൽനിന്നു കണികകളും ഊർജ്ജവും ഉരുത്തിരിഞ്ഞു വരുന്നത് തെളിയിക്കാൻ കഴിയും. പ്രപഞ്ചസൃഷ്ടി സ്ഥലത്തിലും കാലത്തിലുമല്ല സംഭവിച്ചത്. സ്ഥലകാലങ്ങളും ദ്രവ്യവും ഒരുമിച്ചാണ് സൃഷ്ടിക്കപ്പെട്ടത്. മഹാവിസ്ഫോടനത്തെ തുടർന്ന് പ്രപഞ്ചം വികസിക്കാനാരംഭിച്ചു. ആ വികാസം ഇപ്പോഴും തുടർന്നുകൊണ്ടിരിക്കുകയാണ്. സ്ഥലത്തെയും കാലത്തെയും കൂടുതൽ കൂടുതൽ സൃഷ്ടിച്ചുകൊണ്ടാണ് ആ വികാസം തുടരുന്നത്. ഒരു ബലൂൺ വീർപ്പിക്കുമ്പോൾ അതിലെ ചിത്രങ്ങൾ പരസ്പരം അകന്നുപോകുന്നതുപോലെ നക്ഷത്രസമൂഹങ്ങൾ പരസ്പരം അകന്നുകൊണ്ടിരിക്കുകയാണ്. ബലൂണിലെ ചിത്രങ്ങൾക്കെന്നപോലെ പ്രപഞ്ചത്തിനും ഒരു കേന്ദ്രബിന്ദു കണ്ടെത്താനാവില്ല. കാലപ്രവാഹം ആരംഭിച്ചത് മഹാവിസ്ഫോടനത്തെ തുടർന്നായതുകൊണ്ട് അതിനുമുമ്പ് എന്തായിരുന്നുവെന്ന് ചോദിക്കുന്നതുകൊണ്ട് അർത്ഥമില്ല. പ്രപഞ്ചസീമയ്ക്കപ്പുറം എന്താണെന്നറി

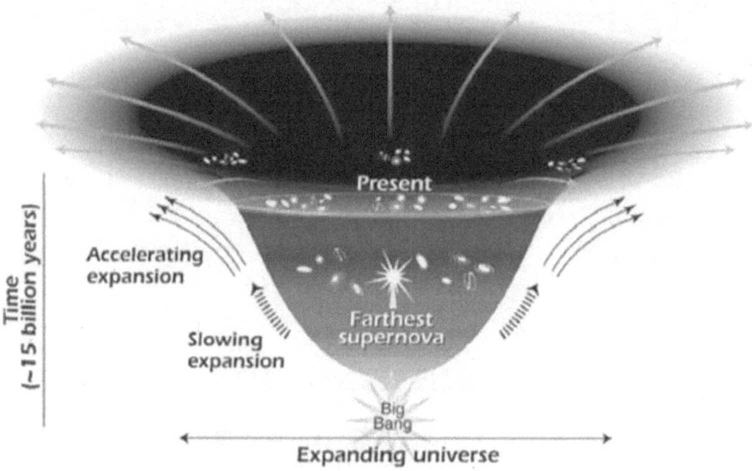

യാനും കഴിയില്ല. കാരണം പ്രകാശകിരണങ്ങൾ അവിടെനിന്നും നമ്മുടെ സമീപമെത്താറായിട്ടില്ല. മാത്രവുമല്ല, സ്ഥലം സൃഷ്ടിക്കപ്പെടുന്നത് പ്രപഞ്ചസീമയിലാണെന്നതിനാൽ അതിനുമപ്പുറമെന്താണെന്ന് ചോദിക്കുന്നതിൽ വലിയ കാര്യമൊന്നുമില്ല. മഹാവിസ്ഫോടന മാതൃകയുടെ ഈ വ്യാഖ്യാനങ്ങൾക്ക് ഏറ്റവും പ്രബലമായ തെളിവു നല്കുന്നത് പ്രപഞ്ചമാകെ വ്യാപിച്ചുകിടക്കുന്ന പരഭാഗ വികിരണങ്ങളാണ്. കേവലപൂജ്യത്തിനടുത്ത് താപനിലയിലുള്ളതും മൈക്രോവേവ് ബാൻഡിലുള്ളതുമായ ഈ വികിരണങ്ങൾ മഹാവിസ്ഫോടനത്തിന്റെ അവശിഷ്ട ഊർജ്ജമാണെന്നാണ് കരുതപ്പെടുന്നത്.

എന്നാൽ, പരമ്പരാഗത മഹാവിസ്ഫോടന മാതൃക ഇപ്പോൾ സംശയത്തിന്റെ നിഴലിലാവുകയാണ്. മഹാവിസ്ഫോടനം സർവ്വതിന്റെയും തുടക്കമല്ലെന്നും 'അതിന് മുൻപ്' എന്നുപയോഗിക്കുന്നതിൽ തെറ്റില്ലെന്നുമാണ് പുതിയ പഠനങ്ങൾ നല്കുന്ന സൂചന. മഹാവിസ്ഫോടനത്തിന്റെ അവശിഷ്ട ഊർജ്ജമെന്ന് കരുതപ്പെടുന്ന പരഭാഗ വികിരണങ്ങൾക്ക് (Cosmic Microwave Background) പ്രപഞ്ചത്തെക്കാൾ കൂടുതൽ പ്രായമുണ്ടെന്നാണ് പുതിയ കണ്ടെത്തൽ. വിസ്മയകരമായ ഈ കണ്ടെത്തലിനു പിന്നിൽ ഓക്സ്ഫോർഡ് യൂണിവേഴ്സിറ്റിയിലെ ശാസ്ത്രജ്ഞരാണ്. ശാസ്ത്രസംഘത്തിന് നേതൃത്വം നൽകിയത് സാക്ഷാൽ റോജർ പെൻറോസും. പരഭാഗ വികിരണങ്ങളുടെ സ്വഭാവത്തെക്കുറിച്ച് പഠനം നടത്തുന്ന നാസയുടെ ഡബ്ല്യൂ-മാപ് (Wilkinson Microwave Anisotropy Probe- WMAP) കൃത്രിമ ഉപഗ്രഹത്തിൽ നിന്നു ലഭിച്ച ഗ്രാഫുകൾ അപഗ്രഥിച്ച ശാസ്ത്രജ്ഞർ ഗ്രാഫിൽ കണ്ടെത്തിയ വലയങ്ങൾ മഹാവിസ്ഫോടനത്തെ തുടർന്നുണ്ടായതല്ലെന്നും അതിനും എത്രയോ

'മുമ്പ്' ഉണ്ടായതാണെന്നുമാണ് കണക്കുകൂട്ടുന്നത്. അത്യധികം തീവ്രമായ ഗുരുത്വബലമാണ് ഈ വലയങ്ങൾക്ക് കാരണമാകുന്നത്. അതു വിരൽചൂണ്ടുന്നതാവട്ടെ, ഭീമൻ തമോദ്വാരങ്ങളുടെ സാദ്ധ്യതയിലേക്കും. ഈ തമോദ്വാരങ്ങൾക്ക് നാം ജീവിക്കുന്ന പ്രപഞ്ചത്തെക്കാൾ പ്രായമുണ്ടെന്നാണ് റോജർ പെൻറോസ് വാദിക്കുന്നത്. അദ്ദേഹത്തിന്റെ വാദം നിലനില്ക്കുന്നതാണെങ്കിൽ ഒരു മഹാവിസ്ഫോടനത്തെ തുടർന്ന് ഉദ്ഭവിക്കുകയും വികസിക്കാനാരംഭിക്കുകയും ചെയ്തതാണ് ഈ ഏക പ്രപഞ്ചമെന്നും സ്ഥലവും കാലവും അവിടെയാണ് തുടങ്ങിയതെന്നുമുള്ള മഹാവിസ്ഫോടന മാതൃക സംശയത്തിന്റെ നിഴലിലാവുകയാണ്. പ്രപഞ്ചദ്രവ്യമൊന്നാകെ വിഴുങ്ങിക്കളയുന്ന തമോഗർത്തങ്ങൾ അവശേഷിപ്പിക്കുന്ന ഊർജ്ജമാണ് മഹാവിസ്ഫോടനത്തിന് തിരികൊളുത്തുന്നത്. എന്നാൽ, അതൊരു ഏക പ്രപഞ്ചമാണെന്ന (Universe) ഒത്തുതീർപ്പിന് പെൻറോസ് വഴങ്ങുന്നുമില്ല. നിരവധി ലഘുസ്ഫോടനങ്ങളും നിരവധി പ്രപഞ്ചങ്ങളുമുള്ള കുമിളാ പ്രപഞ്ചങ്ങളുടെ സാദ്ധ്യതയിലേക്കാണ് പെൻറോസ് വിരൽചൂണ്ടുന്നത്. മാത്രവുമല്ല, ആധുനിക പ്രപഞ്ചവൈജ്ഞാനികരിൽ അധികവും നിരവധി പ്രപഞ്ചങ്ങളുടെ (Multiverse) സാദ്ധ്യത അംഗീകരിക്കുന്നവരുമാണ്. ജലത്തിലെ കുമിളകൾ സൃഷ്ടിക്കപ്പെടുകയും നശിപ്പിക്കപ്പെടുകയും ചെയ്യുന്നതുപോലെ തുടക്കവും ഒടുക്കവുമില്ലാത്ത അനശ്വര പ്രാപഞ്ചിക തിരശ്ശീലയിൽ രൂപം കൊള്ളുന്ന നിരവധി പ്രപഞ്ചങ്ങളിൽ ഒന്നുമാത്രമാണ് നാമധിവസിക്കുന്ന ഈ പ്രപഞ്ചം.

മഹാവിസ്ഫോടന മാതൃകയുടെ വക്താക്കൾക്ക് എളുപ്പം ദഹിക്കുന്നതല്ല പെൻറോസിന്റെയും സംഘത്തിന്റെയും വാദങ്ങൾ. എന്നിരുന്നാലും പ്രപഞ്ചം വികസിച്ചുകൊണ്ടേയിരിക്കുന്നുവെന്ന കാര്യത്തിൽ ശാസ്ത്രസംഘത്തിന് ഭിന്നാഭിപ്രായമില്ല. ലോകമെമ്പാടുമുള്ള ജ്യോതിശാസ്ത്രജ്ഞരുടെ സഹകരണത്തോടെ നടത്തിയ പഠനമായ 'ബോസ്' (ബേര്യോൺ അക്വാസ്റ്റിക് ഓസിലേഷൻ സ്പെക്ട്രോസ്കോപിക് സർവ്വേ–BOSS) സർവ്വെയും പ്രപഞ്ചവികാസം ഒരിക്കലും അവസാനിക്കില്ലെന്ന് കണ്ടെത്തിയിരുന്നു. പരന്ന പ്രപഞ്ചമെന്ന ആശയത്തിന് ബലം നൽകുന്ന ഈ കണ്ടുപിടിത്തം നടത്തിയ ബോസ് സർവ്വെ ജ്യോതിശാസ്ത്ര ചരിത്രത്തിലെ മഹാത്ഭുതമായി മാറിക്കൊണ്ടിരിക്കുന്ന സ്ലോൺ ഡിജിറ്റൽ സ്കൈ സർവ്വെയുടെ മൂന്നാംഘട്ടമാണ് (SDSS-III). എന്നാൽ, ഇപ്പോഴിതാ പ്രപഞ്ചം വികസിക്കുന്നില്ലെന്നും മൗലിക കണങ്ങൾക്ക് പിണ്ഡം വർദ്ധിക്കുന്നതുകൊണ്ട് നിരീക്ഷകനുണ്ടാകുന്ന മിഥ്യാദർശനം മാത്രമാണ് പ്രപഞ്ചവികാസത്തിന് തെളിവായി കണക്കാക്കുന്ന നക്ഷത്രസമൂഹങ്ങളുടെ ചുമപ്പുനീക്കത്തിന് (Doppler Shifting) കാരണമെന്നുമുള്ള പുതിയ കണ്ടെത്തലുമായി രംഗത്തെത്തിയിരിക്കുന്നത് ജർമ്മനിയിലെ ഹൈഡൽബെർഗ് യൂണിവേഴ്സിറ്റിയിലെ സൈദ്ധാന്തിക ഭൗതികശാസ്ത്രജ്ഞനായ ക്രിസ്റ്റോഫ് വെറ്ററിച്ച് ആണ്.

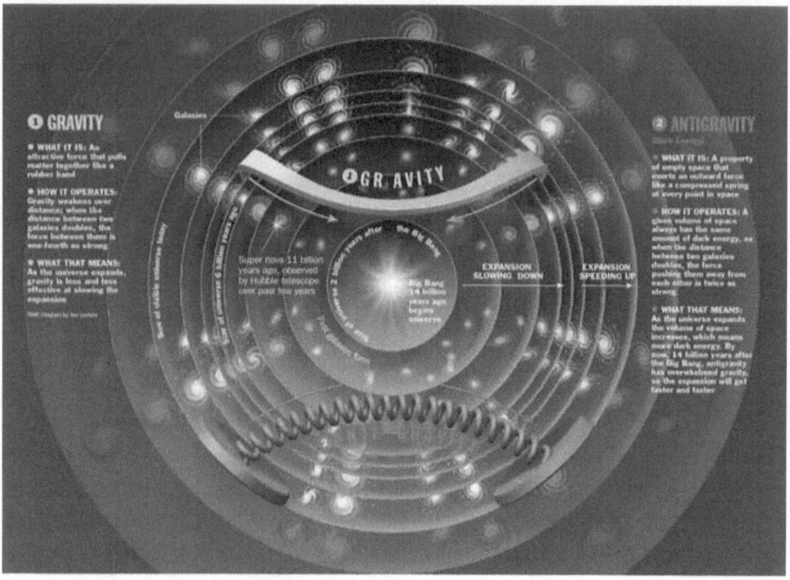

ചുമപ്പുനീക്കവും (Red Shifting) നീലനീക്കവും (Blue Shifting) കോസ്മോളജിസ്റ്റുകളുടെ ഗവേഷണ വിഷയമാണ്. ട്രാഫിക് പൊലിസുകാരൻ നിങ്ങളുടെ വാഹനത്തിന്റെ വേഗത പുറമെ നിന്ന് അളക്കുന്നതും ഇതേ സങ്കേതമുപയോഗിച്ചാണ്. ഏതെങ്കിലുമൊരു ദ്രവ്യപിണ്ഡം നിരീക്ഷകനിൽനിന്ന് അകലുകയോ നിരീക്ഷകനെ സമീപിക്കുകയോ ചെയ്യുന്നതിന്റെ തോത് അളക്കുന്നതിനുപയോഗിക്കുന്ന മാനദണ്ഡമാണ് 'ഡോപ്ലർ ഷിഫ്റ്റിങ്' എന്നറിയപ്പെടുന്ന ചുമപ്പ്, നീലനീക്കങ്ങൾ. നിരീക്ഷകനിൽനിന്ന് അകലുമ്പോൾ അത് ചുമപ്പു നീക്കമെന്നും സമീപിക്കുമ്പോൾ നീല നീക്കമെന്നുമാണ് പറയുന്നത്. ചലിച്ചുകൊണ്ടിരിക്കുന്ന ഒരു ദ്രവ്യപിണ്ഡം ആഗിരണം ചെയ്യുകയോ ഉത്സർജ്ജിക്കുകയോ ചെയ്യുന്ന വിദ്യുത് കാന്തികതരംഗങ്ങളുടെ ആവൃത്തിയെ അടിസ്ഥാനമാക്കിയാണ് ഈ സങ്കേതം പ്രവർത്തിക്കുന്നത്. ഈ രീതി പ്രപഞ്ചവിജ്ഞാന മേഖലയിൽ പ്രക്ഷേപിക്കുമ്പോൾ ഒരു ഖഗോളപിണ്ഡം ഭൂമിയിൽനിന്ന് അകന്നുപോവുകയാണെങ്കിൽ അത് ഉത്സർജ്ജിക്കുന്ന പ്രകാശകിരണങ്ങളുടെ തരംഗദൈർഘ്യം വർദ്ധിക്കുകയും വിദ്യുത് കാന്തികശ്രേണിയിലെ തരംഗദൈർഘ്യം കൂടിയ ഇൻഫ്രാറെഡ് വേവ് ബാൻഡിലേക്ക് നീങ്ങുകയും ചെയ്യും. ഇതിനാണ് ചുമപ്പുനീക്കമെന്ന് പറയുന്നത്. ഭൂമിയെ സമീപിച്ചുകൊണ്ടിരിക്കുന്ന പ്രതിഭാസമാണെങ്കിൽ അത് ഉത്സർജ്ജിക്കുന്ന പ്രകാശകിരണങ്ങളുടെ നീക്കം തരംഗദൈർഘ്യം കുറഞ്ഞതും ആവൃത്തി കൂടിയതുമായ അൾട്രാവയലറ്റ് ശ്രേണിയിലേക്കായിരിക്കും. ഈ പ്രതിഭാസത്തെയാണ് നീലനീക്കമെന്ന് പറയുന്നത്. ചുമപ്പുനീക്ക

ത്തിന്റെ വിപരീത പ്രതിഭാസമാണ് നീലനീക്കം. 1920 കളിൽ തന്നെ ജോർജ് ലെമൈത്ര, എഡ്വിൻ ഹബിൾ തുടങ്ങിയ ജ്യോതിശാസ്ത്രജ്ഞർ വിദൂര നക്ഷത്രസമൂഹങ്ങളെല്ലാം ചുമപ്പുനീക്കം പ്രദർശിപ്പിക്കുന്നുണ്ടെന്ന് കണ്ടെത്തിയിരുന്നു. നക്ഷത്രസമൂഹങ്ങൾക്ക് നിരീക്ഷകനിൽ നിന്നുള്ള ദൂരം കൂടുന്നതിനനുസരിച്ച് ചുമപ്പുനീക്കവും ശക്തമാകും. വികസിക്കുന്ന പ്രപഞ്ചമെന്ന മാതൃകയ്ക്ക് ഏറ്റവും ശക്തമായ പിന്തുണയാണ് ഡോപ്ലർ പ്രഭാവമെന്ന് പൊതുവെ പറയപ്പെടുന്ന ചുമപ്പുനീക്കം നല്കിയത്.

ക്രിസ്റ്റോഫ് വെറ്ററിച്ച് വിരൽചൂണ്ടുന്നത് മറ്റൊരു സാദ്ധ്യതയിലേക്കാണ്. ആറ്റങ്ങളിൽനിന്ന് ഉത്സർജ്ജിക്കപ്പെടുന്ന വിദ്യുത് കാന്തിക വികിരണങ്ങളുടെ സവിശേഷതകൾ അവയിലടങ്ങിയിരിക്കുന്ന മൗലിക കണങ്ങളുടെ, വിശേഷിച്ചും ഇലക്ട്രോണുകളുടെ പിണ്ഡത്തെ ആശ്രയിച്ചാണ് നിർണ്ണയിക്കപ്പെടുന്നത്. മൗലിക കണങ്ങളുടെ പിണ്ഡം വർദ്ധിക്കുന്നതിനനുസരിച്ച് അവ ഉത്സർജ്ജിക്കുന്ന പ്രകാശകണങ്ങളുടെ (photons) ഊർജ്ജവും വർദ്ധിക്കും. ഊർജ്ജനില വർദ്ധിക്കുകയെന്നാൽ അതിനർത്ഥം പ്രകാശകിരണങ്ങളുടെ തരംഗദൈർഘ്യം കുറയുകയെന്നാണ്. ഇതുതന്നെയാണ് നീലനീക്കത്തിലും സംഭവിക്കുന്നത്. ഇനി ഇതിനു വിപരീതമായി മൗലികകണങ്ങളുടെ പിണ്ഡം കുറയുകയാണെങ്കിൽ അവയിൽനിന്ന് ഉത്സർജ്ജിക്കപ്പെടുന്ന ഫോട്ടോണുകളുടെ ഊർജ്ജനില താഴുകയും തരംഗദൈർഘ്യം വർദ്ധിച്ച് ഇൻഫ്രാറെഡ് ശ്രേണിയിലേക്ക് നീങ്ങുകയും ചെയ്യും. ഇവിടെയാണ് ക്രിസ്റ്റോഫ് വെറ്ററിച്ചിന്റെ വാദങ്ങൾ പ്രബലമാകുന്നത്. പ്രകാശപ്രവേഗം ഒരു ക്ലിപ്തസംഖ്യയാണ്. അത് സമയത്തെ ആധാരമാക്കിയുമാണ്. ഒരു വിദൂര നക്ഷത്രസമൂഹത്തെ നോക്കുന്ന ഭൂമിയിലുള്ള നിരീക്ഷകൻ കാണുന്നത് ലക്ഷങ്ങളോ കോടികളോ വർഷങ്ങൾക്കപ്പുറമുള്ള നക്ഷത്രസമൂഹത്തിന്റെ ദൃശ്യങ്ങളാണ്. പ്രപഞ്ചത്തിൽ കൂടുതൽ ദൂരത്തേക്ക് നോക്കുമ്പോൾ കാലത്തിന്റെ ഭൂതത്തിലേക്കാണ് നോക്കുന്നത്. മറ്റൊരു ഭാഷയിൽ പറഞ്ഞാൽ ചതുർമാനത്തിൽ നിലനില്ക്കുന്ന മനുഷ്യനുൾപ്പെടെയുള്ള ത്രിമാനജീവന് ഭൂതകാലം മാത്രമേ അനുഭവിക്കാൻ കഴിയുകയുള്ളൂ. വർത്തമാനവും ഭാവിയുമെല്ലാം ജീവന്റെ അനുഭൂതിതലങ്ങൾക്കപ്പുറമാണ്. വിദൂര നക്ഷത്രസമൂഹങ്ങൾ പ്രദർശിപ്പിക്കുന്ന ചുമപ്പുനീക്കവും പിൻവാങ്ങൽ പ്രവേഗവും അവ അകന്നുകൊണ്ടിരിക്കുന്നതിന്റെ സൂചനയാകണമെന്നില്ല. കോടിക്കണക്കിന് വർഷങ്ങൾക്കു മുമ്പ് പിണ്ഡം കുറഞ്ഞ മൗലികകണങ്ങൾ കൊണ്ട് നിർമ്മിക്കപ്പെട്ട ദ്രവ്യപിണ്ഡങ്ങൾ ഉത്സർജ്ജിച്ച ഊർജ്ജനില കുറഞ്ഞ (തരംഗദൈർഘ്യം കൂടിയ) ഫോട്ടോണുകളാണ് ഇന്ന് നിരീക്ഷകന് 'ദൃശ്യമാകുന്നത്'. ഇതൊരിക്കലും ഗാലക്സികളുടെ ചുമപ്പുനീക്കമായി കണക്കാക്കാൻ കഴിയില്ല. നാം ജീവിക്കുന്ന ഈ പ്രപഞ്ചം സ്ഥിരമാണ്. അതൊരിക്കലും വികസിക്കുന്നില്ലെന്നും ഒരുപക്ഷേ സങ്കോചിക്കാൻ തുടങ്ങിയിരിക്കുന്നെന്നുമാണ് ക്രിസ്റ്റോഫ് വാദിക്കുന്നത്. അതിന്റെ സൂചനയാണ് മൗലിക കണങ്ങൾക്കുണ്ടാകു

ന്ന ഭാരവർദ്ധനവ്.

ക്രിസ്റ്റോഫിന്റെ വാദങ്ങൾ ഗംഭീരമാണെങ്കിലും, ഗണിതപരമായി സ്ഥാപിക്കാൻ കഴിയുമെങ്കിലും അതൊരിക്കലും പരീക്ഷണശാലയിൽ വച്ച് തെളിയിക്കാൻ കഴിയില്ല. കാരണം ഭാരമെന്നത് അളവിന്റെ ഒരു മാനമാണ്. മറ്റേതെങ്കിലും ഒന്നിനോട് ആപേക്ഷികമായി മാത്രമേ അളക്കാൻ സാധിക്കുകയുള്ളൂ. ക്രിസ്റ്റോഫിന്റെ വാദമനുസരിച്ച് പ്രപഞ്ചത്തിലുള്ളതിനെല്ലാം ഭാരം വർദ്ധിക്കുകയാണെങ്കിൽ മൗലിക കണങ്ങളുടെ ഭാരവർദ്ധനവ് തിരിച്ചറിയാൻ കഴിയില്ല. കിലോഗ്രാമെന്ന സങ്കല്പത്തിനു തന്നെ ഭാരവർദ്ധനവുണ്ടായാൽ അളക്കപ്പെടുന്ന വസ്തുവിന്റെ ഭാരവർദ്ധന തിരിച്ചറിയാൻ കഴിയില്ലല്ലോ.

ക്രിസ്റ്റോഫ് വെറ്ററിച്ചിന്റെ വാദങ്ങൾക്ക് പിൻതുണയാകുന്ന പുതിയ ചില കണ്ടെത്തലുകളും കോസ്മോളജിയിൽ ഇതിനിടെയുണ്ടായിട്ടുണ്ട്. യൂറോപ്യൻ സ്പേസ് ഏജൻസിയുടെ പ്ലാങ്ക് ദൗത്യം നടത്തിയ കണ്ടെത്തലുകളാണ് അവയിൽ പ്രധാനം. പരഭാഗ വികിരണങ്ങളിൽ നടത്തിയ പഠനങ്ങളാണ് പ്ലാങ്ക് ദൗത്യം പുറത്തുവിട്ടത്. ഇതനുസരിച്ച് പ്രപഞ്ചത്തിന്റെ പ്രായം മുമ്പ് കണക്കുകൂട്ടിയതിലും അധികമാണ്. അതുമാത്രമല്ല, അതിലെ ഘടകങ്ങളുടെ അനുപാതവും നമ്മുടെ കണക്കുകൂട്ടലുകളിൽ നിന്ന് വിഭിന്നമാണ്. ശൈശവ പ്രപഞ്ചം ഇപ്പോൾ കരുതുന്നതിലും ക്രമരഹിതവുമായിരുന്നു. പ്രപഞ്ചത്തിന്റെ പ്രായം 1382 കോടി വർഷമെന്ന് ഇനി തിരുത്തിവായിക്കണം. പ്രപഞ്ചവികാസ നിരക്ക് മുമ്പ് കണക്കുകൂട്ടിയിരുന്നതിലും കുറവാണ്. നക്ഷത്രസമൂഹങ്ങളും ഗ്രഹകുടുംബങ്ങളും ധൂളീപടലങ്ങളുമെല്ലാമടങ്ങുന്ന ദൃശ്യദ്രവ്യം (Baryonic matter) മുൻപ് കരുതിയിരുന്നതു പോലെ പ്രപഞ്ചത്തിന്റെ 4.6 ശതമാനമല്ല, 4.9 ശതമാനമോ അതിലും അധികമോ ആണ് ഉള്ളത്. ഗുരുത്വാകർഷണ സ്വഭാവം മാത്രം പ്രകടിപ്പിക്കുന്ന അദൃശ്യ ദ്രവ്യരൂപമായ ശ്യാമദ്രവ്യമാകട്ടെ മുൻപ് കരുതിയിരുന്നതിലും അധികമുണ്ടെന്നാണുള്ളത്. കണ്ടെത്തിയിരിക്കുന്നത്. മുൻപ് കരുതിയിരുന്നതുപോലെ, ശ്യാമദ്രവ്യം പ്രപഞ്ചത്തിന്റെ 24 ശതമാനമല്ല, മറിച്ച് 26.8 ശതമാനമാണ്. പ്രപഞ്ചത്തെ വികസിപ്പിച്ചുകൊണ്ടിരിക്കുന്ന ശ്യാമോർജ്ജമെന്ന ഋണമർദ്ദത്തിന്റെ തോത് മുൻപ് കരുതിയിരുന്നതുപോലെ പ്രപഞ്ചത്തിന്റെ 71.4 ശതമാനമല്ല. പുതിയ കണ്ടെത്തലനുസരിച്ച് ഇത് 68.3 ശതമാനം മാത്രമാണുള്ളത്.

റേഡിയോ, മൈക്രോവേവ് തരംഗങ്ങൾ ഉപയോഗിച്ച് പ്ലാങ്ക് സ്പേസ്ക്രാഫ്റ്റ് 15 മാസം തുടർച്ചയായി നടത്തിയ പഠനങ്ങളാണ് ഈ വാർത്ത പുറത്തുവിടാൻ ഇടയാക്കിയത്. പ്രപഞ്ചവികാസ നിരക്കിലും ഒരു പൊളിച്ചെഴുത്തിന് പുതിയ കണ്ടുപിടിത്തം കാരണമായിട്ടുണ്ട്. സൂപ്പർനോവാ വിസ്ഫോടനത്തെത്തുടർന്നുണ്ടാകുന്ന പ്രകാശരശ്മികളുടെ പിൻവാങ്ങൽ പ്രവേഗവും ഗാലക്സികളുടെ ചുമപ്പുനീക്കത്തിന്റെ തോതും കണക്കുകൂട്ടിയാണ് പ്രപഞ്ചവികാസം അളക്കുന്നത്. വലിയ ദൂരങ്ങളിൽ പ്രപഞ്ചവികാസ വേഗത വർദ്ധിക്കുന്നതായാണ് ഇതുവരെയുണ്ടായിരു

ന്ന ധാരണ. എന്നാൽ, ഈ വികാസ വേഗത മുൻപ് കരുതിയിരുന്നതിലും കുറവാണെന്നാണ് പുതിയ കണ്ടുപിടിത്തം. ഇനിമുതൽ പ്രപഞ്ചവികാസ വേഗത 67.3 കിലോമീറ്റർ/സെക്കന്റ്/മെഗാ പാർസെക് (67.3 km/sec/mpc) എന്ന് തിരുത്തി വായിക്കണം. ഏതാനും മാസങ്ങൾക്കു മുമ്പുവരെ ഈ തോത് 74.3 കിലോമീറ്റർ/സെക്കന്റ്/മെഗാ പാർസെക് ആണെന്നാണ് കരുതിയിരുന്നത്. ഹബിളിന്റെ സ്ഥിരാങ്കമെന്നാണ് (Hubble constant) പ്രപഞ്ചവികാസ നിരക്കിന് പറയുന്ന പേര്. ലളിതമായി പറഞ്ഞാൽ 32.6 ലക്ഷം പ്രകാശവർഷം അകലെയുള്ള ഒരു നക്ഷത്രസമൂഹത്തെ നിരീക്ഷിച്ചാൽ അതിന്റെ പിൻവാങ്ങൽ പ്രവേഗം സെക്കന്റിൽ 67.3 കിലോമീറ്ററായിരിക്കും. ഒരു മെഗാപാർസെക് 32.6 ലക്ഷം പ്രകാശവർഷമാണ്. രണ്ട് മെഗാപാർസെക്, അഥവാ 65.2 ലക്ഷം പ്രകാശവർഷം ദൂരെയുള്ള ഒരു ഗാലക്സിയുടെ പിൻവാങ്ങൽ പ്രവേഗം ഇതിന്റെ ഇരട്ടി, സെക്കന്റിൽ 134.6 കിലോമീറ്റർ ആയിരിക്കും.

ഹബിൾ സ്ഥിരാങ്കത്തിൽ ഇടയ്ക്കിടെയുണ്ടാകുന്ന വ്യതിയാനങ്ങൾ പ്രപഞ്ചവികാസ നിരക്കിന്റെ കാര്യത്തിലുണ്ടാകുന്ന ദുരൂഹതയ്ക്ക് ആക്കംകൂട്ടുന്നുമുണ്ട്. സമീപകാലത്തൊന്നും എത്തിച്ചേരാത്ത ഏറ്റവും ഉയർന്ന നിരക്കിൽനിന്നും വളരെ പിന്നോക്കം പോകുന്ന തരത്തിലുള്ള വ്യതിചലനങ്ങൾ ഉണ്ടാകുന്നതും ക്രിസ്റ്റോഫ് വെറ്റെറിച്ചിനെപ്പോലെ പ്രപഞ്ചവികാസത്തെ എതിർക്കുന്നവർക്ക് പിടിവള്ളിയാണ്. കൂടാതെ മഹാവിസ്ഫോടന മാതൃകയുടെ വിശ്വസനീയതയ്ക്കെതിരെ ചില ക്വാണ്ടം കോസ്മോളജിസ്റ്റുകളുടെ പടപ്പുറപ്പാടും തുടങ്ങിയിട്ടുണ്ട്. ആസ്ട്രേലിയയിലെ മെൽബൺ യൂണിവേഴ്സിറ്റിയിലെ ഗവേഷകനായ ജെയിംസ് ക്വാക്കിന്റെ നേതൃത്വത്തിലുള്ള ശാസ്ത്രജ്ഞർ ഹോട്ട് ബിഗ് ബാംഗ് മാതൃക തിരുത്തിയെഴുതാനുള്ള ശ്രമത്തിലാണ്. ചൂടുപിടിച്ച ഒരു പൊട്ടിത്തെറിയല്ല, മറിച്ച് അനിയതമായ ആകൃതിയിലുള്ള ദ്രാവകം തണുത്ത് പരലാകുന്നതുപോലെ(crystalisation)യാണ് ഈ പ്രപഞ്ചം രൂപമെടുത്തതെന്നാണ് അവരുടെ വാദം. ചൂടുപിടിച്ച പൊട്ടിത്തെറിയുടെ വിപരീതവശമാണിത്. മഹാവിസ്ഫോടനമല്ല, ഒരു മഹാ ഖനീഭവിക്കലാണ് (Big Freeze) അവിടെ സംഭവിച്ചതെന്നാണ് ശാസ്ത്രസംഘം വാദിക്കുന്നത്.

സ്പേസ് ഐക്യരൂപമുള്ളതും തുടർച്ചയായതുമായ ഒരു തിരശ്ശീലയല്ലെന്നും അതിസൂക്ഷ്മമായ നിരവധി ബിൽഡിംഗ് ബ്ലോക്കുകൾ ചേർത്ത് അടുക്കിവച്ചതാണെന്നുമാണ് ഡോ. ക്വാക്ക് പറയുന്നത്. നിയതമായ ആകൃതിയില്ലാത്ത ദ്രാവക പ്രപഞ്ചത്തിൽ സ്ഥലകാലങ്ങൾ രൂപപ്പെട്ടിരുന്നില്ല. ഈ അവസ്ഥയിൽനിന്ന് തണുത്ത് ഖനീഭവിച്ച് ക്രിസ്റ്റലീകരണം നടന്നതോടുകൂടിയാണ് നാമിന്നുകാണുന്ന തരത്തിൽ സ്ഥല-കാല മാനങ്ങൾ രൂപപ്പെട്ടത്. ജലം മഞ്ഞുകട്ടയാകുമ്പോൾ സംഭവിക്കുന്നതുപോലെ സ്പേസിലും ചില തടസ്സങ്ങളും വിള്ളലുകളുമുണ്ട്. നാം ധരിച്ചുവച്ചിരിക്കുന്നതുപോലെ ഒരു തുടർച്ചയും ഐക്യരൂപവുമൊന്നും സ്

പേസിനില്ലെന്നാണ് ഗവേഷകർ വാദിക്കുന്നത്. പ്രപഞ്ച വിജ്ഞാന മേഖലയിൽ രൂപംകൊള്ളുന്ന ഈ ഏറ്റവും പുതിയ പരികല്പനയ്ക്ക് പിന്തുണയാകുന്നത് ക്വാണ്ടം ഗ്രാഫിറ്റിയെന്ന (Quantum Graphity) ക്വാണ്ടം കോസ്മോളജി സിദ്ധാന്തമാണ്.

2006 ൽ കാനഡയിലെ പെരിമീറ്റർ ഇൻസ്റ്റിറ്റ്യൂട്ട് ഓഫ് തിയററ്റിക്കൽ ഫിസിക്സിലെ സൈദ്ധാന്തിക ഭൗതിക ശാസ്ത്രജ്ഞരാണ് ക്വാണ്ടം ഗ്രാഫിറ്റിയെന്ന പുതിയ പ്രപഞ്ച സിദ്ധാന്തം അവതരിപ്പിച്ചത്. ഐൻസ്റ്റൈന്റെ നാലു മാനങ്ങളിലുള്ള സ്ഥലകാല സങ്കല്പമനുസരിച്ച് സ്പേസ് ഐക്യരൂപമുള്ളതും അനുസ്യൂതവുമാണ്. ഐൻസ്റ്റൈന്റെ സാമാന്യ ആപേക്ഷികതാ പ്രമാണം സ്ഥൂല പ്രപഞ്ചത്തിന്റെ ചര്യകൾ വിവരിക്കാൻ പര്യാപ്തമാണെങ്കിലും സൂക്ഷ്മകണികകളുടെ ലോകത്ത് സാമാന്യ ആപേക്ഷികതയും അതിന്റെ ഗുരുത്വ നിയമങ്ങളും പരാജയപ്പെടും. ക്വാണ്ടം മെക്കാനിക്സിലെ ഗണിത പ്രമാണങ്ങളാണ് സൂക്ഷ്മ പ്രപഞ്ചം അടക്കി വാഴുന്നത്. സാമാന്യ ആപേക്ഷികതയും (General Theory of Relativity) ക്വാണ്ടം മെക്കാനിക്സും അവയുടെ മേഖലയിൽ വിജയമാണെങ്കിലും ഒരു സമ്പൂർണ്ണ പ്രപഞ്ച സിദ്ധാന്തമെന്നു വിളിക്കപ്പെടാനുള്ള അർഹത ഇവയ്ക്കില്ല. അതുകൊണ്ട് ആപേക്ഷികതയിലെ ഗുരുത്വ നിയമങ്ങൾ ക്വാണ്ടം ഭൗതിക പ്രമാണങ്ങളുമായി സംയോജിപ്പിച്ചുകൊണ്ട് ഒരു സമ്പൂർണ്ണ പ്രപഞ്ച സിദ്ധാന്തം രൂപീകരിക്കുന്നതിനുള്ള ശ്രമം ഇരുപതാം നൂറ്റാണ്ടിന്റെ അവസാന ദശകങ്ങളിൽ തന്നെ ആരംഭിച്ചിരുന്നു. ക്വാണ്ടം ഐൻസ്റ്റൈൻ ഗ്രാവിറ്റി അഥവാ ക്വാണ്ടം ഗ്രാവിറ്റിയെന്ന (Quantum Gravity) പ്രപഞ്ച സിദ്ധാന്തങ്ങളുടെ സമാഹാരം അങ്ങനെയാണ് രൂപം കൊള്ളുന്നത്. സ്ട്രിങ് തിയറികൾ, എം–തിയറി, ടെക്നികളർ, ലൂപ് ക്വാണ്ടം ഗ്രാവിറ്റി എന്നിങ്ങനെ സങ്കീർണ്ണ ഗണിത ക്രിയകൾ നിറഞ്ഞ നിരവധി ഭൗതിക ശാസ്ത്ര സിദ്ധാന്തങ്ങൾ സർവതിന്റെയും സമ്പൂർണ്ണ സിദ്ധാന്തമാകുന്നതിനുള്ള (Theory of Everything) തയ്യാറെടുപ്പിലാണ്. ഇക്കൂട്ടത്തിലുള്ള ശക്തനായ സ്ഥാനാർത്ഥിയാണ് ക്വാണ്ടം ഗ്രാഫിറ്റി. ബുദ്ധിരാക്ഷസന്മാരായ റോജർ പെൻറോസും സ്റ്റീഫൻ ഹോക്കിങ്ങുമെല്ലാം ക്വാണ്ടം ഗ്രാവിറ്റി സിദ്ധാന്തങ്ങളുടെ കടുത്ത ആരാധകരാണ്.

സ്പേസ് നിർമ്മിക്കപ്പെട്ടിരിക്കുന്നത് ആറ്റങ്ങൾ പോലെ അദൃശ്യമായ സൂക്ഷ്മ കണങ്ങൾ കൊണ്ടാണെന്നാണ് ക്വാണ്ടം ഗ്രാഫിറ്റിയിൽ പറയുന്നത്. കമ്പ്യൂട്ടർ മോണിട്ടറിൽ പിക്സലുകൾ കൂടിച്ചേർന്ന് ഒരു പൂർണ്ണ ചിത്രം നിർമ്മിക്കുന്നതു പോലെയാണിത്. ഈ ബിൽഡിംഗ് ബ്ലോക്കുകൾ സൂക്ഷ്മമായ പ്ലാങ്ക് മാനങ്ങളിൽ നിലനില്ക്കുന്നതുകൊണ്ട് അവയെ നേരിട്ടു നിരീക്ഷിക്കാൻ കഴിയില്ല. ഈ ഗണിതമാതൃകയിൽ സ്ഥലകാലങ്ങൾ ഒരു ഗ്രാഫിലെ അക്ഷങ്ങളായാണ് ചിത്രീകരിക്കുന്നത്. ഈ ഗ്രാഫിലെ രണ്ടു സ്ഥാനങ്ങൾ തമ്മിൽ ബന്ധിപ്പിച്ചിരിക്കുന്ന ഏറ്റവും കുറഞ്ഞ ദൂരമാണ് സ്പേസ്. പ്രപഞ്ചോല്പത്തിയുടെ ആദ്യനിമിഷങ്ങളി

ലെ ഉന്നത താപനിലയിലുള്ള ദ്രാവകത്തിൽ ഗ്രാഫിലെ നോഡുകൾ ക്രമരഹിതമായാണ് ബന്ധിപ്പിച്ചിരിക്കുന്നത്. അതിനർത്ഥം സ്ഥലകാലങ്ങളെ നിർവ്വചിക്കാൻ കഴിയില്ലെന്നും അവ രൂപപ്പെട്ടില്ലെന്നുമാണ്. ദ്രാവക പ്രപഞ്ചത്തിന്റെ താപനില കുറഞ്ഞ് ക്രിസ്റ്റലീകരണം നടക്കുന്നതോടെ നോഡുകൾ തമ്മിലുള്ള ബന്ധം ക്രമീകരിക്കപ്പെടുകയും തുടർച്ചയുള്ളതുമാകും. ഇവിടെവച്ചാണ് സ്ഥലകാലങ്ങൾ രൂപീകരിക്കപ്പെടുന്നത്.

സ്ഥൂല പ്രപഞ്ചത്തിൽ നിന്നും സൂക്ഷ്മലോകത്തെത്തുമ്പോൾ സ്പേസിനുണ്ടാകുന്ന ക്രമഭംഗം പ്രപഞ്ചത്തിന്റെ നൈരന്തര്യമില്ലായ്മയാണ് വരച്ചുകാണിക്കുന്നത്. വിദ്യുത കാന്തിക വികിരണങ്ങളുടെ വക്രഗമനവും പ്രതിഫലനവുമെല്ലാം വിവരിക്കാൻ കഴിയുന്ന ക്വാണ്ടം ഗ്രാവിറ്റി പ്രമാണങ്ങൾക്ക് കോസ്മിക് ഇൻഫ്ളേഷൻ, ചക്രവാള പ്രഹേളിക, പരഭാഗവികിരണങ്ങളുടെ അപശ്രുതി തുടങ്ങി പരമ്പരാഗത മഹാവിസ്ഫോടന മാതൃക നേരിടുന്ന എല്ലാ പ്രശ്നങ്ങൾക്കും കൃത്യമായ മറുപടി നല്കാൻ കഴിയും. ഡോ. ജെയിംസ് ക്വാക്കിന്റെയും സംഘത്തിന്റെയും 'ബിഗ് ഫ്രീസ്' മാതൃക അതിന്റെ പണിപ്പുരയിലാണ്. സൈദ്ധാന്തിക ഗവേഷണം വിജയിച്ചാൽ ക്രമവും തുടർച്ചയുമായ സ്ഥലകാല നൈരന്തര്യത്തിൽ ചില ഭേദഗതികൾ വരുത്തേണ്ടി വരും. നാളെ ഒരുപക്ഷേ, 'ബിഗ് ബാങ്' എന്നായിരിക്കില്ല പറയുക. 'ബിഗ് ഫ്രീസ്' എന്നായേക്കും. ഡോ. ക്വാക്കും സംഘവും ഇപ്പോൾ തന്നെ 'ബാങ്' ഉപേക്ഷിച്ചു കഴിഞ്ഞു. മഹാവിസ്ഫോടനത്തിലെ സ്ഫോടനം ആണ് ഏറ്റവും വലിയ പ്രശ്നം. അതിൽ ഗണിതവുമില്ല, ഭൗതികവുമില്ലെന്നാണ് ഡോ. ക്വാക്ക് പറയുന്നത്.

1948 ൽ ജോർജ്ജ് ഗാമോവ് മഹാവിസ്ഫോടന മാതൃകയെ ഒരു സിദ്ധാന്തമായി അവതരിപ്പിച്ചപ്പോൾ മുതൽ തന്നെ അതിന്റെ സാധുതയും ചോദ്യം ചെയ്യപ്പെട്ടു തുടങ്ങിയിരുന്നു. ഫ്രെഡ് ഹോയ്ൽ, ഹെർമൻ ബ്രോണ്ടി, തോമസ് ഗോൾഡ് എന്നിവർ ചേർന്നു രൂപംകൊടുത്ത സ്ഥിര സ്ഥിതി പ്രപഞ്ച മാതൃക (Steady state cosmology) യിലെ മൈത്രയുടെയും ഗാമോവിന്റെയും സംഘത്തിന്റെയും മഹാവിസ്ഫോടന മാതൃകയുടെ മുഖ്യ എതിരാളിയായിരുന്നു. തുടക്കവും ഒടുക്കവുമില്ലാത്ത നിത്യപ്രപഞ്ചമെന്ന സ്ഥിരസ്ഥിതി പ്രപഞ്ചമാതൃക നാസ്തികരായ തത്ത്വചിന്തകരെ കുറച്ചൊന്നുമല്ല ആകർഷിച്ചത്. തുടക്കവും ഒടുക്കവുമൊന്നുമില്ലെങ്കിൽ ഒരു സ്രഷ്ടാവിന്റെ ആവശ്യമില്ലല്ലോ. എന്നാൽ മഹാവിസ്ഫോടന മാതൃകയിൽ പ്രപഞ്ചത്തിനൊരു തുടക്കമുണ്ട്. ക്വാണ്ടം ആന്ദോളനങ്ങളാണെങ്കിലും വൈചിത്ര്യ ബിന്ദുവാണെങ്കിലും അതിനുപിന്നിലൊരു സ്രഷ്ടാവിന്റെ ഇടപെടൽ തിരുകിക്കയറ്റാൻ ഇടമുണ്ടെന്നു തിരിച്ചറിഞ്ഞ മതനേതൃത്വത്തിന് ഈ മാതൃക സ്വീകാര്യമായി. 1952 ൽ പോപ്പ് പയസ് 12, മഹാവിസ്ഫോടന മാതൃക ക്രിസ്ത്യൻ മത പ്രമാണങ്ങൾക്ക് നിരക്കുന്നതാണെന്നും അതുകൊണ്ടുതന്നെ അതംഗീകരിക്കുന്നതിൽ തെറ്റില്ലെന്നും പ്രഖ്യാപിച്ചു. സ്ഥിര സ്ഥിതി പ്രപഞ്ചമാതൃക ഒ

രു തരം കമ്യൂണിസ്റ്റ് പാർട്ടി ലൈനാണത്രെ! ജോർജ് ഗാമോവിനും ഇതേ അഭിപ്രായമായിരുന്നു ഉണ്ടായിരുന്നത്. എന്നാൽ സോവിയറ്റ് ജ്യോതിശാസ്ത്രജ്ഞർ ഈ രണ്ടു മാതൃകകളും പൂർണ്ണമായി അംഗീകരിച്ചില്ലെന്നതാണ് യാഥാർത്ഥ്യം. പ്രാപഞ്ചിക ദ്രവ്യരൂപീകരണം അവതരിപ്പിക്കുന്നതിലും ഊർജ്ജ സംരക്ഷണ നിയമം പാലിച്ചുകൊണ്ട് ദ്രവ്യ-ഊർജ്ജ സംതുലനം വിവരിക്കുന്നതിലും സ്ഥിര സ്ഥിതി പ്രപഞ്ച മാതൃകയ്ക്കായിരുന്നു മേൽക്കൈ. എന്നാൽ നക്ഷത്ര സമൂഹങ്ങളുടെ പ്രായം സംബന്ധിച്ചും മൂലകങ്ങളുടെ വിതരണത്തെ സംബന്ധിച്ചും മഹാവിസ്ഫോടന മാതൃക അവതരിപ്പിച്ച ചിത്രമാണ് കൂടുതൽ വിശ്വസനീയം. കൂടുതൽ ദൂരെയുള്ള ഗാലക്സികൾ കൂടുതൽ പ്രായമുള്ളവയാണെന്ന കണ്ടെത്തൽ സ്ഥിരസ്ഥിതി പ്രപഞ്ചമാതൃകയിൽ ചില മാറ്റങ്ങൾ വരുത്താൻ അതിന്റെ വക്താക്കളെ പ്രേരിപ്പിച്ചു. ഈ രണ്ടു പ്രപഞ്ചമാതൃകകളും പരസ്പരം മത്സരിച്ച് മുന്നേറുമ്പോഴാണ് 1965 ൽ അർനോ പെൻസിയാസും റോബർട്ട് വിൽസനും ചേർന്ന് ആകസ്മികമായി പരഭാഗ വികിരണങ്ങൾ കണ്ടെത്തുന്നത്. ഈ വികിരണങ്ങൾ മഹാവിസ്ഫോടനത്തിന്റെ അവശിഷ്ട ഊർജ്ജമാണെന്ന് സ്ഥാപിക്കാൻ കഴിഞ്ഞതോടെ അത് മഹാവിസ്ഫോടന മാതൃകയുടെ വിജയവും സ്ഥിരസ്ഥിതി പ്രപഞ്ചമാതൃകയുടെ ശവപ്പെട്ടിയിലെ അവസാനത്തെ ആണിയുമായി.

സ്ഥിരസ്ഥിതി പ്രപഞ്ചമാതൃകയെ ശവപ്പെട്ടിയിൽ നിന്ന് ഉയിർപ്പിക്കാനുള്ള ശ്രമങ്ങളും ഇതിനിടെ ഉണ്ടായിട്ടുണ്ട്. 1993–95 കാലഘട്ടത്തിൽ ഫ്രെഡ് ഹോയ്ൽ, ജയന്ത് നർലിക്കർ, ജെഫ്രി ബാർബ്രിഡ്ജ് എന്നിവർ ചേർന്ന് സ്ഥിരസ്ഥിതി പ്രപഞ്ചമാതൃകയിൽ ചില ഭേദഗതികൾ വരുത്തി അവതരിപ്പിച്ച പ്രപഞ്ച മാതൃകയാണ് ക്വാസി സ്റ്റെഡി സ്റ്റേറ്റ് തിയറി. (QSSC-A Different Approach to Cosmology). പരമ്പരാഗത സ്ഥിര സ്ഥിതി പ്രപഞ്ചമാതൃകയിൽ നിന്ന് അകന്നും മഹാവിസ്ഫോടന മാതൃകയുമായി ചേർന്നും നില്ക്കുന്ന ഈ പ്രപഞ്ച ചിത്രീകരണത്തിൽ 'മഹാവിസ്ഫോടനം' അശാസ്ത്രീയമാണെന്ന കാര്യത്തിൽ രണ്ടഭിപ്രായമില്ല. ഉന്നത താപനിലയിൽ നിലനില്ക്കുന്ന ഒരു നിത്യപ്രപഞ്ചത്തിൽ നിന്ന് കുമിളകൾ പോലെ ഉയർന്നു വരുന്ന ചെറു പ്രപഞ്ചങ്ങൾ നിറഞ്ഞതാണ് ഈ പ്രപഞ്ചം. അവയിലൊന്നിലാണ് നാം അധിവസിക്കുന്നത്. ക്വാസി സ്റ്റഡി സ്റ്റേറ്റ് മാതൃകയനുസരിച്ചുള്ള പ്രപഞ്ചം ഒരേസമയം നിത്യവും സൃഷ്ടിപരവുമാണ്. പ്രപഞ്ചത്തിലെ ഋണമർദ്ദം ഊർജ്ജ സംരക്ഷണ നിയമം പാലിച്ചുകൊണ്ടുതന്നെ പ്രാപഞ്ചിക ദ്രവ്യസൃഷ്ടിക്കു കാരണമാകും. ലഘുവിസ്ഫോടനങ്ങൾ (Little Big Bangs) ഇടയ്ക്കിടെ സംഭവിക്കുന്ന പ്രതിഭാസമാണെന്നും ഇതേതുടർന്ന് ദ്രവ്യസൃഷ്ടി നടക്കുന്നുണ്ടെന്നുമാണ് നർലിക്കറും സംഘവും വാദിക്കുന്നത്. പ്രപഞ്ചം വികസിക്കുന്നുണ്ടെന്ന് ആർക്കെങ്കിലും പറയാൻ കഴിയുമെങ്കിൽ അത് ദ്രവ്യസൃഷ്ടിയെ മാത്രം ആധാരമാക്കിയാണ്. എന്നാൽ ഈ വികാസം ഒരു ലഘു കാലഗണനയിൽ ഒതുങ്ങിനില്ക്കുന്നതും ഒരു നിത്യപ്രപഞ്ചത്തിൽ

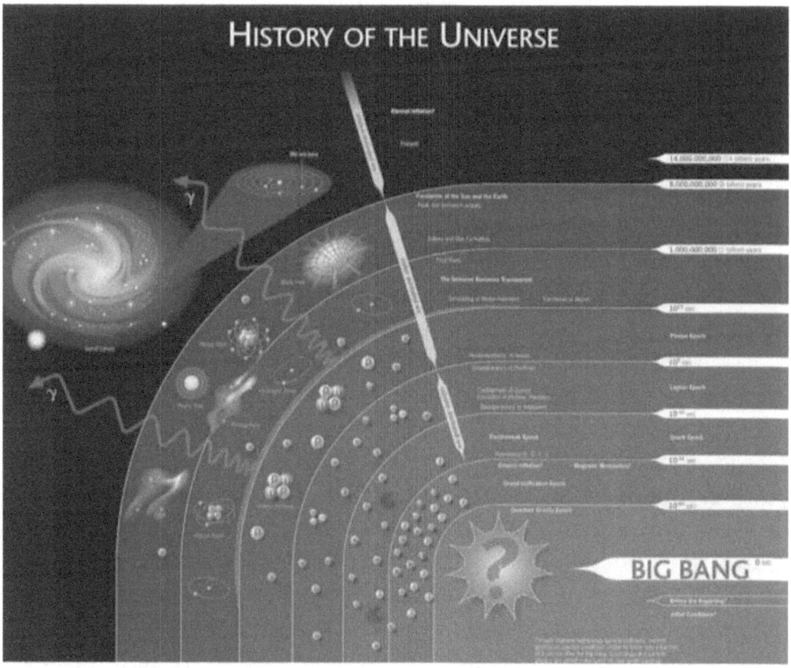

അളക്കാൻ കഴിയുന്നതിലും ചെറുതുമാണ്.

മഹാവിസ്ഫോടന മാതൃക ആവശ്യപ്പെടുന്നതുപോലെ ശ്യാമദ്രവ്യത്തിന്റെ (Dark matter) വലിയ സാന്നിദ്ധ്യമൊന്നും ക്വാസി സ്റ്റെഡി സ്റ്റേറ്റ് കോസ്മോളജിയിൽ ആവശ്യമില്ല. അതു മാത്രവുമല്ല, ഒരു നോൺ ബേര്യോണിക് ഡാർക്ക് മാറ്റർ എന്ന സങ്കല്പം തന്നെ ഈ മാതൃകയിൽ അനാവശ്യമാണ്. ക്വാസി സ്റ്റെഡി സ്റ്റേറ്റ് മാതൃകയ്ക്ക് മഹാവിസ്ഫോടന മാതൃകയുമായി പിണക്കം തുടങ്ങുന്നത് ഗാലക്സി രൂപീകരണവുമായി ബന്ധപ്പെട്ടാണ്. മഹാവിസ്ഫോടന മാതൃകയനുസരിച്ച് ഏതുകാലത്തും നക്ഷത്ര സമൂഹങ്ങൾ സൃഷ്ടിക്കപ്പെടാൻ സാദ്ധ്യതയുണ്ട്. കൂടാതെ ഓരോ നക്ഷത്ര സമൂഹത്തിലും വ്യത്യസ്ത പ്രായത്തിലുള്ള നക്ഷത്രങ്ങളുമുണ്ട്. ഈ മാതൃകയനുസരിച്ച് 4000 കോടി വർഷങ്ങൾ വരെ പ്രായമുള്ള നക്ഷത്രങ്ങളെയും കണ്ടെത്താൻ കഴിയും. ഇത് മഹാവിസ്ഫോടനത്തിന്റെ പ്രായത്തേക്കാൾ അധികമാണ്. അതുകൂടാതെ ചുമപ്പുനീക്കമെന്ന് (Doppler Shifting) മഹാവിസ്ഫോടന മാതൃക പറയുന്ന പ്രതിഭാസം പലപ്പോഴും യുക്തിക്കുനിരക്കുന്നതല്ല എന്നുമാണ് ക്വാസി സ്റ്റെഡി സ്റ്റേറ്റ് മാതൃകയുടെ വക്താക്കൾ വാദിക്കുന്നത്.

പ്രപഞ്ചം വിചിത്രമാണ്, ഒരുപക്ഷേ, നമുക്ക് സങ്കല്പിക്കാൻ കഴിയുന്നതിലും വിചിത്രം. ഇന്നത്തെ പ്രപഞ്ച സിദ്ധാന്തങ്ങൾ നാളെ തിരു

ത്തി എഴുതപ്പെടാം. അതാണ് ശാസ്ത്രത്തിന്റെ രീതിയും സമീപനവും. അതെന്നും വികസിച്ചു കൊണ്ടിരിക്കും. ചക്രവാളങ്ങൾക്കുമപ്പുറത്തേക്ക്....

പരഭാഗ വികിരണങ്ങൾ

എന്താണീ പരഭാഗവികിരണങ്ങൾ? പ്രപഞ്ച ചരിത്രമെഴുതുന്നതിൽ അവയ്ക്കുള്ള പങ്കെന്താണ്? പദാർത്ഥത്തിന്റെ അനന്തമായ മർദ്ദ, താപ, സാന്ദ്ര അവസ്ഥയിൽ നിന്നുണ്ടായ ദ്രുത വികാസത്തേത്തുടർന്നാണ് ഈ പ്രപഞ്ചമുദ്ഭവിച്ചതെന്നാണ് മഹാവിസ്ഫോടന സിദ്ധാന്തം പറയുന്നത്. ഏകദേശം 1380 കോടി വർഷങ്ങൾക്ക് മുമ്പുണ്ടായ ഈ മഹാവിസ്ഫോടനത്തെ തുടർന്ന് പ്രപഞ്ചം വികസിക്കാനാരംഭിച്ചു. പ്രപഞ്ചത്തിന്റെ ഇപ്പോഴത്തെ ശരാശരി താപനില 2.725K (-270.275 ഡിഗ്രി സെൽഷ്യസ്) ആണെന്ന് കണ്ടെത്തിയിട്ടുണ്ട്. ഈ താപനിലയുമായി ബന്ധപ്പെട്ട വികിരണങ്ങളാണ് പരഭാഗ വികിരണങ്ങളെന്ന പ്രാപഞ്ചിക പശ്ചാത്തല വികിരണങ്ങൾ (Cosmic Microwave Background-CMB). ശൈശവ പ്രപഞ്ചത്തിന്റെ സവിശേഷതകൾ പഠിക്കുന്നതും പ്രപഞ്ചത്തിന്റെ പ്രായമളക്കുന്നതും ഈ വികിരണങ്ങളിൽ നടത്തുന്ന ഗവേഷണങ്ങൾ വഴിയാണ്. ദൃശ്യപ്രകാശത്തേക്കാൾ തരംഗ ദൈർഘ്യം കൂടിയ ഈ വികിരണങ്ങളെ വിദ്യുത് കാന്തിക സ്പെക്ട്രത്തിൽ മൈക്രോ വേവുകളുടെ ഗ്രൂപ്പിലാണ് ഉൾപ്പെടുത്തിയിരിക്കുന്നത്. പ്രപഞ്ചമാകെ ഈ വികിരണങ്ങൾ നിറഞ്ഞുനില്ക്കുകയാണ്. ആകാശത്തിന്റെ എല്ലാ കോണുകളിൽ നിന്നും ഈ വികിരണങ്ങൾ ഭൂമിയിലെത്തുന്നുണ്ട്. ഉയർന്ന തരംഗ ദൈർഘ്യവും വളരെ താഴ്ന്ന ഊർജ്ജനിലയുമുള്ള ഇവയെക്കുറിച്ച് കൃത്യമായ പഠനം വളരെ പ്രയാസമാണ്. നാസയുടെ കോബി (Cosmic microwave background Explorer-COBE), ഡബ്യു–മാപ് (Wilkinson Microwave Anisotropy Probe-WMAP) എന്നീ കൃത്രിമ ഉപഗ്രഹങ്ങളും പ്ലാങ്ക് സ്പേസ് ക്രാഫ്റ്റും പരഭാഗവികരണങ്ങളെക്കുറിച്ചുള്ള പഠനങ്ങൾ നടത്തിയിട്ടുണ്ട്. 1965 ൽ അർനോ പെൻസിയാസ്, റോബർട്ട് വിൽസൻ എന്നീ ശാസ്ത്രജ്ഞർ വളരെ ആകസ്മികമായാണ് ഈ വികിരണങ്ങളെ തിരിച്ചറിഞ്ഞത്. ഈ കണ്ടുപിടിത്തത്തിന് അവർക്ക് 1978 ൽ നോബൽ സമ്മാനവും ലഭിക്കുകയുണ്ടായി. പരഭാഗ വികിരണങ്ങൾ മഹാവിസ്ഫോടനത്തിന്റെ അവശിഷ്ട ഊർജ്ജമാണെന്നാണ് കരുതപ്പെടുന്നത്.

ആഗോളതാപനത്തിന് മരം നടലല്ല മറുപടി

ഭൂമിക്കു ചൂടു കൂടിവരികയാണ്. ഈ അവസ്ഥ തുടരുകയാണെങ്കിൽ ഇരുപത്തി ഒന്നാം നൂറ്റാണ്ട് അവസാനിക്കുമ്പോഴേക്കും ഭൂമിയുടെ ശരാശരി താപനിലയിൽ 5 ഡിഗ്രി സെൽഷ്യസിന്റെ വർദ്ധനവുണ്ടാകും. പ്രവചനാതീതമായ കാലാവസ്ഥാ വ്യതിയാനങ്ങൾക്കും വരൾച്ചയ്ക്കും വെള്ളപ്പൊക്കത്തിനും കടലാക്രമണത്തിനുമെല്ലാം അതു കാരണമാകും. മഹാനഗരങ്ങൾ പലതും വെള്ളത്തിൽ മുങ്ങും. വ്യാവസായിക വിപ്ലവത്തിന്റെ ഉപോല്പന്നങ്ങളായ രാസപദാർത്ഥങ്ങളാണ് ഈ കാലാവസ്ഥാ വ്യതിയാനങ്ങൾക്കെല്ലാം കാരണമെന്ന് ആരോപിക്കുകയും അതിനെല്ലാം പരിഹാരമായി മരങ്ങൾ നട്ടുവളർത്തണമെന്നു പറയുകയും ചെയ്യുന്നത് പ്രായോഗികമോ ശാസ്ത്രീയമോ ആണെന്നു കരുതാൻ വയ്യ. ജനസംഖ്യാ വിസ്ഫോടനവും കാർഷിക-വ്യാവസായിക വളർച്ചയും വനങ്ങളുടെ നശീകരണത്തിനു കാരണമാണ്. ഇനിയൊരു തിരിച്ചുപോക്ക് വ്യാവസായിക വളർച്ചയെ പിന്നോട്ടടിപ്പിക്കുന്നതിന് തുല്യമായിരിക്കും. കാലാവസ്ഥാ വ്യതിയാനത്തിന് വ്യാവസായിക വളർച്ച കാരണമാകുന്നുണ്ടെങ്കിൽ കാലാവസ്ഥയെ നിയന്ത്രിക്കുന്നതിനും സാങ്കേതികവിദ്യ പ്രയോജനപ്പെടുത്തുകയാണ് ശാസ്ത്രീയ സമീപനം. മരങ്ങളെല്ലാം മുറിച്ചുമാറ്റി വ്യവസായ ശാലകൾ തുടങ്ങണമെന്നോ വനവല്ക്കരണം അപകടകരമാണെന്നോ അല്ല പറയുന്നത്. എന്നാൽ എല്ലാ പ്രശ്നങ്ങൾക്കും മരമാണ് മറുപടി എന്ന് ഒഴുക്കൻ മട്ടിൽ പറഞ്ഞുകൊണ്ട് തുറിച്ചുനോക്കുന്ന യാഥാർത്ഥ്യങ്ങളുടെ മുന്നിൽ അന്ധരായിത്തീരുന്നതാണ് അപകടം. അതിവേഗ പാതകളുടെ ഓരങ്ങളിലും രാജവീഥികളിലുമെല്ലാം മുഗൾ ഭരണകാലത്തെ നഗരപരിഷ്കരണത്തെ അനുകരിച്ച് മരങ്ങൾ വച്ചുപിടിപ്പിക്കുകയും അയൽക്കാരന്റെ കൃഷിസ്ഥലത്തും പുരയിടത്തിലും വിത്തുവലിച്ചെറിയുകയും ചെയ്യുന്നതല്ല വനവൽക്കരണം. അത്

പ്രത്യയശാസ്ത്ര ദാരിദ്ര്യമാണ്. ശാസ്ത്രീയമായ അവബോധമില്ലായ്മയാണ്. പരിസ്ഥിതി പ്രവർത്തകർക്ക് താല്പര്യമുണ്ടെങ്കിലും ഇല്ലെങ്കിലും മറ്റു പോംവഴികൾ അന്വേഷിക്കേണ്ടത് ശാസ്ത്രബോധമുള്ള സമൂഹത്തിന്റെ ആവശ്യമാണ്.

ആഗോളതാപനത്തെക്കുറിച്ചും അതിന്റെ കാരണ-പ്രത്യാഘാതങ്ങളെക്കുറിച്ചുമുള്ള ചർച്ചകൾക്ക് ദശാബ്ദങ്ങളുടെ പഴക്കമുണ്ട്. സൗരചക്രങ്ങളുടെ സ്വഭാവം, അഗ്നിപർവ്വത സ്ഫോടനങ്ങൾ മുതലായ പ്രാപഞ്ചിക പ്രതിഭാസങ്ങളുടെ പങ്ക് ഇക്കാര്യത്തിലുണ്ടെന്നു പറയുമ്പോഴും അവ എങ്ങനെ, എത്രത്തോളം ഭൂമിയുടെ കാലാവസ്ഥയെ പ്രതികൂലമായി ബാധിക്കുമെന്ന് കൃത്യമായി കണക്കുകൂട്ടാൻ കഴിയില്ല. കഴിയുന്ന കാര്യമാകട്ടെ മനുഷ്യരുടെ പ്രകൃതിയിലുള്ള അനിയന്ത്രിത ഇടപെടൽ കാരണം ഹരിതഗൃഹവാതകങ്ങളുടെ ഉല്പാദനത്തിലുണ്ടാകുന്ന വർദ്ധനയും അതു വരുത്തിവയ്ക്കുന്ന പ്രത്യാഘാതങ്ങളുമാണ്. ഇന്റർനാഷണൽ പാനൽ ഓൺ ക്ലൈമറ്റ് ചേഞ്ച് (IPCC) എന്നറിയപ്പെടുന്ന കാലാവസ്ഥാ-ഭൗമശാസ്ത്രസംഘം ഓരോ വർഷവും കാലാവസ്ഥയിലുണ്ടാകുന്ന മാറ്റങ്ങൾ പഠിക്കുകയും ലോകമെമ്പാടുമുള്ള ശാസ്ത്രജ്ഞരുടെ പഠനറിപ്പോർട്ടുകൾ സമാഹരിക്കുകയും ചെയ്യുന്നുണ്ട്. അവരുടെ റിപ്പോർട്ടുകളെത്തുടർന്നാണ് രാഷ്ട്രീയമായ ഇടപെടലുകൾ നടത്താൻ രാഷ്ട്രത്തലവന്മാർ നിർബ്ബന്ധിതരാകുന്നത്.

ആഗോളതാപനത്തിന്റെ പ്രധാന ഉത്തരവാദിത്വം ഹരിതഗൃഹപ്രഭാവത്തിനാണ്. സൂര്യപ്രകാശം ഭൗമോപരിതലത്തിൽ പതിച്ചതിനുശേഷം അന്തരീക്ഷത്തിലേക്ക് പ്രതിഫലിക്കുമ്പോൾ അതിലേറിയ പങ്കും താപവികിരണങ്ങളുടെ (ഇൻഫ്രാറെഡ് തരംഗങ്ങൾ) രൂപത്തിലാണ്. ഭൗമാന്തരീക്ഷത്തിലുള്ള വാതകങ്ങൾ ഈ താപവികിരണങ്ങളെ കെണിയിൽപ്പെടുത്തുകയും അവയുടെ സ്വതന്ത്രസഞ്ചാരത്തെ തടസ്സപ്പെടുത്തുകയും ചെയ്യും. വാതകങ്ങൾ ഇവിടെ ഒരു സ്ഫടിക മേലാപ്പു പോലെയാണ് പെരുമാറുന്നത്. ഭൗമാന്തരീക്ഷത്തിന്റെ ഈ സ്വഭാവമാണ് ഭൂമിയിൽ ചൂടും തണുപ്പും ക്രമീകരിക്കുന്നത്. ഭൗമജീവന്റെ ഉത്ഭവത്തിനും വികാസത്തിനും പിന്നിൽ ഹരിതഗൃഹപ്രഭാവത്തിന് നിർണ്ണായക സ്ഥാനമുണ്ടെന്നർത്ഥം. 1824ലാണ് ശാസ്ത്രജ്ഞർ ആദ്യമായി ഹരിതഗൃഹപ്രഭാവത്തെക്കുറിച്ച് പഠിക്കാനാരംഭിച്ചത്. ജോസഫ് ഫൊറിയർ എന്ന ശാസ്ത്രജ്ഞൻ അന്തരീക്ഷത്തെക്കുറിച്ചു നടത്തിയ പഠനത്തിൽ ഭൂമിക്ക് ഇത്തരമൊരു അന്തരീക്ഷ ഘടന ഇല്ലായിരുന്നുവെങ്കിൽ അന്തരീക്ഷ താപനിലയിൽ 60 ഡിഗ്രി ഫാരൻഹൈറ്റുവരെ കുറവുണ്ടാകുമെന്നും അത് ഭൂമിയെ വാസയോഗ്യമല്ലാതാക്കുമെന്നും കണ്ടെത്തുകയുണ്ടായി.

പിന്നീട് 1895 ൽ സ്വീഡിഷ് രസതന്ത്രജ്ഞനായ സ്വാന്തേ അറേനിയസ് ഹരിതഗൃഹപ്രഭാവത്തിന്റെ പ്രധാന കാരണം അന്തരീക്ഷത്തിലെ കാർബൺഡയോക്സൈഡിന്റെ സാന്നിദ്ധ്യമാണെന്നും മനുഷ്യപ്രവർത്തനങ്ങൾ കാർബൺഡയോക്സൈഡിന്റെ അളവ് ഗണ്യമായി വർദ്ധിപ്പിക്കുന്നുണ്ടെന്നും കണ്ടെത്തി. ഒരു നൂറു വർഷത്തിനുള്ളിൽ ഈ വർദ്ധനവ് ഭീകരമാകുമെന്നും അത് ഭൂമിയിൽ ഗുരുതരമായ പ്രത്യാഘാതങ്ങളുണ്ടാക്കുമെന്നും അറേനിയസ് നൂറു വർഷങ്ങൾക്കു മുമ്പ് പ്രവചിക്കുകയുണ്ടായി.

ആഗോളതാപനത്തിന്റെ പ്രധാന കാരണം അന്തരീക്ഷത്തിലുള്ള വാതകങ്ങളുടെ ഹരിതഗൃഹസ്വഭാവമാണെന്നു പറഞ്ഞല്ലോ. എങ്ങനെയാണിത് സംഭവിക്കുന്നതെന്ന് നോക്കാം. ഭൗമോപരിതലത്തിൽ തട്ടി പ്രതിഫലിപ്പിക്കുന്ന ഇൻഫ്രാറെഡ് കിരണങ്ങളാണ് താപവാഹകർ. വികിരണങ്ങൾ ദ്രവ്യകണികകളുടെ ആറ്റോമിക-തന്മാത്രാ ഘടനയെ ആശ്രയിച്ചാണ് അവയിലൂടെ കടന്നുപോകുന്നത്. ആറ്റങ്ങൾ നിർമ്മിക്കപ്പെട്ടിരിക്കുന്നത് പോസിറ്റീവ് ചാർജ്ജുള്ള ഒരു ന്യൂക്ലിയസും നെഗറ്റീവ് ചാർജ്ജുള്ള ഇല്ക്ട്രോണുകളും കൊണ്ടാണെന്ന് സാമാന്യമായി പറയാൻ കഴിയും. ഇലക്ട്രോണുകൾ വ്യത്യസ്ത ഊർജ്ജനിലയിലുള്ള ഓർബിറ്റുകളിൽ ന്യൂക്ലിയസിനെ ചുറ്റി സഞ്ചരിച്ചുകൊണ്ടിരിക്കും. ഇത്തരം രണ്ട് ഓർബിറ്റുകളുടെ ഇടയിൽ ഊർജ്ജനിലയുടെ ഒരു വിടവ് നിലനിൽക്കുന്നുണ്ട്. ഈ വിടവുകളിലേക്ക് താപവികിരണങ്ങൾ ആഗിരണം ചെയ്യപ്പെടുകയും അതുവഴി താഴ്ന്ന ഊർജ്ജ നിലയിലുള്ള ഇലക്ട്രോണുകൾ കുറേക്കൂടി ഉയർന്ന ഊർജ്ജനിലയിലേക്കു ചാടുകയും (Quantum Leap) ചെയ്യും. ഇങ്ങനെ താപവികിരണങ്ങളെ ആഗിരണം ചെയ്യുന്നതിൽ വാതകങ്ങളുടെ കഴിവ് വ്യത്യസ്തമാണ്. കാർബൺഡയോക്സൈഡും നീരാവിയും മീഥേയ്നും നൈട്രസ് ഓക്സൈഡും ക്ലോറോ ഫ്ളൂറോ കാർബണുമെല്ലാം താപവികിരണങ്ങളെ കെണിയിൽപ്പെടുത്താൻ കഴിവുള്ള വാതകങ്ങളാണ്. പൊതുവെ ഹരിതഗൃഹവാതകങ്ങൾ എന്നാണിവ അറിയപ്പെടുന്നത്. ആഗോളതാപനമെന്നു കേൾക്കുമ്പോൾ തന്നെ ഓർമ്മയിലെത്തുന്ന കാർബൺഡയോക്സൈഡിന്റെ ഇരുപത് മടങ്ങ് താപവാഹകശേഷിയുണ്ട് മീഥേയ്ൻ വാതകത്തിന്. നൈട്രസ് ഓക്സൈഡിനാകട്ടെ ഇത് 300 മടങ്ങ് അധികവുമാണ്. വികസിത രാജ്യങ്ങളിൽ നിരോധിച്ച ക്ലോറോഫ്ളൂറോ കാർബണിന്റെ

താപവാഹകശേഷി കാർബൺഡയോക്സൈഡിന്റെ ആയിരക്കണക്കിന് മടങ്ങ് അധികവുമാണ്. എന്നാൽ ഇത്തരം വാതകങ്ങളുടെ സാന്നിദ്ധ്യം കാർബൺഡയോക്സൈഡിനെ അപേക്ഷിച്ച് അന്തരീക്ഷത്തിൽ വളരെ കുറവായതിനാൽ അന്തരീക്ഷ താപനിലയിൽ കാർബൺഡയോക്സൈഡ് വരുത്തുന്ന വർദ്ധനവു തന്നെയാണ് ഗണനീയമായിട്ടുള്ളത്. 1990 നുശേഷമുള്ള ഓരോ വർഷവും ഏകദേശം 6 ബില്യൺ മെട്രിക് ടൺ എന്ന തോതിലാണ് അന്തരീക്ഷത്തിലേക്ക് കാർബൺഡയോക്സൈഡ് പുറന്തള്ളപ്പെടുന്നത്. ഹരിതഗൃഹവാതകങ്ങൾ സ്വാഭാവികമായും ആഗോളതാപനത്തിനു കാരണമാകുന്നുണ്ടെങ്കിലും മനുഷ്യന്റെ ഇടപെടൽ ഇത്തരം വാതകങ്ങളുടെ അമിത ഉല്പാദനത്തിന് ഇടയാക്കുന്നുണ്ട്. ഫോസിൽ ഇന്ധനങ്ങളുടെ ഉപയോഗവും ഫാക്ടറികളുടെയും വൈദ്യുതോല്പാദനകേന്ദ്രങ്ങളുടെ പ്രവർത്തനവുമെല്ലാം അന്തരീക്ഷത്തിലേക്ക് പമ്പു ചെയ്തുകൊണ്ടിരിക്കുന്ന കാർബൺഡയോക്സൈഡിന്റെയും നീരാവിയുടെയുമെല്ലാം തോത് അതിഭീകരമാണ്. അതുമാത്രമല്ല ജനസംഖ്യാവർദ്ധനവും ഇത്തരത്തിലുള്ള വാതകങ്ങളുടെ ഉത്സർജ്ജനത്തിൽ പ്രധാന പങ്കുവഹിക്കുന്നുണ്ട്. ജന്തുക്കളുടെ ശ്വസന പ്രക്രിയയിൽ പുറന്തള്ളുന്ന വാതകങ്ങളിൽ പ്രധാന പങ്കും കാർബൺഡയോക്സൈഡും നീരാവിയുമാണ്. അതുകൂടാതെ കൃഷിയിടങ്ങളിൽ കാർഷികോല്പന്നങ്ങളുടെ അവശിഷ്ടങ്ങൾ ചീയുമ്പോഴും സസ്യാഹാരികളായ ജന്തുക്കളുടെ വിസർജ്ജ്യങ്ങളിൽ നിന്നും ഉയർന്ന തോതിൽ മീഥേയ്ൻ വാതകവും അന്തരീക്ഷത്തിൽ വ്യാപിക്കുന്നുണ്ട്. രാസവളങ്ങളിലുള്ള നൈട്രസ് ഓക്സൈഡും റെഫ്രിജറേറ്ററുകളിലും വ്യാവസായികാവശ്യങ്ങൾക്കുമെല്ലാമുപയോഗിക്കുന്ന ക്ലോറോഫ്ളൂറോ കാർബണുമെല്ലാം അന്തരീക്ഷ താപനില ഉയർത്തുന്നതിൽ ചെറുതല്ലാത്ത സംഭാവന നൽകുന്നുണ്ട്.

ഭൗമാന്തരീക്ഷം കോടിക്കണക്കിനു വർഷങ്ങളുടെ പരിണാമത്തെ തുടർന്ന് രൂപപ്പെട്ടതാണ്. സ്വാഭാവികമായുണ്ടാകുന്ന ഇത്തരം പ്രതിഭാസങ്ങൾ അന്തരീക്ഷത്തിലെ കാർബൺഡയോക്സൈഡിന്റെയും മറ്റ് ഹരിതഗൃഹവാതകങ്ങളുടെയും വർദ്ധനവിന് കാരണമാകുന്നുണ്ട്. എന്നാൽ മനുഷ്യനുൾപ്പെടെയുള്ള ജന്തുക്കളുടെ ഇടപെടൽ ഹരിതഗൃഹപ്രഭാവത്തിന് എത്രത്തോളം കാരണമാകുന്നുണ്ടെന്ന് പരിശോധിക്കപ്പെടണം. കഴിഞ്ഞ ഒന്നരക്കോടി വർഷങ്ങൾക്കുള്ളിൽ അന്തരീക്ഷത്തിലെ കാർബൺഡയോക്സൈഡിന്റെ വർദ്ധനവ് ഇത്രയധികമാവുന്നത് ഇതാദ്യമാണ്. ധ്രുവമേഖലയിലെ ഹിമപാളികളിലും സമുദ്രാന്തർഭാഗത്തെ അവസാദശിലകളിലും നടത്തിയ പഠനമാണ് ഇക്കാര്യം വ്യക്തമാക്കുന്നത്. ഫോസിൽ ഇന്ധനങ്ങളായ കൽക്കരി, പെട്രോളിയം ഉല്പന്നങ്ങൾ എന്നിവയുടെ ഉപയോഗം അന്തരീക്ഷത്തിലേക്ക് പുറന്തള്ളുന്ന കാർബൺഡയോക്സൈഡിന്റെ അളവ് ഭീമമാണ്. അതുപോലെതന്നെ ഭീമമാണ് കാട്ടുതീയുണ്ടാകുമ്പോഴും വിറകു കത്തിക്കുമ്പോഴും സംഭവിക്കുന്നത്. ഇവ തമ്മിലുള്ള അന്തരം രണ്ടാമത്തെ പ്രവർത്തനം ഏറെക്കുറെ സ്വാഭാവികമാണെന്നതാണ്. കാർബൺഡയോക്സൈഡ് സ്വീക

രിക്കുകയും പ്രാണവായുവായ ഓക്സിജൻ പുറന്തള്ളുകയും ചെയ്തുകൊണ്ട് ഒരു ഓക്സിജൻ–കാർബൺഡയോക്സൈഡ് സന്തുലനം നിലനിർത്താൻ മരങ്ങൾക്ക് കഴിയും. എന്നാൽ ജനസംഖ്യാ വിസ്ഫോടനവും ഫോസിൽ ഇന്ധനങ്ങളുടെ അനിയന്ത്രിത ഉപഭോഗവും ഈ സന്തുലനാവസ്ഥയെ തകിടം മറിക്കുന്ന കാഴ്ചയാണ് കാണുന്നത്. ഒരു നിർണ്ണായക നിലയിലെത്തിക്കഴിഞ്ഞാൽ ഈ സന്തുലിതാവസ്ഥ നിലനിർത്താൻ മരങ്ങൾക്ക് കഴിയാതെ വരും. ഒരു കയർ വലിച്ചു നീട്ടുന്നതുപോലെ അവസാനത്തെ ചകിരിനാരും പൊട്ടിക്കഴിഞ്ഞാൽ കയറിന് പൂർവ്വസ്ഥിതി പ്രാപിക്കാൻ കഴിയാത്തതുപോലെ പിന്നീട് നടത്തുന്ന വനവല്ക്കരണത്തിനും അന്തരീക്ഷത്തിലെ ഓക്സിജൻ–കാർബൺഡയോക്സൈഡ് സന്തുലനം നിർവ്വഹിക്കാൻ കഴിയില്ല. അത്തരമൊരവസ്ഥയിൽ കുറെ മരങ്ങൾ നട്ടുപിടിപ്പിക്കുകയല്ല പരിഹാരം. ബുദ്ധിപരമായ ഇടപെടലുകളാണ് ഉണ്ടാകേണ്ടത്.

ഭൂമിയുടെ ചരിത്രം പരിശോധിച്ചാൽ അതിന്റെ അന്തരീക്ഷത്തിൽ ഹരിതഗൃഹവാതകങ്ങളുടെ തോത് കൂടിയും കുറഞ്ഞും വന്നിട്ടുള്ള സന്ദർഭങ്ങൾ കാണാൻ കഴിയും. ഇത്തരം മാറ്റങ്ങളെ സ്വാഭാവികമായി ത്തന്നെ പ്രകൃതി സന്തുലനം ചെയ്യുന്നുമുണ്ട്. എന്നാൽ കഴിഞ്ഞ ഏതാനും ആയിരം വർഷങ്ങളായി ഇത്തരമൊരു പുനഃക്രമീകരണത്തിന് പ്രകൃതിക്ക് കഴിഞ്ഞിട്ടില്ല എന്നത് വസ്തുതയാണ്. ആഗോളതാപനിലയിൽ വർദ്ധനവല്ലാതെ കുറവുണ്ടായ ഒരു സന്ദർഭം ഉണ്ടായിട്ടുമില്ല. അനുദിനം ഫോസിൽ ഇന്ധനങ്ങളുടെ ഉപഭോഗവർദ്ധനയും മറ്റ് ഹരിതഗൃഹവാതകങ്ങളുടെ ഉത്സർജ്ജനവുമെല്ലാം വഴി മനുഷ്യർ അന്തരീക്ഷ താപനില വർദ്ധിപ്പിക്കുന്നതിൽ മറ്റെല്ലാ ജന്തുവർഗ്ഗങ്ങളെക്കാളും വളരെ മുന്നിലാണ്. ആഗോളതാപനം എന്ന വാക്ക് പലപ്പോഴും തെറ്റിദ്ധരിക്കപ്പെടുന്ന ഒരു പ്രയോഗമാണ്. ശാസ്ത്രജ്ഞർ പൊതുവെ കാലാവസ്ഥാ വ്യതിയാനം (Climate Change) എന്നാണ് ഇതിനു പറയുന്നത്. കാരണം ഭൂമിയുടെ ശരാശരി താപനിലയിലുണ്ടാകുന്ന വർദ്ധന കാറ്റുകൾക്കും സമുദ്രജല പ്രവാഹങ്ങൾക്കും കാരണമാകുന്നുണ്ട്. ഇവ ചില പ്രദേശങ്ങളെ ക്രമാതീതമായി ചൂടാക്കുമ്പോൾ മറ്റു ചില പ്രദേശങ്ങൾ അതിശൈത്യത്തിലേക്ക് വഴുതിവീഴാനും ഇടയാകും. മഴയും മഞ്ഞുവീഴ്ചയുമെല്ലാം പ്രവചനാതീത സ്വഭാവം പ്രകടിപ്പിക്കും. അതിനാൽ ആഗോളതാപനമെന്നു പറയുന്നതിലും സാദ്ധ്യത കാലാവസ്ഥാ വ്യതിയാനത്തിനാണ്. ഭൂമിയുടെ താപനിലയും അന്തരീക്ഷത്തിലെ കാർബൺഡയോക്സൈഡിന്റെ അളവും സൂര്യനും ഭൂമിയും തമ്മിലുള്ള അകലത്തെ ആശ്രയിച്ചാണിരിക്കുന്നത്. ലക്ഷക്കണക്കിന് വർഷങ്ങളുടെ ഇടയിൽ ഈ സന്തുലിതാവസ്ഥയ്ക്കു നേരിടുന്ന നേരിയ വ്യതിയാനം പോലും ഭൂമിയിൽ ഗുരുതരമായ പ്രത്യാഘാതങ്ങളുണ്ടാക്കും. ഹിമയുഗങ്ങൾ ഉണ്ടാകുന്നത് അങ്ങനെയാണ്. എന്നാൽ ഏതാനും ആയിരം വർഷങ്ങൾക്കിടയിൽ അത്തരം ഹിമയുഗങ്ങൾ സംഭവിക്കാത്തതുകൊണ്ടാണ് ഇവിടെ നാഗരികത വളർന്നുവന്നതും മനുഷ്യവർഗ്ഗത്തിന്റെ വികാസമാരംഭിച്ചതും. അഗ്നിപർവ്വത സ്ഫോടനങ്ങളും സമുദ്രജല പ്രവാഹങ്ങളും എൽ–നിനോ പ്രതി

ഭാസവുമെല്ലാം താപവർദ്ധനവിന് സ്വാഭാവികമായും കാരണമാകുന്നുണ്ടെങ്കിലും ആയിരക്കണക്കിന് വർഷങ്ങൾക്കൊണ്ടു സംഭവിക്കാവുന്ന കാർബൺഡയോക്സൈഡിന്റെയും മറ്റ് ഹരിതഗൃഹവാതകങ്ങളുടെയും വർദ്ധന അതിന്റെ മൂന്നിലൊന്ന് സമയത്തിനുള്ളിൽ വ്യാവസായിക വിപ്ലവം സൃഷ്ടിക്കുന്നുണ്ട്.

ധ്രുവപ്രദേശങ്ങളിലെയും ഗിരിശൃംഗങ്ങളിലെയും മഞ്ഞുരുകുന്നതാണ് ആഗോളതാപനത്തിന്റെ പ്രത്യാഘാതങ്ങളിൽ പ്രധാനം. അതോടൊപ്പം അത്തരം പ്രദേശങ്ങളിലെ ആവാസവ്യവസ്ഥയും ജീവജാലങ്ങളുടെ നിലനില്പും പ്രതിസന്ധിയിലാകും. മഞ്ഞുരുകുന്നതോടെ സമുദ്രനിരപ്പ് ഉയരാൻ ആരംഭിക്കും. കഴിഞ്ഞ നൂറ്റാണ്ടിനെ അപേക്ഷിച്ച് കടലാക്രമണം ഈ നൂറ്റാണ്ടിൽ കൂടുതലായിരിക്കും. തണുപ്പിനെ ആശ്രയിച്ചു ജീവിക്കുന്ന സ്പീഷീസുകൾക്ക് വംശനാശം സംഭവിക്കുകയോ അവ ധ്രുവപ്രദേശങ്ങളിലേക്ക് പലായനം നടത്തുകയോ ചെയ്യും. കാലാവസ്ഥയുടെ ചാഞ്ചാട്ടം ഈ രീതിയിൽ തുടർന്നാൽ ഇരുപത്തിയൊന്നാം നൂറ്റാണ്ട് അവസാനിക്കുമ്പോഴേക്കും ഭൂമിയിലുണ്ടാകുന്ന പ്രത്യാഘാതങ്ങൾ വിവരണാതീതമായിരിക്കും. സമുദ്രനിരപ്പ് 18 മുതൽ 59 സെന്റീമീറ്റർ വരെ ഉയരും. മഹാനഗരങ്ങൾ വെള്ളത്തിനടിയിലാകും. ഇപ്പോൾ തന്നെ തീവ്രസ്വഭാവം പ്രകടിപ്പിക്കുന്ന ചുഴലിക്കൊടുങ്കാറ്റുകൾ അതിലേറെ ശക്തമാകും. പരസ്പരം ആശ്രയിച്ചു കഴിയുന്ന സസ്യ–ജന്തു ശൃംഖലയുടെ താളം തെറ്റും. വെള്ളപ്പൊക്കവും വരൾച്ചയും ക്ഷാമവുമെല്ലാം നിത്യസംഭവങ്ങളാകും. ശുദ്ധജലം കിട്ടാക്കനിയാവും. പെറുവിലെ ക്വൽകയ മലനിരകളിലെ മഞ്ഞുരുക്കം ഇപ്പോഴുള്ള അവസ്ഥയിൽ തുടർന്നാൽ തന്നെ 2100–ാമാണ്ട് ആകുമ്പോഴേക്കും അവിടെയുള്ള ജനങ്ങൾക്ക് കുടിവെള്ളവും വൈദ്യുതിയും അന്യമാകും. ലോകമാകെ മലേ

റിയ പോലെയുള്ള കൊതുകുജന്യരോഗങ്ങൾ പെരുകും. അനേകം ജന്തുക്കൾക്കും സസ്യങ്ങൾക്കും വംശനാശം സംഭവിക്കും. ഭൂമിയിലെ ആവാസവ്യവസ്ഥ ആകെ താറുമാറാകും.

കുറേയേറെ മരങ്ങൾ വച്ചുപിടിപ്പിച്ചതുകൊണ്ടുമാത്രം പരിഹരിക്കാൻ കഴിയുന്നതല്ല ഭാവിയിൽ നേരിടേണ്ടിവരുന്ന പ്രത്യാഘാതങ്ങൾ. ബുദ്ധിപൂർവ്വമായ ഇടപെടലുകളാണ് വേണ്ടത്. അത്തരം ചില സാദ്ധ്യതകൾ പരിശോധിക്കാം. ഇപ്പോൾ ബാലിശമെന്നു പറഞ്ഞ് തള്ളിക്കളയാവുന്ന ചില നിർദ്ദേശങ്ങളായിരിക്കും ഭാവിയിൽ പ്രശ്നപരിഹാരത്തിന് ആവശ്യമായി വരുന്നത്. യഥാർത്ഥ സസ്യങ്ങൾ വളർത്താൻ കഴിയാത്ത സ്ഥലങ്ങളിലും സാഹചര്യങ്ങളിലും കൃത്രിമ സസ്യങ്ങളെ വളർത്താൻ കഴിയും. ഇത്തരം കൃത്രിമ ചെടികൾ അവയുടെ സമീപമുള്ള കാർബൺഡയോക്സൈഡിനെ ഒരു വാക്വം ക്ലീനർ എന്നപോലെ ആഗിരണം ചെയ്യുകയും ഈ വാതകപ്രവാഹത്തെ ഉന്നതമർദ്ദത്തിൽ ടാങ്കുകളിൽ സംഭരിക്കുകയും ചെയ്യും. മർദ്ദം വർദ്ധിപ്പിക്കുന്നതോടെ ദ്രാവകാവസ്ഥയിലേക്ക് മാറുന്ന കാർബൺഡയോക്സൈഡിനെ ഭൂമിക്കടിയിലേക്ക് പമ്പുചെയ്യുന്നതിനും അങ്ങനെ ഫോസിൽ ഇന്ധനങ്ങളുടെ ജ്വലനം വഴി സൃഷ്ടിക്കപ്പെടുന്ന ഈ ഹരിതഗൃഹവാതകത്തെ അതിന്റെ ഉത്ഭവസ്ഥലത്തു തിരിച്ചെത്തിക്കുന്നതിനും സാധിക്കും. മറ്റൊരു സാദ്ധ്യത ദ്രാവകാവസ്ഥയിലുള്ള കാർബൺഡയോക്സൈഡ് സമുദ്രാടിത്തട്ടിലേക്ക് പുറന്തള്ളുകയാണ്. സമുദ്രജലത്തിലെ ഫൈറ്റോപ്ലാങ്ടണുകൾ ഈ കാർബൺഡയോക്സൈഡിനെ അവയുടെ വളർച്ചയ്ക്കായി ഉപയോഗിക്കും. എന്നാൽ ഫൈറ്റോപ്ലാങ്ടണുകൾ മൃതിയടയുന്നതോടെ മോചിപ്പിക്കപ്പെടുന്ന കാർബൺഡയോക്സൈഡ് സമുദ്രജലത്തിന്റെ രാസഘടനയിൽ മാറ്റമുണ്ടാക്കാനുള്ള സാദ്ധ്യത തള്ളിക്കളയാനാവില്ല. മനുഷ്യരുടെയും മറ്റു ജീവിവർഗ്ഗങ്ങളുടെയും നിലനില്പിന് ഹാനികരമാകുന്ന രീതിയിലുള്ള ഒരു മാറ്റം ജലത്തിന്റെ ഘടനയിലുണ്ടാവുമോ എന്ന് പരീക്ഷിച്ചറിയേണ്ടത് ആവശ്യമാണ്.

സൂര്യതാപം ഭൂമിയിലെത്താതെ തടഞ്ഞുനിർത്തുകയാണ് മറ്റൊരു പോംവഴി. ക്ലൗഡ് സീഡിങ് എന്നു വിളിക്കാവുന്ന ഈ രീതിയിൽ സമുദ്രജലം അന്തരീക്ഷത്തിലേക്ക് പമ്പുചെയ്യുന്നു. അന്തരീക്ഷത്തിൽവെച്ച് സമുദ്രജലം ബാഷ്പീകരിക്കുമ്പോൾ അവശേഷിക്കുന്ന ലവണങ്ങൾ മേഘങ്ങളെ ഉത്തേജിപ്പിക്കുകയും അവയെ സാന്ദ്രീകരിച്ച് മഴ പെയ്യിക്കുകയും ചെയ്യും. മാത്രവുമല്ല മേഘങ്ങൾ സൗരവികിരണങ്ങളെ പ്രതിഫലിപ്പിക്കുകയും ഭൂമിയിൽ അവ പതിക്കുന്നത് തടയുകയും ചെയ്യും. എന്നാൽ ധവളമേഘങ്ങൾ സൗരവികിരണങ്ങളെ പ്രതിഫലിപ്പിക്കുന്നതുപോലെ ജലബാഷ്പവും കാർബൺഡയോക്സൈഡുമടങ്ങിയ മേഘങ്ങൾക്ക് പ്രതിഫലനശേഷിയുണ്ടോ എന്ന കാര്യം സംശയാതീതമായി തെളിയിക്കപ്പെടാത്തതും കാലാവസ്ഥാ നിർണ്ണയത്തിൽ മേഘങ്ങളുടെ പങ്കിനെക്കുറിച്ചുള്ള അനിശ്ചിതത്വവും ഇത്തരമൊരു പരീക്ഷണത്തിന്റെ വിജയത്തെ ചോദ്യം ചെയ്തേക്കാം.

അന്തരീക്ഷ താപനില കുറയ്ക്കാൻ പ്രകൃതി തന്നെ ചില ഇടപെട

ലുകൾ നടത്താറുണ്ട്. 1991 ൽ ഫിലിപ്പൈൻസിലെ മൗണ്ട് പിനാട്യുബോ അഗ്നിപർവ്വതം പൊട്ടിത്തെറിച്ചപ്പോൾ അന്തരീക്ഷത്തിൽ വ്യാപിച്ചത് 20 മില്യൺ ടൺ സൾഫർഡയോക്സൈഡ് വാതകമാണ്. ഈ വാതകത്തിന്റെ സ്വാധീനം ഏകദേശം രണ്ടുവർഷത്തോളം ആഗോള താപനിലയിൽ ശരാശരി 0.5 ഡിഗ്രി സെൽഷ്യസിന്റെ കുറവുണ്ടാക്കി. അന്തരീക്ഷത്തിലേക്ക് ഗന്ധകബാഷ്പം പമ്പുചെയ്യുന്നതിലൂടെ താപനില കുറയ്ക്കാൻ കഴിയുമെന്ന പ്രകൃതിപാഠം അനുകരിക്കാവുന്നതേയുള്ളൂ. എന്നാൽ സൾഫർഡയോക്സൈഡ് അന്തരീക്ഷത്തിലുള്ള ഓക്സിജനുമായും ഹൈഡ്രജനുമായും പ്രതിപ്രവർത്തിച്ച് സൾഫ്യൂറിക് അമ്ലം ഉണ്ടാകാനുള്ള സാദ്ധ്യതയുണ്ട്. അത് അമ്ലമഴയ്ക്കും സമുദ്രത്തിലെയും തടാകങ്ങളിലെയും ജലത്തിന്റെ അമ്ലത വർദ്ധിക്കുന്നതിനും കാരണമായേക്കാം. മത്സ്യസമ്പത്തിനെ പ്രതികൂലമായി ബാധിക്കുന്നതിനും മത്സ്യം ഭക്ഷണമാക്കുന്ന മറ്റു ജീവികളെയും ഭക്ഷ്യശൃംഖലയെത്തന്നെയും അപകടപ്പെടുത്തുമെന്നുമുള്ള ഒരു സാദ്ധ്യതയും ഈ പരീക്ഷണത്തിൽ നിലനില്ക്കുന്നുണ്ട്.

അന്തരീക്ഷമലിനീകരണവും പരിസര പ്രത്യാഘാതങ്ങളും ഉണ്ടാക്കാത്ത രീതികൾ സ്വീകരിക്കുന്നതാണ് കൂടുതൽ അഭികാമ്യം. അതിന് കുറേക്കൂടി ഉയർന്ന സാങ്കേതികവിദ്യ ആവശ്യമാണ്. ബഹിരാകാശത്തു സ്ഥാപിക്കുന്ന പ്രതിഫലകങ്ങളെക്കുറിച്ചാണ് പറയുന്നത്. സൂര്യന്റെയും ഭൂമിയുടെയും പരസ്പരമുള്ള ഗുരുത്വ വലിവ് നിർവ്വീര്യമാകുന്ന സ്ഥാനങ്ങളിൽ (Lagrangian Points) സ്ഥാപിക്കുന്ന പ്രതിഫലകങ്ങൾ സൗര വികിരണങ്ങളെ പ്രതിഫലിപ്പിക്കുകയും ഭൂമിയുടെ അന്തരീക്ഷതാപനില ഗണ്യമായി കുറയ്ക്കുകയും ചെയ്യും. ഇതിന് പ്രായോഗികമായി ഇന്ന നുഭവപ്പെടുന്ന ബുദ്ധിമുട്ടുകളിൽ പ്രധാനം ഇതിനാവശ്യമായ യന്ത്രസാ

മഗ്രികൾ ബഹിരാകാശത്തെത്തിക്കുന്നതിനുള്ള സാമ്പത്തിക ചെലവാണ്. ഇപ്പോഴത്തെ അവസ്ഥയിൽ 80 ട്രില്യൺ ഡോളർ ആവശ്യമുള്ള ഈ പദ്ധതി ഭൂമിയിലെ എല്ലാ രാഷ്ട്രങ്ങളുടെയും ആകെ ദേശീയ വരുമാനത്തിന് തുല്യമാണ്. ഏകദേശം ഗ്രീൻലാൻഡിന്റെ വിസ്തൃതിയുള്ള പ്രതിഫലകങ്ങളാണ് ബഹിരാകാശത്ത് സ്ഥാപിക്കേണ്ടതെന്നത് നിലവിൽ സ്പേസിലേക്ക് യന്ത്രസാമഗ്രികൾ കൊണ്ടുപോകുന്ന ഉപഗ്രഹങ്ങൾക്ക് അതൊരു ദീർഘകാല പദ്ധതിയുമാകും. എന്നാൽ ഭാവിയിലെ വികസിച്ച സാങ്കേതിക വിദ്യയിൽ ഈ ദൗത്യം വിജയകരമായി നിർവ്വഹിക്കാൻ സാധിക്കുമെന്നതിൽ സംശയമൊന്നുമില്ല.

കാലാവസ്ഥാ വ്യതിയാനത്തിനു കാരണം പ്രകൃതിയിൽ മനുഷ്യന്റെ അനിയന്ത്രിതമായ ഇടപെടലുകളാണെന്നതിന് ശക്തമായ തെളിവുകളുണ്ടെങ്കിലും അതിന് സാമ്പത്തികമായും രാഷ്ട്രീയപരമായും സാമൂഹികവുമായ നിരവധി മാനങ്ങളുണ്ട്. ഹരിതഗൃഹവാതകങ്ങളുടെ ഉത്സർജ്ജനം പൂർണമായി അവസാനിപ്പിച്ചാലും അന്തരീക്ഷത്തിന്റെ താപനില ഉടനെയങ്ങു താഴുകയുമൊന്നുമുണ്ടാകില്ല. എന്നാൽ ഇന്നു നടത്തുന്ന മുൻകരുതലുകൾ നാളെ വലിയ മാറ്റമായിരിക്കും ഉണ്ടാക്കുന്നത്. ഹരിതഗൃഹവാതകങ്ങളുടെ സാന്ദ്രീകരണം 450-550 ppm(parts per million) എന്ന തോതിൽ നിലനിർത്താൻ കഴിഞ്ഞാൽ ആസന്നമായ ദുരന്തത്തിൽ നിന്ന് ഒരു പരിധിവരെ പിടിച്ചുനില്ക്കാൻ കഴിയും. ഇപ്പോൾ ഹരിതഗൃഹവാതകങ്ങളുടെ സാന്ദ്രീകരണം 380 ppm എന്ന തോതിലാണുള്ളത്. അതിനർത്ഥം ഇനി കളയാൻ അധിക സമയമില്ലെന്നു തന്നെയാണ്. ഹരിതഗൃഹവാതകങ്ങളുടെ ഉത്സർജ്ജനം 50 മുതൽ 80 ശതമാനം വരെ കുറച്ചുകൊണ്ടുവന്നെങ്കിൽ മാത്രമേ ഈ നൂറ്റാണ്ടവസാനിക്കുമ്പോഴേക്കും ഈ നിർണ്ണായക മൂല്യത്തിൽ നിലനിർത്താൻ കഴിയുകയുള്ളൂ. കുറഞ്ഞ ഇന്ധനം കൊണ്ട് കൂടുതൽ ഊർജ്ജമുല്പാദിപ്പിക്കുന്ന വാഹനങ്ങൾ, കാറ്റ്, സൂര്യപ്രകാശം, ഹൈഡ്രജൻ, അണുശക്തി മുതലായവയിൽ നിന്ന് ഉല്പാദിപ്പിക്കുന്ന ഊർജ്ജത്തിന്റെ ഉപയോഗം, സസ്യങ്ങളിൽ നിന്ന് ഉല്പാദിപ്പിക്കുന്ന ജൈവ ഇന്ധനങ്ങൾ, പ്രകൃതി വാതകം എന്നിവയെല്ലാം പകരം വയ്ക്കാൻ കഴിയുന്ന ഊർജ്ജസ്രോതസ്സുകളാണ്. അതോടൊപ്പം ഫോസിൽ ഇന്ധനങ്ങളിൽ നിന്നു പുറന്തള്ളപ്പെടുന്ന കാർബൺഡയോക്സൈഡ് ശേഖരിക്കുകയും അത് ഭൗമാന്തർഭാഗത്ത് എത്തിക്കുകയും ചെയ്യുന്ന 'കാർബൺ സ്വീക്വസ്ട്രേഷൻ' സമ്പ്രദായവും അഭിലഷണീയമാണ്.

വനവല്ക്കരണം ഫലപ്രദമല്ലെന്നല്ല. എന്നാൽ അതിനെമാത്രം ആശ്രയിക്കുന്നത് യാഥാർത്ഥ്യങ്ങളുടെ നേരെ പുറംതിരിഞ്ഞു നില്ക്കുന്നതിന് തുല്യമാണ്. കൂടുതൽ സാദ്ധ്യതകൾ കണ്ടെത്തേണ്ടത് കാലഘട്ടത്തിന്റെ ആവശ്യമാണ്. മതപുരോഹിതർക്കും രാഷ്ട്രീയ നേതാക്കൾക്കും അവരുടെ പ്രഭാഷണങ്ങളിൽ കാലാവസ്ഥാ വ്യതിയാനം ഒരു വിഷയമാക്കാൻ ശ്രമിക്കാവുന്നതാണ്. ഭൂമിയിൽ മനുഷ്യനും ജീവനും അവശേഷിച്ചെങ്കിലല്ലേ സ്വർഗ്ഗരാജ്യവും ദൈവിക ഭരണവുമെല്ലാം സ്ഥാപിക്കാൻ കഴിയൂ. ജനമില്ലെങ്കിൽ എന്തു ജനാധിപത്യം?!

ഹരിത സമ്പദ്ഘടന

എന്താണ് പരിസ്ഥിതിയെന്നും അതിന്റെ പ്രാധാന്യമെന്താണെന്നും എല്ലാവർക്കുമറിയാമെങ്കിലും മറ്റുള്ളവരോട് അതേക്കുറിച്ച് സംവദിക്കുന്നതിനോ എങ്ങനെയാണ് പരിസ്ഥിതി സംരക്ഷിക്കേണ്ടതെന്നോ മഹാഭൂരിപക്ഷത്തിനും അറിയില്ലെന്നതാണ് വാസ്തവം. പൊതുവിദ്യാഭ്യാസ വകുപ്പിന്റെയും ചില പരിസ്ഥിതി സംഘടനകളുടെയും ആഹ്വാനപ്രകാരം നടത്തപ്പെടുന്ന ഉപന്യാസ–ചിത്രരചനാ മത്സരങ്ങളും മുദ്രാവാക്യം വിളികളും പ്ലക്കാർഡുകളുമായി വിദ്യാർത്ഥികൾ നടത്തുന്ന പരിസ്ഥിതി സംരക്ഷണ റാലിയും വിദ്യാലയങ്ങളിൽ ചടങ്ങുപോലെ നടത്തപ്പെടുന്ന പരിസ്ഥിതി സംരക്ഷണ പ്രതിജ്ഞയും വനംവകുപ്പിന്റെ വൃക്ഷത്തൈ വിതരണവും കഴിഞ്ഞാൽ പരിസ്ഥിതി ദിനവും വിസ്മൃതിയിലാകും– മറ്റേതൊരു ദിവസവും പോലെ തന്നെ. പരിസ്ഥിതി സംരക്ഷണമെന്നാൽ വൃക്ഷത്തൈകൾ നട്ടുപിടിപ്പിക്കലാണെന്നു കരുതുന്നവരും ഇവിടെ കുറവല്ല. എന്നാൽ എന്താണ് പരിസ്ഥിതിയെന്നും അത് നേരിട്ടുകൊണ്ടിരിക്കുന്ന വെല്ലുവിളികൾ എന്തൊക്കെയാണെന്നും തിരിച്ചറിയുമ്പോൾ മാത്രമേ പരിസ്ഥിതി സംരക്ഷണത്തിന്റെ പ്രാധാന്യത്തെക്കുറിച്ച് വ്യക്തമായ ധാരണയുണ്ടാവുകയുള്ളൂ.

പരിസ്ഥിതി ദിനാചരണത്തിന്റെ ചരിത്രത്തിൽ നിന്നുതന്നെ തുടങ്ങാം. ഐക്യരാഷ്ട്രസഭയുടെ ജനറൽ അസംബ്ലി 'മനുഷ്യനും പരിസ്ഥിതിയും' എന്ന വിഷയത്തിൽ 1972 ജൂൺ 5 മുതൽ 16 വരെ നടത്തിയ രാഷ്ട്രത്തലവന്മാരുടെ സമ്മേളനത്തിലാണ് പരിസ്ഥിതി സംരക്ഷണത്തിന്റെ പ്രാധാന്യത്തെക്കുറിച്ച് രാഷ്ട്രങ്ങളെ ബോധവല്ക്കരിക്കുന്നതിന് വർഷത്തിൽ ഒരു ദിവസം ലോകപരിസ്ഥിതി ദിനമായി ആചരിക്കാൻ തീരുമാനിച്ചത്. ഉത്തരാർദ്ധഗോളത്തിൽ വസന്തകാലവും ദക്ഷിണാർദ്ധ

ഗോളത്തിൽ മഞ്ഞുകാലവും വരുന്ന ജൂൺ മാസത്തിലെ അഞ്ചാമത്തെ ദിവസമാണ് ഇതിനായി തെരഞ്ഞെടുത്തത്. അങ്ങനെ 1973 ജൂൺ 5 ന് ആദ്യത്തെ ലോക പരിസ്ഥിതി ദിനം ആചരിച്ചു. തുടർന്നിങ്ങോട്ട് എല്ലാ വർഷവും ഈ പതിവ് തുടർന്നുവരുന്നു. പരിസ്ഥിതി പ്രവർത്തകർ ആശങ്കപ്പെടുന്നതു പോലെയുള്ള പ്രത്യാഘാതങ്ങൾ മനുഷ്യന്റെ ഇടപെടൽ കാരണം പരിസ്ഥിതി നേരിടുന്നുണ്ടോ എന്നും എന്താണ് പരിസ്ഥിതി നേരിട്ടു കൊണ്ടിരിക്കുന്ന പ്രധാന വെല്ലുവിളികളെന്നും അവയെ തരണം ചെയ്യുകയോ നിയന്ത്രിക്കുകയോ ചെയ്യുന്നതിന് സാങ്കേതികവിദ്യ എങ്ങനെയെല്ലാം ഉപയോഗപ്പെടുത്താൻ കഴിയുമെന്ന് പരിശോധിക്കുകയും വേണം.

ജനപ്പെരുപ്പം

ജനസംഖ്യാ വിസ്ഫോടനമാണ് ഇന്ന് പരിസ്ഥിതി നേരിടുന്ന ഏറ്റവും വലിയ ഭീഷണി. അടുത്ത നാല്പതു വർഷത്തിനുള്ളിൽ ഇപ്പോൾ തന്നെ തിങ്ങിനിറഞ്ഞിരിക്കുന്ന ഭൂമിയിലേക്ക് 300 കോടി വയറുകൾ കൂടി വന്നു ചേരും. ഭക്ഷണം കഴിക്കാനായി തുറന്നു പിടിച്ചിരിക്കുന്ന വായകൾക്ക് തൃപ്തി വരുത്താൻ മാത്രം സ്വാഭാവിക സ്രോതസ്സുകൾ അതിനൊപ്പം വർദ്ധിക്കുന്നുമില്ല. 1990 നും 2010 നും ഇടയിൽ ആഗോളജനസംഖ്യയിൽ മൂന്നിലൊന്നു വർദ്ധനവുണ്ടായപ്പോൾ മത്സ്യബന്ധനത്തിലുണ്ടായ വർദ്ധനവ് അഞ്ചിലൊന്ന് ഭാഗമാണ്. അതോടൊപ്പം ഓരോ വ്യക്തിക്കും ലഭിക്കാവുന്ന മത്സ്യത്തിന്റെ തോതിൽ പത്തിലൊന്ന് കുറവുമുണ്ടായിട്ടുണ്ട്. ഇതേ സാഹചര്യം തന്നെയാണ് ഭക്ഷ്യധാന്യങ്ങളുടെ ലഭ്യതയിലുമുണ്ടാകുന്നത്. ജനസംഖ്യാ വർദ്ധനവിനനുസരിച്ച് ഭക്ഷ്യോല്പാദനം വർദ്ധിക്കുന്നില്ല. ജനങ്ങളുടെ വിദ്യാഭ്യാസ പിന്നോക്കാവസ്ഥയും സാമൂഹികവും സാമുദായികവുമായ കീഴ്വഴക്കങ്ങളും ജനസംഖ്യാ വർദ്ധനവ് ക്രമാതീതമാക്കുന്ന

ഘടകങ്ങളാണ്. ഇവിടെയാണ് ഭരണകൂടങ്ങളുടെ ഇടപെടലുകൾ അനിവാര്യമാകുന്നത്. ജനനനിയന്ത്രണ സംവിധാനങ്ങൾ കാര്യക്ഷമമായും അടിയന്തര ഘട്ടങ്ങളിൽ നിർബ്ബന്ധിതമായും നടപ്പിലാക്കാൻ മടി കാണിക്കരുത്. സാമൂഹികവും സാമുദായികവുമായ പക്ഷപാതിത്വം രാഷ്ട്ര താല്പര്യത്തിനു വിലങ്ങുതടിയാകാൻ അനുവദിച്ചുകൂടാ. ഭരണകൂടത്തിന്റെ സമർത്ഥമായ ഇടപെടലിന്റെ ഉത്തമ ഉദാഹരണമാണ് ദരിദ്രരാജ്യമായ ബംഗ്ലാദേശ്. ഇന്ന് അവിടെ ഒരു കുടുംബത്തിലെ ശരാശരി കുട്ടികളുടെ എണ്ണം 3.3 ആണ്. ഇരുപത് വർഷങ്ങൾക്ക് മുമ്പ് ശരാശരി ആറ് എന്നതിൽ നിന്നുമാണ് ഈ മാറ്റമുണ്ടായത് എന്നറിയുമ്പോഴാണ് ഭരണകൂടത്തിന്റെ ഇടപെടലിന്റെ ആഴം വ്യക്തമാകുന്നത്. വർഷംതോറും ഒൻപതുലക്ഷം ജനനമെങ്കിലും അവിടെ തടയാൻ കഴിയുന്നുണ്ട്. അതിനർത്ഥം വർഷംതോറും 55 കോടി ഡോളർ പൊതുവിദ്യാഭ്യാസ മേഖലയിലും ശിശുസംരക്ഷണത്തിലുമായി നിക്ഷേപിക്കാൻ കഴിയുന്നുണ്ടെന്നാണ്. ആരോഗ്യവും വിദ്യാഭ്യാസവുമുള്ള പൗരന്മാരാണ് രാഷ്ട്രത്തിന്റെ സമ്പത്ത് എന്ന തിരിച്ചറിവിൽ നിന്നാണ് എണ്ണപ്പെരുപ്പത്തിലല്ല കാര്യമെന്ന യാഥാർത്ഥ്യത്തിലേക്ക് ബംഗ്ലാദേശികൾ എത്തിച്ചേർന്നത്. ഇത്തരം ഇടപെടലുകളാണ് ഭരണകൂടങ്ങളിൽ നിന്നുണ്ടാകേണ്ടത്.

കാലാവസ്ഥാ വ്യതിയാനം

ഫോസിൽ ഇന്ധനങ്ങളുടെ ഉപയോഗം വഴി അന്തരീക്ഷത്തിലേക്ക് പ്രവഹിച്ചുകൊണ്ടിരിക്കുന്ന കാർബൺഡയോക്സൈഡ് വാതകം ഭൂമിയെ ചൂടുപിടിപ്പിച്ചുകൊണ്ടിരിക്കുകയാണ്. പ്രവചനാതീതമായ കാലാവസ്ഥയും ആഗോളതാപനവും കൊടുങ്കാറ്റുകളും പേമാരിയും ശക്തമായ മഞ്ഞുവീഴ്ചയും സമുദ്രജലത്തിന്റെ താപനിലയിലുണ്ടാകുന്ന വർദ്ധനവുമെല്ലാം നാളെ നിത്യസംഭവങ്ങളാകും. കാർബൺഡയോക്സൈഡ് വാതകത്തിന്റെ ഹരിതഗൃഹ സ്വഭാവമാണ് ആഗോളതാപനത്തിനും അതേത്തുടർന്നുണ്ടാകുന്ന പാരിസ്ഥിതിക പ്രശ്നങ്ങൾക്കും കാരണമാകുന്നത്. ഭൗമാന്തരീക്ഷത്തിൽ തങ്ങിനില്ക്കുന്ന ഈ വാതകം ഭൗമോപരിതലത്തിൽ നിന്നും പുറന്തള്ളപ്പെടുന്ന താപവികിരണങ്ങളെ തടഞ്ഞുനിർത്തുന്ന ഒരു കമ്പിളിപ്പുതപ്പുപോലെയാണ് പ്രവർത്തിക്കുന്നത്. ആഗോളതാപനത്തിന്റെ കാരണങ്ങളെക്കുറിച്ച് സംവാദങ്ങൾ നടന്നുകൊണ്ടിരിക്കുമ്പോഴും മനുഷ്യന്റെ അനിയന്ത്രിതമായ ഉപഭോഗാസക്തി കണ്ടില്ലെന്നു നടിക്കാൻ കഴിയില്ല. IPCC (Intergovernmental Panel on Climate Change) തുടർച്ചയായി പുറത്തിറക്കിക്കൊണ്ടിരിക്കുന്ന റിപ്പോർട്ടുകളിലെല്ലാം ഫോസിൽ ഇന്ധനങ്ങളുടെ അമിത ഉപയോഗവും വാഹനപ്പെരുപ്പവും ചൂണ്ടിക്കാണിക്കുന്നുണ്ട്. അമേരിക്കൻ ഐക്യനാടുകളിലെ സമ്പന്ന ജനവിഭാഗത്തിന്റെ ജീവിതരീതി ഇവിടെ ചർച്ച ചെയ്യപ്പെടേണ്ടതുണ്ട്. ലോകജനസംഖ്യയുടെ 4.6% മാത്രമുള്ള അമേരിക്കയിലാണ് ആഗോള കാർബൺഡയോക്സൈഡ്

ഉത്സർജ്ജനത്തന്റെ 25 ശതമാനവും നടക്കുന്നത്. ദിനംതോറും ഈ തോത് വർദ്ധിക്കുകയുമാണ്. ഇനി, കാർബൺഡയോക്സൈഡ് ഉത്സർജ്ജനത്തിന്റെ 25 ശതമാനവും സ്വകാര്യ കാറുകളിൽ നിന്നാണെന്നുകൂടി അറിയുമ്പോൾ പൊതുസമൂഹത്തിലെ വളരെ ചെറിയൊരു വർഗ്ഗത്തിന്റെ ആഡംബര ജീവിതമാണ് മഹാഭൂരിപക്ഷത്തിന്റെയും ജീവിതത്തെ ദുസ്സഹമാക്കുന്നതെന്ന് പറയാതെ വയ്യ. ലോകത്തേറ്റവും കൂടുതൽ സ്വകാര്യ കാറുകളുള്ളത് അമേരിക്കയിലാണ്. ഇത്തരം ചില ആഡംബര കാറുകളുടെ ഇന്ധനക്ഷമതയാകട്ടെ നമ്മുടെ നാട്ടിലോടുന്ന ബസുകൾക്ക് തുല്യമാണുതാനും!

വർദ്ധിച്ച ഇന്ധനക്ഷമതയുള്ള കാറുകളും വാഹനങ്ങളും നിർമ്മിക്കാൻ വാഹനനിർമ്മാതാക്കൾ നിർബ്ബന്ധിതരാകണം. അത്തരം വാഹനങ്ങൾ മാത്രമേ നിരത്തിലിറക്കാൻ അനുവദിക്കൂ എന്ന സാഹചര്യം നിലനില്ക്കുന്നുണ്ടെങ്കിൽ വാഹനനിർമ്മാതാക്കൾ അതിന് തയ്യാറാകും. ഇതിന് ഭരണകൂടത്തിന്റെ ശക്തമായ ഇടപെടൽ ആവശ്യമാണ്. ഫോസിൽ ഇന്ധനങ്ങൾക്കുപകരം മറ്റ് ഊർജ്ജ സ്രോതസ്സുകളുടെ ഉപയോഗം വർദ്ധിപ്പിക്കുകയാണ് മറ്റൊരു പോംവഴി. സൗരോർജ്ജം, കാറ്റ്, അണുശക്തി എന്നിങ്ങനെ പാരിസ്ഥിതിക പ്രശ്നങ്ങൾ ഉണ്ടാക്കാത്ത ഇന്ധനങ്ങളുടെ ഉപയോഗം വർദ്ധിപ്പിക്കണം. ഡെൻമാർക്കിൽ രാഷ്ട്രത്തിനാവശ്യമായ വൈദ്യുതിയുടെ പതിനെട്ട് ശതമാനവും വിൻഡ് മില്ലുകളിൽ നിന്നാണ് ഉല്പാദിപ്പിക്കുന്നത്. ഇത് 50% വരെ ഘട്ടം ഘട്ടമായി വർദ്ധിപ്പിക്കുന്നതിനും അവർ പദ്ധതിയിട്ടിട്ടുണ്ട്. അമേരിക്കൻ ഐക്യനാടുകളിലെ വിശാലമായ വെളിമ്പ്രദേശങ്ങളിൽ കാറ്റിൽ നിന്നും വൈദ്യുതിയുല്പാദിപ്പിക്കുന്നതിനുള്ള അനന്തസാദ്ധ്യതകൾ നിലനിൽക്കുമ്പോൾ അതുപയോഗിക്കാതെ ഫോസിൽ ഇന്ധനങ്ങളെ മാത്രം ആശ്രയിക്കുന്നത് ആർഭാടമെന്നോ ആഡംബരമെന്നോ മധുരംപുരട്ടി പറഞ്ഞുകൊണ്ട് എഴുതിത്തള്ളാൻ കഴിയില്ല. അത് ലോകജനതയോട് ചെയ്യുന്ന ക്രൂരത തന്നെയാണ്. വികസ്വര രാജ്യങ്ങളിലെ കന്നുകാലി സമ്പത്തിന്റെയും ചാണക വറളികളുടെയുമെല്ലാം പേരിൽ നടത്തുന്ന മലക്കം മറിച്ചിലുകൾ ആസന്നമായ പ്രകൃതിദുരന്തത്തിനു മുൻപുള്ള ആളിക്കത്തലുകൾ മാത്രമാണെന്ന കാര്യം വിസ്മരിച്ചുകൂടാ.

വംശനാശ ഭീഷണി

ജീവിവർഗ്ഗങ്ങൾ ഭൂമുഖത്തുനിന്ന് തുടച്ചുനീക്കപ്പെടുന്നതാണ് ഇന്ന് പരിസ്ഥിതി നേരിട്ടുകൊണ്ടിരിക്കുന്ന മറ്റൊരു മഹാവിപത്ത്. ഓരോ വർഷവും ആയിരക്കണക്കിന് സ്പീഷീസുകൾക്കാണ് വംശനാശം സംഭവിച്ചുകൊണ്ടിരിക്കുന്നത്. ആറരക്കോടി വർഷങ്ങൾക്കുമുമ്പ് ദിനോസറുകൾ ഉൾപ്പെടെയുള്ള വലിയൊരു ജീവിവർഗ്ഗത്തിന്റെ വംശനാശം സംഭവിച്ചതിന് തുല്യമായ അവസ്ഥയാണ് ഇന്ന് നേരിട്ടുകൊണ്ടിരിക്കുന്നത്. നിലനില്പിനുവേണ്ടിയുള്ള സമരങ്ങളും അർഹതയുള്ളവയുടെ അതി

ജീവനവുമെല്ലാം ജൈവപരിണാമത്തിന്റെ ഘട്ടങ്ങളാണെന്ന് ഒഴുക്കൻ മട്ടിൽ പറയുന്നതുകൊണ്ട് കാര്യമില്ലെന്നു മാത്രമല്ല ദശലക്ഷക്കണക്കിന് വർഷങ്ങൾക്കിടയിൽ നടക്കുന്ന അത്തരം പ്രക്രിയകൾ ഏതാനും ദശാബ്ദങ്ങൾക്കൊണ്ട് സംഭവിക്കുന്നുണ്ടെങ്കിൽ തീർച്ചയായും അത് ഭയാനകമായ പാരിസ്ഥിതിക ദുരന്തത്തിന് മുന്നോടിയാണെന്ന് തിരിച്ചറിയേണ്ടതുണ്ട്.

വംശനാശഭീഷണി നേരിടുന്ന സ്പീഷീസുകളെ സംരക്ഷിക്കണമെന്ന കാര്യത്തിൽ സംശയമൊന്നുമില്ലെങ്കിലും അതിനാവശ്യമായ കഴിവും മാർഗ്ഗങ്ങളും ഉണ്ടോ എന്നും അതിന് വേണ്ടി വകയിരുത്താനുള്ള സാമ്പത്തിക ശേഷി ഭരണകൂടങ്ങൾക്കുണ്ടോ എന്ന കാര്യവും പരിഗണിക്കേണ്ടതുണ്ട്. ജൈവവൈവിദ്ധ്യമേഖലകൾ കണ്ടെത്തുകയും അവയിൽ നിലനില്പിന് ഭീഷണി നേരിടുന്ന ജീവിവർഗ്ഗങ്ങളെ കണ്ടെത്തുകയുമാണ് ആദ്യം ചെയ്യേണ്ടത്. ലോകത്ത് മറ്റൊരിടത്തും കാണാൻ കഴിയാത്ത ജീവികളെയും അവയുടെ ആവാസ വ്യവസ്ഥയുടെ സവിശേഷതകളും അടിയന്തരമായി കണ്ടെത്തുകയാണ് അടുത്ത ഘട്ടം. ഇത്തരം 25 ഹോട്ട് സ്പോട്ടുകൾ ഇതുവരെ കണ്ടെത്തിയിട്ടുണ്ട്. ഇവയിൽ 35–45 ശതമാനത്തിനിടയിലുള്ള ജീവികൾ വംശനാശ ഭീഷണി നേരിട്ടുകൊണ്ടിരിക്കുകയാണ്. ഇത്തരം ജീവിവർഗ്ഗങ്ങളുടെ സംരക്ഷണത്തിന് ഓരോ വർഷവും ആഗോളതലത്തിൽ 600 കോടി ഡോളറെങ്കിലും ചെലവു വരും. സാമ്പത്തിക ബാദ്ധ്യതയെന്ന യാഥാർത്ഥ്യത്തെ വിസ്മരിക്കുകയല്ല, മറിച്ച് ജീവികളുടെ വംശനാശം വഴി സംഭവിക്കാവുന്ന പാരിസ്ഥിതിക–ജൈവിക പ്രത്യാഘാതങ്ങളെക്കുറിച്ച് അറിയുമ്പോൾ അതിനായി നീക്കിവയ്ക്കുന്ന തുക അത്ര വലുതൊന്നുമല്ലെന്ന് ബോദ്ധ്യപ്പെടും. പരിണാമ വൃക്ഷത്തിന്റെ മുകളിലത്തെ ശ്രേണിയിലുള്ള ഹോമോ സാപിയൻസ് – സാപിയൻസ് ഇത്തരം നിരവധി ജീവിവർഗ്ഗങ്ങളുടെ സഹജീവനത്തിന്റെയും സഹകരണത്തിന്റെയുമെല്ലാം പരിണിത ഫലമായാണ് ഇന്നത്തെ അവസ്ഥയിലെത്തിയിരിക്കുന്നത് എന്ന കാര്യം വിസ്മരിച്ചുകൂടാ.

വനനശീകരണം

ജീവിവർഗ്ഗങ്ങളുടെ വംശനാശത്തിന്റെ പ്രധാന കാരണം വനനശീകരണവും വനത്തിലേക്കുള്ള മനുഷ്യന്റെ കടന്നുകയറ്റവുമാണ്. ഭൂമിയിൽ ജന്തുവർഗ്ഗം ആവിർഭവിച്ചതിനും ഇന്നു നിലനിൽക്കുന്നതിനുമെല്ലാം കാരണം വനവും വനസമ്പത്തുമാണ്. ഭൂമിയുടെ കരവിസ്തൃതിയുടെ 5% മാത്രമാണ് ഇന്ന് വനങ്ങളുള്ളത്. അതാകട്ടെ നിമിഷംപ്രതി കുറഞ്ഞുകൊണ്ടിരിക്കുകയുമാണ്. വനനശീകരണത്തിന്റെ മൂന്നിൽ രണ്ടുഭാഗവും ദരിദ്ര–ചെറുകിട കർഷകരുടെ ഇടപെടലുകൾ വഴിയാണ് സംഭവിക്കുന്നത്. കൃഷി ചെയ്യുന്നതിനും പാർപ്പിട നിർമ്മാണത്തിനും വേണ്ടി മരങ്ങൾ മുറിക്കേണ്ടിവരുന്നതാണ് ബ്രസീൽ പോലെ നിബിഡ

വനങ്ങളുള്ള രാഷ്ട്രങ്ങളിൽ സംഭവിക്കുന്നത്. അവിടെ മറ്റു മാർഗ്ഗങ്ങളൊന്നുമില്ലെന്നതാണ് വാസ്തവം. ഏഷ്യയിലെയും തെക്കേ അമേരിക്കയിലെയും അവശേഷിക്കുന്ന കാടുകളും ഇതേ ഭീഷണി തന്നെയാണ് നേരിട്ടുകൊണ്ടിരിക്കുന്നത്. ദാരിദ്ര്യ നിർമ്മാർജ്ജനം, ജനസംഖ്യാ നിയന്ത്രണം എന്നിങ്ങനെ നിരവധി കടമ്പകൾ കടക്കുമ്പോൾ മാത്രമേ വനനശീകരണത്തിന് അറുതി വരുത്താൻ കഴിയുകയുള്ളൂ എന്ന യാഥാർത്ഥ്യം ഉൾക്കൊള്ളാതെ വനവല്ക്കരണത്തിനുവേണ്ടി നിലവിളിക്കുന്നതുകൊണ്ടും പരിസ്ഥിതി ദിനത്തിൽ പ്ലക്കാർഡുകളുമേന്തി ജാഥ നടത്തുകയും ചെയ്യുന്നതിൽ ഫലമില്ലെന്നു മാത്രമല്ല, അത് യാഥാർത്ഥ്യത്തിനു നേരെ പുറംതിരിഞ്ഞു നില്ക്കുന്ന പിന്തിരിപ്പൻ നടപടിയാണെന്നു പറയാതെ വയ്യ. വിറകും തടിയും മാത്രമല്ല, ഔഷധങ്ങളും എണ്ണയും ലാറ്റക്സും അരക്കും മെഴുകും ഡൈകളുമൊക്കെയായി വർഷംതോറും ലഭ്യമായിക്കൊണ്ടിരിക്കുന്ന വനസമ്പത്തിന്റെ വാർഷിക മൂല്യം ഏകദേശം 420 ബില്യൺ ഡോളറാണെന്നു പറയുമ്പോൾ വനങ്ങളുടെ സാമ്പത്തിക പ്രാധാന്യവും തിരിച്ചറിയേണ്ടതുണ്ട്. വനങ്ങളുടെ പാരിസ്ഥിതിക പ്രാധാന്യത്തെക്കുറിച്ചും പ്രാണവായു-ശുദ്ധജല ലഭ്യതയിൽ അവ വഹിക്കുന്ന പങ്കിനെക്കുറിച്ചും വാചാലമാകുന്നത് ആവർത്തന വിരസതയാകുന്നതുകൊണ്ടും പൊതു സമൂഹത്തിന് ഏറ്റവും സുപരിചിതമായ പാരിസ്ഥിതിക പ്രശ്നം വനനശീകരണമായതുകൊണ്ടും അത്തരമൊരു സാഹസത്തിന് മുതിരുന്നില്ല. എന്നാൽ വളരെ കുറച്ച് ആളുകളിൽ മാത്രം സമ്പത്ത് കേന്ദ്രീകരിച്ചു നില്ക്കുന്ന ഒരു ലോക ക്രമത്തിൽ ജീവൻ നിലനിർത്താൻ വേണ്ടിയുള്ള പരക്കം പാച്ചിലിനിടയിൽ മരങ്ങൾ മുറിച്ച് അവിടെ കൃഷിഭൂമിയും പാർപ്പിടങ്ങളുമൊരുക്കുന്ന ദരിദ്രനാരായണന്മാരെ അടച്ചാക്ഷേപിക്കുന്നതിൽ അർത്ഥമൊന്നുമില്ല. സമ്പത്തിന്റെ വികേന്ദ്രീകരണവും സോഷ്യലിസ്റ്റ് ജീവിതക്രമവുമെല്ലാം ഇവിടെ ചർച്ച ചെയ്യപ്പെടേണ്ടതുണ്ട്.

വനനശീകരണത്തിന്റെ കാരണങ്ങൾ കണ്ടെത്തി അവ പരിഹരിക്കാൻ ശ്രമിക്കാതെ വനവല്ക്കരണത്തിനു വേണ്ടിയുള്ള മുറവിളികൾ വനരോദനങ്ങളായി മാത്രമേ അവശേഷിക്കുകയുള്ളൂ. ജനസംഖ്യാ പെരുപ്പവും സ്ഥലപരിമിതിയും കാരണം വീർപ്പുമുട്ടുന്ന കേരളത്തിൽ ഇനി മരങ്ങൾ നട്ടുവളർത്തുന്നതിന്റെ പ്രായോഗികത കൂടി ഈ അവസരത്തിൽ ചർച്ച ചെയ്യപ്പെടേണ്ടതുണ്ട്. ജനങ്ങളുടെ ഉയർന്ന വിദ്യാഭ്യാസ നിലവാരവും ഭരണകൂടത്തിന്റെ സമർത്ഥമായ ഇടപെടലും വഴി കണിശമായ ജനന നിയന്ത്രണത്തിലൂടെ രാഷ്ട്രത്തിന് തന്നെ മാതൃകയായി മാറിയ ഈ നാട്ടിൽ നിന്നുതന്നെയാണ് വോട്ടുബാങ്കുകൾ സൃഷ്ടിക്കുന്നതിനു വേണ്ടി അധിക സന്താനോല്പാദനത്തിനായി സാമുദായിക നേതാക്കൾ ആഹ്വാനം ചെയ്യുന്നതും. ഇത് ഭാവിതലമുറയുടെ അവകാശങ്ങളിലേക്കുള്ള കടന്നുകയറ്റം മാത്രമല്ല, രാജ്യദ്രോഹം കൂടിയാണെന്ന തിരിച്ചറിവാണ് ഒരു പരിഷ്കൃത സമൂഹത്തിനുണ്ടാകേണ്ടത്. തലമുറ

കളിലൂടെ കൈമാറിവന്ന ഈ ഭൂമിയും ഇതിന്റെ സൗന്ദര്യവുമെല്ലാം തീർത്തും നഷ്ടപ്പെടുത്താതെ കുറെയെങ്കിലും അടുത്ത തലമുറയ്ക്കു കൈമാറാൻ നാം ബാദ്ധ്യസ്ഥരാണ്. ആ തിരിച്ചറിവിലേക്കാണ് സമൂഹം ഉണരേണ്ടത്.

മണ്ണൊലിപ്പ്

ഓരോ വർഷവും 2500 കോടി ടൺ എന്ന ക്രമത്തിലാണ് ഫലപുഷ്ടിയുള്ള മേൽമണ്ണ് നഷ്ടപ്പെട്ടുകൊണ്ടിരിക്കുന്നത്. ഇത് ഇന്ന് ലോകത്തിൽ പട്ടിണി അനുഭവിച്ചുകൊണ്ടിരിക്കുന്ന 82 കോടി ജനങ്ങൾക്കാവശ്യമായ ഭക്ഷ്യധാന്യങ്ങൾ കൃഷി ചെയ്യാനാവശ്യമായ വളക്കൂറുള്ള മണ്ണാണ്. മേൽമണ്ണ് നഷ്ടപ്പെടുമ്പോൾ വളക്കൂറ് വീണ്ടെടുക്കാനായി ഓരോ വർഷവും 400 ബില്യൺ ഡോളർ ചെലവാകുന്നുണ്ടെന്നുള്ളത് ഒരുപക്ഷേ അത്ഭുതകരമായ യാഥാർത്ഥ്യമാണ്. എന്തുകൊണ്ടാണ് മേൽമണ്ണു നഷ്ടപ്പെടുന്നതിനെക്കുറിച്ച് കർഷകർ ബോധവാന്മാരാകാത്തത്? ശാസ്ത്രീയമായ കൃഷിരീതികൾക്ക് പുറംതിരിഞ്ഞു നില്ക്കുന്നത് എന്തുകൊണ്ടാണ്? ശരാശരി കണക്കെടുക്കുകയാണെങ്കിൽ കൃഷിഭൂമിയിൽ നിന്ന് ഒരു ഹെക്ടറിന് 20 ടൺ മേൽമണ്ണാണ് ഒരു വർഷത്തിൽ നഷ്ടപ്പെടുന്നത്. 20 വർഷം കൊണ്ടാണ് മണ്ണിന്റെ വളക്കൂറ് പകുതിയായി കുറയുന്നത്. ആഗോള വ്യാപകമായി കണക്കാക്കിയാൽ ഇത് വെറും 5

മില്ലീമീറ്ററിന്റെ നഷ്ടം മാത്രമാണ്. ഏതു കർഷകനാണ് ഇത് ശ്രദ്ധിക്കാൻ കഴിയുന്നത്!? എന്നാൽ 2050 ആകുമ്പോഴേക്കും ഈ നഷ്ടക്കണക്ക് കർഷകന്റെ നിയന്ത്രണപരിധി വിട്ടുപോവുകയും രാസവളങ്ങളുടെ അമിതോപയോഗം കാരണം മണ്ണിന്റെ ജൈവഘടനയും ജലസമ്പത്തും മലിനമാക്കപ്പെടുകയും ക്രമേണ നഷ്ടപ്പെടുകയും ചെയ്യും. ഇതിനുള്ള പരിഹാരങ്ങളോ അതിനുവേണ്ടിയുള്ള ശ്രമങ്ങൾ പോലുമോ ഒരിടത്തുനിന്നും ആരംഭിച്ചിട്ടില്ലെന്നതും ദുഃഖകരമായ സത്യമാണ്.

ജലദൗർലഭ്യം

കഴിഞ്ഞ നാല് ദശാബ്ദങ്ങൾക്കുള്ളിൽ ജല ഉപഭോഗം മൂന്നിരട്ടിയായി വർദ്ധിച്ചിട്ടുണ്ട്. അടുത്ത രണ്ട് ദശാബ്ദങ്ങൾക്കുള്ളിൽ ഇത് വീണ്ടും ഇരട്ടിയായി വർദ്ധിക്കും. ഇന്ന് ഭൂമിയിൽ 50 കോടി ജനങ്ങൾ ജലദൗർലഭ്യത്തിന്റെ പിടിയിലാണ്. 2025 ആകുമ്പോഴേക്കും അത് 300 കോടിയായി വർദ്ധിക്കും! ലോക ജനസംഖ്യയുടെ 40 ശതമാനവും അധിവസിക്കുന്ന 90 ദരിദ്ര രാഷ്ട്രങ്ങളുടെ സാമ്പത്തിക മേഖലയാകെ തകരാറിലാക്കുന്ന തരത്തിലാണ് അവരനുഭവിച്ചുകൊണ്ടിരിക്കുന്ന ജലക്ഷാമത്തിന്റെ തീവ്രത. ഇത്തരം രാഷ്ട്രങ്ങളിലെ പൗരന്മാർക്ക് പിടിപെടുന്ന രോഗങ്ങളുടെയും പകർച്ചവ്യാധികളുടെയും 80 ശതമാനവും മലിനജലത്തിലൂടെയാണുണ്ടാകുന്നത്. ഓരോ വർഷവും 400 കോടി ആശുപത്രി കേസുകളാണ് അവിടെ നിന്ന് റിപ്പോർട്ട് ചെയ്യപ്പെടുന്നത്. ഇവയ്ക്കെല്ലാം കാരണം മലിനജലത്തിലൂടെ പകരുന്ന കോളറ, മലേറിയ, മഞ്ഞപ്പനി, അതിസാരം എന്നീ അസുഖങ്ങളാണ്.

ലോകത്തിലെ പ്രധാനപ്പെട്ട 214 നദീതടങ്ങളിൽ മൂന്നിലൊന്നു ഭാഗവും രണ്ടു രാഷ്ട്രങ്ങളിലും മൂന്നിലൊന്നു ഭാഗം മറ്റു പത്തു രാഷ്ട്രങ്ങളിലുമാണുള്ളത്. ഫലപുഷ്ടിയുള്ള മണ്ണും നല്ല കാലാവസ്ഥയും ഈ പ്രദേശങ്ങളിലാണ്. മഹാഭൂരിപക്ഷം ജനങ്ങൾ അധിവസിക്കുന്ന ദരിദ്ര രാജ്യങ്ങളിൽ വിസ്തൃതമായ നദീതടങ്ങളോ ശാന്തമായ കാലാവസ്ഥയോ ഇല്ല. ജലശുദ്ധീകരണത്തിനാവശ്യമായ സാങ്കേതിക പരിജ്ഞാനവും അതിനാവശ്യമായ സാമ്പത്തിക ചെലവും ഇത്തരം രാഷ്ട്രങ്ങളുടെ കഴിവിനും അപ്പുറത്താണ്. പകർച്ചവ്യാധികൾ പിടിപെട്ട് അകാല ചരമമടയുന്ന യുവാക്കളും പോഷകാഹാരക്കുറവ് കാരണം എല്ലുന്തി വീർത്ത വയറുമായി ലോക മനസ്സാക്ഷിയുടെ മുന്നിൽ ചോദ്യചിഹ്നം പോലെ വളഞ്ഞു നില്ക്കുന്ന കുഞ്ഞുങ്ങളും ഒരു പരിഷ്കൃത സമൂഹത്തിന്റെ അപചയമാണ്. നെടുവീർപ്പുകളല്ല, നടപടികളാണ് ഇവിടെ അനിവാര്യമാകുന്നത്. രാഷ്ട്രീയമായ ഇടപെടലുകളാണ് ഉണ്ടാകേണ്ടത്. അതിനുള്ള ഇച്ഛാശക്തിയാണ് ഒരു ജനാധിപത്യ വ്യവസ്ഥയിൽ നിന്ന് പൗരന്മാർ പ്രതീക്ഷിക്കുന്നത്.

വിവേചനരഹിതമായ വിഭവചൂഷണം

ആഡംബരത്തിനും ആസ്വാദനത്തിനും വേണ്ടി ഒരു ചെറിയ ശതമാനം ജനങ്ങൾ യാതൊരു വിവേകവുമില്ലാതെ പ്രകൃതിയെ ചൂഷണം ചെയ്യുകയാണ്. വ്യാവസായിക രാഷ്ട്രങ്ങളിൽ ഇഷ്ടിക, സിമന്റ്, ഇരുമ്പ്, എണ്ണ, രാസവസ്തുക്കൾ തുടങ്ങിയ ഉല്പന്നങ്ങളുടെ ഉപഭോഗം ഭീമമായ തോതിലാണ് നടക്കുന്നത്. അവയുടെ ഉപഭോഗത്തേക്കാളുപരി അവശേഷിപ്പിക്കുന്ന മാലിന്യങ്ങൾ വലിയ പ്രശ്നമായി മാറിക്കൊണ്ടിരിക്കുകയാണ്. മാലിന്യ സംസ്കരണം എന്നും വലിയൊരു കീറാമുട്ടിയാണ്. മണ്ണിനടിയിൽ സംസ്കരിക്കുന്നതു കാരണം ധാതുക്കളുടെയും മണ്ണിലെ പ്രാണവായുവിന്റെയും സാന്നിദ്ധ്യം ക്രമേണ നഷ്ടപ്പെട്ടു കൊണ്ടിരിക്കുകയാണ്. ഖനനം നടത്തുമ്പോൾ മണ്ണിന്റെ ഘടനയ്ക്കുതന്നെ കോട്ടം സംഭവിക്കുന്നുണ്ട്. ഒരു കിലോഗ്രാം സ്വർണ്ണം മണ്ണിൽ നിന്ന് വേർതിരിച്ചെടുക്കുന്നതിന് 350 ടൺ മണ്ണ് നീക്കം ചെയ്യേണ്ടിവരും. ഒരു പവൻ (8 Gm) ഭാരമുള്ള സ്വർണ്ണമോതിരം ധരിക്കുമ്പോൾ അത് ഏകദേശം മൂന്ന് ടൺ മണ്ണ് നീക്കം ചെയ്തിട്ടാണ് ലഭിച്ചതെന്നോർക്കുക. പ്രകൃതിവിഭവങ്ങൾ വിവേചനരഹിതമായി ചൂഷണം ചെയ്യുന്നതിൽ അമേരിക്കയാണ് മുന്നിൽ നില്ക്കുന്നത്. പൗരന്മാരുടെ ആവശ്യത്തിന്റെ അഞ്ചു മടങ്ങിലധികമാണ് അവിടെ പ്രകൃതിചൂഷണം നടന്നുകൊണ്ടിരിക്കുന്നത്. മറ്റൊരു വ്യാവസായിക രാഷ്ട്രമായ ജപ്പാനിൽ ഇതിന്റെ നേർപകുതിയാണെന്നറിയുമ്പോഴാണ് പാശ്ചാത്യ രാഷ്ട്രങ്ങളുടെ ഉപഭോഗാസക്തിയുടെ തീവ്രത മനസ്സിലാകുന്നത്.

ലോകജനസംഖ്യയുടെ നാലിൽ ഒരുഭാഗം വരുന്ന സമ്പന്ന രാഷ്ട്രങ്ങളിലെ ജനങ്ങളാണ് വിഭവങ്ങളുടെ നാലിൽ മൂന്ന് ഭാഗവും ഉപയോഗിക്കുന്നത്. വിഭവങ്ങളുടെ ഉപഭോഗം മാത്രമല്ല, അന്തരീക്ഷവും പരിസരവും മലിനമാക്കുന്ന അവശിഷ്ടങ്ങൾ പുറന്തള്ളുന്നതിൽ മുക്കാൽ പങ്കും ഇവർ തന്നെയാണ് ചെയ്യുന്നത്. ഉല്പന്ന ഉപഭോഗത്തിൽ മുൻപന്തിയിൽ നില്ക്കുന്ന അമേരിക്കയിലെ ഒരു കുടുംബം ഉപയോഗിക്കുന്ന വിഭവങ്ങൾ ഒരു വികസ്വര രാജ്യത്തെ 30 പൗരന്മാരുടെയും നേപ്പാൾ പോലെയുള്ള ഒരു ദരിദ്ര രാജ്യത്തെ 80 പൗരന്മാരുടെയും ഉപഭോഗത്തിന് തുല്യമാണ്. ഖര-ദ്രാവക മാലിന്യങ്ങളുടെ പുറന്തള്ളലിലും ഇതേ ക്രമമാണ് പാലിക്കപ്പെടുന്നത്. മരുന്നുകളോട് പ്രതിരോധം കാണിക്കുന്ന ബാക്ടീരിയകളുടെയും മറ്റു സൂക്ഷ്മ ജീവികളുടെയും ആവിർഭാവത്തിനും പുതിയ രോഗങ്ങൾക്കു തന്നെയും ഇത് കാരണമാകുന്നുണ്ട്. പുനരുപയോഗ സാദ്ധ്യത വർദ്ധിപ്പിക്കുകയും മാലിന്യ നിർമ്മാർജ്ജനം പരിസ്ഥിതി സൗഹൃദപരമായി നിർവ്വഹിക്കുകയും ചെയ്യുന്നില്ലെങ്കിൽ വികസിത രാഷ്ട്രങ്ങളുടെ മാലിന്യക്കൂമ്പാരങ്ങളായി ദരിദ്രരാജ്യങ്ങൾ മാറുന്ന കാലം അതിവിദൂരമല്ല.

ദാരിദ്ര്യം

ജനപ്പെരുപ്പം പോലെ ദാരിദ്ര്യത്തെയും ഒരു പരിസ്ഥിതി പ്രശ്നം മാത്രമായി കാണാൻ കഴിയില്ല. അതിന് രാഷ്ട്രീയവും സാമൂഹികവുമായ നിരവധി മാനങ്ങളുണ്ട്. എന്നാൽ വനനശീകരണവും ജലദൗർലഭ്യതയും മണ്ണൊലിപ്പും പകർച്ചവ്യാധികളുമെല്ലാം ചേർന്ന് ഓരോ വർഷവും പതിനായിരങ്ങളെയാണ് ദാരിദ്ര്യത്തിലേക്ക് തള്ളിവിട്ടു കൊണ്ടിരിക്കുന്നത്. ദിവസം 50 രൂപയിൽ താഴെ മാത്രം വരുമാനമുള്ള 130 കോടി ജനങ്ങൾ ഇന്ന് ഭൂമുഖത്തുണ്ട്. സാമ്പത്തികമായും സാമൂഹികമായും രാഷ്ട്രീയപരവുമായുമെല്ലാം പാർശ്വവല്ക്കരിക്കപ്പെട്ട ഇവരെ പലപ്പോഴും മുഖ്യധാരയിലെത്തിക്കാൻ തടസ്സമായി നില്ക്കുന്നത് പലപ്പോഴും ഭൂമിശാസ്ത്രപരമായ സവിശേഷതകളുമാണ്. വനമേഖലയിലും വരണ്ട പ്രദേശങ്ങളിലും കുന്നിൻപുറങ്ങളിലുമെല്ലാം താമസിക്കുന്ന ജനങ്ങൾക്ക് കൃഷി ചെയ്യുന്നതിനോ അവ നിലനിർത്തുന്നതിനോ പലപ്പോഴും കഴിയാറില്ല. നിലനില്പിനു വേണ്ടിയുള്ള പോരാട്ടത്തിൽ കൂടുതൽ വനനശീകരണത്തിനും മണ്ണൊലിപ്പിനുമെല്ലാം ഇവരുടെ പ്രവർത്തനങ്ങൾ കാരണമാകുന്നുണ്ട്. ഇത്തരം സമൂഹങ്ങളിലെ കുടുംബങ്ങളിലെ അംഗസംഖ്യയും വളരെ ഉയർന്നതായിരിക്കും.

ബംഗ്ലാദേശിലെ ഗ്രാമീൺ ബാങ്ക് നടത്തിയ ദാരിദ്ര്യ നിർമ്മാർജ്ജന പ്രവർത്തനങ്ങൾ മാതൃകാപരമാണ്. ദരിദ്ര ജനവിഭാഗങ്ങൾക്ക്, വിശേഷിച്ചും പാർശ്വവല്ക്കരിക്കപ്പെട്ട സ്ത്രീകൾക്ക് നല്കിയ ധനസഹായം അവരെ കൈപിടിച്ചു നടത്തുന്ന തരത്തിലുള്ളതാണ്. 1976 ൽ ആരംഭിച്ച ഈ പദ്ധതി പ്രകാരം ഇതുവരെ 250 കോടി ഡോളർ ധനസഹായം വിതരണം ചെയ്തിട്ടുണ്ട്. ഇപ്പോഴും വർഷംതോറും 3.5 കോടി ഡോളർ വായ്പ നല്കിക്കൊണ്ടിരിക്കുന്നുണ്ട്. ഇതിൽ 98 ശതമാനവും കൃത്യമായി തിരിച്ചടയ്ക്കപ്പെടുന്നുണ്ടെന്നതും എടുത്തുപറയേണ്ട കാര്യമാണ്. ഈ നടപടിയുടെ ഭാഗമായി 20 ലക്ഷത്തിൽപ്പരം വനിതകൾക്ക് പുതിയ കൃഷിസ്ഥലങ്ങൾ വാങ്ങി കൃഷിയിറക്കുന്നതിനും കന്നുകാലികളെ വാങ്ങുന്നതിനും ചെറുകിട വ്യവസായങ്ങൾ തുടങ്ങുന്നതിനും ക്രമേണ ദാരിദ്ര്യത്തിൽ നിന്നും മോചനം നേടുന്നതിനും കഴിഞ്ഞുവെന്ന കാര്യം അത്ര നിസ്സാരമല്ല. ഗ്രാമീണ ജനതയുടെ ആരോഗ്യരംഗത്തും അവിടെ വലിയ പുരോഗതി ഉണ്ടായിട്ടുണ്ട്. അംഗസംഖ്യ കുറഞ്ഞ കുടുംബങ്ങളും ആരോഗ്യമുള്ള കുഞ്ഞുങ്ങളും ഇന്ന് ബംഗ്ലാദേശിലെ ഗ്രാമങ്ങളിൽ പോലും സാധാരണമാണ്. ഗ്രാമീൺ ബാങ്കിന്റെ മാതൃക 58 രാഷ്ട്രങ്ങൾ സ്വീകരിക്കുകയും അവരുടെ ഗ്രാമപ്രദേശങ്ങിൽ താമസിക്കുന്ന പൗരന്മാർക്ക് സാമ്പത്തിക സഹായം നല്കുന്ന പദ്ധതി ആരംഭിക്കുകയും ചെയ്തിട്ടുണ്ട്. അമേരിക്കയും പോളണ്ടുമെല്ലാം ഇക്കാര്യത്തിൽ ബംഗ്ലാദേശിനെ മാതൃകയാക്കിയിട്ടുണ്ടെന്നു പറയുമ്പോൾ അവിശ്വസനീയമായി തോന്നാമെങ്കിലും യാഥാർത്ഥ്യമതാണ്.

വികസിത രാഷ്ട്രങ്ങളുടെ ഉല്പന്ന കയറ്റുമതിയിൽ വികസ്വര

രാഷ്ട്രങ്ങളെ അനുഭാവപൂർവ്വം പരിഗണിക്കുകയും മാർക്കറ്റുകൾ സാധാരണക്കാരനുകൂടി ലഭ്യമാകുന്ന തരത്തിൽ ആരംഭിക്കുകയുമാണ് വേണ്ടത്. വികസിത രാഷ്ട്രങ്ങളിലെ അമിത ഉല്പാദനത്തെത്തുടർന്ന് പലപ്പോഴും നശിച്ചുപോവുകയോ നശിപ്പിച്ചുകളയുകയോ ചെയ്യുന്ന ധാന്യങ്ങളും മറ്റുല്പന്നങ്ങളും രാഷ്ട്രീയ സാമ്പത്തിക കാരണങ്ങൾ പറഞ്ഞ് അവഗണിക്കാതെ ദരിദ്ര രാഷ്ട്രങ്ങളിലെ ജനങ്ങൾക്കെത്തിക്കുന്നതിൽ രാഷ്ട്രത്തലവന്മാരും സന്നദ്ധ സംഘടനകളും തയ്യാറാകണം. അവിടെ സാമുദായികമോ രാഷ്ട്രീയപരമോ ആയ വേർതിരിവുകൾ ഉണ്ടാകരുത്.

പരിസ്ഥിതി സംരക്ഷണവും മൂന്ന് 'R' കളും

ഓരോ പരിസ്ഥിതി ദിനവും കേവലം ദിനാചരണങ്ങൾ മാത്രമായി മാറാതെ പരിസ്ഥിതി നേരിട്ടുകൊണ്ടിരിക്കുന്ന വെല്ലുവിളികൾക്ക് എന്തു പരിഹാരമാണ് ചെയ്യുന്നതെന്ന് ചിന്തിക്കുന്നതും അതിലുപരി അതിനുള്ള ശ്രമം നടത്തുന്നതും ആ തിരിച്ചറിവിലേക്ക് എത്തിച്ചേരുന്നതും തീർച്ചയായും കാലഘട്ടത്തിന്റെ ആവശ്യമാണ്. അവിടെയാണ് മൂന്ന് 'R' കളുടെ സാദ്ധ്യത ഉയർന്നുവരുന്നത്. എന്താണീ മൂന്ന് 'R' കൾ സൂചിപ്പിക്കുന്നതെന്നു നോക്കാം.

ലോപനം (Reduce)

- പ്രകൃതി വിഭവങ്ങളുടെ ചൂഷണം
- കാർബൺഡയോക്സൈഡിന്റെ പുറന്തള്ളൽ
- പരിസ്ഥിതിക്കു കോട്ടം വരുത്തുന്ന വികസന പ്രവർത്തനങ്ങൾ
- കാലാവസ്ഥാ വ്യതിയാനത്തിനു കാരണമാകുന്ന തരത്തിലുള്ള ഇടപെടലുകൾ
- വനനശീകരണം
- പ്ലാസ്റ്റിക് ഉല്പന്നങ്ങളുടെ ഉപയോഗം
- ജലം, വായു, മണ്ണ് മലിനമാക്കുന്ന തരത്തിലുള്ള ഇടപെടലുകൾ
- ഊർജ്ജ ഉപയോഗം
- ഫോസിൽ ഇന്ധനങ്ങളുടെ ഉപയോഗം

പുനരാവർത്തനം (Recycle)

- വിഭവങ്ങളുടെ ഉപയോഗശേഷം അവയെ വീണ്ടും ഉപയോഗക്ഷമമാക്കുക
- സാങ്കേതിക വിദ്യയുടെ സഹായത്തോടെ മാലിന്യങ്ങൾ ശുദ്ധീകരിക്കുക
- പേപ്പർ പോലെയുള്ള സസ്യജന്യ ഉല്പന്നങ്ങൾ റീസൈക്കിൾ ചെയ്യുക

പുനരുപയോഗം (Reuse)

- പ്രകൃതിയെ വീണ്ടും വീണ്ടും ചൂഷണം ചെയ്യാതെ നിലവിലുള്ള സാഹചര്യങ്ങളിൽ തൃപ്തരാവുക.
- മരം കൊണ്ടുണ്ടാക്കുന്ന ഉപകരണങ്ങളും ഫർണിച്ചറുകളും പുതിയവ വാങ്ങാതെ നിലവിലുള്ളവ സംരക്ഷിക്കുകയും നിലനിർത്തുകയും ചെയ്യുക
- ആവശ്യത്തിനനുസരിച്ചുമാത്രം ഉല്പന്നങ്ങൾ നിർമ്മിക്കുക
- റീസൈക്കിൾ ചെയ്യാൻ കഴിയുന്ന ഉല്പന്നങ്ങൾ ഉപയോഗിക്കുക

ഇതിനെല്ലാം അവശ്യമായി ഉണ്ടാകേണ്ടത് സമൂഹത്തിന്റെ പൊതുബോധത്തിലുണ്ടാകേണ്ട ഉന്നതിയാണ്. ഭൗതിക വിദ്യാഭ്യാസത്തിലൂടെ മാത്രമേ അത് സാദ്ധ്യമാകൂ. വിദ്യയെന്നത് വിവരശേഖരണത്തിന് മാത്രമുള്ള ഒരുപാധിയായി മാറാതെ തനിക്കും കുടുംബത്തിനും സമൂഹത്തിനും ലോകത്തിനും എല്ലാമുള്ള സുസ്ഥിതിക്ക് ആവശ്യമായ മാർഗ്ഗസൂചകമാണെന്ന തിരിച്ചറിവാണ് ഉണ്ടാകേണ്ടത്. തലമുറകൾ കൈമാറിവന്ന പൈതൃകവും മണ്ണും വെള്ളവും വായുവും പ്രകൃതി വിഭവങ്ങളുമെല്ലാം വരുംതലമുറകൾക്ക് കൈമാറാനുള്ളതാണെന്ന തിരിച്ചറിവാണ് വിദ്യാഭ്യാസത്തിലൂടെ നേടേണ്ടത്. സ്വാർത്ഥത വെടിഞ്ഞാൽ മാത്രമേ അടുത്ത തലമുറയ്ക്കെന്നല്ല, ഈ തലമുറയ്ക്കുപോലും മുന്നോട്ടു പോകാൻ കഴിയൂ.

ഇന്ത്യ നേരിട്ടുകൊണ്ടിരിക്കുന്ന പരിസ്ഥിതി പ്രശ്നങ്ങൾ

എന്താണ് പരിസ്ഥിതിയെന്നും പരിസ്ഥിതി നേരിട്ടുകൊണ്ടിരിക്കുന്ന പ്രശ്നങ്ങളെന്താണെന്നും സാമാന്യമായെങ്കിലും അറിയാത്തവരായി ആരുമുണ്ടെന്നു തോന്നുന്നില്ല. എന്നാൽ പതിവ് പരിസ്ഥിതി പ്രതിജ്ഞകളും ചില സാമൂഹിക-പരിസ്ഥിതി സംഘടനകളുടെ റാലികളും സോഷ്യൽ ഫോറസ്ട്രിയും പൊതുവിദ്യാഭ്യാസ വകുപ്പും ചേർന്ന് നടത്തുന്ന വിദ്യാർത്ഥികൾക്കുള്ള വൃക്ഷത്തൈ വിതരണവും പിന്നെ മരമാണ് സർവ്വ പരിസ്ഥിതി പ്രശ്നങ്ങൾക്കുമുള്ള മറുപടി എന്ന മട്ടിൽ പാതയോരങ്ങളിൽ വൃക്ഷത്തൈകൾ നട്ടുപിടിപ്പിച്ച് ഭാവിയിൽ റോഡപകടങ്ങളും ഗതാഗതക്കുരുക്കും വൈദ്യുതിത്തകരാറും ഉറപ്പുവരുത്തുന്ന വനംവകുപ്പിന്റെ മേൽനോട്ടത്തിൽ നടത്തുന്ന മഹത്തായ വനവല്ക്കരണവും കഴിഞ്ഞാൽ മറ്റേതൊരു ദിനവും പോലെ പരിസ്ഥിതി ദിനവും വിസ്മൃതിയിലാണ്ടു പോവുകയാണ് പതിവ്. പരിസ്ഥിതിയെന്നാൽ സ്വന്തം വീടും പുരയിടവും മാത്രമാണെന്നും അയൽക്കാരൻ അന്യഗ്രഹജീവിയാണെന്നും അയാളുടെ വീടും പറമ്പും ഭൂമിക്കു വെളിയിലുള്ള മറ്റേതോ പ്രദേശമാണെന്നും കരുതി അവിടേക്ക് പ്ലാസ്റ്റിക് കവറുകളിൽ കെട്ടി മാലിന്യം വലിച്ചെറിയുന്ന സംസ്കാര ശൂന്യതയിൽ നിന്ന് വളരെയൊന്നും അകലെയല്ല നാമോരോരുത്തരുമുള്ളത്. പൊതുനിരത്തുകളും നദികളും കുറ്റിക്കാടുകളുമെല്ലാം ഇന്ന് മാലിന്യ നിക്ഷേപ കേന്ദ്രങ്ങളാണ്. ആഗോള വ്യാപകമായി പരിസ്ഥിതി നേരിട്ടുകൊണ്ടിരിക്കുന്ന പ്രശ്നങ്ങൾ ചർച്ച ചെയ്യുന്നതിനൊപ്പം ഇന്ത്യ ഇന്നു നേരിട്ടുകൊണ്ടിരിക്കുന്ന പ്രധാന പാരിസ്ഥിതിക വെല്ലുവിളികൾ എന്താണെന്ന് പരിശോധിക്കുന്നതിനും അതിനു പരിഹാരം കാണുന്നതിനും ഒരു ചുവടെങ്കിലും വയ്ക്കാൻ കഴിയുന്നതിനും പരിസ്ഥിതി ദിനാചരണം സഹായകരമാകുമെങ്കിൽ തീർച്ചയായും അത്തരം സമീപനങ്ങൾ പ്രോത്സാഹിപ്പിക്കപ്പെടുക തന്നെ

വേണം. ഇപ്പോൾ തന്നെ വൈകിക്കഴിഞ്ഞ പരിസ്ഥിതി സംരക്ഷണത്തിന് ഇനിയൊരുപക്ഷേ മറ്റൊരവസരം ലഭിച്ചില്ലെന്നും വരാം. ഇന്ന് ഇന്ത്യ നേരിട്ടുകൊണ്ടിരിക്കുന്ന പ്രധാന പരിസ്ഥിതി പ്രശ്നങ്ങൾ എന്തെല്ലാമാണെന്നു പരിശോധിക്കാം.

നിരവധി പരിസ്ഥിതി പ്രശ്നങ്ങൾ ഇന്ത്യ അഭിമുഖീകരിക്കുന്നുണ്ട്. മണ്ണ്-ജലം-വായു എന്നിവയുടെ മലിനീകരണം, ഖരമാലിന്യ കൂമ്പാരങ്ങൾ, പരിസ്ഥിതിയുടെ സ്വാഭാവിക സന്തുലിതാവസ്ഥ തകിടം മറിക്കുന്ന തരത്തിലുള്ള മനുഷ്യന്റെ ഇടപെടലുകൾ, ജനപ്പെരുപ്പം, വാഹനപ്പെരുപ്പം, വനനശീകരണം, വ്യവസായങ്ങളുടെ വളർച്ച, കാർഷിക മേഖലയുടെ വളർച്ച എന്നിവയെല്ലാം ഇന്ത്യ അഭിമുഖീകരിച്ചുകൊണ്ടിരിക്കുന്ന പാരിസ്ഥിതിക വെല്ലുവിളികളാണ്. 1947 മുതൽ 1995 വരെയുള്ള കാലഘട്ടത്തിലാണ് പരിസ്ഥിതി ഏറ്റവുമധികം വെല്ലുവിളികൾ നേരിട്ടത്. 1995 മുതൽ 2010 വരെയുള്ള കണക്കുപരിശോധിച്ചാൽ ഏറ്റവും വേഗതയിൽ വളർച്ച പ്രാപിച്ചുകൊണ്ടിരിക്കുന്ന രാജ്യങ്ങളിലൊന്നാണ് ഇന്ത്യയെന്ന് കാണാൻ കഴിയും. 1995 വരെയുള്ള ചരിത്രത്തിൽ നിന്നു വ്യത്യസ്തമായി ഈ വളർച്ച പരിസ്ഥിതി സംരക്ഷണത്തിലും നിലനിർത്താൻ കഴിയുന്നുണ്ടെന്നത് അഭിമാനാർഹമാണ്. എന്നിരുന്നാലും പരിസ്ഥിതി സംരക്ഷണത്തിൽ നാം ഇനിയുമേറെ മുന്നേറാനുണ്ട്. ലോകത്തിലെ വികസിത രാഷ്ട്രങ്ങളുമായി താരതമ്യം ചെയ്യുമ്പോൾ മാലിന്യ സംസ്കരണത്തിൽ നാമിപ്പോഴും പിന്നിലാണെന്ന കാര്യം വിസ്മരിച്ചുകൂടാ.

ഇന്ത്യയുടെ ചരിത്രവും സംസ്കാരവുമെല്ലാം പരിസ്ഥിതി സംരക്ഷണത്തിന് നല്കിയിട്ടുള്ള പ്രാധാന്യം വളരെ വലുതാണ്. പത്തു പുത്രന്മാർക്ക് തുല്യമാണ് ഒരു വൃക്ഷമെന്ന് പറഞ്ഞ ആചാര്യന്മാർ ജീവിച്ചിരുന്ന നാടാണിത്. എ ഡി 5-ാം നൂറ്റാണ്ടിനു മുമ്പുതന്നെ മരംമുറിക്കുന്നവർക്ക് ശിക്ഷ നല്കുന്ന നിയമം ഇവിടെ നിലനിന്നിരുന്നു. കൗടില്യന്റെ *അർത്ഥശാസ്ത്ര*ത്തിലും ഇത്തരത്തിലുള്ള പരാമർശങ്ങൾ കാണാൻ കഴിയും. അശോകന്റെ *ധർമ്മസ്തംഭ*ങ്ങളിലും പരിസ്ഥിതി സംരക്ഷണത്തിന്റെ പ്രാധാന്യം വിളിച്ചോതുന്ന ശാസനകൾ ഉണ്ടായിരുന്നു. പിന്നീട് ബ്രിട്ടീഷ് ഭരണകാലത്ത് പരിസ്ഥിതി സംരക്ഷണവുമായി ബന്ധപ്പെട്ട് നിരവധി നിയമനിർമ്മാണങ്ങൾ ഇന്ത്യയിൽ നടന്നിട്ടുണ്ട്. 1853 ലെ തീരദേശ സംരക്ഷണനിയമവും 1857 ലെ ഓറിയന്റൽ ഗ്യാസ് കമ്പനി ആക്ടും എടുത്തുപറയേണ്ട നിയമനിർമ്മാണങ്ങളാണ്.1860 ൽ നിലവിൽ വന്ന ഇന്ത്യൻ പീനൽകോഡിൽ ജലസംഭരണികൾ മലിനപ്പെടുത്തുന്നവരെ ശിക്ഷിക്കുന്നതിനുള്ള വകുപ്പുണ്ടായിരുന്നു. 1905 ലെ ബംഗാൾ പുക നിയന്ത്രണ നിയമവും 1912 ലെ ബോംബെ പുകനിയന്ത്രണ നിയമവും വായുമലിനീകരണത്തിനെതിരെയുള്ള നിയമനിർമ്മാണങ്ങളായിരുന്നു. സ്വാതന്ത്ര്യലബ്ധിക്കു ശേഷവും പരിസ്ഥിതി വിഷയത്തിൽ നിരവധി നിയമനിർമ്മാണങ്ങൾ നടന്നിട്ടുണ്ട്. 1976 ലെ നിയമ ഭേദഗതിയിൽ ആർട്ടിക്കിൾ 48 (എ) പാർട്ട് 4, ആർട്ടിക്കിൾ 51 എ (ജി) പരിസ്ഥിതി സംരക്ഷണ പ്ര

വർത്തനങ്ങളിൽ ഏർപ്പെടുന്നതിന് സംസ്ഥാനങ്ങൾക്ക് പ്രത്യേക അധികാരം നല്കിയിട്ടുണ്ട്.

1974 ലെ ജലമലിനീകരണ നിയന്ത്രണ നിയമവും 1980 ലെ വന സംരക്ഷണനിയമവും 1981 ലെ വായുമലിനീകരണ നിയന്ത്രണ നിയമവും 1986 ലെ പരിസ്ഥിതി സംരക്ഷണ നിയമവും 2000 ലെ ശബ്ദമലിനീകരണ നിയന്ത്രണ നിയമവും പരിസ്ഥിതി സംരക്ഷണത്തിൽ ഭരണകൂടത്തിന്റെ ശ്രദ്ധയും താല്പര്യവുമാണ് കാണിക്കുന്നത്. 1985 ൽ ഇന്ത്യ ഗവൺമെന്റ് വനം–പരിസ്ഥിതി മന്ത്രാലയം രൂപീകരിച്ചു. പരിസ്ഥിതി സംരക്ഷണവും വനവല്ക്കരണവും വ്യാപകമാക്കുകയാണ് ഈ മന്ത്രാലയത്തിന്റെ ഉദ്ദേശ്യം. 1947 മുതൽ 1995 വരെയുള്ള കാലത്തുണ്ടായ വനനശീകരണ പ്രവർത്തനങ്ങളിൽ കാർഷിക മേഖലയിലുണ്ടായ വളർച്ച സുപ്രധാന പങ്കുവഹിച്ചിട്ടുണ്ട്. മറ്റു മലിനീകരണ പ്രവർത്തനങ്ങൾ 1995 നു ശേഷം ഗണ്യമായി കുറഞ്ഞിട്ടുണ്ട്. 1995 മുതൽ 2010 വരെയുള്ള ഉപഗ്രഹചിത്രങ്ങളിൽ നിന്ന് ശേഖരിച്ച വിവരങ്ങളുടെ അടിസ്ഥാനത്തിൽ അതിനുമുമ്പുള്ള മൂന്നു ദശാബ്ദത്തെ അപേക്ഷിച്ച് ഇന്ത്യയുടെ വനവിസ്തൃതിയിൽ ഏഴുശതമാനത്തിന്റെ വർദ്ധനവുണ്ടായതായി കാണാൻ കഴിയും.

ലോകരാഷ്ട്രങ്ങളുടെ സാമ്പത്തിക വളർച്ചയാണ് പാരിസ്ഥിതിക പ്രശ്നങ്ങളുടെ മുഖ്യ കാരണമായി ചൂണ്ടിക്കാണിക്കുന്നത്. എന്നാൽ സാമ്പത്തിക വളർച്ചയാണ് പരിസ്ഥിതി സംരക്ഷണ പ്രവർത്തനങ്ങളുടെ ചാലക ശക്തിയെന്ന് വാദിക്കുന്നവരുമുണ്ട്. ഇന്ത്യയെ സംബന്ധിച്ചിടത്തോളം ജനപ്പെരുപ്പമാണ് എല്ലാ പാരിസ്ഥിതിക പ്രശ്നങ്ങൾക്കും കാരണമെന്ന് കരുതുന്നവരുമുണ്ട്. എന്നാൽ ഇന്ത്യയേക്കാൾ ഏറെയോ ഇന്ത്യക്കൊപ്പമോ ജനസാന്ദ്രതയുള്ള ജപ്പാൻ, ഇംഗ്ലണ്ട്, സിംഗപ്പൂർ തുടങ്ങിയ രാഷ്ട്രങ്ങളിലെ പാരിസ്ഥിതിക ഗുണമേന്മ നമ്മേക്കാൾ എത്രയോ ഉയർന്നതാണ്. അപ്പോൾ ജനസംഖ്യാ വർദ്ധനവു മാത്രമല്ല പരിസ്ഥിതി പ്രശ്നങ്ങൾക്കെല്ലാം കാരണമെന്ന് പറയേണ്ടിവരും. വനനശീകരണവും പാരിസ്ഥിതിക അസന്തുലിതാവസ്ഥയും പൊതുജനാരോഗ്യ പ്രശ്നങ്ങളും ജൈവ വൈവിദ്ധ്യം നഷ്ടപ്പെടുന്നതും അസ്വസ്ഥമായ ജീവിത സാഹചര്യങ്ങളുമെല്ലാം ഇന്ത്യ നേരിട്ടുകൊണ്ടിരിക്കുന്ന പാരിസ്ഥിതിക പ്രശ്നങ്ങളാണ്.

ജനപ്പെരുപ്പവും പരിസ്ഥിതി ഗുണമേന്മയും

ജനപ്പെരുപ്പവും പരിസ്ഥിതി പ്രശ്നങ്ങളുമായുള്ള ബന്ധത്തിന് വളരെ വലിയൊരു ചരിത്ര പശ്ചാത്തലം തന്നെയുണ്ട്. ബ്രിട്ടീഷ് ചിന്തകനായ മാൽത്തൂസിന്റെ വാദമനുസരിച്ച് ജനസംഖ്യാ വർദ്ധനവ് കൃഷിഭൂമിയിൽ സമ്മർദ്ദം ചെലുത്തുകയും അത് പരിസ്ഥിതിയുടെ നിലവാരത്തകർച്ചയ്ക്കു കാരണമാവുകയും ചെയ്യും. ജനപ്പെരുപ്പം കൃഷിഭൂമിയിൽ കൂടുതൽ തവണ വിളവെടുക്കാൻ നിർബ്ബന്ധിക്കും. ഇങ്ങനെ ചെയ്യുന്നത് പരിസ്ഥിതിയുടെയും കൃഷിഭൂമിയുടെയും നിലവാരം കുറയുന്നതിന് കാ

രണമാവുകയും അത് ഭക്ഷ്യോല്പാദനത്തെ പ്രതികൂലമായി ബാധിക്കുകയും ചെയ്യും. അതിനാൽ ജനസംഖ്യാ വർദ്ധനവ് നിയന്ത്രിക്കേണ്ടത് അത്യധികം ഗൗരവമുള്ള സംഗതിയാണ്. 1798 നും 1826 നുമിടയിലാണ് മാൽത്തൂസിന്റെ സിദ്ധാന്തങ്ങൾ പ്രസിദ്ധീകരിച്ചത്. അന്നുതൊട്ട് ഇന്നുവരെ നിരവധി ചർച്ചകൾക്കും സംവാദങ്ങൾക്കും ഈ സിദ്ധാന്തങ്ങൾ വഴി തെളിച്ചിട്ടുണ്ട്. അമേരിക്കൻ ചിന്തകനായ ഹെൻറി ജോർജ്ജും ധനകാര്യ വിദഗ്ദ്ധനായ ജൂലിയൻ ലിങ്കൺ സൈമണും മാൽത്തൂസിയൻ സിദ്ധാന്തത്തിന്റെ മുഖ്യ വിമർശകരാണ്. ജനപ്പെരുപ്പം കൂടുതൽ ഭക്ഷ്യോല്പാദനത്തിനു കാരണമാകുമെങ്കിലും പുതിയ സാങ്കേതിക വിദ്യയിൽ മാൽത്തൂസിന്റെ വാദങ്ങൾക്ക് നിലനില്പില്ലെന്നുമാണ് ഇവരുടെ പക്ഷം. കീടനാശിനികളുടെ കണ്ടുപിടിത്തവും അത്യുല്പാദന ശേഷിയുള്ള വിത്തിനങ്ങളുടെ ഉപയോഗവും വ്യാവസായികാടിസ്ഥാനത്തിലുള്ള കൃഷി രീതിയുടെ വികാസവും ഹരിത വിപ്ലവവുമെല്ലാം പാരിസ്ഥിതിക ഗുണമേന്മ കുറയുന്നത് തടഞ്ഞുനിർത്തുമെന്നാണ് ഇവർ പറയുന്നത്.

ജനപ്പെരുപ്പം കൊണ്ടുമാത്രം പരിസ്ഥിതിയുടെ നിലവാരം കുറയുന്നില്ല. ജനങ്ങളുടെ ജീവിത നിലവാരമാണ് ഇവിടെ ചർച്ച ചെയ്യപ്പെടേണ്ടത്. ഒരു ഉദാഹരണത്തിലൂടെ ഇക്കാര്യം വ്യക്തമാക്കാൻ ശ്രമിക്കാം. 2011 ൽ ഇന്ത്യയിലെ ജനസാന്ദ്രത ഒരു ചതുരശ്ര കിലോമീറ്ററിൽ 368 ആളുകൾ എന്നതാണ്. ഈ കാലയളവിൽ സിംഗപ്പൂരിൽ അത് ചതുരശ്ര കിലോമീറ്ററിൽ 7148 ഉം ഹോങ്കോങ്ങിൽ 6349 ഉം ദക്ഷിണ കൊറിയയിൽ 487 ഉം ബെൽജിയത്തിൽ 355 ഉം ജപ്പാനിൽ 337 ഉം ഇംഗ്ലണ്ടിൽ 395 ഉം ആണ്. ഈ രാജ്യങ്ങളിലെല്ലാം പരിസ്ഥിതിയുടെ ഗുണമേന്മ ഇന്ത്യയുടെതിനേക്കാൾ ഉയർന്നതാണ്. അവിടത്തെ ജനങ്ങളുടെ ജീവിത നിലവാരവും ഉയർന്നതുതന്നെ.

ജലമലിനീകരണം

ജലമലിനീകരണം ഏറ്റവുമധികം നടക്കുന്ന രാജ്യങ്ങളിൽ ഒന്നാണ് ഇന്ത്യ. സംസ്കരിക്കാത്ത മാലിന്യങ്ങൾ പുഴകളിലേക്കൊഴുക്കുന്നത് ഇവിടത്തെ സാധാരണ കാഴ്ചയാണ്. ഗംഗയും യമുനയും പുണ്യനദികളാണെന്നു പറയുമ്പോഴും ഏറ്റവുമധികം മാലിന്യങ്ങൾ പേറുന്നതും ഈ മഹാനദികൾ തന്നെയാണ്. ലോകാരോഗ്യ സംഘടനയുടെ ഏറ്റവും പുതിയ സ്ഥിതിവിവരക്കണക്കനുസരിച്ച് ഇന്ത്യയിൽ ആകെയുള്ള 3119 നഗരങ്ങളിൽ കേവലം 209 എണ്ണത്തിൽ മാത്രമേ ഭാഗികമായെങ്കിലും മാലിന്യ സംസ്കരണത്തിനുള്ള സൗകര്യങ്ങൾ ഉള്ളൂ. ഇതിൽ വെറും എട്ടു നഗരങ്ങളിൽ മാത്രമാണ് പൂർണ്ണമായും പ്രവർത്തനക്ഷമമായ മാലിന്യ സംസ്കരണ ശാലകൾ ഉള്ളത്. ഗംഗാനദിയിലേക്കുമാത്രം നൂറിൽപരം നഗരങ്ങളിൽ നിന്നുള്ള സംസ്കരിക്കാത്ത മാലിന്യങ്ങൾ ഒഴുകിയെത്തുന്നുണ്ട്. ഇന്ത്യയിൽ ഒരു ദിവസം ആകെയുണ്ടാകുന്ന മാലിന്യങ്ങൾ 29000 മില്യൺ ലിറ്ററാണെങ്കിൽ മാലിന്യ സംസ്കരണ ശേഷി പ്രതിദിനം 6000

മില്യൺ ലിറ്റർ മാത്രമാണ്. നദികളുടെയും തടാകങ്ങളുടെയും തീരപ്രദേശത്തുള്ള കൃഷിഭൂമിയിൽ ഉപയോഗിക്കുന്ന കീടനാശിനികളും രാസവള പ്രയോഗവും വ്യവസായ ശാലകൾ പുറന്തള്ളുന്ന മാലിന്യങ്ങളും ജലമലിനീകരണത്തിന് കാരണമാകുന്നുണ്ട്. മൺസൂൺ കാലത്തുണ്ടാകുന്ന വെള്ളപ്പൊക്കം ഇന്ത്യയിലെ ജലാശയങ്ങളെ മലിനമാക്കുന്നതിൽ ചെറുതല്ലാത്ത പങ്കുവഹിക്കുന്നുണ്ട്.

വായുമലിനീകരണം

ചാണകവറളിയും വിറകുമുപയോഗിക്കുന്ന തുറന്ന അടുപ്പുകളാണ് ഇന്ത്യയിൽ വായുമലിനീകരണത്തിന്റെ പ്രധാന പങ്കും വഹിക്കുന്നത്. മായം ചേർത്ത ഇന്ധനങ്ങൾ ഉപയോഗിക്കുന്ന വാഹനങ്ങളിൽ നിന്ന് പുറപ്പെടുന്ന വിഷാംശമേറിയ പുകയും അതു സൃഷ്ടിക്കുന്ന സ്മോഗും, ബ്രൗൺ ക്ലൗഡും കാലാവസ്ഥാ വ്യതിയാനത്തിനു പോലും കാരണമാകുന്നുണ്ട്. ഇന്ത്യയിൽ മൺസൂണിന്റെ ക്രമം തെറ്റാനുള്ള പ്രധാന കാരണം ഏഷ്യൻ ബ്രൗൺ ക്ലൗഡിന്റെ സാന്നിദ്ധ്യമാണ്. ലോകത്തേറ്റവുമധികം വിറകുപയോഗിക്കുന്ന രാജ്യമാണ് ഇന്ത്യ. കൂടാതെ ബയോമാസും കാർഷിക വിളകളുടെ അവശിഷ്ടങ്ങളും ഇന്ധനമായുപയോഗിക്കുന്നതിലും ഇന്ത്യതന്നെയാണ് ഒന്നാമത്. ഇന്ത്യൻ ഗ്രാമങ്ങളിലെ ഊർജ്ജോപഭോഗത്തിന്റെ 90 ശതമാനവും ഇത്തരം പരമ്പരാഗത ഊർജ്ജ സ്രോതസ്സുകൾ തന്നെയാണ്. നഗരങ്ങളിൽ പോലും ഇത് 24 ശതമാനത്തോളമുണ്ട്. ഓരോ വർഷവും 165 മില്യൺ ടൺ വസ്തുക്കളാണ് ഇന്ത്യയിലെ തുറന്ന അടുപ്പുകളിൽ കത്തിയമർന്നുകൊണ്ടിരിക്കുന്നത്. ഇന്ത്യയിൽ വളരെയധികം പ്രചാരമുള്ള ബയോഗ്യാസ് അടുപ്പുകൾ ഹരിത ഗൃഹവാതകങ്ങളുടെ ഉത്സർജ്ജനത്തിൽ വളരെ മുന്നിലാണ്. കൃത്യമായി ട്യൂൺ ചെയ്യാത്ത വാഹനങ്ങൾ സൃഷ്ടിക്കുന്ന അന്തരീക്ഷ മലിനീകരണം ഇന്ത്യൻ നഗരങ്ങളുടെ ശാപമാണ്. 1981 ലെ മലിനീകരണ നിയന്ത്രണ ചട്ടം ഒരു പരിധിവരെയെങ്കിലും അന്തരീക്ഷ മലിനീകരണത്തിന് തടയിടുന്നുണ്ട്. 2012 ലെ എൻവിറോൺമെന്റൽ പെർഫോമൻസ് ഇൻഡക്സ് പ്രകാരം ലോകത്തിലെ 132 പ്രമുഖ രാഷ്ട്രങ്ങളുടെ അന്തരീക്ഷവുമായി താരതമ്യം ചെയ്യുമ്പോൾ ഇന്ത്യയുടെ അന്തരീക്ഷത്തിന്റെ ഗുണനിലവാരം ഏറ്റവും താഴ്ന്നതാണെന്ന് കണ്ടെത്തിയത് ഞെട്ടിപ്പിക്കുന്ന വസ്തുതയാണ്.

ഖരമാലിന്യങ്ങൾ

ചവറുകൂനകളും ചണ്ടിക്കൂമ്പാരങ്ങളും ഇന്ത്യയിലെ നഗരങ്ങളിൽ മാത്രമല്ല ഗ്രാമപ്രദേശങ്ങളിൽ പോലും സാധാരണ കാഴ്ചയാണ്. ഇന്ത്യൻ നഗരങ്ങളിൽ വർഷംതോറും നൂറു മില്യൺ ടൺ ഖരമാലിന്യങ്ങൾ ഉല്പാദിപ്പിക്കുന്നുണ്ട്. തെരുവോരങ്ങളും നടപ്പാതകളുമെല്ലാം മാലിന്യക്കൂമ്പാരങ്ങൾകൊണ്ട് നിറഞ്ഞിരിക്കുകയാണ്. നദികളും ഓടകളുമെല്ലാം മാ

ലിന്യ നിക്ഷേപത്തിനുള്ള ചവറ്റുകുട്ടകളായി മാറിക്കഴിഞ്ഞു. അനിയന്ത്രിതമായ ഉപഭോഗാസക്തിയും ഡിസ്പോസബിൾ സംസ്കാരവുമാണ് ഇത്രയധികം മാലിന്യങ്ങൾ സൃഷ്ടിക്കപ്പെടാൻ കാരണം. മെഡിക്കൽ വേസ്റ്റുകൾ സൃഷ്ടിക്കുന്ന ആരോഗ്യ പ്രശ്നങ്ങൾ ഇതിനു പുറമെയാണ്. ആശുപത്രികളിലുണ്ടാകുന്ന മാലിന്യങ്ങൾ ശാസ്ത്രീയമായി സംസ്കരിക്കണമെന്ന നിയമം നിലനില്ക്കുമ്പോൾ പോലും ഭൂരിഭാഗം ആശുപത്രികളിലും മാലിന്യങ്ങൾ നേരിട്ട് മണ്ണിൽ നിക്ഷേപിക്കുകയാണ് ചെയ്യുന്നത്. നഗരമാലിന്യങ്ങളുടെ 40 ശതമാനവും ശേഖരിച്ച് മാലിന്യസംസ്കരണ കേന്ദ്രങ്ങളിൽ എത്തിക്കുകയോ മാലിന്യ നിക്ഷേപത്തിനായി കണ്ടെത്തിയിട്ടുള്ള പ്രത്യേക സ്ഥലങ്ങളിൽ തള്ളുകയോ പോലും ചെയ്യാതെ ചിതറിക്കിടക്കുന്ന കാഴ്ചയാണ് ഇന്ത്യ ലോകത്തിന് സമ്മാനിച്ചുകൊണ്ടിരിക്കുന്നത്. മാത്രവുമല്ല, നഗരമാലിന്യങ്ങൾ ശേഖരിക്കുന്ന തൊഴിലാളികൾക്ക് ഈ ജോലിയിൽ വേണ്ടത്ര പരിശീലനമോ ശാസ്ത്രീയ പരിജ്ഞാനമോ ഇല്ലാത്തതും അപ്രിയസത്യം തന്നെയാണ്.

2011 ൽ ഇന്ത്യയിലെ പല നഗരങ്ങളിലും മാലിന്യത്തിൽ നിന്ന് വൈദ്യുതി ഉല്പാദിപ്പിക്കുന്നതിനുള്ള ശ്രമങ്ങൾ ആരംഭിച്ചിരുന്നു. ജർമ്മനിയും ജപ്പാനും സ്വിറ്റ്സർലണ്ടുമെല്ലാം പരീക്ഷിച്ചു വിജയിച്ച ഈ പദ്ധതിയുടെ പ്രാരംഭഘട്ടമെങ്കിലും തരണം ചെയ്യാൻ കഴിഞ്ഞത് ന്യൂഡൽഹിയിൽ മാത്രമാണ്. ജലമലിനീകരണം, പൊതുജനാരോഗ്യ പ്രശ്നങ്ങൾ എന്നിങ്ങനെയുള്ള നിരവധി പ്രശ്നങ്ങൾക്കു പരിഹാരം കണ്ടെത്തുന്നതിനൊപ്പം വൈദ്യുതി ഉല്പാദനവും നടത്താൻ കഴിയുന്ന ഈ പദ്ധതി സർക്കാർ-സ്വകാര്യ മേഖലകളുടെ പങ്കാളിത്തത്തോടെ വിജയിപ്പിക്കാൻ കഴിയുമെന്ന് ജപ്പാനും ജർമ്മനിയും തെളിയിച്ചതാണ്. ഇന്ത്യയിലും ഇത്തരത്തിലുള്ള പബ്ലിക് പ്രൈവറ്റ് പാർട്ട്നർഷിപ്പ് പരീക്ഷിക്കാവുന്നതേയുള്ളൂ.

ശബ്ദമലിനീകരണം

വാഹനങ്ങളുടെ ശബ്ദവും ഹോൺമുഴക്കങ്ങളും സൈറണുകളുമെല്ലാം ഇന്ത്യൻ നഗരങ്ങളെ പ്രകമ്പനം കൊള്ളിക്കുകയാണ്. ആരാധനാലയങ്ങളിൽ നിന്നുള്ള ഉച്ചഭാഷിണികളും രാഷ്ട്രീയ-മത പ്രഭാഷണങ്ങളും പരസ്യ കോലാഹലങ്ങളും ഇന്ത്യയിലെ ഗ്രാമങ്ങളെയും വെറുതെ വിടുന്നില്ല. ശബ്ദ മലിനീകരണ നിയന്ത്രണ നിയമം നിലവിലുണ്ടെങ്കിലും മത-രാഷ്ട്രീയ താല്പര്യങ്ങൾക്ക് മുന്നിൽ അധികൃതർ ബോധപൂർവ്വം അജ്ഞത നടിക്കുന്നത് നഗര-ഗ്രാമ ഭേദമില്ലാതെ ഇന്ത്യയിൽ പതിവുകാഴ്ചയാണ്. കോളാമ്പി മൈക്കുകളെന്ന് തമാശയായി പറയാറുള്ള ആവൃത്തികൂടിയ ശബ്ദതരംഗങ്ങൾ പുറപ്പെടുവിക്കുന്ന സ്പീക്കറുകൾ ഇന്ത്യയിൽ നിരോധിച്ചതാണെങ്കിലും പല ആരാധനാലയങ്ങളുടെയും മുകളിൽ നിയമത്തിനുനേരെ വെല്ലുവിളിയായോ ചോദ്യച്ഛിഹ്നമായോ ഇപ്പോഴും നിലനില്ക്കുന്നുണ്ടെന്നത് ദേവനോടുള്ള ഭ

ക്തിയാണോ നിയമനിഷേധത്തിനുള്ള വെമ്പലാണോ എന്ന് സമൂഹം ചർച്ച ചെയ്യേണ്ട സമയം അതിക്രമിച്ചിരിക്കുന്നു.

മാലിന്യം മണ്ണിലും

റേഡിയോ ആക്ടിവതയുള്ള ലോഹങ്ങളുടെ സാന്നിദ്ധ്യം ഇന്ത്യയുടെ തീരപ്രദേശങ്ങളിലെ മണ്ണിൽ ഉണ്ടെന്ന് ലോകാരോഗ്യ സംഘടന കണ്ടെത്തിയിട്ടുണ്ട്. തോറിയം കലർന്ന മണൽ കേരളത്തിന്റെ തീരപ്രദേശങ്ങളിലുള്ളത് നിരവധി ആരോഗ്യ പ്രശ്നങ്ങൾക്ക് കാരണമായേക്കുമെന്ന് സംശയിക്കപ്പെടുന്നു. 2009 ൽ പഞ്ചാബിലെ ഫരീദ്കോട്ട്, ഭട്ടിൻഡ ജില്ലകളിൽ മണ്ണിൽ കണ്ടെത്തിയ യുറാനിയത്തിന്റെ തോത് പരമാവധി അളവിന്റെ 60 മടങ്ങായിരുന്നു. പഞ്ചാബിലെ തന്നെ മൾവാ ബെൽറ്റിലുള്ള ഭൂഗർഭജലത്തിലും യുറാനിയത്തിന്റെ തോത് ക്രമാതീതമായി വർദ്ധിച്ചതായി ലോകാരോഗ്യ സംഘടന കണ്ടെത്തിയിരുന്നു. താപവൈദ്യുത നിലയങ്ങളുടെ സാന്നിദ്ധ്യമാണ് ഇതിനു കാരണമെന്ന് ആരോപണങ്ങൾ ഉയർന്നെങ്കിലും അതിന് ശാസ്ത്രീയമായ തെളിവുകളുടെ പിൻബലമുണ്ടായിരുന്നില്ല.

ഹരിത ഗൃഹവാതകങ്ങളുടെ പുറന്തള്ളൽ

2009 ലെ കണക്കനുസരിച്ച് ലോകത്തേറ്റവും കൂടുതൽ ഹരിതഗൃഹവാതകങ്ങൾ പുറന്തള്ളുന്ന രാജ്യങ്ങളുടെ പട്ടികയിൽ ചൈനയ്ക്കും (6.9 Gt/year) അമേരിക്കയ്ക്കും (5.2 Gt/year) പിന്നിൽ മൂന്നാം സ്ഥാനത്തായിരുന്നു ഇന്ത്യ (1.65 Gt/year). കാർബൺ ഡയോക്സൈഡാണ് ഹരിതഗൃഹവാതകങ്ങളിൽ പ്രധാനം. ആഗോളതാപ വർദ്ധനവിൽ മുഖ്യപങ്കും ഈ വാതകത്തിനാണ്. വാഹനപ്പെരുപ്പവും ജനസംഖ്യാ വർദ്ധനവും വിറകടുപ്പുകളുടെ ഉപയോഗവും കാർബൺഡയോക്സൈഡിന്റെ ഉല്പാദനം വർദ്ധിപ്പിക്കുന്ന ഘടകങ്ങളാണ്.

വനനശീകരണവും ജനപ്പെരുപ്പവും ഒരു ചെറിയ സമൂഹത്തിന്റെ ആഡംബര പ്രവണതയും അമിതമായ ഉപഭോഗാസക്തിയും പരിസ്ഥിതിക്ക് ഏല്പിക്കുന്ന ക്ഷതങ്ങൾ നിസ്സാരമല്ല. സമ്പന്ന സമൂഹത്തിലെ വലിയ മനുഷ്യർ ചെറിയ ദ്വീപുകളെ തന്നെയല്ല, ഈ ഭൂമിയൊന്നാകെ വിഴുങ്ങിക്കൊണ്ടിരിക്കുകയാണ്. പരിസ്ഥിതി ലോല പ്രദേശങ്ങളിൽ നടത്തുന്ന നിർമ്മാണ പ്രവർത്തനങ്ങളും കൃഷിയും ഹ്രസ്വകാല വിളവെടുപ്പുമെല്ലാം പരിസ്ഥിതിയെ കൂടുതൽ കൂടുതൽ ദുർബ്ബലപ്പെടുത്തിക്കൊണ്ടിരിക്കുകയാണ്. ജൈവ വൈവിദ്ധ്യ മേഖലകളിലേക്കുള്ള കടന്നുകയറ്റവും അനിയന്ത്രിതമായ മത്സ്യബന്ധനവും പ്രകൃതി വിഭവങ്ങളുടെ അമിത ചൂഷണവും ജനിതക വ്യതിയാനം വരുത്തിയ വിത്തിനങ്ങളുടെ ഉപയോഗവും ഈ മാലിന്യങ്ങളുമെല്ലാം ഇന്ത്യ നേരിട്ടുകൊണ്ടിരിക്കുന്ന പരിസ്ഥിതി പ്രശ്നങ്ങളാണ്. ഇവിടെ ഉയരേണ്ടത് പരിസ്ഥിതി സംരക്ഷിക്കുന്നതിനുള്ള ശബ്ദമാണ്. നശിപ്പിക്കുന്നതിനുള്ള കാരണങ്ങളല്ല.

ഡാർക്ക് മാറ്റർ മുതൽ ഡയപ്പറുകൾവരെ!

പ്രപഞ്ച രഹസ്യങ്ങളെക്കുറിച്ച് പഠിക്കുന്നതിന് വേണ്ടിയാണ് കണികാ പരീക്ഷണങ്ങൾ നടത്തുന്നത്. പ്രപഞ്ചോല്പത്തിയെ കുറിച്ചും അതിന്റെ വികാസ പരിണാമങ്ങളെ കുറിച്ചും നിലനില്ക്കുന്ന ദുരൂഹതകൾ നീക്കുക, സമാന്തര പ്രപഞ്ചങ്ങളുടെ സാദ്ധ്യതകൾ, ശ്യാമദ്രവ്യം, ശ്യാമ ഊർജ്ജം എന്നിവയെ കുറിച്ചുള്ള പഠനങ്ങൾ, കോസ്മിക് കിരണങ്ങളെ കുറിച്ചുള്ള പഠനങ്ങൾ, കണികാ സംഘട്ടനം വഴി സൃഷ്ടിക്കുന്ന ദുരൂഹ കണങ്ങളെ കുറിച്ചുള്ള പഠനങ്ങൾ എന്നിവയെല്ലാം ഒരു കണികാ ത്വരത്രത്തിൽ നടക്കുന്നുണ്ട്. പ്രപഞ്ചത്തോളം പ്രായമുള്ള ചില ചോദ്യങ്ങളുടെ ഉത്തരം തേടുന്നതിനപ്പുറം നിത്യജീവിതത്തിൽ പ്രയോജനപ്പെടുന്ന എന്തെങ്കിലും ഗവേഷണങ്ങൾ ഇവിടെ നടക്കുന്നുണ്ടോ? മനുഷ്യന്റെ അടങ്ങാത്ത അന്വേഷണത്വരയ്ക്കപ്പുറം മറ്റെന്തെങ്കിലുംപ്രവർത്തനങ്ങൾ ഇവിടെ നടത്തുന്നുണ്ടോ? കോടിക്കണക്കിനാളുകൾ പട്ടിണി കിടക്കുന്ന രാജ്യങ്ങളിൽ ബഹിരാകാശ ഗവേഷണത്തിന് ബജറ്റിൽ വൻ തുക വകയിരുത്തുന്നതിന്റെ പ്രസക്തി ചോദ്യം ചെയ്യുന്നവർക്ക് അതിലും വിചിത്രമായിത്തോന്നാം കണികാ ഗവേഷണങ്ങൾക്ക് അതിലുമെത്രയോ അധികം തുക ചെലവഴിക്കുന്നത് കാണുമ്പോൾ. എന്നാൽ പല നിത്യോപയോഗ സാമഗ്രികളും കണികാ ഗവേഷണത്തിന്റെ ഭാഗമായി നിർമ്മിച്ചതോ മെച്ചപ്പെടുത്തിയതോ ആണെന്നറിയുമ്പോഴോ? കണികാ ഗവേഷണം നിത്യജീവിതത്തിൽ ഉപകാരപ്രദമാകുന്നത് നോക്കൂ.

1 ഡയപ്പറുകൾ

ആധുനിക കാലഘട്ടത്തിൽ ഡയപ്പറുകൾ നിർമ്മിക്കുന്നത് കണികാ ത്വരത്രങ്ങളിലാണെന്ന് കേൾക്കുമ്പോൾ അത്ഭുതം തോന്നുന്നു

ണ്ടാകും. ഡയപ്പറുകളിൽ ഉപയോഗിക്കുന്ന സൂപ്പർ അബ്സോർബന്റ് പോളിമറുകളാണ് ജലാംശം വലിച്ചെടുക്കുന്നത്. ഡയപ്പറുകളിൽ മാത്രമല്ല മെഴുകുതിരികൾ, ഫിൽട്രേഷൻ ഉപകരണങ്ങൾ, അഗ്നി-താപരോധികളായ ജെല്ലുകൾ, സ്പ്രേ ബോട്ടിലുകൾ, സർജിക്കൽ പാഡുകൾ എന്നിവയിലെല്ലാം ഇത്തരം പോളിമറുകൾ ഉപയോഗിക്കുന്നുണ്ട്. 2012 ൽ ഫുക്കുഷിമ ന്യൂക്ലിയർ റിയാക്ടർ അപകടത്തെ തുടർന്നുണ്ടായ വികിരണചോർച്ച തടയുന്നതിനും ഇത്തരം പോളിമറുകൾ ഉപയോഗിച്ചിരുന്നു. കണികാ ഗവേഷണങ്ങളുടെ ഉല്പന്നമാണ് സൂപ്പർ അബ്സോർബന്റ് പോളിമറുകൾ.

2 ഷ്രിങ്ക്റാപ് (shrink wrap)

ഭക്ഷണപദാർത്ഥങ്ങൾ, മാംസം, പഴങ്ങൾ, പച്ചക്കറികൾ മുതലായവ കേടാകാതെയും ഫ്രഷ് ആയും സൂക്ഷിക്കുന്നതിന് അവയെ ചുറ്റി പൊതിയുന്ന സുതാര്യമായ നേർത്ത ആവരണം കണ്ടിട്ടില്ലേ? ഷ്രിങ്ക്റാപ് എന്നറിയപ്പെടുന്ന ഈ ആവരണം നിർമ്മിച്ചിരിക്കുന്നത് 'പോളിഒലെഫിൻ' എന്ന പോളിമറുപയോഗിച്ചാണ്. കണികാ ഗവേഷണത്തിന്റെ ഫലമായാണ് ഇത് ഉല്പാദിപ്പിക്കുന്നത്.

3 കാർഗോ സ്കാനിങ്

ശതകോടിക്കണക്കിന് ടൺ സാധനസാമഗ്രികളാണ് ഓരോ വർഷവും തുറമുഖങ്ങളിലൂടെ വിനിമയം നടത്തുന്നത്. ഓരോ കണ്ടെയ്നറും തുറന്ന് പരിശോധിക്കുന്നത് പ്രായോഗികമല്ല. ഉന്നത ഊർജ്ജ നിലയിലുള്ള എക്സ്-കിരണങ്ങൾ ഉപയോഗിച്ചാണ് കണ്ടെയ്നറുകൾ സ്കാൻ ചെയ്യുന്നത്. കണികാ ഗവേഷണങ്ങളിലൂടെയാണ് ഉയർന്ന ഊർജ്ജനിലയിലുള്ള എക്സ് കിരണങ്ങൾ സൃഷ്ടിക്കുന്നത്.

4 എം ആർ ഐ

വൈദ്യശാസ്ത്ര രംഗത്ത് വിപ്ലവകരമായ പുരോഗതിയുണ്ടാക്കിയ എം ആർ ഐ (Magnetic Resonance Imaging-MRI) യുടെ അടിസ്ഥാനം കണികാ ഗവേഷണമാണ്. സാധാരണ എക്സ്-റെ ഇമേജിങ്ങിനെ അപേക്ഷിച്ച് എം ആർ ഐ സ്കാനിങ് താരതമ്യേന സുരക്ഷിതമാണ്. തലച്ചോറിലെ ഗ്രേമാറ്ററും വെറ്റ്മാറ്ററും തമ്മിലും അർബ്ബുദം ബാധിച്ച കലകളും ആരോഗ്യമുള്ള ശരീരകലകളും തമ്മിലും പേശികളും ആന്തര അവയവങ്ങളും തമ്മിലുമുള്ള അന്തരം വ്യക്തമായി തിരിച്ചറിയുന്നതിന് എം ആർ ഐ സ്കാനിങ്ങിലൂടെ കഴിയും. രക്തസഞ്ചാരപാത കണ്ടുപിടിച്ച് സ്ട്രോക്ക് ഉണ്ടാക്കാനുള്ള സാദ്ധ്യത മുൻകൂട്ടി കാണുന്നതിനും എംആർ ഐ ഉപയോഗിക്കുന്നുണ്ട്.

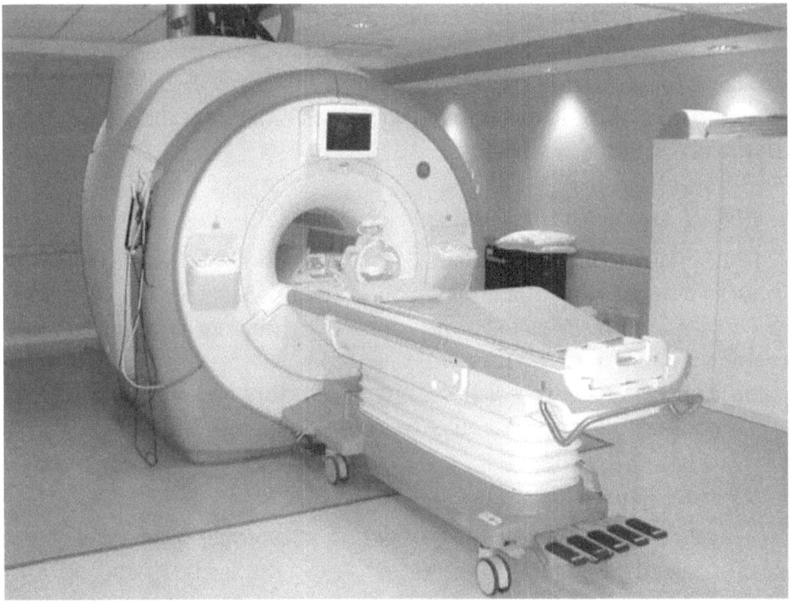

എം ആർ ഐ

5 ഗ്രിഡ് കംപ്യൂട്ടിങ്

ലാർജ് ഹാഡ്രോൺ കൊളൈഡർ(LHC) പരീക്ഷണങ്ങളോടനുബന്ധിച്ചാണ് ലോകത്തിലെ ഏറ്റവും വലിയ കംപ്യൂട്ടർ ശൃംഖല പ്രവർത്തിക്കുന്നത്. 36 രാജ്യങ്ങളിലെ 100 സ്ഥാപനങ്ങൾ ഈ കംപ്യൂട്ടർ ഗ്രിഡിന്റെ ഭാഗമാണ്. വാർത്താവിനിമയ മേഖല ഇലക്ട്രോണുകളുടെ സാമ്രാജ്യമാണ്. അവയെ നിയന്ത്രിക്കുന്നതാവട്ടെ ഒരു കണികാ ഗവേഷണ ലബോറട്ടറിയിലുമാണ്. വൈദ്യുതി വിതരണ രംഗത്തെ അവസ്ഥയും മറിച്ചല്ല.

6 ഫർണിച്ചറുകൾ

കഴിഞ്ഞ ഏതാനും ദശാബ്ദങ്ങളായി ലോകമെമ്പാടുമുള്ള ഫർണിച്ചർ നിർമ്മാതാക്കൾ പോറലേല്ക്കാത്തതും അഴുക്ക് പിടിക്കാത്തതുമായ ഫർണിച്ചറുകൾ നിർമ്മിക്കുന്നതിന് ഉപയോഗിക്കുന്ന ഇലക്ട്രോൺ ധാര ഒരു കണികാ ത്വരത്രത്തിൽ നിർമ്മിച്ചതായിരിക്കും. ഇങ്ങനെ ട്രീറ്റ് ചെയ്ത ഡെസ്ക്കുകൾക്കും ഷെൽഫുകൾക്കും ഒരു 'വുഡ് ഫിനിഷ്' ഉണ്ടായിരിക്കുമെന്ന് മാത്രമല്ല തേയ്മാനം വളരെ കുറവുമായിരിക്കും.

7 ക്വാണ്ടം ബാറ്ററികൾ

തെർമോ ഡൈനമിക്സിലെ നിയമങ്ങൾക്കനുസൃതമായാണ് സാധാരണ ബാറ്ററികൾ പ്രവർത്തിക്കുന്നത്. അതുകൊണ്ടുതന്നെ അവയിൽ

നിന്നുല്പാദിപ്പിക്കുന്ന ഊർജ്ജം നിയന്ത്രിതവും പെട്ടെന്നുതന്നെ അവസാനിക്കുന്നതുമായിരിക്കും. എന്നാൽ 'ക്വാണ്ടം എൻടാങ്കിൾമെന്റ്' എന്ന സാദ്ധ്യത പ്രയോജനപ്പെടുത്തി നിർമ്മിക്കുന്ന ബാറ്ററികൾ പിന്നീടൊരിക്കലും റീചാർജ് ചെയ്യേണ്ടിവരില്ല. ഈ മേഖലയിലുള്ള ഗവേഷണങ്ങൾ പുരോഗതിയുടെ പാതയിലാണ്.

8 മികച്ച തൊഴിലവസരങ്ങൾ

കണികാ ഗവേഷണത്തിൽ പരിശീലനം നേടിയവർക്ക് മുന്നിൽ വിശാലമായ തൊഴിൽ സാദ്ധ്യതയാണ് തുറന്നുകിടക്കുന്നത്. പെട്രോളിയം സംസ്കരണമുൾപ്പെടെയുള്ള വിവിധ വ്യവസായങ്ങളിലും വൈദ്യശാസ്ത്രമേഖലയിൽ വിശേഷിച്ചും ക്യാൻസർ, ഹൃദയ സംബന്ധമായ അസുഖങ്ങളുടെ മേഖലയിൽ, കംപ്യൂട്ടിങ് എന്നീ രംഗത്തെല്ലാം കണികാ ഗവേഷകരുടെ വൈദഗ്ദ്ധ്യം ആവശ്യപ്പെടുന്നുണ്ട്.

9 മറ്റ് നേട്ടങ്ങൾ

പരിസ്ഥിതിക്കിണങ്ങുന്ന ഊർജ്ജ സ്രോതസുകളുടെ വികസനം, പുതിയ മരുന്നുകളുടെ ഉല്പാദനം, വിവിധ തരം കളിപ്പാട്ടങ്ങളുടെ നിർമ്മാണം, ഹൃദയവാൽവുകളുടെ നിർമ്മാണം, വാഹന നിർമ്മാണ മേഖല എന്നിവയിലെല്ലാം ഉണ്ടാകുന്ന പുരോഗതിക്ക് കണികാ ഗവേഷണങ്ങൾ വഹിക്കുന്ന പങ്ക് നിസ്സാരമല്ല. അങ്ങനെ വരുമ്പോൾ കണികാ ഗവേഷണങ്ങൾക്ക് ബജറ്റിൽ വകയിരുത്തുന്നതുകൊണ്ട് ഒരു പ്രയോജനവുമില്ലെന്ന് പറയാൻ കഴിയില്ല.

അപരിചിതരുമായി ഹസ്തദാനം ചെയ്യരുത്

ഒരാളുടെ സ്വഭാവം തന്നെയുള്ള ഒമ്പതുപേരെങ്കിലുമുണ്ടെന്നാണ് പറയുന്നത്. ഈ ലോകത്തെവിടെയെങ്കിലും അവരൊമ്പതുപേരും ജീവിച്ചിരിക്കുന്നുണ്ടാകുമെന്നാണ് വിശ്വാസം. വ്യക്തികളുടെ സ്വഭാവത്തിൽ സാദൃശ്യങ്ങളോ വ്യതിയാനങ്ങളോ ഉണ്ടായെന്നു വരാം. വിശ്വാസങ്ങളെ ചോദ്യം ചെയ്യുന്നുമില്ല. എന്നാൽ സ്വഭാവത്തിൽ സമാനതകളുള്ള ചില മൗലികകണങ്ങൾ നമ്മുടെ പ്രപഞ്ചത്തിലുണ്ട്. പ്രതികണങ്ങളെന്നും (anti particle) പ്രതിദ്രവ്യമെന്നു (anti matter)മെല്ലാം അറിയപ്പെടുന്ന ഇവയുടെ സവിശേഷതകൾ വ്യക്തികളുടെ സ്വഭാവത്തിലേക്ക് ആരോപിച്ചതാണെങ്കിലും അങ്ങനെയല്ലെങ്കിലും പ്രതികണങ്ങളും പ്രതിദ്രവ്യവും ശാസ്ത്രസത്യങ്ങളാണ്.

കണികാ ഭൗതികത്തിന്റെ സ്റ്റാൻഡേർഡ് മോഡൽ അനുസരിച്ച് എല്ലാ കണികകൾക്കും പ്രതികണികകൾ ഉണ്ട്. പ്രതികണികകളുടെ ദ്രവ്യമാനവും സവിശേഷതകളുമെല്ലാം കണികകളേതിനോട് തുല്യമായിരിക്കും. എന്നാൽ ചില വ്യത്യാസങ്ങളുമുണ്ട്. കണികയ്ക്ക് ഏതെങ്കിലും വൈദ്യുതചാർജ്ജ് ഉണ്ടെങ്കിൽ അതിന്റെ വിപരീത ചാർജ്ജ് ആയിരിക്കും പ്രതികണികയ്ക്ക് ഉണ്ടാവുക. ഉദാഹരണത്തിന് ഇലക്ട്രോൺ എന്ന കണികയെ എടുക്കാം. ഇലക്ട്രോണിന് നെഗറ്റീവ് ചാർജ്ജാണുള്ളത്. എന്നാൽ ഇലക്ട്രോണിന്റെ തന്നെ ദ്രവ്യമാനവും സവിശേഷതകളുമുള്ള പോസിട്രോൺ പോസിറ്റീവ് ചാർജ്ജാണ് കാണിക്കുന്നത്. അല്ലെങ്കിൽ പോസിറ്റീവ് ചാർജ്ജുള്ള ഇലക്ട്രോണാണ് പോസിട്രോൺ എന്നോ ഇലക്ട്രോണിന്റെ പ്രതികണകമാണ് പോസിട്രോൺ എന്നോ പറയാം. വൈദ്യുത ചാർജ്ജില്ലാത്ത കണികകൾക്കും പ്രതികണികകളുണ്ട്. ന്യൂട്രോണിനും ഫോട്ടോണിനുമെല്ലാം പ്രതികണികകളുണ്ട്. ഇത്

ഇത്തരം കണികകളുടെ സ്പിൻ ആശ്രയിച്ചാണിരിക്കുന്നത്. കണങ്ങളുടെ കറക്കത്തിന്റെ വിപരീത ദിശയിലായിരിക്കും പ്രതികണങ്ങളുടെ സ്പിൻ. അതിസൂക്ഷ്മകണികകളായ ക്വാർക്കുകളുടെ കാര്യത്തിൽ, ക്വാർക്കുകളുടെ കളർചാർജ്ജിന്റെ ആന്റി കളർ ചാർജ്ജുകൾ കൊണ്ടാണ് ആന്റിക്വാർക്കുകളെ തിരിച്ചറിയുന്നത്. ചുരുക്കിപ്പറഞ്ഞാൽ പ്രപഞ്ചത്തിലുള്ള എല്ലാ കണികകൾക്കും പ്രതികണികകൾ ഉണ്ടെന്നുള്ളതാണ് യാഥാർത്ഥ്യം.

ഒരു കണികയും അതിന്റെ പ്രതികണികയും കണ്ടുമുട്ടിയാൽ എന്താണ് സംഭവിക്കുക, ഉദാഹരണമായി ഒരു ഇലക്ട്രോണും അതിന്റെ പ്രതികണികയുമായ പോസിട്രോണും പരസ്പരം കൂട്ടിമുട്ടുന്നു എന്നിരിക്കട്ടെ. ഒരു നിമിഷാർദ്ധം തന്നെ ധാരാളം. അവ പരസ്പരം നിഗ്രഹിക്കുകയും ഗാമാ വികിരണങ്ങൾ ഉത്സർജ്ജിക്കുകയും ചെയ്യും. ഇവിടെ ഇലക്ട്രോണിന്റെയും പോസിട്രോണിന്റെയും ദ്രവ്യം പൂർണ്ണമായി ഊർജ്ജമായി പരിവർത്തനം ചെയ്യപ്പെട്ട് രണ്ട് ഗാമാ ഫോട്ടോണുകൾ സൃഷ്ടിക്കപ്പെടുകയാണ്.

ദൃശ്യപ്രപഞ്ചത്തിലെ ദ്രവ്യമെല്ലാം നിർമ്മിച്ചിരിക്കുന്നത് കണികകൾ കൊണ്ടാണ്. എന്നാൽ പ്രതികണികകൾ കൊണ്ട് നിർമ്മിക്കപ്പെട്ടിട്ടുള്ള ദ്രവ്യമാണ് പ്രതിദ്രവ്യം. പ്രാപഞ്ചിക ദ്രവ്യനിർമ്മിതിയിൽ പ്രതികണികകളെക്കാൾ മുൻതൂക്കം കണികകൾക്കാണ്. ഓരോ കണികയ്ക്കും അതിന്റെ പ്രതികണികകൾ ഉണ്ടെങ്കിൽ അവ പരസ്പരം നിഗ്രഹിച്ച് ഊർജ്ജമായി മാറുകയും ഈ ഊർജ്ജം തിരികെ ദ്രവ്യമായി മാറുകയും ചെയ്യുന്ന, വികിരണങ്ങൾ നിറഞ്ഞ ഒരു അനന്ത പ്രപഞ്ചമായി മാറേണ്ടിയിരുന്ന ഈ പ്രപഞ്ചത്തിൽ എങ്ങനെയാണ് പ്രതികണികകളെ അതിജീവിച്ച് കണികകൾ മുൻതൂക്കം നേടിയെടുത്തത് എന്നുള്ളത് ഒരു സ്വാഭാവിക സംശയം മാത്രമാണ്. കണികയും പ്രതികണികയും സമാന സ്വഭാവങ്ങളാണ് പ്രദർശിപ്പിക്കുന്നതെങ്കിലും സൂക്ഷ്മവിശകലനത്തിൽ ഇവയുടെ ആയുസ്സ് വ്യത്യാസപ്പെട്ടിരിക്കുന്നതായി കണ്ടെത്തിയിട്ടുണ്ട്. യുഎസിലെ Standard Linear Accelerator Center ൽ 2004 ൽ നടത്തിയ BABAR എക്സ്പെരിമെന്റ് സവിശേഷശ്രദ്ധ ആകർഷിക്കുന്നതാണ്. B-meson കളുടെയും അവയുടെ പ്രതികണങ്ങളായ Anti B-mesonകളുടെയും ജീർണ്ണന(decay) നിരക്ക് താരതമ്യം ചെയ്യുന്ന പഠനമാണ് ഇത്. ഏതാണ്ട് 20 കോടി B-meson Anti B-meson ജോടികളെ നിരീക്ഷിച്ചപ്പോൾ അവയുടെ ആയുസ്സുകൾ തമ്മിൽ നേരിയ വ്യത്യാസം അനുഭവപ്പെടുന്നുണ്ടെന്ന് ശാസ്ത്രജ്ഞർ തിരിച്ചറിഞ്ഞു. B-mesonകൾ അവയുടെ പരിണാമത്തിന്റെ അടുത്ത ഘട്ടമായ Kaonകളായും pion-കളായും മാറ്റപ്പെടുന്നതിൽ നിന്നും പ്രകടമായ വ്യതിയാനം Anti B-meson-കൾ കാണിച്ചു. ക്വാർക്ക് കയോണിന്റെയും ആന്റിക്വാർക്ക് കയോണിന്റെയും

ജീർണ്ണനകാലം (കയോണിന്റെ ആയുസ്സ് ഒരു മൈക്രോ സെക്കന്റ് 10^{-6} sec ആണ്) തുല്യമല്ല എന്ന് കണ്ടെത്തിയതോടുകൂടി – ചാർജ്ജ് പാരിറ്റിവയലേഷൻ (c p violation) എന്നാണ് ഈ പ്രക്രിയയ്ക്ക് വിളിക്കുന്ന പേര്. എങ്ങനെയാണ് പ്രപഞ്ചത്തിലെ ദ്രവ്യ-പ്രതിദ്രവ്യസംതുലിതാവസ്ഥ തകർന്നതെന്നും എങ്ങനെയാണ് ദ്രവ്യം പ്രതിദ്രവ്യത്തിനുമേൽ ആധിപത്യം സ്ഥാപിച്ചതെന്നുമുള്ള ചോദ്യങ്ങൾക്ക് ഉത്തരം നല്കാൻ ശാസ്ത്രത്തിന് കഴിഞ്ഞു.

STANDARD MODEL

QUARKS

U up	C charm	C top
d down	S Strange	b bottom

LEPTONS

Ve Electron neutrino	Vu Muon neutrino	Vt Tau neutrino
e electron	u muon	t tau

FORCE CARRIERS

r photon
z z boson
W + W+boson
W- w-boson
G gluon

Higgs boson

ദ്രവ്യ-പ്രതിദ്രവ്യ സംഘട്ടനം അത്യന്തം തീക്ഷ്ണവും സ്ഫോടനാത്മകവുമാണ്. ഒരു ന്യൂക്ലിയർ ബോംബ് സ്ഫോടനത്തിൽ ഉണ്ടാകുന്ന ദ്രവ്യ-ഊർജ്ജ പരിവർത്തനം കേവലം ഒരു ശതമാനത്തിൽ താഴെ മാത്രമാണ്. അണുബോംബു സ്ഫോടനത്തിൽ ബോംബിലുപയോഗിക്കുന്ന ആണവ ഇന്ധനത്തിന്റെ ഒരു ശതമാനം മാത്രമേ ഊർജ്ജമായി പരി

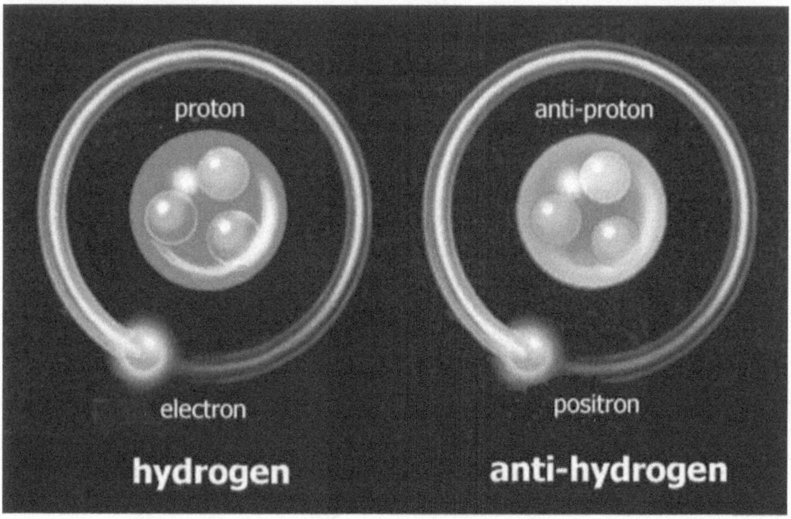

വർത്തനം ചെയ്യപ്പെടുന്നുള്ളു എന്നർത്ഥം. അണുബോംബിന്റെ സംഹാരശേഷിയെകുറിച്ച് വിവരിക്കേണ്ട ആവശ്യമില്ലല്ലോ. ദ്രവ്യ-പ്രതിദ്രവ്യസംഘട്ടനത്തിൽ അവയുടെ മുഴുവൻ ദ്രവ്യവും ഊർജ്ജമായി പരിവർത്തനം ചെയ്യുമ്പോഴുണ്ടാകുന്ന സംഹാരശേഷി വിവരണാതീതമാണ്. ദ്രവ്യനിർമ്മിതമായ ഒരു ചായക്കപ്പും പ്രതിദ്രവ്യം കൊണ്ടു നിർമ്മിക്കപ്പെട്ട ഒരു ചായക്കപ്പും അടുത്തടുത്ത് വച്ചാലുണ്ടാകുന്ന സ്ഥിതിയൊന്ന് ചിന്തിച്ചുനോക്കു. അവയുടെ ദ്രവ്യം ഊർജ്ജമായി പരിവർത്തനം ചെയ്യപ്പെടുമ്പോഴുണ്ടാകുന്ന സ്ഫോടനത്തിന്റെ തീവ്രത ഒരു ടൺ ആണവ ആയുധങ്ങളുടെ സ്ഫോടനത്തിന് തുല്യമായിരിക്കും.

പ്രപഞ്ചത്തിലെ ദ്രവ്യ-പ്രതിദ്രവ്യസംഘട്ടനങ്ങൾ പിടിച്ചെടുക്കുന്നതിന് ഉപകരണങ്ങൾക്ക് ഇതുവരെ സാധിച്ചിട്ടില്ല. ഗാലക്സി ക്ലസ്റ്ററുകളിലെ സംഘട്ടനങ്ങൾ തിരിച്ചറിയുവാൻ കഴിഞ്ഞിട്ടുണ്ടെങ്കിലും ഇവിടെ സംഘട്ടനത്തിലേർപ്പെടുന്ന ഗാലക്സികൾ ഒരേ ദ്രവ്യം കൊണ്ടു നിർമ്മിക്കപ്പെട്ടവയായതുകൊണ്ട് പരസ്പര നിഗ്രഹവും സ്ഫോടനവും നടക്കുന്നില്ല. പ്രപഞ്ചത്തിലുള്ള നിരീക്ഷിക്കപ്പെട്ടിട്ടുള്ള നക്ഷത്രസമൂഹങ്ങളിൽ ഒന്നുപോലും പ്രതിദ്രവ്യം കൊണ്ടു നിർമ്മിക്കപ്പെട്ടിട്ടുള്ളവയല്ല. അവയെ നിരീക്ഷിക്കാൻ പര്യാപ്തമായ ഒരുപകരണവും ഇതുവരെ നിർമ്മിക്കപ്പെട്ടിട്ടില്ല എന്നു പറയുന്നതാവും കൂടുതൽ ശരി. ദ്രവ്യഗാലക്സി-പ്രതിദ്രവ്യ ഗാലക്സി സംഘട്ടനങ്ങൾ തിരിച്ചറിയാൻ കഴിഞ്ഞിട്ടില്ലാത്തതുകൊണ്ട് പ്രപഞ്ചസൃഷ്ടിക്ക് ദ്രവ്യം മാത്രമേ ഉപയോഗിച്ചിട്ടുള്ളു എന്ന പരികല്പനയാണ് ഇപ്പോൾ ശാസ്ത്രലോകത്തുള്ളത്.

പ്രപഞ്ചത്തിൽ പ്രതിദ്രവ്യത്തിന്റെ സാദ്ധ്യതയേയില്ല എന്നു പറയു

ന്നത് ശാസ്ത്രീയമല്ല. ഇലക്ട്രോണും പ്രോട്ടോണും ന്യൂട്രോണും കൂടിച്ചേർന്നാൽ സാധാരണ ദ്രവ്യമാണുണ്ടാവുക. എന്നാൽ പോസിട്രോൺ, ആന്റി പ്രോട്ടോൺ, ആന്റി ന്യൂട്രോൺ എന്നിവ കൂട്ടിച്ചേർത്ത് പ്രതിദ്രവ്യം നിർമ്മിക്കാൻ കഴിയും. പരീക്ഷണശാലയിൽ ബെറിലിയ (Berilium) ത്തെ 7GeV പ്രോട്ടോൺ കൊണ്ട് ഇടിപ്പിച്ച് ആന്റി പ്രോട്ടോണിന്റെയും ആന്റി ന്യൂട്രോണിന്റെയും യോഗങ്ങൾ സൃഷ്ടിച്ച് ആന്റി ഡ്യൂട്ടറോണും ആന്റി ഹീലിയം 3 ഉം നിർമ്മിക്കാൻ സാധിച്ചിട്ടുണ്ട്. അതു മാത്രമല്ല ഉന്നത ഊർജ്ജനിലയിലുള്ള കണികാത്വരണത്തിലൂടെ പ്രതിദ്രവ്യകണങ്ങളെ സൃഷ്ടിക്കുവാനും ശാസ്ത്രജ്ഞന്മാർക്ക് കഴിഞ്ഞിട്ടുണ്ട്. അതുപോലെ തന്നെ, സൂര്യനിൽ നിന്നും പ്രകാശകണികകളായ ഫോട്ടോണുകൾ മാത്രമല്ല സവിശേഷകണങ്ങളായ ന്യൂട്രിനോകളും ആന്റി ന്യൂട്രിനോകളും ഉത്സർജ്ജിക്കപ്പെടുന്നുണ്ട്. ദ്രവ്യമാനം വളരെ വളരെ കുറഞ്ഞ ഈ കണികകൾ ദ്രവ്യത്തിന്റെ മറ്റു കണികകളുമായി പ്രതിപ്രവർത്തനത്തിലേർപ്പെടാതെതന്നെ ദ്രവ്യത്തിലൂടെ തുളച്ചുകയറി പോകാൻ മാത്രം ഉന്നതഊർജ്ജ നിലയിൽ സഞ്ചരിക്കുന്നവയാണ്. ഇവ തുളച്ചുകയറുമ്പോൾ മറ്റു കണികകൾക്ക് മാറ്റമൊന്നും സംഭവിക്കുന്നില്ല. ഭൂമി തുളച്ചുകടന്നുപോകുന്ന ഇത്തരം കണികകൾ നമ്മുടെ ശരീരത്തിൽ കൂടിയും ഒരു തടസ്സവുമില്ലാതെ കടന്നുപോകുന്നുണ്ട്. സെക്കന്റിൽ 6500 കോടിയിലധികം എന്ന നിരക്കിൽ ഇത് സംഭവിക്കുന്നുണ്ട്. ന്യൂട്രിനോകളെപോലെ തന്നെ പ്രപഞ്ചപരിണാമത്തിന്റെ വിവിധഘട്ടങ്ങളിൽ ആവിർഭവിച്ച നിരവധി മൗലികകണങ്ങളെ കണ്ടെത്താൻ ഇന്ന് ശാസ്ത്രത്തിന് കഴിഞ്ഞിട്ടുണ്ട്. പ്രപഞ്ചത്തിന്റെ ഇപ്പോഴുള്ള അവസ്ഥയ്ക്കും ഭൂമിയുടെയും അതിലെ ജീവന്റെയുമെല്ലാം നിലനില്പിനും കാരണം ഇത്തരം കണികകളുടെ പ്രവർത്തനം തന്നെയാണ്.

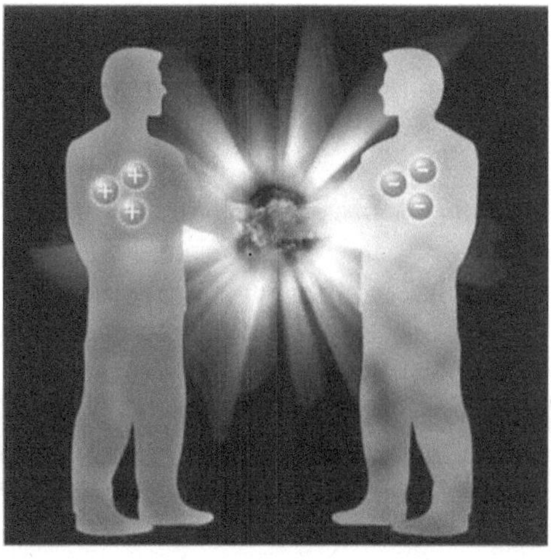

പ്രാപഞ്ചിക വികിരണ (Cosmic rays) ങ്ങളുടെ രൂപത്തിൽ പ്രപഞ്ചത്തിന്റെ വിദൂരതകളിൽ നിന്നും ഉന്നത ഊർജ്ജ നിലയിലുള്ള കണികകൾ ഭൂമിയിലെത്തുന്നുണ്ട്. വിദൂരഗാലക്സികളിൽ നിന്നു വരുന്ന ഈ കണികകൾ ആകാശഗംഗയുടെ കാന്തികവലയത്തിൽ അകപ്പെട്ട് ഉന്നത ഊർജ്ജ നില പ്രാപിച്ചാണ് ഭൂമിയി

ലെത്തുന്നത്. ഇങ്ങനെയെത്തുന്ന കണികകളിൽ പതിനായിരം പ്രോട്ടോണിന് ഒന്ന് എന്ന നിരക്കിൽ ആന്റി പ്രോട്ടോണുകളും എത്തുന്നുണ്ട്. ഇതിൽ നിന്നും പ്രപഞ്ചത്തിൽ വളരെയധികം പ്രതിദ്രവ്യമുണ്ടെന്ന് അർത്ഥമാക്കാനൊന്നും കഴിയില്ല. സാധാരണ ദ്രവ്യത്തിൽ പ്രാപഞ്ചിക വികിരണങ്ങളുടെ പ്രതിപ്രവർത്തനത്തിന്റെ ഫലമായും പ്രതികണികകൾ സൃഷ്ടിക്കപ്പെടാവുന്നതാണ്. പ്രപഞ്ചത്തിൽ ദ്രവ്യാധിപത്യം നിലനില്ക്കാൻ കാരണം പ്രതിദ്രവ്യത്തിന്റെ അളവിലുള്ള കുറവുതന്നെയാണ്. COBE (Cosmic Background Explorer) പരീക്ഷണങ്ങളിലൂടെ കോസ്മോളജിസ്റ്റുകൾക്ക് ദ്രവ്യ-പ്രതിദ്രവ്യങ്ങളുടെ ഇംബാലൻസും പ്രപഞ്ചത്തിലാകെയുള്ള ദ്രവ്യത്തിന്റെ അളവും നിർണ്ണയിക്കാൻ കഴിയും. അതുവഴി പ്രപഞ്ചോല്പത്തിക്കുശേഷം ദ്രവ്യം എങ്ങനെയാണ് പ്രതിദ്രവ്യത്തിനുമേൽ ആധിപത്യം സ്ഥാപിച്ചതെന്നും തെളിയിക്കാൻ കഴിയും. പ്രോട്ടോൺ, ന്യൂട്രോൺ, ഇലക്ട്രോൺ എന്നീ ഭാരമുള്ള കണികകൾ (Baryonic particles) കൊണ്ട് നിർമ്മിക്കപ്പെട്ടിട്ടുള്ള ദ്രവ്യാധിപത്യമുള്ള ഈ പ്രപഞ്ചത്തെ ഒരു ബേര്യോജെനിക് പ്രപഞ്ചമെന്നു തന്നെ വിളിക്കാവുന്നതാണ്.

പ്രപഞ്ചത്തിൽ പ്രതിദ്രവ്യത്തിന്റെ സാന്നിദ്ധ്യം വളരെ കുറവാണെങ്കിലും എന്നും ഇങ്ങനെ തന്നെ ആയിരുന്നു എന്ന് അതിനർത്ഥമില്ല. പ്രപഞ്ചത്തിന്റെ ശൈശവദശയിൽ സംഭവങ്ങൾ ഇങ്ങനെയായിരുന്നില്ല. പ്രപഞ്ചോല്പത്തിയുടെ ആദ്യനിമിഷങ്ങളിലെ ഉന്നത താപനിലയിൽ കണികകളെല്ലാം സ്വതന്ത്രമായി പരസ്പര സംഘട്ടനത്തിലേർപ്പെട്ടുകൊണ്ടാണിരുന്നത്. കണികകളുടെ സംഘട്ടനഫലമായി പ്രതികണികകൾ സൃഷ്ടിക്കപ്പെടുകയും കണികകളും പ്രതികണികകളും പരസ്പരം നിഗ്രഹിക്കുകയും ഊർജ്ജമായി മാറുകയും ചെയ്തു. സൃഷ്ടിയും സംഹാരവും തമ്മിൽ കൃത്യമായ ഒരു സംതുലിതാവസ്ഥയാണ് ആദ്യപ്രപഞ്ചത്തിലുണ്ടായിരുന്നത്. ആദ്യപ്രപഞ്ചമെന്നു പറയുമ്പോൾ പ്രപഞ്ചോല്പത്തിയുടെ ആദ്യസെക്കന്റിൽ നടന്ന കാര്യങ്ങളാണിത്. ഇലക്ട്രോണുകളും പോസിട്രോണുകളും പരസ്പരം നിഗ്രഹിച്ച് ഗാമാ ഫോട്ടോണുകളുണ്ടാവുകയും ഈ ഫോട്ടോണുകൾ ഇലക്ട്രോണുകളുടെയും പോസിട്രോണുകളുടെയും സൃഷ്ടിക്കു കാരണമാവുകയും ചെയ്യുന്ന പരസ്പര പൂരകമായ പ്രവർത്തനം. പ്രപഞ്ചവികാസത്തോടൊപ്പം പ്രപഞ്ചത്തിന്റെ താപനിലയിലും കുറവുണ്ടായി. പ്രപഞ്ചോല്പത്തിക്കുശേഷം 10^2 സെക്കന്റിൽ പ്രപഞ്ചത്തിന്റെ താപനില 10^{12}K ആയതോടുകൂടി പ്രോട്ടോണുകൾ രൂപപ്പെട്ടു. പ്രോട്ടോൺ എന്നു പറയുന്നത് ഹൈഡ്രജന്റെ ന്യൂക്ലിയസാണ്. സമയം 3 മിനിട്ട് കഴിഞ്ഞതോടുകൂടി താപനില 100 കോടി കെൽവിനായി കുറഞ്ഞു. തുടർന്ന് ഹൈഡ്രജൻ, ഹീലിയം എന്നിങ്ങനെയുള്ള അണുകേന്ദ്രങ്ങൾ രൂപീകരിക്കപ്പെട്ടുതുടങ്ങി. അതുവരെ വികിരണങ്ങൾക്ക് പ്രാധാന്യമുണ്ടായിരുന്ന പ്രപഞ്ചം ബേര്യോ

ണിക് മാറ്ററിന്റെ ആധിപത്യമുള്ള ക്രമരഹിതമായ പ്രപഞ്ചമായി മാറിത്തുടങ്ങി.

കണികകൾക്ക് പ്രതികണികകളും ദ്രവ്യത്തിന് പ്രതിദ്രവ്യവുമുണ്ട്. അങ്ങനെ വരുമ്പോൾ നമ്മുടെ പ്രപഞ്ചത്തിന് ഒരു പ്രതിപ്രപഞ്ചം; മനുഷ്യന് പ്രതിമനുഷ്യനും (anti self) ഉണ്ടാകാം. ഹോക്കിങ്ങിന്റെ ഫലിതം ശ്രദ്ധിക്കൂ. "അപരിചിതരുമായി അടുത്തിടപഴകുന്നത് ശ്രദ്ധിച്ചുവേണം; അയാൾ ഒരുപക്ഷേ ആന്റി മാറ്റർ കൊണ്ട് നിർമ്മിക്കപ്പെട്ട നിങ്ങളുടെ ആന്റി സെൽഫ് ആണെങ്കിൽ. ഒരു മിന്നൽപ്പിണർ മാത്രം. നിങ്ങൾ രണ്ടു പേരും അപ്രത്യക്ഷരാകും. നിങ്ങൾ നില്ക്കുന്ന സ്ഥലത്ത് അതിശക്തമായ ഒരു ന്യൂക്ലിയർ ബോംബുസ്ഫോടനമാണ് നടക്കുക - സൂക്ഷിക്കുക അപരിചിതരുമായി ഹസ്തദാനം ചെയ്യരുത്."

ഇന്ത്യൻ ഒബ്സർവേറ്ററിയും അമേരിക്കൻ ന്യൂട്രിനോകളും

Crisis alone is not enough.There must also be a basis,though it need be neither rational nor ultimately correct

-Thomas Kuhn

തമിഴ്നാട്ടിലെ തേനിയിൽ സ്ഥാപിക്കാനുദ്ദേശിക്കുന്ന ഇന്ത്യാ -ബേസ്ഡ് ന്യൂട്രിനോ ഒബ്സർവേറ്ററി (INO)യെന്ന കണികാ പരീക്ഷണശാല അമേരിക്കയുടെ ആണവ പദ്ധതിയുടെ ഭാഗമാണ്. അമേരിക്കയിൽ ചിക്കാഗോയിലുള്ള ഫെർമി നാഷണൽ ആക്സിലറേറ്റർ ലാബറട്ടറി (ഫെർമിലാബ്)യിൽ നിന്നും തൊടുത്തുവിടുന്ന ന്യൂട്രിനോകൾ ഭൂമി തുളച്ചുകടന്ന് തമിഴ്നാട്ടിലെ തേനിയിൽ സ്ഥാപിക്കുന്ന ഒബ്സർവേറ്ററിയിലെത്തും. ഗവേഷണം അവിടെ അവസാനിക്കുന്നില്ല, മാരകമായ ന്യൂക്ലിയർ ആയുധങ്ങളുടെ നിർമ്മാണത്തിനും ആയുധപ്പന്തയത്തിനും ഈ സ്ഥാപനം വഴിയൊരുക്കും. 2005 ൽ ഇന്ത്യൻ പ്രധാനമന്ത്രി ഡോ. മൻമോഹൻസിങ്ങും അമേരിക്കൻ പ്രസിഡന്റ് ജോർജ്ജ് ബുഷും ഒപ്പിട്ട ആണവ പദ്ധതിയുടെ ഭാഗമാണ് ഈ പരീക്ഷണശാല. അതുമാത്രമല്ല, ഈ പരീക്ഷണശാല ഭൂമിക്കടിയിൽ സ്ഥാപിക്കുന്നതിന് 80 ലക്ഷം ടൺ പാറ പൊട്ടിച്ച് നീക്കം ചെയ്യണം. അതിന് ഒരുലക്ഷം ടൺ ജെലാറ്റിൻ എന്ന സ്ഫോടകവസ്തു ഉപയോഗിക്കണം. ഭൂകമ്പം പോലെയുള്ള പ്രകൃതി ദുരന്തങ്ങൾക്കും ജീവജാലങ്ങളുടെ ആവാസ വ്യവസ്ഥയാകെ തകരുന്നതിനും ഇത് കാരണമാകും. ഈ മേഖലയിലുള്ള വലുതും ചെറുതുമായ പന്ത്രണ്ട് ഡാമുകളിലായി 400 കോടി ക്യൂബിക് മീറ്റർ ജലമാണ് കെട്ടി നിർത്തിയിരിക്കുന്നത്. സ്വതവേ പരിസ്ഥിതി ദുർബ്ബല പ്രദേശമായ ഇവിടെയുണ്ടാകുന്ന വലിയ സ്ഫോടനങ്ങളുടെ കമ്പനങ്ങൾ ഉണ്ടാക്കാവുന്ന പ്രത്യാഘാതങ്ങൾ പ്രവചനാതീതമാണ്. അതുമാത്രവുമല്ല, അമേരിക്കയിലെ ഫാക്ടറിയിൽ നിന്നുവരുന്ന ഉന്നത ഊർജ്ജനിലയിലുള്ള

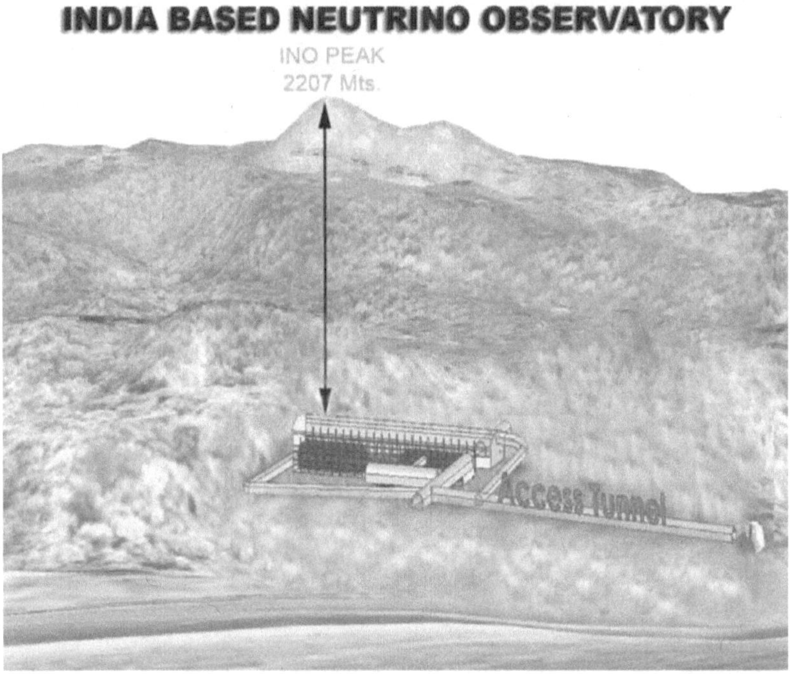

ന്യൂട്രിനോകൾ ഈ നാനൂറ് കോടി ക്യൂബിക് മീറ്റർ ജലത്തെയും റേഡിയേഷൻ കൊണ്ട് മലിനമാക്കും. പരീക്ഷണശാലയുടെ സമീപ പ്രദേശങ്ങളിലെ മണ്ണും ജലവും ജീവനുമെല്ലാം അണുവികിരണത്തിന്റെ തീവ്രത അനുഭവിക്കും. ഇങ്ങനെ പോകുന്നു ചില പരിസ്ഥിതി പ്രേമികളുടെ വാദങ്ങൾ.

എന്തുകൊണ്ടാണ് ഇന്ത്യൻ ന്യൂട്രിനോ ഒബ്സർവേറ്ററിക്ക് ഇത്രയധികം വാർത്താപ്രാധാന്യം ലഭിക്കുന്നത്? നിരവധി ന്യൂട്രിനോ ഒബ്സർവേറ്ററികൾ വിവിധ രാജ്യങ്ങളിൽ ഇപ്പോൾ പ്രവർത്തിച്ചുകൊണ്ടിരിക്കുന്നുണ്ട്. മെഡിറ്ററേനിയൻ കടലിൽ നിർമ്മാണം പുരോഗമിച്ചുകൊണ്ടിരിക്കുന്ന KM3NeT ലോകത്തിന്നുവരെ നിർമ്മിച്ചിട്ടുള്ളതിൽ വച്ച് ഏറ്റവും വലിയ ന്യൂട്രിനോ നിരീക്ഷണ കേന്ദ്രമാണ്. ദുബൈയിലെ ബുർജ്ജ് ഖലീഫയേക്കാൾ ഉയരമുണ്ടിതിന്! ഇക്കൂട്ടത്തിൽ ഏറ്റവും നവീനമായ സാങ്കേതിക വിദ്യയിൽ പ്രവർത്തിക്കുന്ന പരീക്ഷണ ശാലയാണ് ഇന്ത്യയിൽ സ്ഥാപിക്കുന്നത്. ഈ പദ്ധതി യാഥാർത്ഥ്യമായാൽ ന്യൂട്രിനോ ഫിസിക്സിൽ ഇന്ത്യ മറ്റേതൊരു വികസിത രാഷ്ട്രത്തോടും കിടപിടിക്കാൻ സജ്ജമാവും. ഇന്ത്യയുടെ മുൻ രാഷ്ട്രപതിയായിരുന്ന ഡോ. എ പി ജെ അബ്ദുൾകലാമിന്റെ സ്വപ്ന പദ്ധതിയാണ് ഇന്ത്യാ-ബേസ്ഡ് ന്യൂട്രിനോ ഒബ്സർവേറ്ററിയെന്ന ഈ സ്ഥാപനം. ലോകശ്രദ്ധ

ഇന്ത്യയിലേക്ക് എത്തുന്നതിനു പുറമെ യുവാക്കൾക്ക് ശാസ്ത്രാഭിമുഖ്യം വളർത്തുന്നതിനും കഴിയുമെന്നിരിക്കെ എന്തുകൊണ്ടാണ് ഇന്ത്യൻ ന്യൂട്രിനോ ഒബ്സർവേറ്ററിക്ക്മാത്രം ഇത്രയധികം കടമ്പകൾ എന്നു ചിന്തിക്കേണ്ടിയിരിക്കുന്നു. അതിനാദ്യം എന്താണ് ന്യൂട്രിനോകളെന്നും എന്തു പരീക്ഷണമാണ് തേനിയിൽ സ്ഥാപിക്കുന്ന പരീക്ഷണശാലയിൽ നടത്തുന്നതെന്നും സാമാന്യമായെങ്കിലും അറിഞ്ഞിരിക്കേണ്ടതുണ്ട്.

ന്യൂട്രിനോകൾ എന്ന കുട്ടിച്ചാത്തന്മാർ

പ്രപഞ്ചദ്രവ്യമാകെ നിർമ്മിച്ചിരിക്കുന്നത് ക്വാർക്കുകൾ, ലെപ്റ്റോണുകൾ തുടങ്ങിയ മൗലിക കണങ്ങൾ കൊണ്ടാണ്. താരതമ്യേന പ്രതിപ്രവർത്തന ശേഷി കുറഞ്ഞ കണങ്ങളായ ലെപ്ടോണുകളുടെ ഗ്രൂപ്പിൽ പെടുന്ന മൗലികകണമാണ് ന്യൂട്രിനോകൾ. നാമമാത്രമായ പിണ്ഡമുള്ളതും വൈദ്യുത ചാർജ്ജില്ലാത്തതുമായ കണമാണിത്. പ്രകാശവേഗതയിലോ, അതിനടുത്തോ സഞ്ചരിക്കുന്ന ന്യൂട്രിനോകൾ ഏതു ദ്രവ്യത്തിൽക്കൂടിയും അനായാസം തുളച്ചുകടക്കും. സെക്കന്റിൽ ഒരു ചതുരശ്ര സെന്റീമീറ്ററിനുള്ളിൽ 6500 കോടി ന്യൂട്രിനോകൾ നമ്മുടെ ശരീരവും ഭൂമിയും തുളച്ചുകടന്നുപോകുന്നുണ്ട്. ഭൂമി മുതൽ സൗരയൂഥത്തിന്റെ അതിർത്തിവരെ കനത്തിൽ ഇരുമ്പുപാളികൾ ഉപയോഗിച്ചു തടഞ്ഞാൽ പോലും ന്യൂട്രിനോകളെ പിടിച്ചുകെട്ടാൻ കഴിയില്ലെന്നു പറഞ്ഞാൽ അതിൽ അതിശയോക്തിയൊന്നുമില്ല. ഇലക്ട്രോൺ ന്യൂട്രിനോ, മ്യൂ ന്യൂട്രിനോ, ടോ ന്യൂട്രിനോ എന്നിങ്ങനെ മൂന്നു തലമുറയിൽപെട്ട ന്യൂട്രിനോകളെ ഇതുവരെ കണ്ടെത്തിയിട്ടുണ്ട്. ലിറ്റിൽ ന്യൂട്രൽ വൺ എന്നർത്ഥം വരുന്ന ഇറ്റാലിയൻ വാക്കാണ് ന്യൂട്രിനോ. 1931 ൽ വൂൾഫ് ഗാംഗ് പോളിയെന്ന കണികാ ഭൗതിക ശാസ്ത്രജ്ഞനാണ് ന്യൂട്രിനോകളുടെ സാന്നിദ്ധ്യം ആദ്യമായി പ്രവചിച്ചത്. തുടർന്ന് കാൽ നൂറ്റാണ്ടിനു ശേഷമാണ് ഉപകരണങ്ങളുടെ സഹായത്തോടെ ഇവയുടെ അസ്തിത്വം തെളിയിക്കപ്പെടുന്നത്. ഭൗമോപരിതലത്തിനു കീഴെ ആഴമുള്ള ഖനികളിലോ, തുരങ്കങ്ങളിലോ, സമുദ്രത്തിനടിയിലോ സ്ഥാപിച്ചിട്ടുള്ള സവിശേഷമായ ഡിറ്റക്ടറുകൾ ഉപയോഗിച്ചാണ് ഇവയെ കണ്ടെത്തുന്നത്. ഖരവസ്തുക്കളിലൂടെയും ദ്രാവകങ്ങളിലൂടെയും അനായാസം കടന്നുപോകുന്ന ന്യൂട്രിനോകൾ അപൂർവ്വങ്ങളിൽ അത്യപൂർവ്വമായി ദ്രവ്യ തന്മാത്രകളുമായി പ്രതിപ്രവർത്തനത്തിലേർപ്പെടാറുണ്ട്. ശതകോടിയിലൊന്ന് എന്നവണ്ണം അപൂർവ്വമാണിത്. അതിന്റെ ഫലമായി സൃഷ്ടിക്കപ്പെടുന്ന മ്യൂവോണുകൾ എന്ന ചാർജ്ജിത കണങ്ങളെ ന്യൂട്രിനോ പരീക്ഷണ കേന്ദ്രത്തിലെ ഡിറ്റക്ടറുകൾ പിടിച്ചെടുക്കും. ഇങ്ങനെ പരോക്ഷമായി മാത്രമാണ് ന്യൂട്രിനോകളെ കണ്ടെത്തുന്നത്. ന്യൂട്രിനോകളും മ്യൂവോണുകളും അവ കടന്നുപോകുന്ന പദാർത്ഥത്തെ അയണീകരിക്കുകയോ റേഡിയേഷനുണ്ടാക്കുകയോ ചെയ്യില്ല. ന്യൂട്രിനോകളുടെ സ്വഭാവത്തിലുള്ള നിഗൂഢത കാരണം മൗലിക കണങ്ങളിലെ കുട്ടിച്ചാത്തന്മാരെന്ന്

അവയെ വിളിക്കാറുണ്ട്. ഈ കുട്ടിച്ചാത്തന്മാർ ജലസംഭരണികളിലെ ജലമൊന്നാകെ മലിനപ്പെടുത്തുമെന്നു പറഞ്ഞാൽ ഈ പ്രപഞ്ചമൊന്നാകെ അവ മലിനപ്പെടുത്തുന്നുണ്ടെന്നു പറയുന്നതാകും കൂടുതൽ വിശ്വസനീയം.

മറ്റു കണങ്ങളുമായുള്ള പ്രതിപ്രവർത്തനം വളരെ നിസ്സാരമായതുകൊണ്ടുതന്നെ ന്യൂട്രിനോ ഡിറ്റക്ടറുകൾ വളരെയധികം സംവേദനക്ഷമവും ഉയർന്ന സാന്ദ്രതയുള്ള പദാർത്ഥം കൊണ്ടു നിർമ്മിച്ചതുമായിരിക്കും. ഇരുമ്പു പാളികളാണ് ഡിറ്റക്ടർ നിർമ്മാണത്തിന് സാധാരണയായി ഉപയോഗിക്കുന്നത്. ഇന്ത്യൻ ന്യൂട്രിനോ ഒബ്സർവേറ്ററിയിൽ ഒരുലക്ഷം ടൺ ഭാരമുള്ള ഇരുമ്പുപാളികളാണ് ഉപയോഗിക്കുന്നത്. ഓരോ പാളിക്കും 48 മീറ്റർ നീളവും 16 മീറ്റർ വീതിയും 12 മീറ്റർ കനവുമുണ്ടാകും. ന്യൂട്രിനോ ഡിറ്റക്ടറുകൾ ഭൂമിക്കടിയിൽ സ്ഥാപിക്കുന്നതിനു പിന്നിലുമൊരു സയൻസുണ്ട്. തുരങ്കത്തിലെ പാറകളും മണ്ണും മറ്റു സൂക്ഷ്മകണങ്ങളെ അരിച്ചുമാറ്റുന്ന ഫിൽറ്ററുകളായി പ്രവർത്തിക്കുകയും ന്യൂട്രിനോകൾ മാത്രം അനായാസമായി ഡിറ്റക്ടറുകളിലെത്തുകയും ചെയ്യും. ഒരു തുറന്ന അന്തരീക്ഷത്തിൽ ഇതു നടക്കില്ല. അതുകൊണ്ടുതന്നെ ന്യൂട്രിനോ ഒബ്സർവേറ്ററിക്കു ചുറ്റും കുറഞ്ഞത് ഒരു കിലോമീറ്ററെങ്കിലും കനത്തിൽ പാറകളുണ്ടാകണം. അല്ലെങ്കിൽ സമുദ്രത്തിലേതുപോലെ ഭീമമായ ജലസംഭരണി വേണം. ഇനി, ന്യൂട്രിനോ പരീക്ഷണത്തിന് എന്താണിത്ര പ്രാധാന്യം എന്ന ചോദ്യം ഉയരുന്നത് സ്വാഭാവികമാണ്. എന്നാൽ അതിനുത്തരം പറയുക അത്ര എളുപ്പമല്ല. പ്രപഞ്ചോല്പത്തിയെക്കുറിച്ചുള്ള ഏറ്റവും വിശ്വസനീയമായ പഠനങ്ങൾ നടത്താൻ കഴിയുന്നത് ന്യൂട്രിനോകളെ ഉപയോഗിച്ചാണ്. എല്ലാ തടസ്സങ്ങളെയും തുളച്ചു കടന്നുവരുന്ന കോസ്മിക് മെസഞ്ചറാണ് ന്യൂട്രിനോകൾ. ജ്യോതിശാസ്ത്രത്തിലും ആസ്ട്രോ ഫിസിക്സിലും നിരവധി അനുബന്ധ പരീക്ഷണങ്ങൾക്കുമുള്ള ആദ്യത്തെ ചുവടുവയ്പ്പാണ് ഓരോ ന്യൂട്രിനോ ഒബ്സർവേറ്ററിയിലും നടക്കുന്നത്. ഒരു കാർ നിർമ്മാണത്തിൽ നട്ടിനും ബോൾട്ടിനുമുള്ള പ്രാധാന്യമാണ് പ്രപഞ്ചപഠനത്തിൽ ന്യൂട്രിനോ ഒബ്സർവേറ്ററികൾക്കുള്ളത്. എന്നാൽ ന്യൂട്രിനോ ഒബ്സർവേറ്ററികളിൽ വച്ച് ആണവായുധം ഉണ്ടാക്കാമെന്ന് ഇതുവരെ കണ്ടുപിടിച്ചിട്ടില്ല.

ഇനി ഇന്ത്യൻ ന്യൂട്രിനോ ഒബ്സർവേറ്ററിയുടെ ചരിത്രമൊന്നു പരിശോധിക്കാം. തമിഴ്നാട്ടിൽ തേനിക്കു സമീപമുള്ള ബോഡി മലനിരകളിൽ 1300 മീറ്റർ ആഴത്തിൽ നിർമ്മിക്കുന്ന തുരങ്കത്തിലാണ് ഈ പരീക്ഷണശാല സ്ഥാപിക്കുന്നത്. ഏറ്റവും നവീനമായ സാങ്കേതിക വിദ്യയാണ് ഈ ഒബ്സർവേറ്ററിയിൽ ഉപയോഗിക്കുന്നത്. കണികാ ഭൗതിക ശാസ്ത്രരംഗത്ത് ഇന്ത്യാ ഗവൺമെന്റ് ഏറ്റെടുത്ത് നടപ്പിലാക്കുന്ന ഏറ്റവും വലിയ പദ്ധതി കൂടിയാണിത്. 2017 ൽ നിർമ്മാണം പൂർത്തീകരിക്കാനാവുമെന്ന് പ്രതീക്ഷിക്കപ്പെടുന്ന ഈ പരീക്ഷണ കേന്ദ്രത്തിന് 250 മില്യൻ ഡോളർ ചെലവു വരും. നിർമ്മാണം പൂർത്തീകരിക്കപ്പെടു

മ്പോൾ ഒബ്സർവേറ്ററിയിലെ പ്രധാന വൈദ്യുത കാന്തം ഇത്തരത്തിൽപ്പെട്ട, ലോകത്തിലേ ഏറ്റവും വലുതായിരിക്കും. സേണിലെ സി എം എസ് (Compact Muon Solenoid -CMS) ഡിറ്റക്ടറിൽ സ്ഥാപിച്ചിട്ടുള്ള 12,500 ടൺ ഭാരമുള്ള വൈദ്യുത കാന്തത്തിന്റെ നാലിരട്ടി ഭാരമുണ്ടാകും ഇതിന്.

1989 മുതൽതന്നെ ഒരു ന്യൂട്രിനോ ഒബ്സർവേറ്ററി ഇന്ത്യയിൽ സ്ഥാപിക്കുന്നതിനെപ്പറ്റിയുള്ള ചർച്ചകൾ ആംഭിച്ചിരുന്നുവെങ്കിലും ഭരണകൂടത്തിന്റെ ഭാഗത്തുനിന്നും ഇക്കാര്യത്തിൽ വേണ്ടത്ര താല്പര്യമൊന്നുമുണ്ടായില്ല. പിന്നീട് 2000 ജനുവരിയിൽ ചെന്നൈയിൽ വച്ചുനടന്ന ന്യൂട്രിനോ ഭൗതികജ്ഞരുടെയും കോസ്മോളജിസ്റ്റുകളുടെയും വർക്ക്ഷോപ്പിൽ (Workshop on High Energy Physics Phenomenology-WHEPP:6) വച്ചാണ് ഇന്ത്യക്കു സ്വന്തമായി ഒരു ന്യൂട്രിനോ ഒബ്സർവേറ്ററിയെന്ന പദ്ധതിക്ക് തത്ത്വത്തിൽ അംഗീകാരമായത്. പിന്നീട് ആഗസ്ത് മാസത്തിൽ കൊൽക്കത്തയിലെ സാഹാ ഇൻസ്റ്റിറ്റ്യൂട്ട് ഓഫ് ന്യൂക്ലിയർ ഫിസിക്സിൽ വച്ചുനടന്ന ന്യൂട്രിനോ ഭൗതികജ്ഞരുടെ സമ്മേളനത്തിലും ഒരു പുതിയ നിരീക്ഷണ കേന്ദ്രത്തിന്റെ സാദ്ധ്യതകൾ ചർച്ച ചെയ്യപ്പെട്ടു. അതേത്തുടർന്ന് 2001 ഫെബ്രുവരിയിൽ ചെന്നൈയിലെ ഇൻസ്റ്റിറ്റ്യൂട്ട് ഓഫ് മാത്തമാറ്റിക്കൽ സയൻസസിൽ വച്ച് സൈദ്ധാന്തിക ഭൗതികജ്ഞരുടെയും പ്രായോഗിക ഭൗതികശാസ്ത്രജ്ഞരുടെയും ഒരു സംയുക്ത സമ്മേളനവും ഈ വിഷയത്തെ ആധാരമാക്കി സംഘടിപ്പിക്കപ്പെട്ടു. ഈ സമ്മേളനത്തിൽ വച്ചാണ് ഇന്ത്യാ-ബേസ്ഡ് ന്യൂട്രിനോ ഒബ്സർവേറ്ററിയെന്ന ഗവേഷണ സംഘടന രൂപം കൊള്ളുന്നത്. ഐ എൻ ഒ യുടെ ആദ്യ ഔദ്യോഗിക സമ്മേളനം 2001 സെപ്തംബർ 6,7 തീയതികളിൽ മുംബൈയിലെ ടാറ്റാ ഇൻസ്റ്റിറ്റ്യൂട്ട് ഓഫ് ഫണ്ടമെന്റൽ റിസർച്ചിൽ വച്ചുനടന്നു. ഈ സമ്മേളനത്തിൽ നിരീക്ഷണകേന്ദ്രവുമായി ബന്ധപ്പെട്ട് ഇലക്ട്രോണിക്സ്, സൈദ്ധാന്തിക ഗവേഷണം, കമ്പ്യൂട്ടർ മാതൃകയുടെ നിർമ്മാണവും പ്രവർത്തനവും, ഒബ്സർവേറ്ററിയുടെ സ്ഥലമെടുപ്പ് തുടങ്ങിയ മേഖലകളിൽ സബ് കമ്മിറ്റികൾ രൂപീകരിക്കുകയും അവയുടെ പ്രവർത്തനം ഊർജ്ജിതമാക്കുകയും ചെയ്തു. 2002 ൽ സബ് കമ്മിറ്റിയുടെ ഒരു വർഷത്തെ പ്രവർത്തന റിപ്പോർട്ട് ദേശീയ ആണവോർജ്ജ കമ്മീഷനു മുമ്പാകെ സമർപ്പിച്ചു. ന്യൂട്രിനോ ഭൗതികത്തിൽ ആഗോള വ്യാപകമായി വളർച്ചയുണ്ടായ കാലഘട്ടം കൂടിയായിരുന്നു അത്. മാത്രവുമല്ല. 2002 ലെയും 2015 ലെയും ഭൗതിക ശാസ്ത്രത്തിനുള്ള നോബൽ സമ്മാനം ലഭിച്ചതും ന്യൂട്രിനോ ഫിസിക്സിലെ ഗവേഷണങ്ങൾക്കായിരുന്നുവെന്നത് എടുത്തുപറയേണ്ട കാര്യമാണ്. ഇന്ത്യയിലെ എല്ലാ പ്രധാനപ്പെട്ട ഭൗതിക ശാസ്ത്ര ഗവേഷണ സ്ഥാപനങ്ങളുടെയും സാങ്കേതിക സർവ്വകലാശാലകളുടെയും ശാസ്ത്രസമൂഹത്തിന്റെയും വിലയിരുത്തലിനു സമർപ്പിക്കപ്പെട്ട പ്രവർത്തന റിപ്പോർട്ട്

ഒടുവിൽ ദേശീയ ആണവോർജ്ജ കമ്മീഷൻ അംഗീകരിക്കുകയായിരുന്നു. അതേത്തുടർന്ന് 2002 ആഗസ്ത് 30 ന് പദ്ധതിയുമായി സഹകരിക്കുന്ന സ്ഥാപനങ്ങളുമായി ഒരു ധാരണാപത്രം (Memorandum of Understanding-MoU) ഒപ്പുവയ്ക്കപ്പെട്ടു.

നീലഗിരി ജില്ലയിലെ സിൻഗാരയിൽ ന്യൂട്രിനോ ഒബ്സർവേറ്ററി സ്ഥാപിക്കുന്നതിനാണ് ആദ്യം തീരുമാനിച്ചത്. എന്നാൽ ഈ പ്രദേശം മുതുമല ടൈഗർ റിസർവ്വിന്റെ ബഫർസോണിലാണെന്നു കണ്ടെത്തിയ കേന്ദ്ര വനം-പരിസ്ഥിതി മന്ത്രാലയം പദ്ധതിക്ക് അനുമതി നിഷേധിക്കുകയായിരുന്നു. അതിനുപകരമായി പരിസ്ഥിതി മന്ത്രാലയം തന്നെ തമിഴ്നാട്ടിലെ തേനിയിലുള്ള സുരുളി വനമേഖല നിർദ്ദേശിക്കുകയായിരുന്നു. ഈ പ്രദേശത്തും ചില പ്രശ്നങ്ങളുണ്ടായി. ഒബ്സർവേറ്ററിയുടെ നിർമ്മാണത്തിനുവേണ്ടി ഒരു വലിയ പ്രദേശത്തെ മരം മുഴുവൻ മുറിച്ചു നീക്കേണ്ടിവരും. അതേത്തുടർന്ന് ഇവിടെനിന്നും 30 കിലോമീറ്റർ അകലെയുള്ള തേവാരത്തേക്ക് ഒബ്സർവേറ്ററിയുടെ സൈറ്റ് മാറ്റി. വലിയ മരങ്ങളൊന്നുമില്ലാത്ത, കുറ്റിച്ചെടികൾ നിറഞ്ഞ ഈ പ്രദേശത്തും ചില പ്രശ്നങ്ങളുണ്ടായി. ന്യൂട്രിനോ ഒബ്സർവേറ്ററിക്ക് ഏറ്റവും അത്യാവശ്യമായ ജലം ഇവിടെ ലഭ്യമല്ല. 30 കിലോമീറ്റർ ദൂരെനിന്നും പൈപ്പുവഴി ജലമെത്തിക്കണം. ഒടുവിൽ 2010 ഒക്ടോബർ 18നാണ് ഇപ്പോഴത്തെ സൈറ്റ് തെരഞ്ഞെടുക്കപ്പെട്ടത്.

2012 ഫെബ്രുവരിയിൽ തന്നെ ഈ പ്രദേശത്ത് നിർമ്മാണ പ്രവർത്തനങ്ങൾ ആരംഭിച്ചു. ഏഴു പ്രധാന പങ്കാളികളാണ് ഈ പദ്ധതിയുമായി സഹകരിക്കുന്നത്. മുംബൈയിലെ ടാറ്റ ഇൻസ്റ്റിറ്റ്യൂട്ട് ഓഫ് ഫണ്ടമെന്റൽ റിസർച്ച്, ഇൻസ്റ്റിറ്റ്യൂട്ട് ഓഫ് മാത്തമാറ്റിക്കൽ ഫിസിക്സ്, കൊൽക്കത്തയിലെ സാഹ ഇൻസ്റ്റിറ്റ്യൂട്ട് ഓഫ് ന്യൂക്ലിയർ ഫിസിക്സ്, വേരിയബിൾ എനർജി സൈക്ലോട്രോൺ സെന്റർ, അലഹാബാദിലെ ഹരീഷ് ചന്ദ്ര റിസർച്ച് ഇൻസ്റ്റിറ്റ്യൂട്ട്, ഭുവനേശ്വറിലെ ഇൻസ്റ്റിറ്റ്യൂട്ട് ഓഫ് ഫിസിക്സ് എന്നിവയാണിവ. അതുകൂടാതെ ഇന്ത്യയിലെ 13 പ്രധാന സർവ്വകലാശാലകളും ഈ പദ്ധതിക്ക് പിന്നിലുണ്ട്. അന്തരീക്ഷ ന്യൂട്രിനോകളെ ഉപയോഗിച്ച് ന്യൂട്രിനോ ആന്ദോളന പരിധി സൂക്ഷ്മമായി പുനർനിർവ്വചിക്കുക, ദ്രവ്യത്തിന്റെ പിണ്ഡത്തിനു പിന്നിലുള്ള ദുരൂഹതകൾ വെളിച്ചത്തുകൊണ്ടുവരിക തുടങ്ങി കണികാ ഭൗതികത്തിൽ നിലനില്ക്കുന്ന നിരവധി സമസ്യകൾക്കുള്ള ഇന്ത്യയുടെയും ശാസ്ത്രസമൂഹത്തിന്റെയും മറുപടിയാണ് ഇന്ത്യാ-ബേസ്ഡ് ന്യൂട്രിനോ ഒബ്സർവേറ്ററിയെന്ന ഈ പരീക്ഷണശാല. അനുബന്ധ ഉപകരണങ്ങളുടെ നിർമ്മാണം കൊൽക്കത്തയിലും മുംബൈയിലുമുള്ള കേന്ദ്രങ്ങളിൽ പുരോഗമിക്കുകയാണ്. 50,000 ടൺ ഭാരമുള്ള ഒരു കിലോറിമീറ്ററും ഒരുമീറ്റർ വീതം നീളവും വീതിയും കനവുമുള്ള 14 പാളികളായി വിഭജിച്ചിരിക്കുന്ന ഒരു മ്യൂവോൺ ഡിറ്റക്ടറും ഇതിലുൾപ്പെടും.

ന്യൂട്രിനോ പരീക്ഷണശാലകൾ പലതരം

ന്യൂട്രിനോകൾ പല സ്രോതസ്സുകളിൽ നിന്നും ഭൂമിയിലെത്തുന്നുണ്ട്. സൂര്യനിലും നക്ഷത്രങ്ങളിലും നടക്കുന്ന ന്യൂക്ലിയർ ഫ്യൂഷൻ, സൂപ്പർനോവകളെന്നുവിളിക്കുന്ന നക്ഷത്ര വിസ്ഫോടനങ്ങൾ, കോസ്മിക് കിരണങ്ങൾ, മഹാവിസ്ഫോടനത്തിന്റെ അവശിഷ്ട ഊർജ്ജമായ പരഭാഗ വികിരണങ്ങൾ എന്നിവയെല്ലാം ന്യൂട്രിനോകളുടെ സ്വാഭാവിക ഗർഭ ഗൃഹങ്ങളാണ്. അതുകൂടാതെ ന്യൂക്ലിയർ ബോംബ് സ്ഫോടനഫലമായും, കണികാത്വരത്രങ്ങളിലും ന്യൂട്രിനോകൾ സൃഷ്ടിക്കപ്പെടാറുണ്ട്. വ്യത്യസ്ത സ്രോതസ്സുകളിൽ നിന്നുവരുന്ന ന്യൂട്രിനോകൾ വ്യത്യസ്ത ഊർജ്ജനിലയിലായിരിക്കും സഞ്ചരിച്ചുകൊണ്ടിരിക്കുന്നത്. അതുകൊണ്ടുതന്നെ ഓരോ ഡിറ്റക്ടറിലും ഉപയോഗിക്കുന്ന സാങ്കേതിക വിദ്യ വ്യത്യാസപ്പെട്ടിരിക്കും. സോളാർ ന്യൂട്രിനോകളും സൂപ്പർനോവാ സ്ഫോടനഫലമായുണ്ടാകുന്ന ന്യൂട്രിനോകളും താരതമ്യേന താഴ്ന്ന ഊർജ്ജനിലയിലുള്ളവയായിരിക്കും. എന്നാൽ അറ്റ്മോസ്ഫെറിക്, കോസ്മിക് ന്യൂട്രിനോകളുടെ ഊർജ്ജനില ഏറെ ഉയർന്നതായിരിക്കും.

ചില പ്രധാന ന്യൂട്രിനോ പരീക്ഷണകേന്ദ്രങ്ങൾ

യു എസിലെ ഹോംസ്റ്റേക്ക്, ഇറ്റലിയിലെ ബോറെക്സിനോ, ഗാലെക്സ്, റഷ്യയിലെ സേജ്, കാനഡയിലെ സഡ്ബറി, ജപ്പാനിലെ സൂപ്പർ കമിയോകൺഡേ എന്നിവ ലോകപ്രസിദ്ധ സോളാർ ന്യൂട്രിനോ ഒബ്സർവേറ്ററികളാണ്. കമിയോ കൺഡേ-2 ഒബ്സർവേറ്ററിയിൽ സൂപ്പർനോവാ ന്യൂട്രിനോകളെക്കുറിച്ചുള്ള പഠനമാണ് നടക്കുന്നത്. ജപ്പാനിലെ സൂപ്പർ-കെ, മിനെസോട്ടയിലെ സൗഡാൻ-2, ഇറ്റലിയിലെ ഗ്രാൻസാസ്സോയിലുള്ള മാക്രോ, ഇന്ത്യയിൽ നിർമ്മിക്കുന്ന ഐ എൻ ഒ എന്നിവ അന്തരീക്ഷ ന്യൂട്രിനോകളെക്കുറിച്ചുള്ള പഠനമാണ് നടത്തുന്നത്. അന്റാർട്ടിക്കയിലുള്ള അമൻഡ, ഐസ്-ക്യൂബ്, മെഡിറ്ററേനിയനിലുള്ള നെസ്റ്റർ, അന്റാറസ്, KM3NeT, റഷ്യയിലെ ബേക്കൽ തടാകത്തിലുള്ള ഒബ്സർവേറ്ററി എന്നിവ ഉന്നത ഊർജ്ജനിലയിലുള്ള കോസ്മിക് ന്യൂട്രിനോകളെക്കുറിച്ചാണ് പഠനം നടത്തുന്നത്. ഉട്ടായിലെ ഹൈ-റെസല്യൂഷൻ ടെലസ്ക്കോപ്പ് അറേ, അർജന്റീനയിലെ പിയറി ഓഗർ ഒബ്സർവേറ്ററി, യു.എസിലെ ഒ ഡബ്ല്യൂ എൽ എന്നിവ ഉടൻ നിർമ്മാണമാരംഭിക്കുന്ന ന്യൂട്രിനോ പരീക്ഷണ കേന്ദ്രങ്ങളാണ്.

ന്യൂട്രിനോ ഒബ്സർവേറ്ററികളും പരിസ്ഥിതി പ്രശ്നങ്ങളും

കോയമ്പത്തൂർ ആസ്ഥാനമായി പ്രവർത്തിക്കുന്ന സാകോൺ എന്ന പരിസ്ഥിതി സംഘടനയും ചെന്നൈയിലെ കെയർ എർത്ത് എന്ന സംഘടനയും സംയുക്തമായി ഇന്ത്യാ-ബേസ്ഡ് ന്യൂട്രിനോ ഒബ്സർവേറ്ററി

സൃഷ്ടിക്കാവുന്ന പാരിസ്ഥിതിക പ്രത്യാഘാതങ്ങളെക്കുറിച്ച് പഠനം നടത്തുകയുണ്ടായി. (Environmental Impact Assessment-EIA) അവരുടെ പ്രധാന ആശങ്കകളാണ് ഇവിടെ പങ്കുവയ്ക്കുന്നത്. ഒബ്സർവേറ്ററിയിലെ ഡിറ്റക്ടറുകളുടെ നിർമ്മാണത്തിനു മാത്രമായി രണ്ടു ഘട്ടങ്ങളിലായി ഒരുലക്ഷം ടൺ ഇരുമ്പ് ആവശ്യമാണ്. ഒബ്സർവേറ്ററിയുടെ നിർമ്മാണത്തിനു വേണ്ട ഇരുമ്പിനു പുറമെയാണിത്. അതുകൂടാതെ 35,000 ടൺ സിമന്റ്, പി വി സി പൈപ്പുകൾ, ചെമ്പ്, അലൂമിനിയം, മണൽ, മറ്റു നിർമ്മാണ സാമഗ്രികൾ എന്നിവയും ആവശ്യമാണ്. 20 ടണ്ണിലധികം ഭാരവാഹക ശേഷിയുള്ള ട്രക്കുകൾ ഉപയോഗിച്ചാണ് സമീപത്തുള്ള പട്ടണങ്ങളിൽ നിന്നും ഇവ സൈറ്റിലെത്തിക്കേണ്ടത്. അതിനായി പുതിയ റോഡ് നിർമ്മിക്കണം. കുറെയധികം മരങ്ങൾ മുറിച്ചുനീക്കുകയും വേണം. 17,125 ട്രക്ക്-ലോഡ് സാമഗ്രികളാണ് സൈറ്റിലെത്തിക്കേണ്ടത്. `D' ആകൃതിയിലുള്ള തുരങ്കത്തിലാണ് ഒബ്സർവേറ്ററിയുടെ ഡിറ്റക്ടറുകൾ സ്ഥാപിക്കുന്നത്. അതിനായി ആറരമീറ്റർ വീതിയും അത്രതന്നെ ഉയരവുമുള്ള തുരങ്കം 2.83 കിലോമീറ്റർ നീളത്തിൽ ഭൗമോപരിതലത്തിൽ നിന്ന് 1300 മീറ്റർ താഴ്ചയിൽ നിർമ്മിക്കണം. 90,000 ക്യൂബിക് മീറ്റർ പാറ ഇതിനായി തുരക്കണം. 22 മീറ്റർ വീതിയും 30 മീറ്റർ ഉയരവും 120 മീറ്റർ നീളവുമുള്ള ഒരു പരീക്ഷണ ഹാളും മറ്റൊരു ഭൂഗർഭ നിയന്ത്രണ നിലയവും തുരങ്കത്തിൽ നിർമ്മിക്കണം. ഈ ഭാഗത്തുള്ള പാറയുടെ സാന്ദ്രത 2.8g/cm ആണ്. അതിനർത്ഥം തുരങ്കം പൂർത്തിയാകുമ്പോഴേക്കും 6,30,000 ടൺ പാറപ്പൊടി അഥവാ 78,000 ട്രക്ക്-ലോഡ് പൊടി പുറത്തെത്തുമെന്നാണ്. ഇതു നീക്കം ചെയ്യുന്നതിനും മറ്റാവശ്യങ്ങൾക്കുമായി സൈറ്റിലേക്കും പുറത്തേക്കും രണ്ടുലക്ഷത്തിൽപരം ട്രക്ക് സർവീസുകൾ നടത്തണം. അതുണ്ടാക്കുന്ന പാരിസ്ഥിതിക പ്രശ്നങ്ങളും ധൂളീപടലങ്ങളും ഭീകരമായിരിക്കും. ദിവസവും 130 ട്രക്കുകൾ വീതം നാലു വർഷം തുടർച്ചയായി സർവ്വീസ് നടത്തുകയും വേണം. പരിസ്ഥിതി സംഘടനകൾ നടത്തിയ പഠനത്തിൽ പൊടിപടലങ്ങളും വാഹനങ്ങളും സൃഷ്ടിക്കുന്ന അന്തരീക്ഷ മലിനീകരണവും ശബ്ദമലിനീകരണവുമാണ് ചൂണ്ടിക്കാണിച്ചിട്ടുള്ളത്. അണുവികിരണവും സ്ഫോടനങ്ങളുണ്ടാക്കുന്ന കമ്പനങ്ങളും ഈ പഠനത്തിൽ ഉൾപ്പെടുത്തിയിട്ടില്ല എന്നുള്ളതും ശ്രദ്ധേയമാണ്.

ഇനി ഇന്ത്യൻ ന്യൂട്രിനോ ഒബ്സർവേറ്ററിയുടെ പ്രവർത്തനങ്ങളെക്കുറിച്ച് സാമാന്യമായി ഉണ്ടാകാവുന്ന സംശയങ്ങൾ പരിശോധിക്കാം.

എന്തുപകരണങ്ങളാണ് ഭൂമിക്കടിയിൽ സ്ഥാപിക്കുന്നത്?

കാന്തീകരിക്കപ്പെട്ട ഒരു അയേൺ കലോറിമീറ്ററാണ് (ICAC) ഒബ്സർവേറ്ററിയുടെ പ്രധാന ഡിറ്റക്ടർ. ഒരു സാധാരണ ഓപ്ടിക്കൽ ടെലസ്ക്കോപ്പിൽ പ്രകാശ കിരണങ്ങളുടെ പങ്കെന്താണോ, അതുതന്നെയാണ് കലോറി മീറ്ററിൽ ന്യൂട്രിനോകളും ചെയ്യുന്നത്. വളരെ

കുറഞ്ഞ പ്രതിപ്രവർത്തന ശേഷിയുള്ള കണികയായതുകൊണ്ടാണ് ഡിറ്റക്ടർ നിർമ്മിക്കാൻ ഉയർന്ന സാന്ദ്രതയുള്ള ലോഹമായ ഇരുമ്പുപയോഗിക്കുന്നത്.

റേഡിയോ ആക്ടീവ് ആയിട്ടുള്ള പദാർത്ഥങ്ങൾ സൃഷ്ടിക്കപ്പെടുന്നുണ്ടോ?

ഒബ്സർവേറ്ററി ഭൂമിക്കടിയിൽ സ്ഥാപിക്കുന്നതുതന്നെ റേഡിയേഷൻ ഭയന്നിട്ടാണ്. എന്നാൽ ഈ വികിരണങ്ങൾ ഒബ്സർവേറ്ററിയിൽ നിന്നുണ്ടാകുന്നവയല്ല. ഭൗമാന്തരീക്ഷത്തിലെത്തുന്ന കോസ്മിക് കിരണങ്ങളും ചുറ്റുപാടുമുള്ള റേഡിയോ ആക്ടീവതയുള്ള വസ്തുക്കളിൽ നിന്ന് സ്വാഭാവികമായുണ്ടാകുന്ന വികിരണങ്ങളും ന്യൂട്രിനോ ഡിറ്റക്ടറിൽ അസ്വസ്ഥതയുണ്ടാക്കാതിരിക്കുന്നതിനുവേണ്ടിയാണ് ഒബ്സർവേറ്ററികൾ ഭൗമാന്തർ ഭാഗത്ത് സ്ഥാപിക്കുന്നത്. ന്യൂട്രിനോകൾ റേഡിയോ ആക്ടീവതയുള്ള കണങ്ങളല്ല. അവയ്ക്ക് വൈദ്യുത ചാർജ്ജുമില്ല. അവ കടന്നുപോകുന്ന പദാർത്ഥത്തെ അയണീകരിക്കുന്നുമില്ല. റേഡിയോ ആക്ടീവതയുള്ള ഒരു വസ്തുവും ഒബ്സർവേറ്ററിയിൽ സൃഷ്ടിക്കപ്പെടുന്നില്ല.

അപകടകാരികളായ വാതകങ്ങളും രാസപദാർത്ഥങ്ങളും ഉല്പാദിപ്പിക്കപ്പെടാനുള്ള സാദ്ധ്യത?

ഡിറ്റക്ടറിന്റെ പ്രധാന ഘടകങ്ങൾ ഇരുമ്പും സ്ഫടികവുമാണ്. വളരെ കുറഞ്ഞ അളവിൽ ആർഗൺ വാതകവും ഐസോ ബ്യൂട്ടേയ്ൻ, സൾഫർ ഹെക്സാ ഫ്ളൂറൈഡ് എന്നിവയും പരിസ്ഥിതിക്കു കോട്ടം തട്ടാത്തവിധം ശുദ്ധീകരിച്ച ഫ്രിയോൺ വാതകവും ഒബ്സർവേറ്ററിയിൽ ഉപയോഗിക്കുന്നുണ്ട്. ലാബറട്ടറി പരീക്ഷണങ്ങളിൽ സാധാരണയായി ഉപയോഗിക്കുന്ന രാസപദാർത്ഥങ്ങളാണിവ. അതുകൂടാതെ നിരവധി തവണ റീസൈക്കിൾ ചെയ്തതിനു ശേഷമേ ഈ വാതകങ്ങൾ പുറത്തുവിടുന്നുള്ളൂ. അതും വളരെ ചെറിയ അളവിൽ മാത്രം. ടണലിനുള്ളിലെ ജോലിക്കാർക്കും പുറത്തുള്ളവർക്കും ഇത് ഹാനികരമാകില്ല.

ഒബ്സർവേറ്ററിയുണ്ടാക്കുന്ന പാരിസ്ഥിതിക പ്രത്യാഘാതങ്ങൾ?

നിർമ്മാണം നടക്കുന്ന ആദ്യ അഞ്ചു വർഷങ്ങളിലാണ് പരിസ്ഥിതിക്കു കോട്ടം വരുത്തുന്ന ചില ഇടപെടലുകൾ ഉണ്ടാകുന്നത്. പൊടിപടലങ്ങളും വാഹനഗതാഗതം സൃഷ്ടിക്കുന്ന പാരിസ്ഥിതിക പ്രത്യാഘാതങ്ങളുമല്ലാതെ മണ്ണിനും ജലത്തിലും ജീവജാലങ്ങൾക്കും ദോഷകരമായി ബാധിക്കുന്ന ഒരുതരത്തിലുള്ള വികിരണങ്ങളും ഇവിടെ സൃഷ്ടിക്കപ്പെടുന്നില്ല. ലോകനിലവാരമുള്ള നിർമ്മാണ ഉപകരണങ്ങൾ ഉപയോഗിച്ച് നിരവധി ശാസ്ത്രജ്ഞന്മാരുടെയും പരിസ്ഥിതി പ്രവർത്തകരു

ടെയും മേൽനോട്ടത്തിലാണ് ഒബ്സർവേറ്ററിയുടെ നിർമ്മാണം നടത്തുന്നത്. കേന്ദ്ര വനം-പരിസ്ഥിതി മന്ത്രാലയത്തിന്റെയും ഐ എൻ ഒ യുടെയും സൂപ്പർവിഷനും നിർമ്മാണത്തിന്റെ ഓരോ ഘട്ടത്തിലുമുണ്ടാകും.

ഒബ്സർവേറ്ററിയുടെ പ്രവർത്തനത്തിനുവേണ്ട ജലലഭ്യത ഉറപ്പുവരുത്തുന്നത് എത്രത്തോളം?

തമിഴ്നാട് വാട്ടർ ആന്റ് ഡ്രൈനേജ് ബോർഡ് (TWAD) പൈപ്പു മാർഗ്ഗം ജലമെത്തിക്കാമെന്ന് തത്ത്വത്തിൽ അംഗീകരിച്ചിട്ടുണ്ട്. ഗ്രാമീണ മേഖലയിലെ ജലവിതരണത്തെ ഒരു തരത്തിലും പ്രതികൂലമായി ബാധിക്കുന്നില്ലെന്ന് ഉറപ്പുവരുത്തുകയും ചെയ്യും.

വൈദ്യുതി? അതും പവർകട്ട് നിത്യസംഭവമായ തമിഴ്നാട്ടിൽ?

പൂർണ്ണമായി പ്രവർത്തന സജ്ജമാകുമ്പോൾ ഐ എൻ ഒയ്ക്ക് മൂന്ന് മെഗാവാട്ട് വൈദ്യുതി മാത്രമേ ആവശ്യമുള്ളൂ. ഇത് രസിംഗപുരം സബ്-സ്റ്റേഷനിൽ നിന്ന് നേരിട്ടെത്തിക്കും. അടിയന്തര ഘട്ടത്തിൽ മാത്രം ഡീസൽ ജനറേറ്ററുകൾ ഉപയോഗിക്കും. ഈ മേഖലയിൽ വിൻഡ് മില്ലുകളുടെ സാദ്ധ്യതയും ഐ എൻ ഒ സംഘം പരിശോധിക്കുന്നുണ്ട്.

തുരങ്ക നിർമ്മാണത്തിനിടയിലെ സ്ഫോടനങ്ങൾ സൃഷ്ടിക്കുന്ന കമ്പനങ്ങളും ശബ്ദമലിനീകരണവും?

നിയന്ത്രിത സ്ഫോടനങ്ങളാണ് തുരങ്ക നിർമ്മാണത്തിനായി നടത്തുന്നത്. നവീന സാങ്കേതിക വിദ്യ ഉപയോഗിച്ചു നടത്തുന്ന സ്ഫോടനങ്ങളിൽ ശബ്ദവും വിറയലും പരമാവധി കുറവായിരിക്കും.

തുരങ്ക നിർമ്മാണത്തിൽ സൃഷ്ടിക്കപ്പെടുന്ന ഭീമമായ തോതിലുള്ള പാറപ്പൊടിയും മറ്റവശിഷ്ടങ്ങളും നിക്ഷേപിക്കുന്നതു സംബന്ധിച്ച്?

കരിങ്കല്ലുകൊണ്ടു മറച്ച വളപ്പിനുള്ളിലായിരിക്കും ഇവ ശേഖരിക്കുന്നത്. ചുറ്റുമുള്ള ജലാശയങ്ങളിലേക്ക് ഇവയെത്തുന്നില്ലെന്ന് ഉറപ്പുവരുത്തും. ഉയരമുള്ള കരിങ്കൽ ചുമരുകൾ കാറ്റുവഴിയുണ്ടാകാവുന്ന മലിനീകരണവും തടയും.

രണ്ടുലക്ഷത്തിൽപ്പരം ട്രക്ക്-ട്രിപ്പുകൾ സൃഷ്ടിക്കുന്ന പൊടിപടലങ്ങൾ?

എല്ലാ ട്രക്കുകളിലും ജലം സ്പ്രേ ചെയ്യുന്ന സമ്പ്രദായം ഉപയോഗിക്കുന്നുണ്ട്.

ജനറേറ്ററുകൾ സൃഷ്ടിക്കുന്ന ശബ്ദ–വായു മലിനീകരണങ്ങൾ?

ശബ്ദരഹിത ജനറേറ്ററുകളാണ് ഉപയോഗിക്കുന്നത്. അവ സ്ഥാപിച്ചിരിക്കുന്ന കെട്ടിടങ്ങൾക്കുചുറ്റും മരങ്ങൾ നട്ടുവളർത്തുന്നുണ്ട്. ശബ്ദ–വായു മലിനീകരണം പരമാവധി കുറയ്ക്കാൻ ഇതു സഹായകരമാകും.

എത്രമാത്രം കൃഷിഭൂമി അക്വയർ ചെയ്യേണ്ടിവരും?

ഒബ്സർവേറ്ററിക്കോ, അവിടേക്കുള്ള റോഡു നിർമ്മാണത്തിനോ ഒരുതുണ്ട് കൃഷിഭൂമിപോലും അക്വയർ ചെയ്യേണ്ടിവരില്ല. പുറമ്പോക്ക് സ്ഥലമാണ് ഇതിനായി ഏറ്റെടുത്തിരിക്കുന്നത്.

വനഭൂമിയുടെ സ്വാഭാവികതയ്ക്കു ഭംഗം വരുത്തുന്ന നടപടികൾ?

വന്യമൃഗങ്ങൾക്ക് അപകടമുണ്ടാക്കുന്ന തരത്തിലുള്ള വൈദ്യുത വേലികൾ സ്ഥാപിക്കുന്നില്ല. അതുപോലെതന്നെ സമീപത്തുകൂടി ഒഴുകുന്ന അരുവികളെ വഴിതിരിച്ചു വിടുകയോ കുളങ്ങൾ നികത്തുകയോ ചെയ്യുന്നില്ല. ഒബ്സർവേറ്ററി സ്ഥാപിക്കുന്ന ബോഡി മലനിരകളിൽ വലിയ വൃക്ഷങ്ങളൊന്നും തന്നെയില്ല. കുറ്റിക്കാടുകൾ നിറഞ്ഞ പ്രദേശമാണിത്. ന്യൂട്രിനോ ഒബ്സർവേറ്ററികളിൽ താപോർജ്ജം ഉല്പാദിപ്പിക്കപ്പെടുന്നില്ല. അതുകൊണ്ടുതന്നെ സസ്യങ്ങൾക്കോ കൃഷിക്കോ ഇതുകൊണ്ട് ബുദ്ധിമുട്ടുകളൊന്നുമുണ്ടാകുന്നില്ല.

സാധാരണയായി ന്യൂട്രിനോ ഒബ്സർവേറ്ററികൾ കടലിലാണല്ലോ സ്ഥാപിക്കാറുള്ളത്?

ആ ധാരണ ശരിയല്ല. അന്റാർട്ടിക്കയിലും മെഡിറ്ററേനിയനിലുമുള്ള ഒബ്സർവേറ്ററികൾ മാത്രമാണ് കടലിൽ സ്ഥാപിച്ചിട്ടുള്ളത്. ജപ്പാനിലെ കമിയോ കൺഡെയും കാനഡയിലെ എസ് എൻ ഒ യുമെല്ലാം ജനവാസ കേന്ദ്രങ്ങളിൽ തന്നെയാണ് സ്ഥാപിച്ചിട്ടുള്ളത്. നിരവധി വർഷങ്ങളായി ഒരു തരത്തിലുള്ള പരാതിയുമില്ലാതെ അവ പ്രവർത്തിച്ചുകൊണ്ടിരിക്കുന്നുമുണ്ട്. അമേരിക്കയിലും ചൈനയിലും ദക്ഷിണ കൊറിയയിലും സ്ഥാപിക്കാനൊരുങ്ങുന്ന ന്യൂട്രിനോ പരീക്ഷണശാലകളും കടലിനടിയിലല്ല നിർമ്മിക്കുന്നത്.

ലാബിൻെറ സമീപ പ്രദേശങ്ങളിൽ ജനിക്കുന്ന കുട്ടികൾക്ക് ആണവ വികിരണമേൽക്കാനുള്ള സാദ്ധ്യത?

ഈ പ്രസ്താവന തന്നെ തെറ്റാണ്. ന്യൂട്രിനോ ഒബ്സർവേറ്ററിയിൽ നിന്ന് ഒരു തരത്തിലുള്ള റേഡിയേഷനുകളും പുറപ്പെടുന്നില്ല.

ലോകശ്രദ്ധ ആകർഷിക്കുന്ന ഒരു പരീക്ഷണശാലയാണ് ഐ എൻ ഒ ഭാവിയിൽ ശത്രുരാജ്യങ്ങളിൽ നിന്നുള്ള ന്യൂക്ലിയർ ബോംബാക്രമണ ഭീഷണി എത്രത്തോളമാണ്?

ന്യൂട്രിനോ ഒബ്സർവേറ്ററികൾ യുദ്ധതന്ത്ര പ്രാധാന്യമുള്ള കേന്ദ്രങ്ങളോ ആയുധ നിർമ്മാണശാലകളോ അല്ല. വിദ്യാഭ്യാസത്തിനും ഗവേഷണാവശ്യങ്ങൾക്കും വേണ്ടി മാത്രമുള്ള സ്ഥാപനമാണിത്. ഒരു സർവ്വകലാശാലയ്ക്കുള്ള ആണവായുധ ആക്രമണ ഭീഷണി മാത്രമേ ഒരു ന്യൂട്രിനോ ഒബ്സർവേറ്ററിക്കുമുണ്ടാവുകയുള്ളൂ.

ഐ എൻ ഒയും പൊതുസമൂഹവും?

തൊഴിലവസരങ്ങൾ പലമടങ്ങ് വർദ്ധിക്കുന്നു. സമീപ പ്രദേശങ്ങളിലെ സ്ഥലത്തിന്റെ വിപണനമൂല്യം വർദ്ധിക്കും. വിദ്യാലയങ്ങളിൽ ശാസ്ത്രപഠനത്തിന് കൂടുതൽ പ്രാധാന്യം ഉണ്ടാകും. ശാസ്ത്രപഠനത്തിന്റെ നിലവാരം ഉയരുന്നതിനും യുവജനങ്ങൾക്ക് ശാസ്ത്രാഭിമുഖ്യം വളർത്തുന്നതിനും ഒബ്സർവേറ്ററിയുടെ പ്രവർത്തനങ്ങൾകൊണ്ട് കഴിയും. ലോകപ്രശസ്തരായ ഭൗതിക ശാസ്ത്രജ്ഞരുമായി സംവദിക്കുന്നതിനും സയൻസ് പ്രൊജക്ടുകൾ ചെയ്യുന്നതിനും വിദ്യാർത്ഥികൾക്കും അദ്ധ്യാപകർക്കും സാധിക്കും.

ഇന്ത്യൻ ന്യൂട്രിനോ ഒബ്സർവേറ്ററി യാഥാർത്ഥ്യമാവുകയാണ്. അതിനു തടസ്സമായി നിൽക്കുന്നത് ചില മനോഭാവങ്ങളാണെങ്കിൽ അത് മാറ്റുകതന്നെ വേണം. അല്ലെങ്കിൽ ഭാവിതലമുറയുടെ മുന്നിൽ നാം തല കുനിച്ചു നില്ക്കേണ്ടിവരും.

വിശുദ്ധ പശുക്കളെ തൊടുമ്പോൾ

"You dont't need hundred famous intellectuals to disprove my theory.
All you need is one simple fact"

Albert Einstein.

സേണിലെ (European Organization for Nuclear Research-CERN) ഏതാനും ശാസ്ത്രജ്ഞന്മാർ കുറച്ചുനാൾ മുൻപ് ശാസ്ത്രലോകത്തെ ഞെട്ടിക്കുന്ന ഒരു വാർത്തയാണ് പ്രസിനു നല്കിയത്. ബേൺ യൂണിവേഴ്സിറ്റിയിലെ ഭൗതിക ശാസ്ത്രജ്ഞനായ അന്റോണിയോ എറിഡിറ്റാറ്റോയും സംഘവും സേണിൽ നിന്നു തൊടുത്തുവിട്ട സൂക്ഷ്മ കണികകളായ ന്യൂട്രിനോകൾ 730 കിലോമീറ്റർ അകലെ ഇറ്റലിയിലുള്ള ഗ്രാൻ സാസ്സോ നാഷണൽ ലബോറട്ടറിയിലെ ഓപെറ (Oscillation Project with Emulsion -tRacking Apparatus-OPERA) ഡിറ്റക്ടറിൽ എത്തിയത് പ്രകാശത്തേക്കാൾ വേഗത്തിലാണ്. കൃത്യമായി പറഞ്ഞാൽ പ്രകാശം 2.43 മില്ലി സെക്കന്റുകൾ സഞ്ചരിക്കാനെടുക്കുന്ന ദൂരം ന്യൂട്രിനോകൾ 60 നാനോസെക്കന്റ് (സെക്കന്റിന്റെ 100 കോടിയിലൊരുഭാഗമാണ് ഒരു നാനോ സെക്കന്റ്) നേരത്തെയെത്തി, 16000 ന്യൂട്രിനോകളെ പരീക്ഷണ വിധേയമാക്കിയപ്പോഴും അവയെല്ലാം പ്രകാശത്തെക്കാൾ വേഗത്തിൽ സഞ്ചരിക്കുന്നതായി കണ്ടെത്തിയെന്നാണ് എറിഡിറ്റാറ്റോയും സംഘവും അവകാശപ്പെടുന്നത്.

എറിഡിറ്റാറ്റോയുടെ അവകാശവാദം ശരിയാണെങ്കിൽ ആദ്യം തകരുന്നത് ഐൻസ്റ്റൈന്റെ ആപേക്ഷികതാ സിദ്ധാന്തത്തിന്റെ വിശ്വാസ്യതയാണ്. 1905 ൽ ഐൻസ്റ്റൈൻ രൂപീകരിച്ച വിശിഷ്ട ആപേക്ഷികതാ സിദ്ധാന്തം (Theory of Special Relativity) പറയുന്നതെന്താണെന്നു

നോക്കാം. നിങ്ങളുടെ സഞ്ചാരവേഗത പ്രകാശവേഗത്തോടടുക്കുമ്പോൾ സമയ പ്രവാഹം സാവധാനമാകും. നിങ്ങളുടെ ഭാരം കൂടിക്കൂടിവരും. പ്രകാശവേഗത്തിലെത്തിയാൽ സമയം നിശ്ചലമാകും. എന്നാൽ പ്രകാശത്തേക്കാൾ വേഗത്തിൽ സഞ്ചരിച്ചാലോ? സമയം പുറകോട്ടൊഴുകും. നിങ്ങൾ നേർത്തു നേർത്ത് പൂജ്യത്തിലും കുറവായ ഋണമാനത്തിലെത്തും. ഇങ്ങനെ ചിന്തിക്കുന്നതിൽ അർത്ഥമൊന്നുമില്ല. കാരണം പ്രകാശത്തെക്കാൾ വേഗത്തിൽ സഞ്ചരിക്കാൻ ഒന്നിനുമാവില്ല.

സേണിലെ ചില ശാസ്ത്രജ്ഞന്മാർ പത്രസമ്മേളനത്തിൽ അവതരിപ്പിച്ച കാര്യങ്ങൾ തെളിയിക്കപ്പെടുകയാണെങ്കിൽ ഭൗതിക ശാസ്ത്ര ഗ്രന്ഥങ്ങൾ തിരുത്തി എഴുതേണ്ടി വരും. കോസ്മോളജിയിൽ അഴിച്ചുപണി ആവശ്യമായി വരും. പ്രപഞ്ചത്തിന്റെ പ്രായവും നക്ഷത്രങ്ങളുടെയും ഗാലക്സികളുടെയും ദൂരത്തെക്കുറിച്ചുള്ള നിഗമനങ്ങളും സംശയത്തിന്റെ നിഴലിലാകും. വികസിക്കുന്ന പ്രപഞ്ചവും മഹാ വിസ്ഫോടനവും തമോഗർത്തങ്ങളുമെല്ലാം പുനഃപരിശോധനയ്ക്ക് വിധേയമാക്കേണ്ടതായി വരും. ന്യൂക്ലിയർ ഫിസിക്സിന്റെ ബാലപാഠങ്ങൾ മുതൽ അഴിച്ചുപണിയേണ്ടതായിവരും. ആധുനിക ഭൗതികത്തിന്റെ സംഭാവനകളായ തന്ത്രി സിദ്ധാന്തങ്ങളും (String theories) ക്വാണ്ടം ഗ്രാവിറ്റിയുമെല്ലാം മാറ്റി വരയ്ക്കേണ്ടതായി വരും-ഭൗതികശാസ്ത്രം തന്നെ തിരുത്തി എഴുതേണ്ടതായി വരും. സ്പേസിലുള്ള പ്രകാശ പ്രവേഗം (299792. 458 കിലോമീറ്റർ/സെക്കന്റ്) മറികടക്കാനാവാത്തതാണെന്ന ധാരണ തിരുത്തേണ്ടതായും വരും.

എന്താണീ ന്യൂട്രിനോകൾ? മൗലിക കണങ്ങളിലെ (Elementary particles) ജിന്നുകളാണ് ന്യൂട്രിനോകളെന്നു പറയാം. അത്രയെളുപ്പത്തിലൊന്നും പിടിതരാത്ത കൂട്ടരാണിവർ. വൈദ്യുത ചാർജ്ജ് ഇല്ല എന്ന വ്യത്യാസമൊഴിവാക്കിയാൽ ന്യൂട്രിനോകൾക്ക് ഇലക്ട്രോണുകളുമായാണ് സാദൃശ്യം കൂടുതൽ. വൈദ്യുത കാന്തിക ബലം ഒരു തരത്തിലും ന്യൂട്രിനോകളെ സ്വാധീനിക്കില്ല. വളരെ കുറഞ്ഞ പിണ്ഡം (ഒരു ഇലക്ട്രോണിന്റെ മാസിന്റെ പതിനായിരത്തിലൊന്നു ഭാഗം) മാത്രമുള്ള ഇവ പ്രകാശവേഗതയിലോ അതിനടുത്തോ സഞ്ചരിക്കുന്നവയാണ്. കണികകളുമായുള്ള പ്രതിപ്രവർത്തനം വളരെ നിസ്സാരമായതുകൊണ്ട് ഏതു ദ്രവ്യത്തിൽകൂടിയും അനായാസം തുളച്ചുകടന്നു പോകാൻ ഇവയ്ക്കു കഴിയും. ഓരോ സെക്കന്റിലും കോടിക്കണക്കിന് ന്യൂട്രിനോകൾ നമ്മുടെ ശരീരം തുളച്ചുകടന്നു പോകുന്നുണ്ട് എന്നതാണ് വാസ്തവം. മൂന്നുതരത്തിലുള്ള -ഫ്ളേവറുകളിലുള്ള- ന്യൂട്രിനോകളെ കണ്ടെത്തിയിട്ടുണ്ട്. ഇലക്ട്രോൺ ന്യൂട്രിനോ, മ്യൂ (Muon)ന്യൂട്രിനോ, ടോ(tau)ന്യൂട്രിനോ എന്നിങ്ങനെയാണ് അവയ്ക്ക് പേരു നല്കിയിരിക്കുന്നത്.

1931 ൽ പോളി (Wolfgang Pauli)എന്ന ശാസ്ത്രജ്ഞനാണ് ന്യൂട്രിനോകളുടെ സാദ്ധ്യത ആദ്യമായി പ്രവചിച്ചത്. തുടർന്ന് ഫെർമിയുടെ കണക്കുകൂട്ടലുകളും ന്യൂട്രിനോകളുടെ അസ്തിത്വം ഉറപ്പിക്കുന്ന തര

ത്തിലുള്ളതായിരുന്നു. പരീക്ഷണങ്ങളിലൂടെ ഇവയെ കണ്ടെത്തുന്നതിന് കാൽനൂറ്റാണ്ട് പിന്നെയും കാത്തിരിക്കേണ്ടി വന്നു. മഹാവിസ്ഫോടനത്തിന്റെ ഫലമായുണ്ടാകുന്ന പശ്ചാത്തല വികിരണങ്ങളും സൂപ്പർനോവാ സ്ഫോടനങ്ങളും നക്ഷത്രങ്ങളിലും സൂര്യനിലും നടന്നുകൊണ്ടിരിക്കുന്ന ന്യൂക്ലിയർ ഫ്യൂഷനുമാണ് സ്വാഭാവികമായി ന്യൂട്രിനോകളെ സൃഷ്ടിക്കുന്നത്. ന്യൂട്രിനോകളുടെ പ്രവചനാതീത സ്വഭാവവും ദ്രവ്യവുമായുള്ള പ്രതിപ്രവർത്തനം നന്നേ കുറവായതും അവയെക്കുറിച്ചുള്ള പഠനത്തിന് ദുരൂഹതയുടെ ഒരു മുഖപടം സൃഷ്ടിക്കുന്നുണ്ട്. സൂര്യനിൽ നിന്നു പുറപ്പെടുന്ന ഇലക്ട്രോൺ ന്യൂട്രിനോകൾ അവയുടെ യാത്രയിൽ മ്യൂ ന്യൂട്രിനോകളും ടോ ന്യൂട്രിനോകളുമായി വേഷപ്പകർച്ച നടത്താറുണ്ട്. മുപ്പതു വർഷം 'സോളാർ ന്യൂട്രിനോ പ്രോബ്ളം' എന്ന പേരിൽ ഭൗതിക ശാസ്ത്രജ്ഞരുടെ ഉറക്കം കളഞ്ഞതായിരുന്നു ന്യൂട്രിനോകളുടെ ഈ വികൃതി. ദ്രവ്യത്തിൽ കൂടി സഞ്ചരിക്കുന്ന ന്യൂട്രിനോകൾക്കുണ്ടാകുന്ന ആന്ദോളനങ്ങൾ (Oscillations) അവയുടെ ഫ്ളേവറുകളിൽ മാറ്റം വരുത്തുമെന്ന് (മിഖായേവ്-സ്മിർണോഫ്-വുൾഫെൻസ്റ്റൈൻ പ്രതിഭാസം- MSW effect) തെളിയിക്കപ്പെട്ടതോടെ (സൂപ്പർ-കമിയാകൺഡേ-സഡ്ബറി ന്യൂട്രിനോ ഒബ്സർവേറ്ററിയിലെ പരീക്ഷണം) സോളാർ ന്യൂട്രിനോ പ്രോബ്ലം കെട്ടടങ്ങി. ന്യൂട്രിനോകളെ കൃത്രിമമായും നിർമ്മിക്കാൻ കഴിയും. ന്യൂക്ലിയർ റിയാക്ടറുകളും കണികാത്വരകങ്ങളും ന്യൂക്ലിയർ ബോംബ് സ്ഫോടനങ്ങളുമെല്ലാം ഇവയുടെ സൃഷ്ടിക്ക് കാരണമാകുന്നുണ്ട്. ന്യൂട്രിനോകൾ അവ കടന്നുപോകുന്ന പദാർത്ഥത്തെ അയണീകരിക്കുകയോ റേഡിയേഷനുണ്ടാക്കുകയോ ചെയ്യുന്നില്ല. മറ്റു മൗലിക കണങ്ങളുമായി അപൂർവ്വമായുണ്ടാകുന്ന പ്രതിപ്രവർത്തനത്തിന്റെ ഫലമായി അത്തരം കണികകളുടെ സ്വഭാവത്തിലുണ്ടാകുന്ന മാറ്റം കണ്ടെത്തുന്നതുവഴിയാണ് ന്യൂട്രിനോകളുടെ സാന്നിദ്ധ്യം തിരിച്ചറിയുന്നത്. കോസ്മിക് കിരണങ്ങൾ പിടിച്ചെടുക്കുന്നതിന് ഭൗമോപരിതലത്തിനു കീഴെ സ്ഥാപിച്ചിട്ടുള്ള ഡിറ്റക്ടറുകളിൽ വളരെ അപൂർവ്വമായി മാത്രം ന്യൂട്രിനോകളെയും കണ്ടെത്താൻ കഴിയും.

ഇനി അന്റോണിയോ എറിഡിറ്റാറ്റോയും സംഘവും നടത്തിയ പരീക്ഷണം ഒന്നു വിശകലനം ചെയ്തുനോക്കാം. സേണിൽനിന്ന് ഗ്രാൻ സാസ്സോയിലേക്കുള്ള 730 കിലോമീറ്റർ സഞ്ചരിക്കുന്നതിന് പ്രകാശത്തിന് 3 മില്ലി സെക്കന്റ് വേണം. ഈ ദൂരമാണ് ന്യൂട്രിനോകൾ 60 നാനോ സെക്കന്റ് മുൻപേ എത്തിച്ചേർന്നത്. ഇനി കുറെ ദൂരെ സംഭവിച്ച ഒരു സൂപ്പർനോവാ സ്ഫോടനം പരിശോധിക്കാം. ഭൂമിയിൽ നിന്നും 1,60,000 പ്രകാശ വർഷം ദൂരെയുള്ള സൂപ്പർനോവ 1987A പരിഗണിച്ചാൽ സ്ഫോടനത്തെത്തുടർന്നുണ്ടായ ന്യൂട്രിനോകളും പ്രകാശ കണികയായ ഫോട്ടോണുകളും ഒരേ സമയത്താണ് ഭൂമിയിലെത്തിച്ചേർന്നതെന്ന് കണ്ടെത്തിയിട്ടുണ്ട്. എന്നാൽ എറിഡിറ്റാറ്റോയുടെയും സംഘത്തിന്റെയും പരീക്ഷണഫലം ഇവിടെ പ്രയോഗിച്ചാൽ

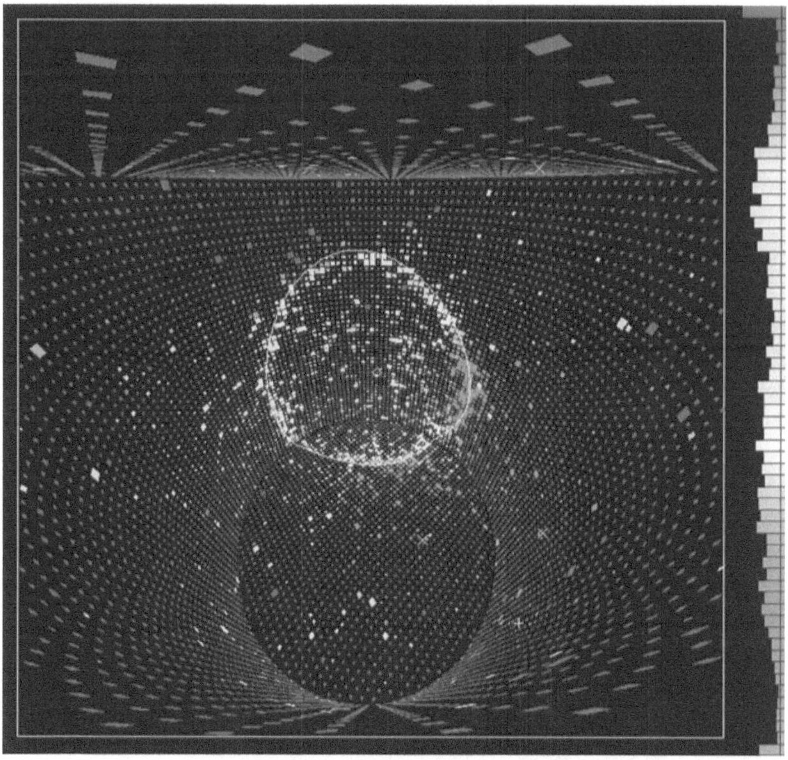

$\Delta t = 2x10^{-5} x 1,60,000 yr = 3.2yr$ എന്നു കിട്ടും. മറ്റൊരു തരത്തിൽ പറഞ്ഞാൽ 1987 ൽ നിരീക്ഷിച്ച സൂപ്പർനോവാ സ്ഫോടനത്തിലുണ്ടായ ന്യൂട്രിനോകൾ 1984 ൽ ഭൂമിയിലെത്തിയെന്നർത്ഥം. അപ്പോൾ പ്രകാശത്തേക്കാൾ വേഗത്തിൽ സന്ദേശങ്ങൾ കൈമാറാൻ ന്യൂട്രിനോകൾക്ക് കഴിയുമെന്നാകും.

ഓപെറ പരീക്ഷണത്തിൽ എന്താണ് സംഭവിച്ചത്? ശാസ്ത്ര സമൂഹത്തിന്റെ അംഗീകാരത്തിനുവേണ്ടി സമർപ്പിക്കപ്പെട്ട ഒരു പരീക്ഷണഫലം അംഗീകാരം ലഭിക്കുന്നതിനു മുൻപ് മീഡിയ സെൻസേഷനുവേണ്ടി ശാസ്ത്രജ്ഞന്മാർ തന്നെ പുറത്തുവിടുകയാണുണ്ടായിരിക്കുന്നത്. സേണിന്റെ ഭാഗത്തുനിന്നും ഇതുവരെ ഔദ്യോഗിക വിശദീകരണം ഉണ്ടായിട്ടില്ല എന്നതും ശ്രദ്ധേയമാണ്. എന്താണു പരീക്ഷണഫലമെന്നും ഭൗതിക ശാസ്ത്രത്തിൽ ഇതുണ്ടാക്കാവുന്ന പ്രത്യാഘാതങ്ങളെന്താണെന്നും മനസ്സിലാകാത്ത സാമാന്യജനത്തെ അനാവശ്യ ഉൽക്കണ്ഠയിലേക്കും സംവാദങ്ങളിലേക്കും വലിച്ചിഴയ്ക്കുമെന്നല്ലാതെ പകുതിമാത്രം വെന്ത ഇത്തരം വാർത്തകൾകൊണ്ട് ശാസ്ത്രത്തിന് മറ്റു പ്രയോജനങ്ങളൊന്നും ഉണ്ടാകുന്നില്ല. ന്യൂട്രിനോകൾ ഉപയോഗിച്ചുള്ള പരീക്ഷണ

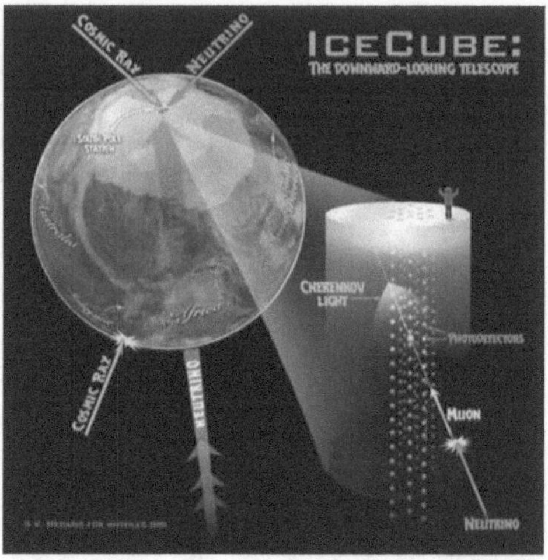

ങ്ങൾ അനായാസമല്ല. തുടർച്ചയായി പതിനാറായിരത്തിൽ പരം ന്യൂട്രിനോകളെ നിരീക്ഷിക്കുകയെന്നത് ഏറെക്കുറെ അസാദ്ധ്യമാണുതാനും. സേൺ ആക്സിലറേറ്ററിൽ നിന്നും ഗ്രാൻ സാസ്സോയിലേക്കുള്ള കുറഞ്ഞ ദൂരത്തിനും സമയത്തിനുമുള്ളിൽ ന്യൂട്രിനോകളുടെ പ്രകാശാതിവേഗം കണ്ടെത്തുന്നതിനുമാത്രം സംവേദനക്ഷമമാണോ ഓപെറ ഡിറ്റക്ടർ എന്നതും പരിശോധിക്കപ്പെടേണ്ടതുണ്ട്. ഇത്തരം കാര്യങ്ങളിലെല്ലാം അനിശ്ചിതത്വം നിലനില്ക്കുമ്പോൾ സ്ഫോടനാത്മകമായ വാർത്തകൾ പുറത്തുവിടുന്നതിനു മുൻപ് ശാസ്ത്രജ്ഞന്മാർ സാമാന്യ വിവേകം കാണിക്കേണ്ടതായിരുന്നു. ന്യൂട്രിനോകൾക്ക് വ്യത്യസ്ത സാഹചര്യങ്ങളിൽ അവയുടെ ഊർജ്ജനിലയ്ക്കനുസരിച്ച് വ്യത്യസ്തങ്ങളായ പ്രവേഗമാണുള്ളതെന്ന് ഇതിനു മുൻപും കണ്ടെത്തിയിട്ടുണ്ട്. അപ്പോൾ ചെറിയൊരു കാത്തിരിപ്പിനു ശേഷം ശാസ്ത്രസമൂഹത്തിന്റെ അംഗീകാരത്തോടുകൂടിയാണ് ഇത്തരം പഠനഫലങ്ങൾ പുറത്തുവിടേണ്ടത്.

പതിനാറായിരമല്ല, പതിനാറുലക്ഷം തവണ ആവർത്തിച്ചാലും തെറ്റായ ഫലം നല്കുന്ന ഉപകരണത്തിലാണ് നിങ്ങൾ പരീക്ഷണം നടത്തുന്നതെങ്കിൽ നിങ്ങളുടെ പരീക്ഷണഫലം തെറ്റുതന്നെയായിരിക്കും. അപ്പോൾ വ്യത്യസ്ത സാഹചര്യങ്ങളിൽ വ്യത്യസ്ത ഉപകരണങ്ങളുപയോഗിച്ച് പരീക്ഷണങ്ങൾ നടത്തുകയും ആവർത്തനത്തിലൂടെ അവയുടെ വിശ്വസനീയതയും സാധുതയും ഉറപ്പുവരുത്തിയതിന് ശേഷം മാത്രമേ പരീക്ഷണ ഫലങ്ങൾ പുറത്തുവിടാവൂ. അല്ലെങ്കിൽ അത് ശാസ്ത്രത്തിന്റെ സത്യസന്ധതയ്ക്കു മങ്ങലേല്പിക്കും. ഓപെറ പരീക്ഷണം പുറമെ നിന്നുള്ള ഒരു റഫറിയുടെയോ അതോറിറ്റിയുടെയോ മേൽനോട്ടത്തിലല്ല നടത്തിയത്. മാത്രവുമല്ല ശാസ്ത്രസമൂഹത്തിന്റെ വിലയിരുത്തലിനു മുൻപ് പരീക്ഷണഫലം മീഡിയയ്ക്കു നല്കിയത് പരീക്ഷണഫലത്തിന്റെ വിശ്വാസ്യതയെ ചോദ്യം ചെയ്യുന്നതും ഉത്തരവാദിത്വമില്ലായ്മയുമാണ് കാണിക്കുന്നത്. ഇത് സേണിന്റെ വിശ്വാസ്യതയെയും പ്രതികൂലമായി ബാധിക്കും. മനുഷ്യനിന്നുവരെ നിർമ്മിച്ചിട്ടുള്ളവയിൽ ഏറ്റവും സങ്കീർണ്ണമായ ഉപകരണമാണ് സേണിലെ ലാർജ്ജ് ഹാഡ്രൺ കൊളൈഡർ. പ്രപഞ്ച വിജ്ഞാനശാഖയിലെ ഏറ്റവും നവീ

നമായ പഠനങ്ങളാണ് സേണിൽ നിന്ന് ലോകം പ്രതീക്ഷിക്കുന്നത്. ഈ സാഹചര്യത്തിൽ സേണിൽ നിന്നു പുറത്തുവരുന്ന വാർത്ത ശാസ്ത്രത്തിന്റെ കണിശമായ കടമ്പകൾ കടന്നുവരുന്നതായിരിക്കണം. ഇവിടെ അതല്ല സംഭവിച്ചത്. എറിഡിറ്റാറ്റോയും സംഘവും നടത്തിയ പരീക്ഷണഫലങ്ങൾ ശരിയാണെങ്കിൽ അതു പുതിയൊരു ശാസ്ത്രവിപ്ലവത്തിനു തിരികൊളുത്തുന്നതുപോലെ, തെറ്റാണെന്നു വന്നാൽ അത് സേണിനും ശാസ്ത്രത്തിനു തന്നെയും അപമാനവുമായിരിക്കും.

ശാസ്ത്രത്തിൽ വീരാരാധനയൊന്നുമില്ല. ന്യൂട്ടന്റെയും ഐൻസ്റ്റൈന്റെയുമെല്ലാം പിശകുകൾ ശാസ്ത്രം തിരുത്തിയിട്ടുണ്ട്. കല്ലിൽ കൊത്തിവച്ച ഒരു സിദ്ധാന്തവും ശാസ്ത്രത്തിലില്ല. നിരന്തര പരീക്ഷണങ്ങൾക്കു വിധേയമാണ് ഓരോ ശാസ്ത്ര സിദ്ധാന്തവും. എവിടെ വച്ചും ഏതു സമയത്തും ഒരു സിദ്ധാന്തം തെറ്റാണെന്ന് തെളിയിക്കാവുന്നതാണ്. അപ്പോഴാണ് കൂട്ടിച്ചേർക്കലുകളും തിരുത്തലുകളും നടക്കുന്നത്. അവിടെയാണ് ശാസ്ത്രം വളരുന്നത്. മതത്തിന്റെയും രാഷ്ട്രീയത്തിന്റെയും പ്രമാണങ്ങൾ പോലെ തൊട്ടാൽ പൊള്ളുന്നതല്ല ഒരു ശാസ്ത്ര സിദ്ധാന്തവും. ശാസ്ത്രജ്ഞന്മാർ വിശുദ്ധ പശുക്കളുമല്ല. തെറ്റു പറ്റിയിട്ടുണ്ടെങ്കിൽ ഐൻസ്റ്റൈനും ആപേക്ഷികതയും തിരുത്തപ്പെടണം. അതിൽ സംശയമൊന്നുമില്ല. എന്നാൽ അർദ്ധ സത്യങ്ങൾക്കും ഊഹാപോഹങ്ങൾക്കും പിന്നാലെ പോകുന്നത് ശാസ്ത്രീയ സമീപനത്തിന് നിരക്കുന്നതല്ല. കുറച്ചു കാലത്തേക്ക് ഒരു കോളിളക്കമുണ്ടാക്കുമെന്നല്ലാതെ അവയ്ക്ക് അധികം ആയുസ്സുണ്ടാകില്ല. കാര്യങ്ങൾ ലളിതമായി അവതരിപ്പിക്കുന്നതിനൊപ്പം ലളിതവല്ക്കരണം ശാസ്ത്രത്തിന്റെ അന്തഃസത്ത ചോർത്തിക്കളയുന്ന രീതിയിലാകരുതെന്ന് ശാസ്ത്രലേഖകരും ശ്രദ്ധിക്കണം. ആയിരം പണ്ഡിതന്മാരുടെ വാദങ്ങളല്ല, ലളിതമായ ഒരു തെളിവാണ് ആവശ്യം. അതാണ് ശാസ്ത്രത്തിന്റെ രീതി. എറിഡിറ്റാറ്റോയുടെയും സംഘത്തിന്റെയും പരീക്ഷണഫലം തെറ്റായിരുന്നുവെന്ന് ഡേൺ പിന്നീട് വിശദീകരണം നല്കി.

എന്താണ് പ്രകാശം?

Nature and nature's laws lay hid in night:
God said, Let Newton be! and all was Light"

-Alexander Pope

എന്താണ് പ്രകാശം? തമസ്സിനെ അകറ്റുന്നതാണ് പ്രകാശം. ഇതല്പം ഫിലോസഫിക്കലായെങ്കിൽ വൈദ്യുത കാന്തിക സ്പെക്ട്ര ത്തിലെ ഒരംഗമാണെന്നു വേണമെങ്കിൽ പറയാം. വൈദ്യുത കാന്തിക സ്പെക്ട്രമെന്താണെന്നായിരിക്കും അടുത്ത ചോദ്യം. എന്താണ് പ്രകാ ശമെന്നു പറയുന്നതിനെക്കാൾ എളുപ്പം എന്തല്ല പ്രകാശമെന്നു പറയാ നാണെന്ന് തോന്നുന്നു. ഈ ഉത്തരങ്ങൾക്കൊന്നും പ്രകാശത്തിന്റെ അ ടിസ്ഥാനരൂപമെന്താണെന്നോ അതിന്റെ സവിശേഷതകളെന്താണെന്നോ വ്യക്തമാക്കാൻ കഴിയില്ല എന്നുള്ളതാണ് വാസ്തവം. മഹാനായ ഗണി തശാസ്ത്രജ്ഞൻ ഐസക് ന്യൂട്ടൻ പ്രകാശം അതിസൂക്ഷ്മ കണികക ളുടെ പ്രവാഹമാണെന്നു കണ്ടെത്തുകയും അവയ്ക്ക് 'Corpuscles' എന്ന് പേരു വിളിക്കുകയും ചെയ്തു. അധികകാലം കഴിയുന്നതിന് മുമ്പ് തോമസ് യംഗ് പ്രകാശം കണികകളല്ല, തരംഗമാണെന്ന് തെളിയിച്ചു. പിന്നീട് ഐൻസ്റ്റൈന്റെ ഊഴമെത്തിയപ്പോൾ പ്രകാശം വീണ്ടും കണി കകളുടെ കോർട്ടിലെത്തി. ഇപ്പോൾ പറയുന്നു പ്രകാശം തരംഗവും കണി കയുമാണെന്ന്–അതുമല്ലെങ്കിൽ ഇതുരണ്ടുമല്ലെന്ന്, ഒരു കാര്യം ഉറപ്പാണ് ജീവന്റെ ഉദ്ഭവത്തിനും നിലനില്പിനും അത്യന്താപേക്ഷിതമായ ഒരു ഊർജ്ജരൂപമാണിത്. പ്രകാശമില്ലാതെ അധികകാലം നിലനിൽക്കാൻ ഒരു ജീവിവർഗ്ഗത്തിനും കഴിയില്ലതന്നെ.

സൂര്യനെയും ചന്ദ്രനെയുമെല്ലാം ദേവന്മാരായി ആരാധിച്ചിരുന്ന

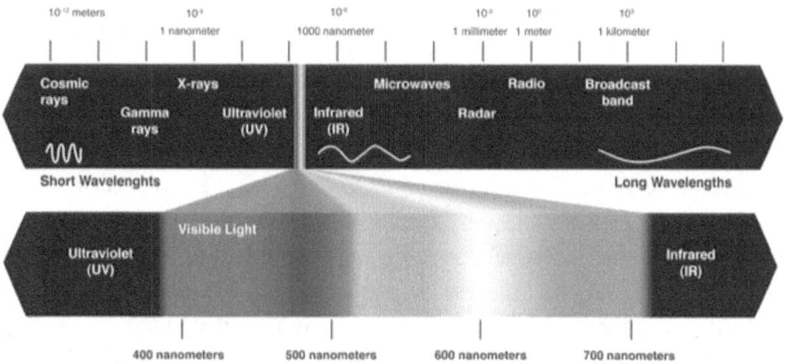

ആദിമ സംസ്കാരങ്ങളെല്ലാം പ്രകാശത്തിന്റെ പ്രാധാന്യം തിരിച്ചറിഞ്ഞിരുന്നു എന്നുവേണം കരുതാൻ. പ്രകാശത്തിന്റെ പ്രതിഫലനത്തെക്കുറിച്ചും നേർരേഖാ സഞ്ചാരത്തെക്കുറിച്ചും ആധുനിക ഭൗതികശാസ്ത്ര സിദ്ധാന്തങ്ങളോടു കിടപിടിക്കുന്ന കാഴ്ചപ്പാടായിരുന്നു യൂക്ലിഡിനുണ്ടായിരുന്നത്. 17–ാം നൂറ്റാണ്ടിലെ ഫ്രഞ്ചുഗണിതശാസ്ത്രജ്ഞനായിരുന്ന റെനെ ദെക്കാർത്തെയുടെ കണ്ടെത്തലുകൾ കുറെ വിചിത്രമായിരുന്നു. പ്രപഞ്ചമാകെ നിറഞ്ഞുനില്ക്കുന്ന, ഒഴുകാനുള്ള പ്രവണതകാണിക്കുന്ന പ്ലിനം (plenum) എന്ന ദ്രാവകത്തെ അദ്ദേഹം സങ്കല്പിച്ചു. ഒരു തിരി കത്തിക്കുമ്പോൾ അത് പ്ലിനത്തിൽ മർദ്ദവ്യതിയാനം ഉണ്ടാക്കുകയും ഈ മർദ്ദവ്യത്യാസം നിരീക്ഷകന്റെ നേത്രങ്ങൾ തിരിച്ചറിയുകയും ചെയ്യുമ്പോഴാണ് പ്രകാശം തിരിച്ചറിയപ്പെടുന്നതെന്നായിരുന്നു അദ്ദേഹത്തിന്റെ വാദം. ചെണ്ടകൊട്ടുമ്പോൾ ശബ്ദതരംഗങ്ങൾ വായുവിൽ കമ്പനങ്ങളുണ്ടാക്കുന്നതുപോലെ തന്നെ. എന്നാൽ ദെക്കാർത്തെയുടെ പരികല്പനകൾക്ക് അധികം ആയുസ്സുണ്ടായില്ല. വിശേഷിച്ചും ഐസക് ന്യൂട്ടനെപ്പോലൊരു അതികായന്റെ മുന്നിൽ. പ്രപഞ്ചത്തിലെ ഏതൊരു വസ്തുവിനെയും സൂക്ഷ്മ കണികകളായി വിഭജിക്കാമെന്നും, പ്രകാശത്തെയും ഇത്തരം അതി സൂക്ഷ്മ കണികകളുടെ സഞ്ചയമായി കരുതാമെന്നുമാണ് ന്യൂട്ടന്റെ സങ്കല്പനം. ഇത്തരം ന്യൂട്ടൻ കണങ്ങളുടെ പ്രകാശം 150 വർഷങ്ങൾ ഭൗതിക ശാസ്ത്രത്തിൽ നിറഞ്ഞുനിന്നു. ഡച്ച് ഗണിതശാസ്ത്രജ്ഞനായ ക്രിസ്റ്റ്യൻ ഹൈഗൻസ് പ്രകാശത്തിന് തരംഗസ്വഭാവമാണെന്ന് വാദിച്ചെങ്കിലും ന്യൂട്ടന്റെ വ്യക്തിപ്രഭാവത്തിൽ ഹൈഗൻസിന്റെ വാദങ്ങൾ വിലപ്പോയില്ല. പിന്നീട് 1803 ൽ തോമസ് യങ് പ്രകാശത്തിന്റെ തരംഗസ്വഭാവം പരീക്ഷണത്തിലൂടെ തെളിയിച്ചത് ചരിത്രം. യങ്ങിന്റെ പ്രസിദ്ധമായ ഡബിൾസ്‌ലിറ്റ് പരീക്ഷണം ന്യൂട്ടന്റെ കണികാസിദ്ധാന്തത്തെ തവിടുപൊടിയാക്കി എന്നുപറയുന്നതാവും കൂടുതൽ ശരി. അപ്പോഴും ഒരു ചോദ്യം ബാക്കിയാവുന്നു. പ്രകാശം തരംഗമാണെങ്കിൽ ഈ തരംഗങ്ങൾക്കു സഞ്ചരിക്കാൻ ഒരു മാധ്യമം വേണ്ടേ? സമുദ്രത്തിലെ തിരമാ

ലകൾ പോലെ. അപ്പോൾ ദെക്കാർത്തെയുടെ പ്ലിനമോ റോബർട്ട് ഹുക്കിന്റെ ഈഥറോ പോലൊരു മാധ്യമത്തിന്റെ സാദ്ധ്യത തിരിച്ചുവരുന്നുണ്ട്. 19–ാം നൂറ്റാണ്ടിന്റെ അവസാനത്തോടെ സ്പേസിൽ പ്ലിനവും ഈഥറുമൊന്നുമില്ലെന്ന് കണ്ടെത്തിയത് തരംഗസിദ്ധാന്തക്കാർക്ക് വലിയ തിരിച്ചടിയായി. മാധ്യമമില്ലാതെയും തരംഗങ്ങൾ സഞ്ചരിക്കുമോ? തരംഗസിദ്ധാന്തക്കാർ പ്രതീക്ഷ കൈവിട്ടിരുന്നില്ല. 1887 ൽ മൈക്കിൽസൺ–മോർലി പരീക്ഷണത്തിലൂടെ ഈഥറിന്റെ സാന്നിദ്ധ്യം തെളിയിക്കാൻ ഒരു ശ്രമം നടത്തിനോക്കി. കാറ്റുവീശുന്നതുപോലെ സ്പേസിലാകെ നിറഞ്ഞു നിൽക്കുന്ന ഈഥർ വ്യത്യസ്ത വേഗതയിൽ വീശുന്നതു കൊണ്ട് പ്രപഞ്ചത്തിന്റെ വിവിധഭാഗങ്ങളിൽ പ്രകാശത്തിന് വ്യത്യസ്ത വേഗതയാണെന്നു സ്ഥാപിക്കാൻ ശ്രമിച്ചെങ്കിലും പരാജയം ഏറെക്കുറെ സമ്പൂർണ്ണമായിരുന്നു. ശബ്ദത്തിനെന്നപോലെ പ്രകാശത്തിനു സഞ്ചരിക്കാൻ ഒരു മാധ്യമം ആവശ്യമില്ലെന്നും അതിന് ശൂന്യതയിലൂടെ സഞ്ചരിക്കാൻ സാധിക്കുമെന്നും തെളിഞ്ഞു. അപ്പോൾ സഞ്ചരിക്കാൻ ഒരു മാധ്യമം ആവശ്യമില്ലാത്ത, വിശേഷപ്പെട്ട ഒരുതരം തരംഗമാണ് പ്രകാശമെന്ന് ഒഴുക്കൻമട്ടിൽ പറയേണ്ടിവരും.

ക്വാണ്ടം ഭൗതികത്തിന്റെ യുഗപ്പിറവിയോടെ കണികകൾ വീണ്ടും രംഗത്തെത്തി. പ്രകാശത്തിന്റെ തരംഗസ്വഭാവത്തെ പാടെ അവഗണിച്ചു കൊണ്ട് ക്വാണ്ടം ഇലക്ട്രോ ഡൈനമിക്സ് (Q E D)എന്നൊരു ശാഖ തന്നെ പിറവിയെടുക്കുന്നതിനും ഇരുപതാം നൂറ്റാണ്ട് സാക്ഷ്യം വഹിച്ചു. ഇത്തവണ റിച്ചാർഡ് ഫെയ്ൻമാന്റെ ഊഴമായിരുന്നു. ഫോട്ടോമൾട്ടിപ്ലയർ പരീക്ഷണത്തിലൂടെ പ്രകാശത്തിന് കണികാസ്വഭാവം മാത്രമാണുള്ളതെന്നും തരംഗ സ്വഭാവമില്ലെന്നും ഫെയ്ൻമാൻ സ്ഥാപിച്ചു. പരമ്പരാഗത കണികാ സിദ്ധാന്തത്തിനു വഴങ്ങാതിരുന്ന പോളറൈസേഷനും ഇന്റർഫെറൻസും ഫെയ്ൻമാന്റെ പ്രതിഭയ്ക്കു മുന്നിൽ അനുസരണയുള്ള കുട്ടികളായി മാറി. പ്രകാശം കണികകളുടെയും തരംഗങ്ങളുടെയും സ്വഭാവം പ്രകടിപ്പിക്കുന്നുണ്ടെന്നുള്ള ഒരു ഒത്തുതീർപ്പിന് ഫെയ്ൻമാൻ ഒരിക്കലും അനുവദിച്ചില്ലെന്നുമാത്രമല്ല അത്തരം വാദങ്ങളെ സ്വതഃസിദ്ധമായ ശൈലിയിൽ പരിഹസിക്കാനും അദ്ദേഹം മടികാണിച്ചില്ല. പ്രകാശം കണികയുടെയും തരംഗത്തിന്റെയും സ്വഭാവങ്ങൾ പ്രകടിപ്പിക്കുന്നുണ്ടെന്നു പറഞ്ഞാൽ എന്താണ് മനസ്സിലാക്കേണ്ടത്? ആഴ്ചയിൽ മൂന്നുദിവസം തരംഗവും നാലുദിവസം കണികയുമാണെന്നാണോ? അതോ തിരിച്ചോ? തിങ്കൾ, ബുധൻ, വെള്ളി എന്നീ ദിവസങ്ങളിലാണോ പ്രകാശം തരംഗ സ്വഭാവം കാണിക്കുന്നത്? അതോ മറ്റു ദിവസങ്ങളിലോ? ഇങ്ങനെ പോകുന്നു ഫെയ്ൻമാന്റെ പരിഹാസം. ഇനി ആൽബർട്ട് ഐൻസ്റ്റൈന്റെ ഊഴം. ഫോട്ടോ ഇലക്ട്രിക് പ്രഭാവം വിശദീകരിക്കുക വഴി ഐൻസ്റ്റൈൻ പ്രകാശത്തിന്റെ കണികാസ്വഭാവത്തിന് അടിവരയിട്ടു. പ്രകാശം ലോഹങ്ങളിൽ പതിക്കുമ്പോൾ അവയിൽ നിന്ന് ഇലക്ട്രോ

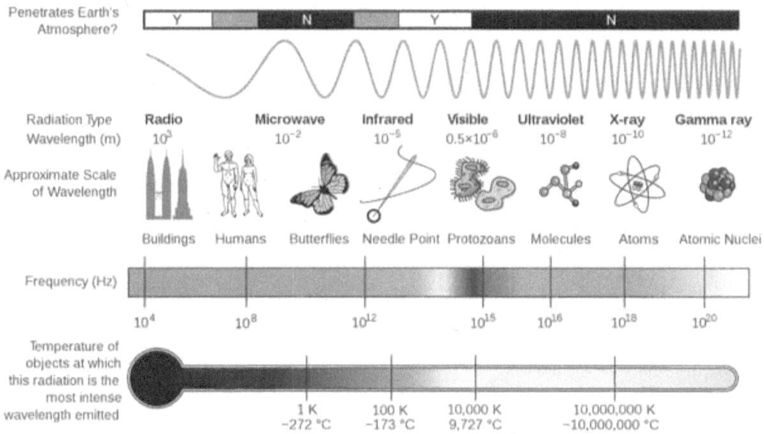

ണുകൾ ഉത്സർജ്ജിക്കപ്പെടും. ഒരു തരംഗത്തിന് ഇങ്ങനെ ഇലക്ട്രോണുകളെ പുറന്തള്ളാനുള്ള ഊർജ്ജമുണ്ടാകില്ല. ഒരു കണികയ്ക്ക് സ്വന്തമായും ഇതിനുകഴിയില്ല. ഈ പ്രശ്നം പരിഹരിക്കാൻ മുന്നോട്ടു വയ്ക്കപ്പെട്ട ഫോർമുലയാണ് ഫോട്ടോണുകൾ എന്ന ആശയം. ഊർജ്ജത്തിന്റെ ചെറിയ പായ്ക്കറ്റു (quantum) കളായാണ് പ്രകാശം സഞ്ചരിക്കുന്നതെന്നാണ് ഇതിനർത്ഥം. ഫോട്ടോണുകളുടെ ഊർജ്ജനിലയ്ക്കനുസരിച്ചാണ് അവ ലോഹങ്ങളിൽ നിന്ന് ഇലക്ട്രോണുകളെ പുറന്തള്ളുന്നത്. ഈ ഊർജ്ജനില പ്രകാശത്തിന്റെ തരംഗദൈർഘ്യത്തിന് അനുപാതത്തിലാണുതാനും. ഫോട്ടോണുകൾ കണികകളാണെന്ന് ഉറപ്പിച്ചുപറയാനും വയ്യ. അവ ചിലപ്പോൾ ഇലക്ട്രോണുകളെപ്പോലെ പെരുമാറും-സൂര്യനുചുറ്റും ഗ്രഹങ്ങൾ സഞ്ചരിക്കുന്നതുപോലെ ന്യൂക്ലിയസിനു ചുറ്റും നിശ്ചിത പാതയിൽ സഞ്ചരിക്കുന്ന ഇലക്ട്രോണുകളെ ഓർത്തെടുക്കാൻ ബുദ്ധിമുട്ടണമെന്നില്ല. കാര്യങ്ങൾ അങ്ങനെയല്ല നടക്കുന്നത്. അതുമാത്രമല്ല അവയ്ക്ക് മറ്റു കണികകളെപ്പോലെ ഭാരവുമില്ല. ഇതെന്തൊരു പ്രകാശമാണ്?!

പ്രപഞ്ച ചിത്രങ്ങൾ വരയ്ക്കുന്നത് പ്രകാശമാണ്. ചുറ്റുപാടുകൾ അനുഭവങ്ങളാക്കി മാറ്റുന്നതും പ്രകാശംതന്നെയാണ്. എന്നാൽ അതെന്താണെന്ന് വ്യക്തമാകുന്നുമില്ല. യംഗിന്റെ ഡബിൾ സ്ലിറ്റ് പരീക്ഷണം ചെയ്യുന്ന ആർക്കും പ്രകാശം തരംഗമാണെന്ന കാര്യത്തിൽ സംശയമുണ്ടാകില്ല. ഫെയ്ൻമാന്റെ ഫോട്ടോ മൾട്ടിപ്ലെയർ പരീക്ഷണം നടത്തിനോക്കിയാൽ പിന്നെ പ്രകാശം തരംഗമാണെന്ന് ആരും പറയുകയുമില്ല. നീരീക്ഷകനെ അടിസ്ഥാനപ്പെടുത്തി സ്വഭാവം മാറുന്ന ഈ പ്രതിഭാസം സംസാരിക്കുന്നത് ക്വാണ്ടം ഭൗതികത്തിന്റെ അനിശ്ചിതത്വമാണ്. ക്ലാസിക്കൽ ഭൗതികത്തിന് അത് വഴങ്ങില്ല. അനുയോജ്യമായ ഉപകര

ണങ്ങളും പരീക്ഷണ രീതിയും സ്വീകരിച്ചാൽ പ്രകാശം തരംഗമാണെന്നും കണികയാണെന്നും തെളിയിക്കാൻ കഴിയും. ഒരേ സമയം കണികയും തരംഗവുമായ, അല്ലെങ്കിൽ ഒന്നിലധികം വ്യത്യസ്ത അവസ്ഥകളിൽ ഒരേ സമയം നിലനിൽക്കാൻ കഴിയുന്ന ക്വാണ്ടം കണങ്ങളുടെ പ്രവാഹമാണ് പ്രകാശമെന്ന് പറയാം. ഐൻസ്റ്റൈൻ അണിയിച്ചൊരുക്കിയ ആപേക്ഷികതയുടെ ലോകത്ത് ആപേക്ഷികമല്ലാത്തത് പ്രകാശപ്രവേഗത്തിന്റെ സൗന്ദര്യം മാത്രം! ഈ പ്രകാശമുണ്ടാക്കുന്ന ഓരോ പുലിവാലുകൾ!!

സമയം മനുഷ്യനിർമ്മിതമാണ്

`Time must never be thought of as pre-existing in any sense;it is a manufactured quantity .'

\- Hermann Bondi

നൂറ്റാണ്ടുകൾക്കു മുമ്പു മുതൽ തന്നെ തത്വചിന്തകരുടെയും ഭൗതിക ശാസ്ത്രജ്ഞന്മാരുടെയും ഉറക്കം കെടുത്തിയിരുന്ന പ്രതിഭാസമാണ് കാലവും അതിന്റെ സ്വഭാവവും. കാലത്തിന്റെ സ്വതന്ത്രമായ നിലനില്പും മുന്നോട്ടു മാത്രമുള്ള പ്രയാണവും തൃപ്തികരമായി വിവരിക്കുന്നതിന് ഇന്നുവരെ കഴിഞ്ഞിട്ടില്ല. മറ്റു ഭൗതിക പ്രതിഭാസങ്ങൾ പോലെ തന്നെ കാലത്തെയും ഇന്ന് ഭൗതികശാസ്ത്രത്തിന്റെ ഭാഷയിൽ വിശദീകരിക്കാൻ കഴിയുമെന്നു തന്നെയാണ് സൈദ്ധാന്തിക ഭൗതിക ശാസ്ത്രജ്ഞന്മാർ വിശ്വസിക്കുന്നത്. സ്ഥലമാനങ്ങൾ പോലെ തന്നെ കാലവും അളക്കാൻ കഴിയുന്നതും അവ പരസ്പരം പൂരകങ്ങളും ആപേക്ഷികവുമാണെന്നാണ് ആധുനിക ശാസ്ത്രം പറയുന്നത്. ഭൗതിക ശാസ്ത്രത്തിന്റെ ചിറകിൽ കാലത്തിലൂടെ അതിന്റെ തുടക്കത്തിലേക്ക് ഒരു സമയസഞ്ചാരം നടത്താം.

"എന്താണ് സമയം? ആരും ചോദിച്ചില്ലെങ്കിൽ അതെന്താണെന്ന് എനിക്കറിയാം. എന്നാൽ ആരെങ്കിലും ചോദിച്ചാൽ അതെന്താണെന്നു വിവരിക്കാൻ എനിക്കാവില്ല" എന്നാണ് തിയോളജിസ്റ്റായ സെന്റ് അഗസ്റ്റിൻ സമയത്തെക്കുറിച്ച് പറഞ്ഞത്. ഈശ്വരസങ്കല്പം അവതരിപ്പിക്കുന്നതുപോലെ തന്നെയാണ് അദ്ദേഹം കാലത്തെയും അവതരിപ്പിക്കാൻ ശ്രമിച്ചത്. എന്താണ് സമയമെന്നല്ല, എന്തല്ല സമയമെന്നു പറയുവാനാണ് അദ്ദേഹം കൂടുതലും ശ്രദ്ധിച്ചത്. ദൈവസങ്കല്പം അവതരിപ്പിക്കുമ്പോഴും എന്തല്ല എന്നു പറയാനാണല്ലോ തിയോളജിസ്റ്റുകൾ ധൃതികാണിക്കുന്ന

ത്. രൂപമില്ല, ഗുണമില്ല എന്നൊക്കെ പറയുമെങ്കിലും എന്താണുള്ളതെന്നു പറഞ്ഞാൽ അതു പലപ്പോഴും യുക്തിക്കു നിരക്കുന്നതായിരിക്കില്ലെന്ന് മറ്റാരെക്കാളും തിയോളജിസ്റ്റുകൾക്കറിയാമെന്നതുകൊണ്ടു തന്നെ അത്തരം സാഹസങ്ങൾക്കൊന്നും മുതിരാറുമില്ല. ഭൂതകാലത്തെ ഓർമ്മിക്കുന്നതിനും വർത്തമാനത്തെ നിരീക്ഷിക്കുന്നതിനും ഭാവിയെ പ്രതീക്ഷിക്കുന്നതിനും മനുഷ്യമനസ്സുപയോഗിക്കുന്ന മാർഗ്ഗമാണ് കാലമെന്ന ഒത്തുതീർപ്പിലെത്തിച്ചേരുകയാണ് ഒടുവിൽ സെന്റ് അഗസ്റ്റിൻ. മനസ്സിന്റെ ഊതിവീർപ്പിക്കപ്പെട്ട ഒരവസ്ഥയാണ് കാലമെന്ന് വേണമെങ്കിൽ ഒരു ഒഴുക്കൻ മട്ടിൽ പറഞ്ഞവസാനിപ്പിക്കാം. ഗ്രീക്ക് തത്ത്വചിന്തയും അഗസ്റ്റിനെ സ്വാധീനിച്ചിരുന്നു. പ്രപഞ്ചത്തിന് അനന്തമായ ഭൂതകാലം മാത്രമേയുള്ളൂ, അതിനൊരു തുടക്കമില്ല എന്നുകരുതിയിരുന്ന പ്രാചീന ദർശനത്തിന് ഗ്രീക്ക് 'ദൈവശാസ്ത്രജ്ഞർ' സംഭാവന ചെയ്ത സാന്ത്വനമായ ഭൂതകാലവും അനാദിയായ സ്രഷ്ടാവിന്റെ സൃഷ്ടിയായ പ്രപഞ്ചത്തിന് ഒരു തുടക്കവുമുണ്ടെന്ന പരികല്പനയും അഗസ്റ്റിനെ കുറച്ചൊന്നുമല്ല ആകർഷിച്ചത്. പ്രപഞ്ചം സൃഷ്ടിച്ച ദൈവം-അതിന്റെ വലിപ്പമെന്താണെന്ന് അഗസ്റ്റിന് അറിയുമായിരുന്നോ എന്തോ - കാലവും സൃഷ്ടിച്ചു. എന്നാൽ ദൈവമാകട്ടെ കാലാതീതനുമാണ്. എന്നാൽ കാലത്തിനതീതനായ ദൈവം കാലത്തിന് അധീനമായ പ്രപഞ്ചത്തിൽ ഇടപെടുമ്പോൾ ഭൗതിക നിയമങ്ങൾ ലംഘിക്കപ്പെടുന്നില്ലെന്ന് സ്ഥാപിക്കാൻ അദ്ദേഹം ഒരുപാട് കഷ്ടപ്പെട്ടിരുന്നു. ചിന്തിക്കുകയും, പദ്ധതികൾ തയ്യാറാക്കുകയും, സ്നേഹിക്കുകയും, പ്രതികാരം ചെയ്യുകയുമെല്ലാം കാലികമായ പ്രവർത്തനങ്ങളാവുമ്പോൾ സ്രഷ്ടാവിന് കാലാതീതനായി തുടരാൻ കഴിയാതെ വരും. അങ്ങനെ വരുമ്പോൾ ഒരേസമയം കാലാതീതനും, കാലാധീനനുമായ - ത്രിശങ്കുസ്വർഗ്ഗത്തിൽ അകപ്പെട്ടതുപോലൊരു സ്രഷ്ടാ

വിനെ പ്രതിഷ്ഠിക്കേണ്ടതായി വരും. ഭാവനകൾക്ക് കടിഞ്ഞാണിടുന്നത് കാവ്യനീതിയല്ലെങ്കിലും കാലമെന്ന യാഗാശ്വത്തെ പിടിച്ചുകെട്ടാൻ ദൈവ ശാസ്ത്രസിദ്ധാന്തങ്ങളെന്ന ഇത്തരം മലക്കം മറിച്ചിലുകൾക്ക് കഴിയില്ല.

ഗ്രീക്കുഭാഷയിൽ സമയത്തെ സൂചിപ്പിക്കാൻ ക്രോണോസ് (chronos), കെയ്റോസ് (Kairos) എന്നീ രണ്ടുവാക്കുകൾ ഉപയോഗിക്കുന്നുണ്ട്. എണ്ണൽ സംഖ്യകളാണ് ക്രോണോസ് അഥവാ ക്രോണോളജിക്കൽ സമയം. ശരിയായ അവസരം അല്ലെങ്കിൽ ഭാഗ്യനിമിഷം എന്നൊക്കെയാണ് കെയ്റോസ് എന്ന വാക്കിന്റെ അർത്ഥം. ഇത് ദൈവിക സമയമാണ്. ഇത് ഗുണാത്മകവുമാണ്. രണ്ട് വ്യത്യസ്ത വീക്ഷണങ്ങളിലാണ് ഗ്രീക്ക് ദാർശനികർ കാലത്തെ വിവരിക്കാൻ ശ്രമിക്കുന്നത്. പ്രപഞ്ചത്തിന്റെ അടിസ്ഥാന ഘടകമാണ് കാലമെന്ന സങ്കല്പമാണ് അതിലൊന്ന്. സംഭവങ്ങൾ ക്രമമായി അരങ്ങേറുന്നത് കാലത്തിലാണ്. എന്നാൽ സംഭവങ്ങളെ ക്രമപ്പെടുത്തുന്നതിനും താരതമ്യം ചെയ്യുന്നതിനുമായി ജന്തു മസ്തിഷ്ക്കം ഉപയോഗിക്കുന്ന ഒരു `ടൂൾ' മാത്രമാണ് കാലമെന്നും ഇത് ആത്യന്തിക സത്യമൊന്നുമല്ല എന്നുമുള്ള ചിന്താധാരയാണ് ഇതിനു വിപരീതമായുള്ളത്. സമയബോധം മനുഷ്യമസ്തിഷ്ക്കത്തിന്റെ മിഥ്യാധാരണ മാത്രമാണെന്നാണ് തത്വചിന്തകനായ ഇമ്മാനുവൽ കാന്റ് പറയുന്നത്. ഹൈന്ദവതത്വചിന്തയിൽ പ്രപഞ്ചം ചാക്രികവും കാലത്തിലൂടെ സഞ്ചരിക്കുന്നതുമാണ്. സൃഷ്ടി–സ്ഥിതി–സംഹാരം, വീണ്ടും സൃഷ്ടി എന്നിങ്ങനെ ഒരിക്കലും അവസാനിക്കാത്ത ചാക്രിക പ്രവാഹത്തിൽ ഇതിലൊന്നും ഇടപെടാതെ സ്വതന്ത്രമായി നില്ക്കുന്നത് ഒന്നുമാത്രം. അതിനെയാണ് കാലമെന്നു വിളിക്കുന്നത്. മുൻപുണ്ടായിരുന്നതും പിന്നീടുണ്ടാകുന്നതും തമ്മിലുള്ള വ്യത്യാസങ്ങളുടെ എണ്ണമാണ് കാലമെന്നാണ് അരിസ്റ്റോട്ടിലിന്റെ അഭിപ്രായം.

കാലമെന്നത് അനുഭവസിദ്ധമായ ഒരു പ്രതിഭാസമല്ല. കാലത്തിനതീതമായി ചരിക്കുന്നതിനോ അതിനപ്പുറം അനുഭവിക്കുന്നതിനോ സാധിക്കില്ല. കാലത്തെപ്പോലെ തന്നെ സ്ഥലത്തെയും വസ്തുനിഷ്ഠമായി അനുഭവിക്കുന്നതിനോ അവതരിപ്പിക്കുന്നതിനോ സാധിക്കില്ല. മൗലിക പ്രകൃതിയുടെ അടിസ്ഥാന ഘടകങ്ങളിലൊന്നാണ് കാലം. കാലത്തിലാണ് സംഭവങ്ങൾ അരങ്ങേറുന്നത്. എന്താണോ സംഭവങ്ങളെ തമ്മിൽ ബന്ധിപ്പിക്കുന്നത് അതിനെ സ്ഥലമെന്നും സംഭവങ്ങൾക്കിടയിലുള്ള ദൂരത്തെ കാലമെന്നും വിളിക്കാം. ഈ അർത്ഥത്തിൽ കാലമെന്നത് പ്രവഹിക്കുന്ന ഒരു പ്രതിഭാസമല്ലെന്നു കാണാൻ കഴിയും. പ്രതിഭാസങ്ങൾ കാലത്തിലാണ് പ്രവഹിക്കുന്നത്. മറ്റൊരുതരത്തിൽ പറഞ്ഞാൽ സംഭവങ്ങളുടെ ഒരു സംഭരണിയാണ് കാലമെന്നു കാണാൻ കഴിയും. ജന്തുമസ്തിഷ്കത്തിലുള്ള ഒരു കൂട്ടം കലകളാണ്(tissues) സ്ട്രൈറ്റം (straitum). നാഡീകോശങ്ങളുടെ ഈ വിന്യാസത്തിലാണ് സമയബോധത്തിന്റെ ഇരിപ്പിടം. ജീവിതാനുഭവങ്ങളുടെ ഓരോ നിമിഷവും ഈ കലകളിൽ റെക്കോർഡ് ചെയ്യപ്പെട്ടുകൊണ്ടിരിക്കുകയാണ്. ഒരു വ്യക്തി

യുടെ ജനനം മുതൽ സമാഹരിക്കപ്പെടുന്ന വിവരങ്ങൾ മുൻഗണനാ ക്രമത്തിൽ അടുക്കി വയ്ക്കുന്ന ബോധമണ്ഡലത്തിന്റെ ടൈം മെഷീൻ ആണ് സ്ട്രൈറ്റമെന്ന് സാമാന്യമായി പറയാൻ കഴിയും. എന്നാൽ ഈ കലകൾ വ്യക്തിയുടെ ബോധത്തിൽ കാലപ്രവാഹമെന്ന ഒരു മിഥ്യാധാരണ സൃഷ്ടിക്കുന്നുമുണ്ട്. സമയവും അതിന്റെ മുന്നോട്ടുമാത്രമുള്ള പ്രയാണവും ഈ കലകൾ നിർമ്മിക്കുന്ന സങ്കല്പം മാത്രമാണ്. വ്യക്തിയുടെ ബോധ മണ്ഡലത്തിൽ എന്താണോ സംഭവിക്കുന്നത്, അതിനെ മാത്രം ആശ്രയിച്ചാണ് സമയം അളക്കപ്പെടുന്നത്. ബോധപൂർവ്വം ഏർപ്പെടുന്ന പ്രവർത്തനങ്ങളിൽ മാത്രമേ സമയം അളക്കാൻ സാധിക്കുകയുള്ളൂ. ജന്തുമസ്തിഷ്കത്തിലെ ഫ്രോൺടൽ കോർട്ടക്സിൽ വച്ച് നിർദ്ധാരണം ചെയ്യപ്പെടുന്ന വൈദ്യുത സിഗ്നലുകൾ ഇത്തരം ബോധപൂർവ്വമായ പ്രവർത്തനങ്ങളുടെതു മാത്രമാണ്. അതുകൊണ്ടുതന്നെ സമയബോധമെന്നത് ജന്തുമസ്തിഷ്കത്തിലെ ചില കോശങ്ങളുടെ സൃഷ്ടിയാണെന്നു സമ്മതിക്കേണ്ടി വരും. 1960 ൽ ഫ്രഞ്ച് ജിയോളജിസ്റ്റായ മൈക്കൽ റെസഫർ സമയബോധമളക്കുന്നതിന് കൗതുകകരമായ ഒരു പരീക്ഷണം നടത്തി. അറുപത് ദിവസം അദ്ദേഹം ഒരു ഇരുണ്ട മുറിയിൽ ഒറ്റയ്ക്കു താമസിച്ചു. ഈ കാലയളവിനുള്ളിൽ റെസഫർ ക്ളോക്കോ വാച്ചോ ഉപയോഗിച്ചിരുന്നില്ല. അതിശയകരമായ വസ്തുത എന്താണെന്നു വെച്ചാൽ ഈ കാലയളവിനുള്ളിൽ അദ്ദേഹത്തിനുണ്ടായ സമയ ബോധം വളരെ വിചിത്രമാണെന്നതായിരുന്നു. ദിവസങ്ങൾ ചെല്ലുംതോറും അദ്ദേഹത്തിന്റെ സമയബോധം ക്രമേണ കുറഞ്ഞുവരുകയും ഒടുവിൽ ഏറെക്കുറെ നഷ്ടമാവുകയും ചെയ്തു. വാലിയവും കഫേനും പോലെയുള്ള ഔഷധങ്ങളും മദ്യവും ബ്രൗൺഷുഗർ, കൊക്കെയ്ൻ പോലെയുള്ള മയക്കുമരുന്നുകളും വ്യക്തികളുടെ സമയബോധത്തെ വഴിതിരിച്ചു വിടാറുണ്ട്. ബാഹ്യമായ ഇടപെടലുകളും ഔഷധങ്ങളും രാസവസ്തുക്കളുമെല്ലാം ഒരു വ്യക്തിയുടെ സമയബോധത്തെ സ്വാധീനിക്കുമെന്നു വരുമ്പോൾ സമയമെന്നത് ആത്യന്തികവും പ്രാപഞ്ചികവുമായ യാഥാർത്ഥ്യമായി കാണാൻ കഴിയില്ല. കാലത്തിന്റെ മുന്നോട്ടു മാത്രമുള്ള പ്രയാണമെന്ന ബോധമുണ്ടാവുന്നത് ജന്തുമസ്തിഷ്കത്തിൽ സംഭവിക്കുന്ന നിരവധി അനുബന്ധ ജൈവ - രാസപ്രവർത്തനങ്ങളുടെ ഉപോല്പന്നമായാണ്. അനുഭവങ്ങളെ അടുക്കിവയ്ക്കാൻ മസ്തിഷ്കം സ്വീകരിക്കുന്ന തന്ത്രമാണ് കാലഗണന. അതിന്റെ ക്രമം മുന്നോട്ടു മാത്രമുള്ള അസ്ത്രത്തിന്റെ സഞ്ചാരദിശയുമാണ്. കാലത്തിൽ പിന്നിലേക്കുള്ള യാത്ര ജന്തുബോധത്തിന് (Animal consciousness) അംഗീകരിക്കാനും കഴിയില്ല.

കാലത്തെക്കുറിച്ചുള്ള പരാമർശങ്ങൾ എല്ലാ സംസ്കാരങ്ങളിലും നിലനില്ക്കുന്നുണ്ട്. ബി സി 350 ൽ അരിസ്റ്റോട്ടിൽ രചിച്ച `ഫിസിക്സ്' എന്ന ഗ്രന്ഥത്തിൽ കാലവുമായുള്ള വലിയൊരു മല്ലയുദ്ധം തന്നെ നടത്തുന്നുണ്ട്. ആദ്യം (First) അല്ലെങ്കിൽ ഒന്നാമത്തേത് എന്നാൽ എന്താണെന്നായിരുന്നു അദ്ദേഹത്തിന്റെ ഉറക്കം നഷ്ടപ്പെടുത്തിയിരുന്ന പ്രഹേ

ളിക. അരിസ്റ്റോട്ടിലിന്റെ ചോദ്യത്തിന് ഇന്നും തൃപ്തികരമായ ഉത്തരം ലഭിച്ചിട്ടില്ലെന്നതാണ് യാഥാർത്ഥ്യം. അരിസ്റ്റോട്ടിലിന്റെ കാലഘട്ടം മുതൽ ഇന്നുവരെയുള്ള ചരിത്രം പരിശോധിച്ചു നോക്കിയാലും കാലത്തിന് മാറ്റമെന്ന സാമാന്യവൽക്കരിച്ച ഒരു നിഗമനത്തിലെത്തിച്ചേരാനേ കഴിഞ്ഞിട്ടുള്ളൂ. കാലത്തിൽ ഒന്ന് മറ്റൊന്നായി മാറുന്നു. ഗ്രീക്ക് തത്വചിന്തകർക്ക് കാലത്തെക്കുറിച്ച് മറ്റൊരു ധാരണകൂടിയുണ്ടായിരുന്നു. അത് പ്രാപഞ്ചിക ഘടികാരമെന്ന സങ്കല്പത്തെ അടിസ്ഥാനപ്പെടുത്തിയുള്ളതായിരുന്നു. ഈ സങ്കല്പമനുസരിച്ച് സമയം ചാക്രികമാണ്. ആധുനിക ഭൗതികശാസ്ത്രവും ഈ പരികല്പനയെ ഗൗരവമായിത്തന്നെയാണ് സമീപിക്കുന്നത്. താഴെവീണു ചിതറുന്ന സ്ഫടികപ്പാത്രവും പൊട്ടിയമുട്ടയുമൊന്നും ആദ്യാവസ്ഥയിലെത്തുന്നില്ലെന്നും ക്ലോക്കിന്റെ ചാവി അയയുകയല്ലാതെ മുറുകുന്നില്ലെന്ന് പറയുമ്പോഴും കാലപ്രവാഹം സ്വാധീനിക്കാത്ത സൂക്ഷ്മപ്രപഞ്ചവും ഭൗതിക ലോകത്തിന്റെ ഭാഗമാണെന്ന കാര്യം വിസ്മരിച്ചുകൂടാ. ഒരേസമയം ഒന്നിലേറെ തലങ്ങളിൽ നിലനിൽക്കുന്ന സൂക്ഷ്മ കണികകളും പ്രപഞ്ചത്തിന്റെ വേഗപരിധി മറികടക്കുന്ന കണികകളും കാലപ്രവാഹത്തെ ചോദ്യം ചെയ്യുന്നുണ്ട്.

ഭൂതം, വർത്തമാനം, ഭാവി, തുടർച്ച, കാര്യകാരണബന്ധം എന്നിവയൊന്നും ആത്യന്തിക സത്യങ്ങളല്ല. അവ അങ്ങനെയാണെന്നുള്ള മിഥ്യാധാരണ ഉണ്ടാകുന്നത് ചില മസ്തിഷ്ക കലകളുടെ സാധാരണ പ്രവർത്തനങ്ങളുടെ ഉപോല്പന്നമായി മാത്രമാണ്. തത്വചിന്തകരെ മാത്രമല്ല, ഭൗതികശാസ്ത്രജ്ഞരെയും ഒരുപോലെ അസ്വസ്ഥരാക്കുന്നുണ്ട് കാലവും അതിന്റെ മുന്നോട്ടുമാത്രമുള്ള പ്രയാണവും. ആധുനിക കാലഘട്ടത്തിലെ പ്രതിഭാശാലിയായ ഗണിതശാസ്ത്രജ്ഞൻ ഐസക്ക് ന്യൂട്ടനാണ് കാലമെന്ന മാന്ത്രികനെ വരുതിയിലാക്കാൻ ശ്രമിച്ചവരിൽ പ്രമുഖൻ. കാലത്തെ വിവരിക്കുമ്പോൾ അതിനൊരു അതീത ഭൗതിക പരിവേഷം ചാർത്തിക്കൊടുക്കാൻ ന്യൂട്ടന്റെ ക്രിസ്തുമത വിശ്വാസം അദ്ദേഹത്തെ നിർബന്ധിതനാക്കിയിരുന്നു. കാലം കേവലവും സ്വതന്ത്രവുമാണെന്നും പ്രപഞ്ചത്തിൽ അതിന്റെ പ്രവാഹം അനുസ്യൂതമാണെന്നും അതു തടയുന്നതിനോ, അതിനെ സ്വാധീനിക്കുന്നതിനോ ഒരു തരത്തിലുള്ള ഇടപെടലുകൾ കൊണ്ടും സാധിക്കില്ലെന്നും അദ്ദേഹം വിശ്വസിച്ചിരുന്നു. *പ്രിൻസിപ്പിയ മാത്തമാറ്റിക്ക* എന്ന സങ്കീർണ്ണമായ ഗണിതശാസ്ത്രഗ്രന്ഥകർത്താവിൽ നിന്നുതന്നെയാണ് ദാനിയൽ പ്രവാചകന്റെ ദർശ

നങ്ങളെക്കുറിച്ചുള്ള പഠനങ്ങളുമുണ്ടായതെന്ന വൈരുദ്ധ്യം ന്യൂട്ടന്റെ പ്രതിഭയെ കുറച്ചൊന്നുമല്ല അസ്വസ്ഥമാക്കിയത്. തന്റെ ഏറ്റവും മഹത്തായ കണ്ടുപിടുത്തമാണ് ഈ ദർശനങ്ങളുടെ പുസ്തകമെന്ന് ന്യൂട്ടന്റെ പ്രസ്താവന അദ്ദേഹത്തിന്റെ മതവിശ്വാസത്തിന്റെ ആഴങ്ങൾ തുറന്നു കാണിക്കാൻ പര്യാപ്തമായിരുന്നെങ്കിലും സമയം കേവലമാണെന്ന വാദം ന്യൂട്ടന്റെ സമകാലികരായ പല ഭൗതികശാസ്ത്രജ്ഞരും അംഗീകരിച്ചിരുന്നില്ല. ഇക്കൂട്ടത്തിൽ പ്രമുഖനായിരുന്നു ലെബ്നിസ് (Gottfried Leibniz). ന്യൂട്ടനെപ്പോലെ മതവിശ്വാസമെന്ന ബാദ്ധ്യത ലെബ്നിസിനുണ്ടായിരുന്നില്ല. അതുകൊണ്ടുതന്നെ ന്യൂട്ടന്റെ ചിന്താധാരയിൽ ലെബ്നിസിന് അല്പം പോലും താല്പര്യം തോന്നിയില്ല. സമയം മനുഷ്യനിർമ്മിതമാണെന്നായിരുന്നു അദ്ദേഹത്തിന്റെ വാദം. പ്രാപഞ്ചിക പ്രതിഭാസങ്ങളെ പരസ്പരം കാര്യകാരണ സഹിതം ബന്ധിപ്പിക്കുന്നത് മനുഷ്യമസ്തിഷ്കത്തിന്റെ ഭാവന മാത്രമാണെന്ന് ലെബ്നിസ് ഉറച്ചു വിശ്വസിച്ചിരുന്നു. മനുഷ്യനിർമ്മിതമായ ക്ലോക്കിന്റെ പെൻഡുലത്തിന്റെ ദോലനത്തിനനുസരിച്ച പ്രാപഞ്ചിക പ്രതിഭാസങ്ങൾ അളക്കുന്നതിൽ അർത്ഥമില്ലെന്നു തെളിയിക്കാനാണ് ലെബ്നിസ് ശ്രമിച്ചത്. നിലനില്ക്കുന്ന എന്തോ ഒന്ന് അളക്കപ്പെടുന്നു എന്ന തോന്നലുണ്ടാക്കുക മാത്രമാണ് ഘടികാരം ചെയ്യുന്നത്. മനുഷ്യ മസ്തിഷ്കത്തിന്റെ ഭാവനയ്ക്കനുസരിച്ച് പ്രാപഞ്ചിക പ്രതിഭാസങ്ങൾക്ക് കാര്യകാരണബന്ധം സ്ഥാപിച്ചെടുക്കുന്നതിനു വേണ്ടി സൃഷ്ടിച്ചതും, സംഭവങ്ങളെ തമ്മിൽ ബന്ധിപ്പിച്ച് അവയ്ക്ക് ഒരു അർത്ഥതലം നല്കുന്നതിനു വേണ്ടി രൂപപ്പെടുത്തിയതും യഥാർത്ഥത്തിൽ നിലനില്പില്ലാത്തതുമായ മിഥ്യാധാരണ മാത്രമാണ് സമയമെന്നാണ് ലെബ്നിസ് പറയുന്നത്. സ്ഥലമാനങ്ങളിൽ മുകളിൽ –താഴെ, ഇടത്–വലത്, മുന്നിൽ–പിന്നിൽ, എന്നെല്ലാം പറയുന്നപോലെ അർത്ഥശൂന്യമാണ് സമയത്തിന്റെ കേവല മൂല്യവും.

കാലത്തിനുണ്ടായിരുന്ന ഒരു `കാല്പനിക പരിവേഷം' അസ്തമിച്ചതും ഇളക്കം തട്ടാത്ത പ്രപഞ്ച സത്യമാണതെന്ന ധാരണയ്ക്ക് അറുതി വന്നതും ആൽബർട്ട് ഐൻസ്റ്റൈന്റെ പ്രതിഭയുടെ മുന്നിലാണ്. നീളം വീതി, ആഴം എന്നിങ്ങനെയുള്ള സ്ഥലമാനങ്ങളോടു ചേർത്തുവായിക്കേണ്ട പ്രപഞ്ചത്തിന്റെ അളവുകോലാണ് കാലമെന്നും സ്ഥലത്തിൽ നിന്ന് വേറിട്ടൊരു നിലനില്പ് കാലത്തിനില്ലെന്നുമാണ് ഐൻസ്റ്റൈൻ തെളിയിച്ചത്. പിന്നീട് ഉപകരണങ്ങളുടെ സഹായത്തോടെ പരീക്ഷിച്ച് ബോദ്ധ്യപ്പെട്ടുകൊണ്ടിരിക്കുന്നതും ചരിത്രം. അസാധാരണ സിദ്ധാന്തങ്ങൾക്ക് അസാധാരണ തെളിവുകൾ വേണം. ആപേക്ഷികതാ പ്രമാണങ്ങൾ ഉറപ്പിച്ചു നിർത്തിയിരിക്കുന്നത് ഇത്തരം അസാധാരണമായ തെളിവുകളുടെ അടിത്തറയിലാണ്.

ഭൗതിക നിയമങ്ങൾ പ്രപഞ്ചത്തിലെല്ലായിടത്തും ഒരുപോലെ ബാധകമാണെങ്കിലും നിരീക്ഷകന്റെ സ്ഥാനത്തിനും സഞ്ചാരവേഗതയ്ക്കും ആപേക്ഷികമായിരിക്കും അവയെന്നാണ് ആപേക്ഷികതാ സിദ്ധാന്തങ്ങൾ

പറയുന്നത്. കേവലമായത് ഒന്നുമാത്രമേ ഉള്ളൂ – പ്രകാശവേഗത. നിരീക്ഷകന്റെ സ്ഥാനത്തിനും സഞ്ചാരവേഗതയ്ക്കും ആപേക്ഷികമായല്ല പ്രകാശം സഞ്ചരിക്കുന്നത്. പ്രപഞ്ചത്തിന്റെ വേഗപരിധിയാണ് പ്രകാശപ്രവേഗം. മണിക്കൂറിൽ 100 കി മീ. വേഗതയിൽ മുന്നോട്ടു സഞ്ചരിച്ചുകൊണ്ടിരിക്കുന്ന ഒരു കാറിന്റെ ഹെഡ്‌ലൈറ്റിൽ നിന്ന് പുറപ്പെടുന്ന പ്രകാശത്തിന്റെ വേഗതയും 30 കി മീ. വേഗതയിൽ പിന്നിലേക്കുസഞ്ചരിച്ചുകൊണ്ടിരിക്കുന്ന വാഹനത്തിന്റെ ഹെഡ്‌ലൈറ്റിൽ നിന്നുള്ള പ്രകാശത്തിന്റെ വേഗതയും ഒന്നുതന്നെയായിരിക്കും. ഈ രണ്ടവസ്ഥകളിലും പ്രകാശപ്രവേഗം `c' തന്നെയായിരിക്കും (c+100 അല്ലെങ്കിൽ c-30 ആയിരിക്കില്ല). പ്രകാശപ്രവേഗം നിരീക്ഷകന്റെ സ്ഥാനത്തിനോ പ്രകാശസ്രോതസ്സുകളുടെ ആപേക്ഷിക സഞ്ചാരത്തിനോ അനുസരിച്ച് വ്യത്യാസപ്പെടുന്നില്ല എന്നർത്ഥം. പ്രകാശത്തിന്റെ ഈ സ്വഭാവം പ്രപഞ്ചത്തിലെ എല്ലാ അളവുകളിലും മാറ്റം വരുത്താൻ പര്യാപ്തമാണ്. സ്ഥലമാനങ്ങൾ മാത്രമല്ല കാലവും പ്രകാശത്തിന്റെ പാതയിൽ മാറ്റങ്ങൾക്ക് വിധേയമാകും. മറ്റൊരുതരത്തിൽ പറഞ്ഞാൽ സ്ഥലവും കാലവും – അവയെ സ്ഥലകാലസ്ഥലകാലം (spacetime) എന്നാണ് ആപേക്ഷികതയിൽ പറയുന്നത് – നിരീക്ഷകന്റെ സഞ്ചാരവേഗതയ്ക്ക് ആപേക്ഷികമായിരിക്കും.

കാലപ്രവാഹത്തെ ഒരു സമയസഞ്ചാരിയുടെ (time traveller) വേഗതയുമായി ബന്ധപ്പെടുത്തുന്നത് എങ്ങനെയാണെന്നു നോക്കാം. നിങ്ങളുടെ ഓഫീസിലെ ചുമർ ക്ലോക്ക് കാണിക്കുന്ന സമയത്തെക്കാൾ സാവധാനത്തിലാണ് ഓടിക്കൊണ്ടിരിക്കുന്ന നിങ്ങളുടെ കാറിലെ ക്ലോക്ക് സഞ്ചരിക്കുന്നത് എന്നു പറയുമ്പോൾ വിശ്വസിക്കാൻ പ്രയാസമായിരിക്കും. കാറിന്റെ വേഗത പ്രകാശവേഗതയുമായി താരതമ്യം ചെയ്യുമ്പോൾ നിസ്സാരമായതുകൊണ്ട് കാറിനുള്ളിലെ ക്ലോക്കിന്റെ മന്ദഗമനം അളക്കാൻ കഴിയുന്നതിലും (നിങ്ങളുടെ കാർ ഒരുമണിക്കൂർ കൊണ്ട് 100 കി.മീ. സഞ്ചരിക്കുമ്പോൾ പ്രകാശം 100കോടി കി മീ അധികം പിന്നിട്ടിരിക്കും) കുറവായിരിക്കും. ഒരു റോക്കറ്റിലുള്ള ക്ലോക്ക് പരിഗണിച്ചാൽ അതിന്റെ സഞ്ചാരം കാറിലുള്ള ക്ലോക്കിനേക്കാൾ സാവധാനത്തിലായിരിക്കും. റോക്കറ്റിന്റെ വേഗത കാറിനേക്കാൾ കൂടുതലായതുതന്നെ കാരണം. ഇനി റോക്കറ്റിന്റെ വേഗത ക്രമമായി വർദ്ധിപ്പിച്ച് പ്രകാശ വേഗതയുടെ അടുത്തെത്തി എന്നിരിക്കട്ടെ, അപ്പോൾ ക്ലോക്കിലെ സമയം ഇഴഞ്ഞുനീങ്ങുന്നതയാണ് ഒരു ബാഹ്യ നിരീക്ഷകന് അനുഭവപ്പെടുന്നത്. റോക്കറ്റിന്റെ വേഗത പ്രകാശവേഗതയ്ക്ക് തുല്യമായാലോ? അപ്പോൾ സമയം നിശ്ചലമാകും. കാലപ്രവാഹമുണ്ടാകില്ല! കാലപ്രവാഹം സഞ്ചാരവേഗതയ്ക്ക് ആപേക്ഷികമാണെന്ന് കാണാൻ കഴിയും. ഇനി റോക്കറ്റിന്റെ വേഗത പ്രകാശപ്രവേഗത്തെ മറികടന്നുവെന്നിരിക്കട്ടെ. പിന്നീടുള്ള യാത്ര ഭൂതകാലത്തിലേക്കാണ്. സമയം പിന്നിലേക്ക് സഞ്ചരിക്കാനാരംഭിക്കും! സമയസഞ്ചാരിക്ക് അയാളുടെ മുതുമുത്തച്ഛന്മാരെയൊക്കെ സന്ദർശിക്കാൻ കഴിയും. എന്നാൽ അവിടെയൊരു സൈദ്ധാന്തിക പ്രശ്നമുണ്ട്.

സമയസഞ്ചാരി അയാളുടെ മുത്തച്ഛനെ കാണുമ്പോൾ കൈയിലുള്ള തോക്കെടുത്ത് മുത്തച്ഛന് നേരെ നിറയൊഴിച്ചു എന്നു കരുതുക. മുത്തച്ഛൻ കൊല്ലപ്പെട്ടുകഴിഞ്ഞാൽ പിന്നെയെങ്ങനെയാണ് സമയസഞ്ചാരി ജനിക്കുന്നത്? സൈദ്ധാന്തിക ഭൗതിക ശാസ്ത്രജ്ഞരുടെ ഉറക്കം നഷ്ടപ്പെടുത്തിയ ചിന്താ പരീക്ഷണമായിരുന്നു ഇത്. സമയസഞ്ചാരിക്ക് കാലത്തിന് പിന്നിലേക്ക് സഞ്ചരിക്കുമ്പോൾ സംഭവങ്ങളിൽ ഇടപെടാൻ കഴിയില്ലെന്ന ഒഴുക്കൻ മട്ടിലുള്ള മറുപടിയിൽ കവിഞ്ഞ് ഒന്നും ഇക്കാര്യത്തിൽ ഇതുവരെ നല്കാൻ കഴിഞ്ഞിട്ടില്ലെന്നതാണ് യാഥാർത്ഥ്യം. എന്നാൽ ഇങ്ങനെ ചിന്തിക്കുന്നതിൽ അർത്ഥമൊന്നുമില്ലെന്നാണ് ആപേക്ഷികത പറയുന്നത്. കാരണം പ്രപഞ്ചത്തിന്റെ വേഗപരിധി പ്രകാശപ്രവേഗമാണ്. അതിൽക്കൂടുതൽ വേഗതയിൽ സഞ്ചരിക്കാൻ ഒന്നിനുമാവില്ല. സമയസഞ്ചാരിയുടെ വേഗത പ്രകാശപ്രവേഗത്തോട് അടുക്കുംതോറും സഞ്ചാരിയുടെ വലിപ്പം കുറയുകയും പിണ്ഡം വർദ്ധിക്കുകയും ചെയ്യും. പ്രകാശപ്രവേഗത്തിലെത്തുമ്പോൾ സമയസഞ്ചാരിയുടെ വലിപ്പം പൂജ്യമാവുകയും പിണ്ഡം അനന്തമാവുകയും ചെയ്യും. അതിനപ്പുറമുള്ള ഒരു സമയസഞ്ചാരം ആപേക്ഷികത അനുവദിക്കുന്നില്ല. വേഗത വർദ്ധിക്കുന്നതനുസരിച്ച് കാലപ്രവാഹം മന്ദീഭവിക്കുന്നത് ഇന്ന് പരീക്ഷണശാലകളിൽ വെച്ച് തെളിയിക്കാൻ കഴിഞ്ഞിട്ടുണ്ട്. സബ് –ആറ്റമിക കണികകൾ പ്രകാശവേഗതയോടടുത്ത് പായിച്ചപ്പോൾ അവയുടെ ആയുസ്സ് വർദ്ധിക്കുന്നതായി കണ്ടെത്തിയിട്ടുണ്ട്. ഇരട്ടകളുടെ പ്രഹേളികയെന്ന് വിളിക്കുന്ന ചിന്താപരീക്ഷണത്തിൽ സമയത്തിന്റെ മെല്ലെപ്പോക്ക് ഐൻസ്റ്റൈൻ വിവരിക്കുന്നത് ശ്രദ്ധിക്കുക. പ്രകാശപ്രവേഗത്തിന്റെ (3,00,000 കി.മീ./സെക്കന്റ്) 90 ശതമാനം വേഗതയിൽ സഞ്ചരിക്കുന്ന ഒരു റോക്കറ്റിൽ ഇരട്ടകളിൽ ഒരാൾ മാത്രം യാത്ര ആരംഭിച്ചുവെന്നു കരുതുക. ഭൂമിയിലുള്ള ഇരട്ടകളിൽ ഒരാളെ ആധാരമാക്കി 10 വർഷത്തെ യാത്രയ്ക്കൊടുവിൽ അപരൻ റോക്കറ്റ് യാത്ര അവസാനിപ്പിച്ച് തിരിച്ചെത്തുമ്പോൾ അവർ തമ്മിൽ 5 വയസ്സിന്റെ പ്രായവ്യത്യാസമുണ്ടാകും. വേഗത്തിൽ സഞ്ചരിച്ചുകൊണ്ടിരിക്കുന്ന ഇരട്ടകളിലൊരുവന്റെ ജൈവഘടികാരം സാവധാനത്തിലാവുകയും അതുകൊണ്ട് ഭൂമിയിലുള്ളയാൾക്ക് പ്രായമാകുന്ന തോതിൽ സഞ്ചാരിക്ക് പ്രായമാകാതിരിക്കുകയുമാണ് ഇവിടെ സംഭവിച്ചത്. ഇവിടെ സ്ഥലമാനങ്ങളിലൂടെയുള്ള വേഗതയ്ക്ക് ആപേക്ഷികമാവുകയാണ് കാലപ്രവാഹം.

ന്യൂട്ടൺ നിർമ്മിച്ച കേവല സമയത്തെ സ്ഥലമാനങ്ങളോടു ചേർത്തുമാത്രം വായിക്കാൻ കഴിയുന്ന, പ്രപഞ്ചത്തിന്റെ അളവുകോലാക്കിയതും സ്ഥാനമാനങ്ങൾ പോലെ വികസിക്കുകയും ചുരുങ്ങുകയും ചെയ്യുന്നതാണെന്ന് തെളിയിച്ചതും ഐൻസ്റ്റൈനാണ്.അതോടുകൂടി കാലത്തിന്റെ അതീത ഭൗതിക മുഖംമൂടി അഴിഞ്ഞുവീണെന്നു പറയാം. സമയ സഞ്ചാരിയെ സംബന്ധിച്ചിടത്തോളം സ്ഥലപരിമാണങ്ങളിൽ നിന്ന് കാലത്തിനുള്ള ഒരേയൊരു വ്യത്യാസം സ്ഥലമാനങ്ങളിലൂടെയുള്ള

സഞ്ചാരം ബോധപൂർവ്വമാണെങ്കിൽ കാലത്തിലൂടെയുള്ള സഞ്ചാരം അങ്ങനെയല്ല എന്നുള്ളതാണ്. നെയ്ത്തുശാലയിലെ തുണിയുടെ ഊടും പാവും പോലെ പരസ്പരം വേർപെടുത്താനാവാത്ത വിധം സ്ഥലകാലങ്ങൾ പ്രപഞ്ച തിരശ്ശീലയിൽ വിന്യസിക്കപ്പെട്ടിരിക്കുകയാണ്. കാലഗണനയില്ലാതെ ദ്രവ്യമോ, ദ്രവ്യസാന്നിദ്ധ്യത്തിലല്ലാതെ കാലമോ അളക്കാൻ-ചിന്തിക്കാൻ പോലും -സാദ്ധ്യമല്ല. നെയ്ത്തുശാലയിലെ തുണി പോലെ തന്നെ വളയ്ക്കാനും തിരിക്കാനും വലിച്ചുനീട്ടാനും ചുരുക്കാനും കീറിക്കളയുന്നതിനും കഴിയുന്നതാണ് സ്ഥലകാലങ്ങളും. അതിന്റെ സ്വഭാവത്തിനനുസരിച്ചും പരസ്പരം ആപേക്ഷികമായുമാണ് പ്രപഞ്ചത്തിലെ ദ്രവ്യ-ഊർജ്ജവിന്യാസം. ആപേക്ഷികമല്ലാത്തതൊന്നും സ്ഥലകാലങ്ങളിൽ നിലനില്ക്കില്ല എന്തിനേറെ പ്രകാശത്തിന്റെ വേഗത പോലും മറ്റെന്തിനോടും ആപേക്ഷികമാണെന്നും തിരുത്തി വായിക്കുന്നതിനും കഴിയും. ആപേക്ഷികതയുടെ കൃത്യതയും സ്ഥൂലപ്രപഞ്ചത്തിലുള്ള അതിന്റെ അപ്രമാദിത്വവും ആണ് ആ ഗണിത സിദ്ധാന്തത്തെ പ്രായോഗിക തലത്തിൽ ഗ്ലോബൽ പൊസിഷനിങ്ങിലേക്കും, ഉപഗ്രഹ വിക്ഷേപത്തിലേക്കും സാറ്റലൈറ്റ് ഫോണുകളുടെ സാദ്ധ്യതയിലേക്കും നയിച്ചത്. പ്രപഞ്ചോല്പത്തി പരിണാമങ്ങൾ വിവരിക്കുന്നതിനും പ്രപഞ്ചത്തിന്റെ ഭാവി പ്രവചിക്കുന്നതിനും ശാസ്ത്രജ്ഞർക്കു തുണയാകുന്നതും ആപേക്ഷികതാ സിദ്ധാന്തങ്ങൾ തന്നെയാണ്. എങ്കിലും ആപേക്ഷികത അണിയിച്ചൊരുക്കിയ സ്ഥലകാലങ്ങളുടെ ചതുർമാന തിരക്കഥയിലും കാലത്തിന്റെ തുടക്കം തൃപ്തികരമായി വിശദീകരിക്കാൻ കഴിയുന്നില്ല.

പിണ്ഡമുള്ള ഏതു ദ്രവ്യരൂപവും അത് സ്ഥിതി ചെയ്യുന്ന സ്ഥലകാലങ്ങളിൽ വക്രതയുണ്ടാക്കുന്നുണ്ട്. പിണ്ഡം വർദ്ധിക്കുന്നതിനനുസരിച്ച് ഈ വക്രതയും വർദ്ധിച്ചുകൊണ്ടിരിക്കും. സ്ഥലകാലങ്ങളിൽ ദ്രവ്യമുണ്ടാക്കുന്ന വക്രതയാണ് ദ്രവ്യത്തിന്റെ ഗുരുത്വബലമായി അനുഭവപ്പെടുന്നത്. സ്ഥലകാല വക്രതയുടെ ഏറ്റവും സങ്കീർണ്ണമായ അവസ്ഥയാണ് തമോദ്വാരങ്ങൾ (black holes). തമോദ്വാരങ്ങളുടെ സീമയാണ് സംഭവചക്രവാളം (event horizon). സ്ഥലകാല വക്രത അനന്തമാകുന്ന സംഭവചക്രവാളത്തിനുള്ളിൽ സമയം നിശ്ചലമാണ്. സംഭവചക്രവാളത്തിനുള്ളിലേക്കു പ്രവേശിക്കുന്ന ദ്രവ്യവും ഊർജ്ജവുമെല്ലാം വ്യാപ്തം പൂജ്യമായ ഒരു ബിന്ദുവിൽ (singularity) ഒതുങ്ങും. ഈ വൈചിത്ര്യത്തിൽ നിന്നുള്ള പലായന പ്രവേഗം (escape velocity) പ്രകാശവേഗതയെ കവച്ചു വയ്ക്കുന്നതുകൊണ്ട് അവിടെ നിന്നുള്ള ഒരു വിവരവും, പ്രകാശം പോലും പുറത്തെത്തുന്നില്ല. സംഭവചക്രവാളത്തിനുള്ളിലെ വൈചിത്ര്യം ഒരിക്കലും നഗ്നമാക്കപ്പെടില്ല (Nature abhors a naked singularity). ദൃശ്യപ്രപഞ്ചത്തിൽ നിന്നു മറയ്ക്കപ്പെട്ടിരിക്കുന്ന (cosmic sensorship conjecture-Roger Penrose) സംഭവ ചക്രവാളത്തിനുള്ളിലേക്കു പ്രവേശിക്കുന്ന ഒരു സമയ സഞ്ചാരിയെ നിരീക്ഷിക്കുന്ന ബാഹ്യ നിരീക്ഷകന് മതിഭ്രമമുണ്ടാക്കുന്ന സംഭവങ്ങളായിരിക്കും പിന്നീട് അര

ങ്ങേറുന്നത്. സമയ സഞ്ചാരിയുടെ സഞ്ചാര വേഗത കുറഞ്ഞ് വന്ന് ഒടുവിൽ അയാൾ നിശ്ചലാവസ്ഥയിലാകും. നിരീക്ഷകന് ആപേക്ഷികമായി സമയസഞ്ചാരിയുടെ സമയപ്രവാഹം നിശ്ചലമായിരിക്കുകയാണ്. സമയ സഞ്ചാരി സംഭവചക്രവാളത്തിന്റെ സീമ മറികടക്കുന്നത് ബാഹ്യനിരീക്ഷകന് കാണാൻ കഴിയില്ല. കാരണം അയാളെ സംബന്ധിച്ചിടത്തോളം സമയം പ്രവഹിക്കുന്നില്ല. എന്നാൽ സമയ സഞ്ചാരിക്ക് സംഭവങ്ങൾ ഇങ്ങനെയല്ല അനുഭവപ്പെടുന്നത്. അത്യന്തം സങ്കീർണ്ണമായ ഗുരുത്വബലം സമയസഞ്ചാരിയുടെ ശരീരത്തെ വലിച്ചുകീറിക്കളയും. തമോദ്വാരങ്ങളുടെ നഗ്നത ദൃശ്യ പ്രപഞ്ചത്തിൽ നിന്ന് മറയ്ക്കപ്പെട്ടിരിക്കുന്നതു കൊണ്ട് എന്താണതിനുള്ളിൽ സംഭവിക്കുന്നതെന്നു തൃപ്തികരമായി വിശദീകരിക്കുന്നതിന് സാമാന്യ ആപേക്ഷികതയ്ക്ക് കഴിയില്ലെന്നു മാത്രമല്ല, തമോദ്വാരങ്ങളുടെ സ്വഭാവം വിവരിക്കുന്നതിൽ ക്വാണ്ടം ഗുരുത്വപ്രഭാവങ്ങൾക്ക് സംഭവചക്രവാളത്തിനടുത്ത് പ്രാധാന്യമുണ്ടെന്നും തിരിച്ചറിയേണ്ടതുണ്ട്. അങ്ങനെ വരുമ്പോൾ ആപേക്ഷികതയിലെ ഗുരുത്വാകർഷണ പ്രമാണങ്ങളും ക്വാണ്ടം ഭൗതികവും സംയോജിപ്പിച്ചുകൊണ്ടുള്ള ഒരു സമ്പൂർണ്ണ പ്രപഞ്ചസിദ്ധാന്തത്തിന് (Quantum Gravity) മാത്രമേ തമോദ്വാരങ്ങളുടെ ഭൗതികം കൃത്യമായി അവതരിപ്പിക്കാൻ കഴിയുകയുള്ളൂ. ഇത്തരം പ്രപഞ്ച സിദ്ധാന്തങ്ങളെല്ലാം തന്നെ ശൈശവ ദശയിലാണിപ്പോഴുള്ളത്. പ്രപഞ്ചത്തിലെ നാല് അടിസ്ഥാന ബലങ്ങളെ (വിദ്യുത്കാന്തിക ബലം, ശക്ത-ക്ഷീണ ന്യൂക്ലിയർ ബലങ്ങൾ, ഗുരുത്വാകർഷണ ബലം) സംയോജിപ്പിക്കുന്നത് അത്ര എളുപ്പമല്ലാത്തതു തന്നെയാണ് ഇത്തരം സർവ്വതിന്റെയും സമ്പൂർണ്ണ സിദ്ധാന്തം രൂപപ്പെടുത്തുന്നതിനുള്ള പ്രധാന കടമ്പ.

തമോദ്വാരങ്ങളിൽ സംഹാരം മാത്രമല്ല, സൃഷ്ടിയും നടക്കുന്നുണ്ട്. തമോദ്വാരങ്ങളുടെ കേന്ദ്രമായ വൈചിത്ര്യം (Singularity) മറ്റു പ്രപഞ്ചങ്ങളുടെ തുടക്കമാകുന്നതിനുള്ള സാദ്ധ്യത തള്ളിക്കളയാനാവില്ല. തമോദ്വാരങ്ങളിൽ അകപ്പെടുന്ന ദ്രവ്യവും ഊർജ്ജവുമെല്ലാം വൈചിത്ര്യത്തിൽ വെച്ച് നഷ്ടപ്പെടുകയാണ്. തിരിച്ചുവരാൻ കഴിയാത്ത ഈ മേഖലയിൽ വച്ച് (Radius of no-return) നഷ്ടപ്പെടുന്ന ദ്രവ്യോർജ്ജങ്ങൾ മറ്റൊരു പ്രപഞ്ചത്തിലെ സ്ഥലകാലങ്ങളിലേക്ക് പമ്പു ചെയ്യപ്പെടുകയുമാവാം. അങ്ങനെ വരുമ്പോൾ സമാന്തര പ്രപഞ്ചങ്ങളും ചാക്രിക കാലവുമെല്ലാം ഇനിയുമധികം ചർച്ച ചെയ്യപ്പെടേണ്ടതുണ്ട്. ഒരുപക്ഷേ ക്വാണ്ടം ഗ്രാവിറ്റി സിദ്ധാന്തങ്ങൾക്ക് കാലമെന്ന യാഗാശ്വത്തെ പിടിച്ചുകെട്ടാൻ കഴിയുമെന്നുതന്നെയാണ് ശാസ്ത്രജ്ഞർ കരുതുന്നത്. റോജർ പെൻറോസിനെപ്പോലെ, സ്റ്റീഫൻ ഹോക്കിങ്ങിനെപ്പോലെയുള്ള സൈദ്ധാന്തിക ഭൗതിക ശാസ്ത്രജ്ഞർ ക്വാണ്ടം ഗ്രാവിറ്റി സിദ്ധാന്തങ്ങളുടെ ആരാധകരാണ്.

സ്ഥലം കേവലമല്ലാത്തതുപോലെ കാലവും കേവലമല്ല. ഒന്നു കേവലവും മറ്റേത് ആപേക്ഷികവുമാണെന്ന് പറയുമ്പോൾ സ്ഥലകാലങ്ങൾ യഥാർത്ഥമല്ലെന്നു പറയേണ്ടതായി വരും. അത്തരമൊരു സാഹസത്തിന്

ഇപ്പോൾ ആരും മുതിരുമെന്ന് കരുതാനാവില്ല. സ്ഥലകാലങ്ങൾ ആപേക്ഷികമാവുമ്പോൾ കേവലമായ ഒരു ഈശ്വരസങ്കല്പവും പ്രപഞ്ച സ്രഷ്ടാവുമൊന്നും നിലനില്ക്കില്ല. ഭൂതം, ഭാവി, വർത്തമാനം എന്നെല്ലാം പറയുന്നത് ജന്തു മസ്തിഷ്കത്തിന്റെ മിഥ്യാ ദർശനങ്ങൾ മാത്രമാണ്. ഇവിടെ സഞ്ചരിക്കുന്നത് സമയമല്ല. സംഭവങ്ങൾ കാലത്തിൽ സഞ്ചരിക്കുകയാണ് ചെയ്യുന്നത്. തികച്ചും സ്വതന്ത്രമായ പ്രതിഭാസങ്ങളെ ബന്ധിപ്പിക്കുന്നതിനുള്ള ജന്തുമസ്തിഷ്കത്തിന്റെ വെമ്പൽ മാത്രമാണ് കാലഗണന. കാര്യകാരണ ബന്ധമെല്ലാം മസ്തിഷ്കത്തിന്റെ ഉല്പന്നമാണ്. അല്ലെങ്കിൽ തന്നെ വർത്തമാനവും ഭാവിയുമെല്ലാം ആർക്കെങ്കിലും അനുഭവിക്കാൻ കഴിയുമോ? സംഭവങ്ങൾ നടക്കുന്ന ഒരു കാലം മാത്രമേയുള്ളൂ. അത് നിരീക്ഷകന്റെ സ്ഥാനത്തിനും സഞ്ചാരവേഗതയ്ക്കും ആപേക്ഷികവുമായിരിക്കും. നിരീക്ഷകന്റെ സാന്നിദ്ധ്യമില്ലെങ്കിൽ സ്ഥലകാലങ്ങളുമില്ല, കാലപ്രവാഹവുമില്ല. കാരണം മറ്റെന്തെങ്കിലുമൊന്നിനോട് ആപേക്ഷികമായല്ലാതെ അവയെ അളക്കാൻ കഴിയില്ല തന്നെ.

ശൂന്യതയുടെ അതിരുകൾ

ഭൂമിയിലേക്ക് വീഴുന്ന ആപ്പിൾ, ഇരുമ്പിനെ വലിച്ചടുപ്പിക്കുന്ന കാന്ത ദണ്ഡ് – ഇവിടെയെല്ലാം ആകർഷണം എന്ന വാക്ക് രണ്ട് വസ്തുക്കൾ തമ്മിലുള്ള പ്രതിപ്രവർത്തനത്തെ സൂചിപ്പിക്കുന്ന അകലമാണ്. ഈ പ്രതിപ്രവർത്തനം ഒരുപക്ഷേ വായുവിലൂടെയാകാം പ്രക്ഷേപിക്കപ്പെടുന്നത്. ഇത്തരമൊരു ആശയത്തിന് സ്പേസിൽ അധികം നിലനില്പില്ല. ഭൂമി ചന്ദ്രനെ ആകർഷിക്കുന്നതും സൂര്യൻ ഇവ രണ്ടിനെയും ആകർഷിക്കുന്നതും ഇത്തരമൊരു മാധ്യമം ഇല്ലാതെ തന്നെയാണ്. പ്രായോഗികമായി പറഞ്ഞാൽ ഇവ ഓരോന്നും ശൂന്യതയിലാണ് ചരിക്കുന്നത്. ആറ്റത്തിന്റെ ന്യൂക്ലിയസ് ഇലക്ട്രോണിനെ ആകർഷിക്കുന്നതുപോലെ തീർച്ചയായും ഇവയുടെ ഇടയിൽ ശൂന്യതയാണ്. അപ്പോൾ പരസ്പരാകർഷണത്തിന് ഒരു മാധ്യമം എന്ന സങ്കല്പം ചോദ്യം ചെയ്യപ്പെടുന്നു.

മാധ്യമമില്ലാതെ ഒരു പ്രവൃത്തി എങ്ങനെ സാദ്ധ്യമാകും. പ്രായോഗിക ബുദ്ധിയിൽ അപ്രായോഗികമെന്ന് തോന്നാം. അതിനാൽ ശൂന്യതയിലാകമാനം വ്യാപിച്ച ഈഥർ എന്ന സങ്കല്പം ആവശ്യമായി വരുന്നു. ജ്യോതിശാസ്ത്രജ്ഞന്മാരുടെ സ്പേസിൽ ഈഥർ നിറഞ്ഞു നിന്നു. ഒടുവിൽ ഐൻസ്റ്റൈന്റെ ആപേക്ഷിക ലോകത്ത് വേദി നഷ്ടപ്പെട്ട നർത്തകനെപ്പോലെ ഈഥർ പിൻവാങ്ങി. ഈഥർ അല്ലെങ്കിൽ മറ്റെന്താണ് സംഭവങ്ങളെ കൂട്ടിയിണക്കുന്നത്. അല്ലെങ്കിൽ വേർതിരിക്കുന്നത്? ശൂന്യത എന്നാൽ ശൂന്യത മാത്രമാണ്. ശൂന്യതയ്ക്കെങ്ങനെ സംഭവങ്ങളെ ബന്ധിപ്പിക്കാനാവും? അഥവാ ബന്ധിപ്പിക്കുന്നുണ്ടെങ്കിൽ ശൂന്യതയ്ക്ക് എന്താണ് പ്രസക്തി? അപ്പോൾ എന്താണ് സ്പേസ് എന്നും എന്താണ് മാറ്റർ എന്നും അന്വേഷിക്കേണ്ടിയിരിക്കുന്നു. സ്പേസിൽ ദ്രവ്യം നിറഞ്ഞിരിക്കുന്ന ഭാഗമാണ് വസ്തുവെങ്കിൽ ദ്രവ്യമില്ലാത്ത ഭാഗമാണ് വാകം

അഥവാ void എന്ന് സാമാന്യേന പറയാം. ഇവയെ പരസ്പരം ബന്ധപ്പെടുത്തുക സാദ്ധ്യമല്ല. ശൂന്യത പദാർത്ഥങ്ങളുമായോ പദാർത്ഥങ്ങൾ ശൂന്യതയുമായോ പ്രതിപ്രവർത്തിക്കാറില്ല. എന്നാൽ പദാർത്ഥങ്ങൾക്ക് പരസ്പരം പ്രതിപ്രവർത്തനം നടത്താൻ സാധിക്കും – ശൂന്യതയിലൂടെ. അപ്പോൾ ശൂന്യതയ്ക്ക് ഇവിടെ കക്ഷി ചേരാൻ കഴിയില്ല. ശൂന്യത ഉണ്ടെങ്കിലും അതില്ലെങ്കിലും പദാർത്ഥങ്ങൾക്ക് പ്രതിപ്രവർത്തനം സാദ്ധ്യമാകും. അതോടെ ശൂന്യത എന്ന പ്രയോഗം തന്നെ അപ്രസക്തമാകുന്നു.

പൊതു ആപേക്ഷികത തിരക്കഥ എഴുതുന്നതോടുകൂടി അപ്രസക്തങ്ങളായ കഥാപാത്രങ്ങൾ വീണ്ടും രംഗം കീഴടക്കി. ദ്രവ്യത്തിനും സ്പേസിനും ഈ തിരനാടകത്തിലെ നായകനും പ്രതിനായകനുമാകാൻ അധികം താമസം വേണ്ടിവന്നില്ല. പദാർത്ഥങ്ങൾ സ്പേസിൽ വരുത്തുന്ന മാറ്റങ്ങളെകുറിച്ചാണ് പൊതു ആപേക്ഷികതാ സിദ്ധാന്തം പറയുന്നത്. സ്പേസ് എല്ലാ കാലത്തും ഐക്യരൂപമുള്ളതാണ് (Homogeneous). സ്പേസിൽ ദ്രവ്യം ഇല്ലെങ്കിൽ മാത്രം. പദാർത്ഥ സാന്നിദ്ധ്യം ഇത്തരം ഐക്യരൂപം ഇല്ലായ്മ ചെയ്യുന്നു. സ്പേസിന്റെ ഐക്യരൂപം നാമെങ്ങനെ അളക്കും ? അതിനുണ്ടാകുന്ന നഷ്ടം നാമെങ്ങനെ തിരിച്ചറിയും? ശൂന്യതയിലെ ജ്യാമിതിക്ക് അധികം തല പുകയേണ്ട ആവശ്യമില്ല. ഹൈസ്ക്കൂൾ വിദ്യാർത്ഥി ഉപയോഗിക്കുന്ന ജ്യാമിതീയ സൂത്രങ്ങൾ ധാരാളം മതിയാകും. രണ്ടു ബിന്ദുക്കളെ കൂട്ടിയോജിപ്പിക്കുന്ന ഏറ്റവും കുറഞ്ഞ ദൂരമാണ് രേഖ; സമാന്തര രേഖകൾ ഒരിക്കലും കൂട്ടിമുട്ടില്ല എന്നീ പ്രമാണങ്ങൾ ശൂന്യതയിലും ബാധകമാണ്. എന്നാൽ യൂക്ലിഡും ഹൈസ്ക്കൂളിലെ ഗണിതാദ്ധ്യാപകനും ചിന്തിച്ചതുപോലെ സ്വർഗ്ഗത്തിലും ഭൂമിയിലും ഒരുപോലെ പ്രായോഗികമായ ജ്യാമിതീയ നിയമങ്ങൾ ഉണ്ടായില്ല എന്നു മാത്രമല്ല, അത് തെറ്റാണെന്ന് തെളിയുകയും ചെയ്തു. ജ്യാമിതീയ നിയമങ്ങൾ രൂപീകരിക്കുന്നത് ഏതു വസ്തുവിനെ സംബന്ധിച്ചാണോ ആ വസ്തുവിന്റെ സ്വഭാവസവിശേഷതകൾ കൂടി ഇവിടെ പരിഗണിക്കേണ്ടതായി വരുന്നു. അപ്പോൾ സ്പേസിലെ ജ്യാമിതി തീരുമാനിക്കേണ്ടത് സ്പേസിന്റെ സവിശേഷതകൾ സ്പേസിലുള്ള വസ്തുക്കൾക്കും അവയുടെ വിന്യാസത്തിനും (Configuration) അനുസരിച്ചായിരിക്കണം. ഹോ .. ദൈവം സമ്മാനിച്ച ജ്യാമിതീയ നിയമങ്ങൾ മനുഷ്യൻ തിരുത്താൻ ശ്രമിക്കുന്നു.

ജ്യോതിശാസ്ത്രത്തിന്റെ വളർച്ചയിൽ വീണ്ടും ശൂന്യത കത്തിവേഷം ധരിച്ചു. പദാർത്ഥങ്ങൾ ഇല്ലാത്ത ശൂന്യത എന്ന പ്രയോഗത്തിന്റെ പ്രസക്തി ഇവിടെ ചോദ്യം ചെയ്യപ്പെടുന്നു. സ്പേസിൽ നേർരേഖ വരയ്ക്കാൻ സാദ്ധ്യമല്ലെന്നും ഇതൊരു വക്രരേഖ ആയിരിക്കുമെന്നും (geodesic) വന്നു. സ്പേസിലെ ദ്രവ്യത്തിന്റെ ദ്രവ്യമാനമനുസരിച്ച് ഈ വക്രത കൂടിക്കൂടി വരുമെന്നും രണ്ടു ബിന്ദുക്കളെ യോജിപ്പിക്കുന്ന നേർരേഖ എന്ന സങ്കല്പം സങ്കല്പം മാത്രമായി നിലനില്ക്കുമെന്ന അവ

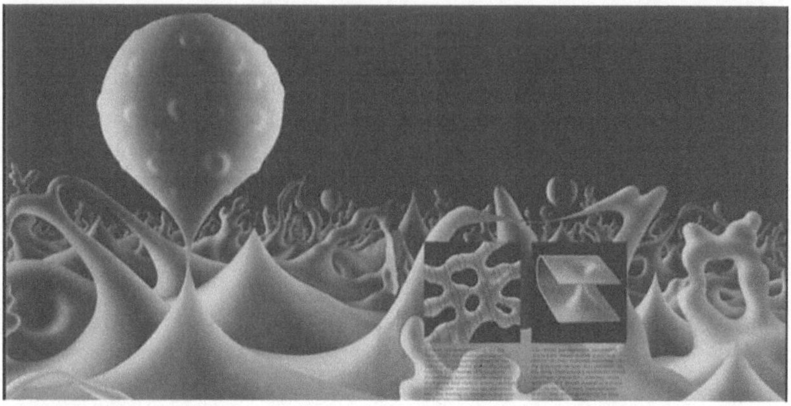

സ്ഥയുമായി. ദ്രവ്യമാനം കുറഞ്ഞ വസ്തുക്കളിൽ ഇത് തിരിച്ചറിയുക സാദ്ധ്യമല്ല. ദ്രവ്യമാനം കൂടിയ വസ്തുക്കളാകുമ്പോൾ സംഗതി കുറേ കൂടി വ്യക്തമാകുന്നു. ക്ലാക്കൽ ഭൗതികത്തിന്റെ ഭാഷയിൽ പ്രകാശം നേർരേഖയിൽ സഞ്ചരിക്കുന്നു. നമുക്ക് കണ്ണുകളെ വിശ്വസിക്കാം. ഇനി ഒരു ടെലസ്കോപ്പിന്റെ സഹായത്തോടെ സൂര്യനു സമീപത്തെ നക്ഷത്രങ്ങളുടെ ചിത്രമെടുത്തു പരിശോധിക്കാം. ഒരു ചിത്രം പൂർണ്ണ സൂര്യഗ്രഹണസമയത്ത് എടുക്കണം. ക്ലാക്കൽ ഭൗതിക നിയമമനുസരിച്ച് ഈ രണ്ടു ചിത്രങ്ങളിലും നക്ഷത്രങ്ങളുടെ സ്ഥാനം മാറരുത്. എന്നാൽ ഫലം വിപരീതമായിരുന്നു. ഉയർന്ന ദ്രവ്യമാനമുള്ള സൂര്യൻ അതിനു സമീപമുള്ള സ്പേസിനെ വക്രീകരിച്ചുകളഞ്ഞിരിക്കുന്നു. അഥവാ വക്രഗുണമുള്ള സ്പേസിലൂടെ സഞ്ചരിക്കുന്ന പ്രകാശവും സമാനഗുണം കാണിക്കുന്നു. ഇവിടെ സ്പേസ് എന്നാൽ ഒന്നുമില്ലാത്ത സർവ്വത്ര ശൂന്യത എന്ന പ്രയോഗം അപ്രസക്തമായി മാറുന്നു. അതിനാൽ വാകം അഥവാ ശൂന്യത എന്നല്ല ഫീൽഡ് (ക്ഷേത്രം) എന്ന വാക്കാണ് ഇവിടെ അനുയോജ്യമായിട്ടുള്ളത്.

എന്താണ് ഫീൽഡ് അഥവാ ക്ഷേത്രം? പദാർത്ഥങ്ങൾ പ്രതിപ്രവർത്തിക്കുന്ന മാധ്യമമാണ് ക്ഷേത്രം. പ്രതിപ്രവർത്തിക്കാത്ത പദാർത്ഥങ്ങൾ ഇല്ല, കാരണം പദാർത്ഥങ്ങൾ നിർമ്മിക്കപ്പെട്ടിരിക്കുന്നത് കണികകൾ കൊണ്ടാണ്. അതുകൊണ്ടു തന്നെ ക്ഷേത്രം ഏതുകാലത്തും എവിടെയും നിലനിലക്കുന്നു: ഇവ പദാർത്ഥങ്ങൾക്കിടയിൽ മാത്രമല്ല അവയുടെ ഉള്ളിലും. ഫീൽഡിന്റെ പ്രഥമവും പ്രധാനവുമായ പ്രത്യേകതയാണ് ഇത്. അഥവാ ദ്രവ്യം പോലെതന്നെ യാഥാർത്ഥ്യവും പ്രാപഞ്ചികവുമാണ് ഫീൽഡും. ഇവ തമ്മിലുള്ള വ്യത്യാസം ദ്രവ്യത്തെ സ്പർശിച്ച് സ്പഷ്ടമായി മനസ്സിലാക്കാൻ സാധിക്കും. ക്ഷേത്രത്തെ സാധിക്കില്ല (eg: ഇലക്ട്രിക് കറന്റ്, അണുശക്തി, ഗുരുത്വബലം etc..). എന്നാൽ ക്ഷേത്രത്തിന്റെ സാന്നിദ്ധ്യം അനുഭവിക്കാൻ സാധിക്കും. ഇലക്ട്രോമാഗ്നറ്റിക് തിയറി വ്യാഖ്യാനിക്കപ്പെട്ടതോടുകൂടി പ്രകാശം എന്നുള്ളത് കണി

കകളുടെ (photons) സ്വതന്ത്രമായ പാക്കറ്റുകളാണെന്ന് (quanta) തെളിയിക്കപ്പെട്ടു. പ്രകാശം പതിക്കുന്ന ദ്രവ്യത്തിൽ നിന്നും കണികകൾ പുറന്തള്ളപ്പെടുന്നത് കണ്ടെത്തിയതോടുകൂടി പ്രകാശം എന്നത് ബലവാഹികളായ കണികകളുടെ സഞ്ചയമാണെന്ന് തെളിയിക്കപ്പെട്ടു.

ഫീൽഡിലേക്ക് തിരിച്ചുവരാം. ഫീൽഡ് എന്നാൽ അതിരുകളില്ലാത്തതും അളക്കാൻ കഴിയാത്തതുമായ സ്പേസ് ആണ്. ദ്രവ്യമാകട്ടെ സ്പേസിൽ ഒതുങ്ങുന്നതും പിണ്ഡമുള്ളതും അളക്കാൻ കഴിയുന്നതുമാണ്. ഉന്നത ഊർജ്ജനിലയിൽ ദ്രവ്യത്തിന്റെയും ഫീൽഡിന്റെയും ഗുണങ്ങൾ തിരിച്ചറിയാൻ കഴിയാത്തവിധം സങ്കീർണ്ണവും സമാനവുമായിത്തീരുന്നു. സാധാരണ ഊർജ്ജനിലയിലാകട്ടെ ദ്രവ്യം ദ്രവ്യമായും ഫീൽഡ് ഫീൽഡായും നിലകൊള്ളുന്നു.

ശൂന്യത ശൂന്യമല്ല (Emptiness is not empty)

ഒരു ഇലക്ട്രോണിന്റെയും പോസിട്രോണിന്റെയും ഒരുമിച്ചുള്ള ജനനം ഫീൽഡ് ദ്രവ്യവുമായി മാറുന്നതിന്റെ തെളിവാണ്. ഇലക്ട്രോണും പോസിട്രോണും (+ve charged electron) പരസ്പരം കണ്ടുമുട്ടിയാൽ അവ പരസ്പരം നിർവ്വീര്യമാക്കപ്പെടുകയും (joint annihilation) ഊർജ്ജം പുറപ്പെടുവിക്കുകയും ചെയ്യും. ഇവിടെ ഇലക്ട്രോണും പോസിട്രോണും മറ്റേതോ രൂപത്തിലുള്ള കണികയായി മാറുകയല്ല - മാറ്റമൊന്നും കൂടാതെ അവ അപ്രത്യക്ഷമാവുകയാണ്. ശൂന്യതയിലേക്ക് (vacuum). അവ പുറപ്പെടുവിക്കുന്ന ഊർജ്ജം ഗാമാപ്രകാശരൂപത്തിലുള്ളതും. മറ്റൊരു തരത്തിൽ പറഞ്ഞാൽ ഒരു ആറ്റത്തിലെ ഉയർന്ന ഊർജ്ജനിലയിലുള്ള ഇലക്ട്രോൺ താഴ്ന്ന ഊർജ്ജനിലയിലേക്ക് ചാടുമ്പോൾ ഉണ്ടാകുന്ന ഊർജ്ജവികിരണം പോലെതന്നെ. ഇവിടെയും ഊർജ്ജോൽപ്പാദനം നടക്കുന്നുണ്ടെങ്കിലും ഇലക്ട്രോൺ ഇലക്ട്രോണായിത്തന്നെ നിലനില്ക്കുന്നു. ഒരു ഫീൽഡിൽ ഇക്കാര്യങ്ങൾ മുകളിൽ പറഞ്ഞതുപോലെ തന്നെ ആകണമെന്നില്ല. ആറ്റത്തിൽ ഇലക്ട്രോണിന് ഊർജ്ജനഷ്ടം സംഭവിക്കുമ്പോഴും അതിന് ഒരു ഇലക്ട്രോണായിരിക്കാൻ വേണ്ട ഊർജ്ജം സൂക്ഷിക്കപ്പെടുന്നുണ്ട്. നഷ്ടം സംഭവിക്കുന്നത് ഇലക്ട്രോണിന്റെ ഗതികോർജ്ജത്തിലാണ് (ബില്ല്യേർഡ്സ് ടേബിളിലെ ബോളുകളെ ശ്രദ്ധിക്കുക). അഥവാ ഏതു സാഹചര്യത്തിലാണെങ്കിലും ഒരു ഇലക്ട്രോൺ അതായിരിക്കാനാവശ്യമായ ഊർജ്ജനില (principal energy) സൂക്ഷിക്കുന്നുണ്ടെന്നർത്ഥം. ഒരു കണികയുടെ ഊർജ്ജ നഷ്ടം എന്നത് Eo =MoC ആണ്. അതനുസരിച്ച് അത് കണികയായിരിക്കാനുള്ള പിണ്ഡം കരുതി വച്ചിരിക്കും. അതായത് ഒരു കണിക എന്നത് വൈദ്യുത കാന്തികമണ്ഡലത്തിലെ ഒരു ക്വാണ്ടവുമായി വ്യത്യാസപ്പെട്ടിരിക്കുന്നു. അവയ്ക്ക് ഒരല്പം പിണ്ഡം സൂക്ഷിക്കേണ്ടതായിട്ടുണ്ട്. എങ്കിലേ അവയ്ക്ക് സ്വതന്ത്രമായ നിലനില്പുള്ളൂ. എന്താണിതിൽ നിന്നും വ്യക്തമാകുന്നത്? ഒരു ഇലക്ട്രോണും പോസിട്രോണും പര

സ്പരം നിർവ്വീര്യമാക്കപ്പെട്ട് ഊർജ്ജമാവുകയല്ല, മറിച്ച് അവയുടെ ഗതികോർജ്ജം നഷ്ടപ്പെട്ട് ഇലക്ട്രോൺ ഇലക്ട്രോണായും പോസിട്രോൺ പോസിട്രോണായും അവശേഷിക്കുന്നു. അവ ഉല്പാദിപ്പിച്ച ഊർജ്ജം പോലെതന്നെ അവയുടെ ദ്രവ്യമാനവും എവിടെയുമില്ലാതെ അപ്രത്യക്ഷമാകുന്നില്ല. അവയുടെ ഗതികോർജ്ജം ദ്രവ്യമാനത്തിലുണ്ടാകുന്ന വ്യത്യാസം കണികകളുടെ സ്വഭാവത്തിൽ മാറ്റം വരുത്തുകയും അവ കണികേതര സ്വഭാവം (Field or space) കാണിക്കുകയും ചെയ്യുന്നു. ഉല്പാദിപ്പിക്കപ്പെടുന്ന ഊർജ്ജമാകട്ടെ, ഫീൽഡ് ക്വാണ്ടങ്ങളായും ഗാമാ പ്രകാശമായും മാറുന്നു. അതുകൊണ്ട് ശൂന്യതയിൽ തീർച്ചയായും യഥാർത്ഥ കണികകൾ ഉണ്ടായില്ല. ഇതിനർത്ഥം കണികകൾ ഇല്ല എന്നല്ല. അതിനാൽ വാക്വം അഥവാ ശൂന്യത എന്നപ്രയോഗത്തിന് നിലനില്പില്ല. സ്പേസിൽ നിറഞ്ഞുനില്ക്കുന്നത് ദ്രവ്യവും ഫീൽഡുംമാത്രം. ശൂന്യതയ്ക്ക് ഇടമില്ലെന്നർത്ഥം!

ഇപ്പോൾ എല്ലാം വ്യക്തമാകുന്നു. ദ്രവ്യവും ഫീൽഡും ഒരു ടു-വേ ട്രാഫിക് പോലെയാണ്. രണ്ടു ഭാഗത്തേക്കും സഞ്ചാരം സാദ്ധ്യമാണ്. കണികകൾ ഫീൽഡ് ക്വാണ്ടങ്ങളാവുകയും തിരിച്ചും സംഭവിക്കുന്നു. ഈ കൈമാറ്റം നടക്കണമെങ്കിൽ ഉയർന്ന നിലയിലുള്ള ഊർജ്ജം അനിവാര്യമാണ്. ശൂന്യത ഫീൽഡിന് വഴി മാറികൊടുക്കേണ്ടിവന്നിരിക്കുന്നു. എന്നാൽ ശൂന്യതയെ ഉപേക്ഷിക്കേണ്ടതില്ല. കവികൾക്കും കാല്പനികർക്കും ആത്മീയ പ്രഭാഷകർക്കും ഇടയ്ക്കിടെ എടുത്തുപയോഗിക്കാൻ അതിനെ ഇവിടെ ഉപേക്ഷിച്ചേക്കുക. ഈ പ്രപഞ്ചസമുദ്രത്തിൽ ഡോൾഫിനുകൾ നൃത്തം ചെയ്യുന്നതുപോലെ കണികകൾ തുള്ളിക്കളിക്കുന്നതു കാണാൻ കണ്ണുകൾ തുറന്നു പിടിക്കുക.

ആത്മാവിന്റെ ക്വാണ്ടം ക്ഷേത്രം

Understanding is, after all, what science is all about - and science is a greater deal more than mindless computation.

- Sir. Roger Penrose

തത്ത്വചിന്തകരുടെയും പുരോഹിതന്മാരുടെയും കുത്തകയായിരുന്ന ആത്മാവും (Soul) ബോധവും (Consciousness) ഇനി ഭൗതികശാസ്ത്രത്തിന്റെ സമവാക്യങ്ങൾ അനുസരിക്കും! മസ്തിഷ്കത്തിലെ നൂറു ട്രില്യൺ നാഡീകോശങ്ങളുടെ (Neurons) പ്രതിപ്രവർത്തനത്തിന്റെ ഉപോല്പന്നമാണ് ബോധം അല്ലെങ്കിൽ ആത്മാവ് എന്ന് ഇനി സാമാന്യമായി പറയേണ്ട ആവശ്യമില്ല. അതിനുമപ്പുറമാണത്. ഇതിന് കൃത്യമായ ഒരു ഇരിപ്പിടവുമുണ്ട്. ജന്തുമസ്തിഷ്ക്കത്തിലെ ന്യൂറോണുകളിലുള്ള മൈക്രോട്യൂബ്യൂളുകളിലാണ് (Microtubules) ബോധം നിലനില്ക്കുന്നത്. അല്ലെങ്കിൽ ആത്മാവിന്റെ ഇരിപ്പിടമാണ് മൈക്രോട്യൂബ്യൂളുകൾ എന്നു പറയാം. ഇതു പ്രഖ്യാപിച്ചിരിക്കുന്നത് ഇന്നു ജീവിച്ചിരിക്കുന്ന ഏറ്റവും പ്രതിഭാശാലിയായ സൈദ്ധാന്തിക ഭൗതികശാസ്ത്രജ്ഞൻ സർ റോജർ പെൻറോസാണ്. കൂടെ ബുദ്ധിരാക്ഷസനായ മനഃശാസ്ത്രജ്ഞൻ ഡോ. സ്റ്റുവർട്ട് ഹാമെറോഫുമുണ്ട്. ഓർക്കസ്ട്രേറ്റഡ് ഒബ്ജക്ടീവ് റിഡക്ഷൻ (Orch-OR) എന്ന സങ്കേതമുപയോഗിച്ചാണ് അവർ ഈ കണ്ടെത്തൽ നടത്തിയിരിക്കുന്നത്. ബോധത്തിന്റെ ക്വാണ്ടം സിദ്ധാന്തമെന്ന് (Quantum Theory of Consciousness) വിളിക്കുന്ന നിരവധി പരികല്പനകളിൽ ഏറ്റവും പ്രബലമായ സമീപനമാണ് പെൻറോസും ഹാമെറോഫും ചേർന്ന് മുന്നോട്ടുവച്ചിട്ടുള്ള ഈ പുതിയ പരികല്പന. അതുകൂടാതെ ക്വാണ്ടം ഭൗതികത്തിന്റെ അനന്തസാദ്ധ്യതകൾ തുറന്നു

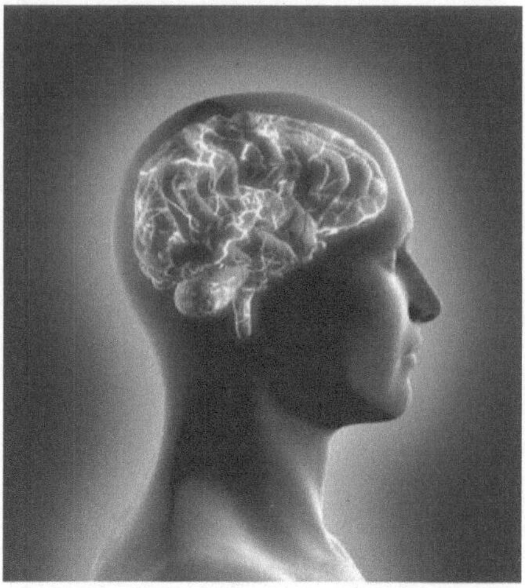

തരുന്നതുമാണ് ഈ പുതിയ കണ്ടുപിടിത്തം.

മരണത്തിന്റെ തൊട്ടടുത്ത അവസ്ഥയിൽ (near-death experience) ജീവകോശങ്ങൾക്ക് അവയുടെ ക്വാണ്ടം തലം നഷ്ടമാകും. ന്യൂറോണുകളിലുള്ള മൈക്രോട്യൂബ്യൂളുകളും ഇതിൽനിന്നു ഭിന്നമല്ല. എന്നാൽ, മൈക്രോട്യൂബ്യൂളുകളിൽ ശേഖരിക്കപ്പെട്ടിരിക്കുന്ന വിവരങ്ങൾ (informations) ഒരിക്കലും നശിക്കുന്നില്ലെന്നാണ് ശാസ്ത്രജ്ഞർ കണ്ടെത്തിയിരിക്കുന്നത്. ഒരു വ്യക്തിയുടെ മരണത്തിനു ശേഷവും ക്വാണ്ടീകരിക്കപ്പെട്ട ഈ വിവരങ്ങൾക്ക് (Quantum Informations) ശരീരത്തിനു വെളിയിൽ നിലനില്ക്കാൻ കഴിയും. ഈ വിവരങ്ങൾ നിർമ്മിക്കപ്പെട്ടിട്ടുള്ളത് മസ്തിഷ്കത്തിനുള്ളിൽ വച്ചല്ല. അവ കാലത്തിനുമപ്പുറമോ അതിനതീതമോ ആയിരിക്കാം. പ്രാപഞ്ചിക തിരശ്ശീലയിൽ വച്ചു നിർമ്മിക്കപ്പെട്ടിരിക്കുന്ന ഈ വിവരങ്ങൾ പ്രപഞ്ചത്തിന്റെ വിശാലതകളിലേക്ക് ചിതറിക്കപ്പെടുകയാണ്. ഒരു സാമാന്യ വായനക്കാരന്റെ ഭാഷയിൽ ഈ ക്വാണ്ടം ഇൻഫർമേഷൻ ആത്മാവായി കണക്കാക്കാവുന്നതാണ്. അതിന് മരണമില്ല. പ്രപഞ്ചത്തിൽ ഉദ്ഭവിച്ച് പ്രപഞ്ചത്തിലേക്കു തന്നെ മടങ്ങിപ്പോകുന്നുവെന്നു പറയാം. എക്കാലവും നിലനില്ക്കുന്ന ബോധം പ്രപഞ്ചത്തിന്റെ അടിസ്ഥാനഘടകമാണെന്നും മരണത്തോടെ ശരീരത്തിൽ നിന്നു മോചിതമാകുന്ന ആത്മാവ് പ്രപഞ്ചത്തിലേക്കു തന്നെ മടങ്ങുന്നുവെന്നുമുള്ള ഹൈന്ദവ-ബൗദ്ധ ദർശനങ്ങളോട് ചേർന്നുനില്ക്കുന്നുണ്ട് ക്വാണ്ടം ഭൗതികജ്ഞരുടെ ഈ പുതിയ കണ്ടെത്തൽ.

1980 കളിൽ തന്നെ ഓക്സ്ഫഡ് സർവ്വകലാശാലയിലെ ഗണിതശാസ്ത്രജ്ഞനായ സർ. റോജർ പെൻറോസ് മനസ്സിന്റെ സൂക്ഷ്മതലങ്ങൾ അന്വേഷിച്ചുതുടങ്ങിയിരുന്നു. 1989 ൽ ഓക്സ്ഫഡ് യൂണിവേഴ്സിറ്റി പ്രസ് പ്രസിദ്ധീകരിച്ച *ദ് എംപറേർസ് ഓഫ് ന്യൂ മൈൻഡ്,* 1994 ൽ ഓക്സ്ഫഡും പിന്നീട് 2005 ൽ വിന്റേജും പ്രസിദ്ധീകരിച്ച *ഷാഡോസ് ഓഫ് ദ മൈൻഡ്,* 2011 ൽ വിന്റേജ് പ്രസിദ്ധീകരിച്ച *സൈക്കിൾസ് ഓഫ് ടൈം* എന്നീ ബെസ്റ്റ് സെല്ലർ പുസ്തകങ്ങളിൽ ആത്മാവിന്റെ ക്വാണ്ടം തലങ്ങളെപ്പറ്റിയുള്ള പെൻറോസിന്റെ പഠനങ്ങളാണുള്ളത്.

അരിസോണ സർവ്വകലാശാലയിലെ കോൺഷ്യസ്നെസ് സ്റ്റഡീസിന്റെ മേധാവിയും സൈക്കോളജി പ്രൊഫസറുമായ ഡോ. സ്റ്റുവർട്ട്

ഹാമെറോഫ് ഈ കാലയളവിൽ ഇതേ വിഷയത്തെക്കുറിച്ചു തന്നെ പഠനം നടത്തിവരികയായിരുന്നു. അടുത്ത കാലത്താണ് ഈ രണ്ടു പ്രതിഭകളും ഒരുമിച്ചത്. മസ്തിഷ്ക കോശങ്ങളിലെ മൈക്രോട്യൂബ്യൂളുകളിൽ സൃഷ്ടിക്കപ്പെടുന്ന ക്വാണ്ടം ഗ്രാവിറ്റി പ്രഭാവങ്ങളാണ് ബോധം അല്ലെങ്കിൽ ആത്മാവ് എന്നു പറയുന്നത് എന്നാണ് ഇവർ അവകാശപ്പെടുന്നത്. ഡേവിഡ് ബോം, മാക്സ് ടെഗ്മാർക്ക് എന്നീ ഭൗതികശാസ്ത്രജ്ഞരും ഈ മേഖലയിൽ ഗവേഷണം നടത്തുന്നവരാണ്. എന്നാൽ, പെൻറോസ്– ഹാമെറോഫ് സമീപനമാണ് ഇതിൽ ഏറ്റവും ശ്രദ്ധേയമായിട്ടുള്ളത്.

സൈദ്ധാന്തിക ഭൗതിക ശാസ്ത്രജ്ഞനായ സർ. റോജർ പെൻറോസും അനസ്തേഷ്യോളജിസ്റ്റായ ഡോ. സ്റ്റ്യുവർട്ട് ഹാമെറോഫും ചേർന്ന് രൂപം കൊടുത്ത, മസ്തിഷ്ക പ്രവർത്തനങ്ങളും ജന്തുബോധവുമായും ബന്ധപ്പെട്ട ക്വാണ്ടം സിദ്ധാന്തമാണ് ഓർക്കസ്ട്രേറ്റഡ് ഒബ്ജക്ടീവ് റിഡക്ഷൻ അഥവാ Orch-OR. ജന്തുബോധം മസ്തിഷ്ക്കത്തിൽ വച്ചുതന്നെ രൂപംകൊള്ളുന്നുവെന്ന ധാരണയിൽ എല്ലാ മുഖ്യധാരാ കോൺഷ്യസ്നെസ് തിയറികളും ഊന്നൽ കൊടുത്തിട്ടുള്ളത് മസ്തിഷ്ക കോശങ്ങളായ ന്യൂറോണുകളിലും മനുഷ്യ മസ്തിഷ്കത്തിലെ നൂറു ട്രില്യണിലധികം വരുന്ന ന്യൂറോൺ ബന്ധനങ്ങളായ സിനാപ്സിലെ രാസപ്രവർത്തനങ്ങളുടെ ഗണിത സമവാക്യങ്ങളിലുമാണ്. എന്നാൽ Orch-OR ജന്തുബോധത്തെ വ്യത്യസ്ത കോണുകളിൽ നിന്നാണ് വീക്ഷിക്കുന്നത്. ഗണിതവും ഭൗതികശാസ്ത്രവും അനസ്തേഷ്യോളജിയുമെല്ലാം അതിലുൾപ്പെടും.

പെൻറോസും ഹാമെറോഫും ബോധത്തെക്കുറിച്ചുള്ള അവരുടെ പഠനങ്ങൾ തികച്ചും സ്വതന്ത്രവും പരസ്പരം ബന്ധപ്പെടാതെയുമാണ് ആരംഭിച്ചത്. റോജർ പെൻറോസ് പൂർണ്ണമായും ഗണിതശാസ്ത്രപരമായ സമീപനമാണ് ഈ വിഷയത്തിൽ സ്വീകരിച്ചത്. ഇതിലേക്ക് അദ്ദേഹത്തെ നയിച്ചത് ഗണിതശാസ്ത്രജ്ഞനും യുക്തിചിന്തകനുമായ കർട്ട് ഗോഡലിന്റെ അപൂർണ്ണതാ സിദ്ധാന്തങ്ങളാണ് (Kurt Godel's Incompleteness Theorems). എന്നാൽ അർബ്ബുദ ചികിത്സാ രംഗത്ത് അനസ്തേഷ്യോ വിഭാഗത്തിൽ ദീർഘകാലം പ്രവർത്തിച്ചതിന്റെ അനുഭവത്തിൽ മനുഷ്യമസ്തിഷ്കത്തിന്റെ ഘടനയെക്കുറിച്ചു നേടിയെടുത്ത ധാരണകളിൽ നിന്നാണ് ജന്തുബോധത്തിന്റെ ഇതുവരെ കണ്ടെത്താൻ കഴിയാത്ത തലങ്ങളെക്കുറിച്ച് ഡോ. ഹാമെറോഫ് പഠിക്കാനാരംഭിച്ചത്.

ഗോഡലിന്റെ അപൂർണ്ണതാ സിദ്ധാന്തത്തെ ആധാരമാക്കി 1989 ൽ റോജർ പെൻറോസ് എഴുതിയ *ദ് എംപറേഴ്സ് ന്യൂ മൈൻഡ്* എന്ന പുസ്തകത്തിൽ മനുഷ്യമസ്തിഷ്കം കമ്പ്യൂട്ടറുകൾ പോലെ കണക്കുകൂട്ടലുകൾ മാത്രം നടത്തുന്ന ഉപകരണമൊന്നുമല്ല എന്ന് പരാമർശിച്ചിട്ടുണ്ട്. ഏതു ഗണിത സിദ്ധാന്തവും പൂർണ്ണവും സ്ഥിരവുമാണെന്ന് അവ

കാശപ്പെടാനും കഴിയില്ല. എന്നാൽ ഈ പ്രസ്താവനകളൊന്നും തന്നെ ഒരു ഗണിത സമവാക്യമായി അവതരിപ്പിക്കുന്നതിനും കഴിയില്ല. ഇതേത്തുടർന്നു നടന്ന പെൻറോസ്-ലൂകാസ് ബൗദ്ധിക സംവാദത്തിലും മുഴച്ചു നിന്നത് മസ്തിഷ്കത്തിന്റെ നോൺ-കമ്പ്യൂട്ടേഷണൽ സ്വഭാവം തന്നെയാണ്. മസ്തിഷ്ക പ്രവർത്തനങ്ങൾ കേവലം അക്കങ്ങളുടെ സഞ്ചയമല്ലെന്ന ധാരണയിലാണ് ഈ സംവാദം അവസാനിച്ചത്.

പരമ്പരാഗത ഭൗതിക ശാസ്ത്രനിയമങ്ങൾ എല്ലാംതന്നെ ഗണിത സമവാക്യങ്ങളുപയോഗിച്ച് അവതരിപ്പിക്കാൻ കഴിയും. എന്നാൽ ക്വാണ്ടം ഭൗതികത്തിലെ ചില അടിസ്ഥാന ആശയങ്ങൾ പലപ്പോഴും ക്ലാസിക്കൽ ഭൗതികത്തിന്റെ കേവല യുക്തിക്കപ്പുറമായിരിക്കും. ക്ലാസിക്കൽ ഭൗതിക ശാസ്ത്രത്തിന്റെ വലിയ മാനങ്ങളിൽ അളക്കാൻ കഴിയാത്ത ക്വാണ്ടങ്ങളായാണ് ക്വാണ്ടം ഭൗതികം ദ്രവ്യ-ഊർജ്ജ രൂപങ്ങളെ അവതരിപ്പിക്കുന്നത്. ഊർജ്ജത്തിന്റെ ചെറിയ പായ്ക്കറ്റുകളാണ് ക്വാണ്ടങ്ങൾ. ക്വാണ്ടങ്ങളെ തരംഗങ്ങളായാണ് പരിഗണിക്കുന്നത്. ഇവ കടലിലെ തിരമാലകൾ പോലെയുള്ള ദ്രവ്യ തരംഗങ്ങൾ (Matter Waves) അല്ല, മറിച്ച് ഒരു ക്വാണ്ടത്തെ ഒരു പ്രത്യേക സ്ഥാനത്ത് കണ്ടെത്തുന്നതിനുള്ള സാദ്ധ്യതാ തരംഗങ്ങളാണ് (Waves of Probability). തരംഗത്തിന്റെ ഉച്ചസ്ഥാനം (Peak) സൂചിപ്പിക്കുന്നത് ഒരു ക്വാണ്ടം കണികയെ അവിടെ കണ്ടെത്തുന്നതിനുള്ള പരമാവധി സാദ്ധ്യതയാണ്. ഒരേ സമയം ഒന്നിലധികം തലങ്ങളിൽ നിലനില്ക്കുകയും ഒന്നിലധികം സ്ഥാനങ്ങളിൽ കണ്ടെത്താൻ കഴിയുകയും ചെയ്യുന്ന കണികയുടെ സ്വഭാവമാണ് സൂപ്പർ പൊസിഷൻ എന്നു പറയുന്നത്. സൂപ്പർ പൊസിഷൻ എന്താണെന്ന് വ്യക്തമാക്കാൻ ഏറ്റവും അനുയോജ്യമായത് ഇർവിൻ ഷ്രോഡിംഗറുടെ പെട്ടിയിലുള്ള പൂച്ചക്കുട്ടിയെന്ന ചിന്താപരീക്ഷണമാണ്. ഒരു ഇരുമ്പു പെട്ടിയിൽ അടച്ചിട്ടിരിക്കുന്ന പൂച്ചക്കുട്ടിയെ സങ്കല്പിക്കുക. ഈ പെട്ടിയിൽ റേഡിയോ ആക്ടീവതയുള്ള ഒരു ആറ്റവും സയനൈഡ് വാതകം നിറച്ച ഒരു കുപ്പിയുമുണ്ട്. ഒരു മിനിട്ടിനുള്ളിൽ റേഡിയോ ആക്ടീവ് ആറ്റത്തിന് ശോഷണം സംഭവിക്കുകയും ഒരു വികിരണം പുറപ്പെട്ട് സയനൈഡ് കുപ്പി തകർക്കുകയും ചെയ്തേക്കാം. ഒരു മിനിട്ടിനുള്ളിൽ ഇങ്ങനെ സയനൈഡ് വാതകം ശ്വസിച്ച് പൂച്ചക്കുട്ടി ചത്തുപോകുന്നതിനുള്ള സാദ്ധ്യതയുമുണ്ട്. ഒരു മിനിട്ടിനു ശേഷം, പെട്ടി തുറക്കുന്നതിനു മുമ്പ് പൂച്ചക്കുട്ടിയുടെ അവസ്ഥ എന്തായിരിക്കും? പൂച്ചക്കുട്ടി ജീവിച്ചിരിക്കാനും ചത്തുപോകുന്നതിനുമുള്ള സാദ്ധ്യത 50:50 ആയിരിക്കും. മറ്റൊരു തരത്തിൽ പറഞ്ഞാൽ പൂച്ചക്കുട്ടി ജീവിതത്തിലും മരണത്തിലും ഒരേ സമയം നിലനില്ക്കുന്നുവെന്നാണ്. പെട്ടി തുറന്നാൽ പൂച്ചക്കുട്ടിയുടെ ഈ സൂപ്പർ പൊസിഷൻ നഷ്ടമാകും. അതുപോലെ തന്നെയാണ് ഒരു സൂക്ഷ്മകണികയെ അളക്കാൻ ശ്രമിക്കുന്നതും. ഒരു ക്വാണ്ടത്തെ അളക്കാൻ ശ്രമിച്ചാൽ അതിന്റെ തരംഗസ്വഭാവം നഷ്ടപ്പെടുകയും ഒരു

പ്രത്യേക സ്ഥാനത്ത് അവയെ കണ്ടെത്തുകയും ചെയ്യും (Collapse of Wave Function). പരമ്പരാഗത ഭൗതികശാസ്ത്രത്തിലെ കാര്യകാരണ ബന്ധത്തിനുമപ്പുറമാണിത്. ഇവിടെ ഒരേ സമയം ഒരു ക്വാണ്ടത്തിന്റെ സ്ഥാനവും പ്രവേഗവും കൃത്യമായി അളക്കാൻ കഴിയില്ല. അനിശ്ചിതത്വ പ്രമാണമെന്നറിയപ്പെടുന്ന ഈ വിശേഷണം സൂക്ഷ്മ കണങ്ങളുടെ ലോകത്തുമാത്രമേയുള്ളൂ. ഇത് അളക്കുന്നതിനുള്ള നിരീക്ഷകന്റെ പരിമിതിയല്ല കാണിക്കുന്നത്, മറിച്ച് സൂക്ഷ്മ കണങ്ങളുടെ സ്വഭാവം തന്നെയാണത്.

മസ്തിഷ്ക കോശങ്ങളിൽ ഇത്തരത്തിലുള്ള ക്വാണ്ടം പ്രവർത്തനങ്ങളാണ് സംഭവിക്കുന്നതെന്നാണ് സർ. റോജർ പെൻറോസ് വാദിക്കുന്നത്. എന്നാൽ മസ്തിഷ്കത്തിൽ എവിടെ, എങ്ങനെയാണ് ഇത്തരം ക്വാണ്ടം പ്രക്രിയകൾ നടക്കുന്നത്? മസ്തിഷ്ക കോശങ്ങളിലെ ന്യൂറോട്രാൻസ്മിറ്ററുകളിൽ സംഭവിക്കുന്ന സാദ്ധ്യതാ തരംഗങ്ങളുടെ തകർച്ച ജന്തുബോധവുമായി ബന്ധിപ്പിക്കാനാണ് റോജർ പെൻറോസ് ശ്രമിച്ചത്. 1994 ൽ പുറത്തിറക്കിയ *ഷാഡോസ് ഓഫ് ദ് മൈൻഡ്* എന്ന പുസ്തകത്തിലും ബോധത്തിന്റെ ക്വാണ്ടം തലത്തേക്കുറിച്ചുതന്നെയാണ് പെൻറോസ് സംസാരിക്കുന്നത്. നിരവധി സംവാദങ്ങൾക്ക് ഈ പുസ്തകവും കാരണമായിട്ടുണ്ട്. ഐൻസ്റ്റൈന്റെ സാമാന്യ ആപേക്ഷികതാ സിദ്ധാന്തത്തെ (General Theory of Relativity) ക്വാണ്ടം തലത്തിലേക്ക് ആവാഹിക്കുകയാണ് പെൻറോസിന്റെ നയം. ആപേക്ഷികതാ പ്രമാണമനുസരിച്ച് പിണ്ഡമുള്ള വസ്തുക്കൾ അവ നിലനില്ക്കുന്ന സ്ഥലകാലങ്ങളിൽ വക്രതയുണ്ടാക്കുന്നുണ്ട്, മാത്രമല്ല സ്ഥലകാല നൈരന്തര്യം (Spacetime Contrinuum) പ്രപഞ്ചത്തിന്റെ അടിസ്ഥാന സ്വഭാവവുമാണ്. എന്നാൽ ദ്രവ്യത്തിന്റെ സൂക്ഷ്മ തലങ്ങളിൽ അവ സൃഷ്ടിക്കുന്ന സ്ഥലകാല വക്രതയ്ക്ക് നൈരന്തര്യമില്ലെന്നാണ് പെൻറോസിന്റെ വാദം. ഓരോ സൂപ്പർ പൊസിഷനും അതിന്റേതു മാത്രമായ ഒരു സ്ഥലകാല വക്രത സൃഷ്ടിക്കുന്നുണ്ട്. ഇവ ഓരോന്നും മറ്റൊന്നിൽ നിന്നും തികച്ചും വേർപെട്ടുമാണുള്ളത്. അവ സ്ഥലകാലങ്ങളുടെ കൊച്ചുകൊച്ചു കുമിളകളാണ് സൃഷ്ടിക്കുന്നത്. പ്ലാങ്ക് മാനങ്ങളിലുള്ള (10^{-35}m) ഈ സ്ഥലകാല കുമിളകൾക്ക് പ്ലാങ്ക് മാനങ്ങൾക്കപ്പുറത്ത് നിലനില്ക്കാൻ കഴിയില്ല. അതിനപ്പുറമെത്തുമ്പോൾ സ്ഥലകാല വക്രതയുടെ സാദ്ധ്യതാ തരംഗധർമ്മം തകർക്കപ്പെടുമെന്ന് പറയാം. ഇങ്ങനെ സ്ഥലകാല വക്രതയുടെ കുമിളകളുടെ സാദ്ധ്യതാ തരംഗധർമ്മം തകർക്കപ്പെടുന്നതിന് സർ. റോജർ പെൻറോസ് നല്കിയിരിക്കുന്ന പേരാണ് ഒബ്ജക്ടീവ് റിഡക്ഷൻ (OR). സൂപ്പർ പൊസിഷൻ വലുതാകും തോറും ഒബ്ജക്ടീവ് റിഡക്ഷൻ വേഗതയിലാകും. തിരിച്ചും അങ്ങനെതന്നെ. പെൻറോസിന്റെ ഒബ്ജക്ടീവ് റിഡക്ഷൻ അസത്യവല്ക്കരണത്തിന് (Falsification) വഴങ്ങുന്നതും പരിശോധിച്ചു ബോദ്ധ്യപ്പെടാൻ കഴിയുന്നതുമാണെന്നത് ഈ

സിദ്ധാന്തത്തിന്റെ വിശ്വസനീയത വർദ്ധിപ്പിക്കുന്നുണ്ട്.

1989 ൽ *ദ് എംപറേർസ് ന്യൂ മൈൻഡ്* പുറത്തിറക്കിയപ്പോൾ എങ്ങനെയാണ് മസ്തിഷ്കത്തിൽ ക്വാണ്ടം പ്രവർത്തനങ്ങൾ നടക്കുന്നതെന്നു സ്ഥാപിക്കാൻ ആവശ്യമുള്ള നിർദ്ദേശങ്ങൾ റോജർ പെൻറോസിനുണ്ടായിരുന്നില്ല എന്നതാണ് വാസ്തവം. പിന്നീട് അനസ്തേഷ്യോളജിസ്റ്റായ ഡോ. സ്റ്റുവർട്ട് ഹാമെറോഫ് ഈ പുസ്തകം വായിക്കുകയും മസ്തിഷ്ക കോശങ്ങളിൽ ഇത്തരം ക്വാണ്ടം പ്രക്രിയകൾ അരങ്ങേറുന്ന ഇടങ്ങളെക്കുറിച്ച് പെൻറോസിന് ചില നിർദ്ദേശങ്ങൾ നല്കുകയും ചെയ്തു. ഹാമെറോഫിന്റെ നിർദ്ദേശങ്ങൾ പെൻറോസിനെ വല്ലാതെ സ്വാധീനിച്ചു എന്നുതന്നെ പറയാം. അങ്ങനെയാണ് ഓർക്കസ്ട്രേറ്റഡ് ഒബ്ജക്ടീവ് റിഡക്ഷൻ അഥവാ Orch-OR എന്നു വിളിക്കുന്ന രണ്ടു ബുദ്ധിരാക്ഷസന്മാർ ചേർന്നു രൂപപ്പെടുത്തിയെടുത്ത കോൺഷ്യസ്നെസ് തിയറി ജന്മം കൊണ്ടത്. തുടർന്നിങ്ങോട്ട് ഈ സിദ്ധാന്തത്തെ പുഷ്ടിപ്പെടുത്തുന്നതിനാണ് ഇരുവരുടെയും സമയം ഏറെക്കുറെ പൂർണ്ണമായി ചെലവഴിച്ചുകൊണ്ടിരിക്കുന്നത്. 1994–ൽ പുറത്തിറക്കിയ *ഷാഡോസ് ഓഫ് ദ മൈൻഡിലും* പെൻറോസ് ഈ സിദ്ധാന്തത്തിന്റെ ചില സൂചനകൾ നല്കുന്നുണ്ട്.

ഇനി ഓർക്കസ്ട്രേറ്റഡ് ഒബ്ജക്ടീവ് റിഡക്ഷനിൽ (Orch-OR) ഡോ. ഹാമെറോഫിന്റെ പങ്കെന്താണെന്നു പരിശോധിക്കാം. ദീർഘകാലമായി മസ്തിഷ്ക കോശങ്ങളുടെ പ്രവർത്തനങ്ങളെക്കുറിച്ചാണ് ഹാമെറോഫ് പഠനം നടത്തിക്കൊണ്ടിരിക്കുന്നത്. വിശേഷിച്ചും ന്യൂറോണുകളുടെ നട്ടെല്ലെന്നു വിശേഷിപ്പിക്കുന്ന സൈറ്റോ സ്കെലിട്ടനുകളിൽ (Cytoskeletons). ന്യൂറോണുകളിലുള്ള സംഘടിത പ്രോട്ടീൻ പോളിമെറുകളുടെ വിന്യാസമാണ് സൈറ്റോ സ്കെലിട്ടൻ. മസ്തിഷ്ക കോശങ്ങളുടെ വളർച്ചയും അതിലെ സംവഹന വ്യവസ്ഥയുമെല്ലാം നിയന്ത്രിക്കുന്നതും ഇവയാണ്. സൈറ്റോസ്കെലിട്ടന്റെ പ്രധാന ഘടകമാണ് മൈക്രോ ട്യൂബ്യൂളുകൾ (Microtubules). 25 നാനോമീറ്റർ ($1\ nm = 10^{-9}\ m$) വ്യാസമുള്ള സിലിണ്ടറുകളാണിവ. ഇവയുടെ നീളം വ്യത്യാസപ്പെട്ടിരിക്കും. ചിലതിന് ന്യൂറോണുകളിലെ ആക്സോണുകളുടെ നീളം തന്നെയുണ്ടാകും. ട്യൂബുലിൻ എന്നു വിളിക്കുന്ന പ്രോട്ടീൻ സബ്–യൂണിറ്റുകൾ കൊണ്ടാണ് മൈക്രോ ട്യൂബ്യൂളുകൾ നിർമ്മിക്കപ്പെട്ടിരിക്കുന്നത്. വൈദ്യുത ചാർജ്ജ് വാഹികളുമാണിവ. മസ്തിഷ്ക കോശങ്ങളുടെ വളർച്ചയെ സഹായിക്കുന്നതിനു പുറമെ ന്യൂറോൺ ബന്ധങ്ങളായ സിനാപ്സിലൂടെയുള്ള ന്യൂറോട്രാൻസ്മിറ്റർ തന്മാത്രകളുടെ ചലനം നിയന്ത്രിക്കുന്നതും കോശങ്ങളുടെ ചലനം സാദ്ധ്യമാക്കുന്നതും അവയുടെ ആകൃതിയും വളർച്ചയുമെല്ലാം തീരുമാനിക്കുന്നതും മൈക്രോ ട്യൂബ്യൂളുകൾ തന്നെയാണ്. പെൻറോസ് നിർദ്ദേശിച്ച ക്വാണ്ടം പ്രക്രിയകൾക്ക് ഇടമന്വേഷിച്ച ഹാമെറോഫ് എത്തിച്ചേർന്നതും മൈക്രോട്യൂബ്യൂളുക

ളിൽ തന്നെയാണ്. പൈ (π) ഇലക്ട്രോണുകളുടെ കേന്ദ്രമാണ് ഓരോ മൈക്രോ ട്യൂബ്യൂളുകളും. അതുകൂടാതെ, ഇവയിലെ നോൺ–പോളാർ മേഖലകളിലുള്ള ട്രിപ്റ്റോഫാൻസുകളിലും പൈ ഇലക്ട്രോണുകൾ വിതരണം ചെയ്യപ്പെട്ടിട്ടുണ്ട്. എട്ട് ട്രിപ്റ്റോഫാൻസുകളാണ് ഓരോ ട്യൂബുലിൻ പ്രോട്ടീൻ സബ് യൂണിറ്റിലുമുള്ളത്. ഇവയിലുള്ള ഇലക്ട്രോൺ മേഘലങ്ങൾ കൃത്യമായ ഊർജ്ജ നിലകളിൽ വേർതിരിക്കപ്പെട്ടവയാണ്. 2 നാനോ മീറ്റർ അകലത്തിലാണ് ഈ ഇലക്ട്രോൺ വലയങ്ങൾ കാണപ്പെടുന്നത്. ഈ ദൂരം പൈ ഇലക്ട്രോണുകളിൽ ക്വാണ്ടം എൻടാങ്കിൾമെന്റ് നടക്കുന്നതിന് അനുയോജ്യമാണ്. ഒരു ക്വാണ്ടം പാർട്ടിക്കിൾ മറ്റൊരു കണികയുടെ ക്വാണ്ടം മെക്കാനിക്കൽ സ്റ്റേറ്റ് കോപ്പി ചെയ്യുന്ന രീതിയാണിത്. സ്ഥൂലപ്രപഞ്ചത്തിലെ ഭൗതിക നിയമങ്ങൾക്കപ്പുറമാണിത്. മൈക്രോട്യൂബ്യൂളുകളിലെ ട്യൂബുലിൻ സബ് യൂണിറ്റുകളിൽ ഇലക്ട്രോണുകൾ കാണപ്പെടുന്നത് ദ്രവ്യത്തിന്റെ അഞ്ചാമത്തെ അവസ്ഥയായ ബോസ്–ഐൻസ്റ്റൈൻ കണ്ടെൻസേറ്റ് (Bose-Einstein Condensate) രൂപത്തിലാണ്. ന്യൂറോ ട്രാൻസ്മിറ്ററുകളിൽ ഈ കണ്ടെൻസേറ്റ് സൃഷ്ടിക്കുന്ന ആന്ദോളനങ്ങൾ മസ്തിഷ്ക പ്രവർത്തനങ്ങളെയൊന്നാകെ സ്വാധീനിക്കാൻ പര്യാപ്തമാണ്. ഒരു ന്യൂറോണിൽ നിന്ന് മറ്റൊന്നിലേക്ക് ഈ കണ്ടെൻസേറ്റുകൾ വിതരണം ചെയ്യപ്പെടുന്നത് ഗ്യാപ് ജങ്ഷനുകൾ എന്ന വിടവിലൂടെയാണ്. സാധാരണ സിനാപ്ടിക് ബന്ധങ്ങൾക്കപ്പുറമുള്ള വ്യത്യസ്ത തരം ബന്ധങ്ങളാണ് ഗ്യാപ് ജങ്ഷനുകൾ. ഗ്യാപ് ജങ്ഷനുകളിലെ വിടവുകൾ ക്വാണ്ടം കണികകൾ കൈമാറ്റം ചെയ്യപ്പെടാൻ തക്കവണ്ണം ചെറുതാണ്. ഗ്യാപ് ജങ്ഷനുകൾ വഴി ക്വാണ്ടം കണികകൾ വിതരണം ചെയ്യപ്പെടുന്ന പ്രക്രിയയ്ക്ക് ക്വാണ്ടം ടണലിംഗ് എന്നാണ് പറയുന്നത്. ക്വാണ്ടം ടണലിങ്ങിലൂടെ ഒരു ക്വാണ്ടം പാർട്ടിക്കിളിന് മസ്തിഷ്കത്തിന്റെ വലിയൊരു ഭാഗം മുഴുവനും എത്തിച്ചേരാൻ സാധിക്കും. ഇവിടെ വച്ചാണ് കർട്ട് ഗോഡലിന്റെ അപൂർണ്ണതാ സിദ്ധാന്തത്തിന് പെൻറോസ് നല്കിയ വ്യാഖ്യാനവും ഡോ. ഹാമെറോഫിന്റെ സിദ്ധാന്തവും കൂട്ടിമുട്ടുന്നത്. അവ പരസ്പര പൂരകമാണെന്നോ, അല്ലെങ്കിൽ ഏറെക്കുറെ തുല്യമാണെന്നോ കണ്ടെത്താൻ കഴിയും. മസ്തിഷ്കത്തിലെ കണ്ടെൻസേറ്റുകളിൽ അവയുടെ തരംഗധർമ്മം തകരുന്ന തലത്തിൽ (Objective Reduction) രൂപപ്പെടുന്ന വിവരങ്ങൾ (Informations) നോൺ–കമ്പ്യൂട്ടേഷനലായിരിക്കും. സാധാരണ കമ്പ്യൂട്ടർ അൽഗോരിതത്തിനു വെളിയിലാണവ നില്ക്കുന്നത്. ഈ വിവരങ്ങൾ രൂപം കൊള്ളുന്നത് അടിസ്ഥാന സ്ഥലകാലങ്ങളുടെ ജ്യാമിതിയിൽ നിന്നാണ്.

സ്വാഭാവികമായി സിനാപ്സിലുണ്ടാകുന്ന പ്രവർത്തനങ്ങൾ മൈക്രോട്യൂബ്യൂളുകളെ സ്വാധീനിക്കുന്നുണ്ട്. മൈക്രോ ട്യൂബ്യൂളുകൾ തിരിച്ചും സിനാപ്സിസ് പ്രവർത്തനങ്ങളിൽ ഇടപെടുന്നുമുണ്ട്. ഒബ്ജെ

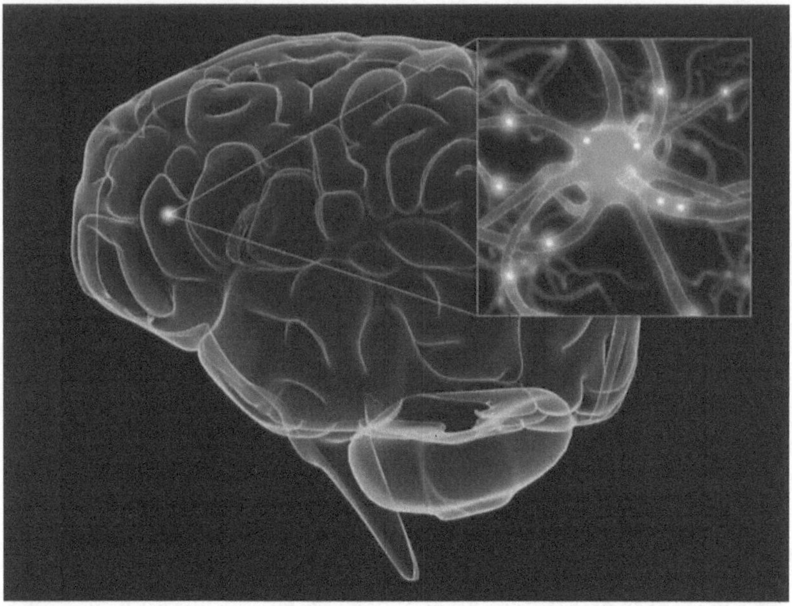

ക്ടീവ് റിഡക്ഷൻ ഇങ്ങനെ മൈക്രോട്യൂബ്യൂളുകളിൽ നടക്കുന്ന ക്വാണ്ടം പ്രവർത്തനങ്ങളെയാണ് വിവരിക്കുന്നത്. എന്നാൽ ഓർക്കസ്ട്രേറ്റഡ് ഒബ്ജക്ടീവ് റിഡക്ഷനിലെ ഓർക്കസ്ട്രേഷൻ എന്താണ്? ന്യൂറോണുകളിലെ കണക്ടീവ് പ്രോട്ടീനുകളായ മൈക്രോ ട്യൂബ്യൂൾ - അസോസിയേറ്റഡ് പ്രോട്ടീനുകൾ (MAP's) എങ്ങനെയാണ് മൈക്രോട്യൂബ്യൂളുകളിൽ നടക്കുന്ന ക്വാണ്ടം പ്രവർത്തനങ്ങളെ സ്വാധീനിക്കുന്നതെന്നു സൂചിപ്പിക്കാൻ ഉപയോഗിക്കുന്ന സൈദ്ധാന്തിക പ്രക്രിയയാണ് ഓർക്കസ്ട്രേഷൻ എന്നതുകൊണ്ടർത്ഥമാക്കുന്നത്. 1998 മുതൽ ഓർക്കസ്ട്രേഷൻ പരീക്ഷിച്ചു നോക്കാൻ കഴിയുന്ന 20 പ്രവചനങ്ങൾ ഹാമെറോഫ് മുന്നോട്ടുവച്ചിട്ടുണ്ട്. എന്നാൽ ഇവയിൽ ചിലതെങ്കിലും അസത്യവല്ക്കരണത്തിന് വഴങ്ങുന്നില്ലെന്ന പരിമിതിയുണ്ട്.

മനസ്സും ശരീരവുമെന്ന പ്രഹേളിക ഭൗതികശാസ്ത്രത്തിലുപരി തത്ത്വചിന്താപരമായ ഒരു പരാമർശമായാണ് പരിഗണിക്കപ്പെടുന്നത്. എന്നാൽ ചില വ്യാഖ്യാനങ്ങളിൽ ക്വാണ്ടം ഭൗതികത്തിലെ ചില അളവുകളിൽ ജന്തുബോധത്തിന് ഒരു പ്രത്യേക സ്ഥാനംതന്നെ നല്കിയിട്ടുണ്ട്. തത്ത്വചിന്തകർ ബോധമനസ്സിന് ശരീരത്തിനു വെളിയിൽ സ്വതന്ത്രമായ, അല്ലെങ്കിൽ അതിനു സമാന്തരമായ ഒരു പ്രവർത്തന മണ്ഡലമാണ് നല്കിയിരിക്കുന്നത്. ഭൗതികശാസ്ത്രത്തിലെ സമവാക്യങ്ങളിലൊതുങ്ങുന്നതല്ല ബോധതലമെന്നാണ് ചില തത്ത്വചിന്തകരെങ്കിലും കരുതിയിരുന്നത്. എന്നാൽ ബോധതലത്തെ ക്വാണ്ടം ഭൗതികത്തിലെ ചില വ്യാഖ്യാ

നങ്ങൾക്ക് കീഴിലാക്കുന്നതിന് ബോധപൂർവ്വമായ ഒരു ശ്രമം 1930കളിൽ ആരംഭിച്ചിരുന്നു. മൈൻഡ്-ബോഡി ദ്വന്ദ്വങ്ങൾ ക്വാണ്ടം ഭൗതികത്തിനു വഴങ്ങുമോ എന്ന് ആദ്യം പരീക്ഷിച്ചത് അതിന്റെ സ്രഷ്ടാക്കളായ ഇർവിൻ ഷ്രോഡിംഗറും നീൽസ് ബോറും ഹൈസൻബെർഗും പോളിയും യൂജിൻ വൈഗ്നറുമെല്ലാമാണ്.

ക്വാണ്ടം ഭൗതികം നിരീക്ഷകനെ ആധാരമാക്കിയുള്ള വ്യാഖ്യാനങ്ങളുടെ (Interpretations) അടിസ്ഥാനത്തിലാണ് പ്രവർത്തിക്കുന്നത്. സൂക്ഷ്മ കണികകളും അവയുടെ പ്രതിപ്രവർത്തനങ്ങൾ അരങ്ങേറുന്ന ക്ഷേത്രവും (Field) തരംഗ സ്വഭാവമാണ് കാണിക്കുന്നത്. അവയുടെ പ്രതിപ്രവർത്തനം അളക്കാൻ ശ്രമിക്കുമ്പോൾ ഈ തരംഗസ്വഭാവം നഷ്ടമാവുകയും (Collapse of Wave-Function) ക്ലാസിക്കൽ ഭൗതികത്തിന്റെ ഭാഷയിലേക്ക് നിർവ്വചിക്കപ്പെടുകയും ചെയ്യും. ഇവിടെ പ്രാധാന്യമർഹിക്കുന്നത് നിരീക്ഷകനും നിരീക്ഷകന്റെ സ്ഥാനവുമാണ്. കാരണം ഒരു ക്വാണ്ടം സിസ്റ്റം നിരീക്ഷിക്കുന്നതിനു മുമ്പും നിരീക്ഷണ ശേഷവും രണ്ടു തലങ്ങളിലാണ് നിലനില്ക്കുന്നത്. സംഭവങ്ങൾ അരങ്ങേറുന്നത് നിരീക്ഷകനെ അടിസ്ഥാനപ്പെടുത്തിയാണെന്നു വരുമ്പോൾ അത് ക്ലാസിക്കൽ ഭൗതികത്തിന്റെ വലിയ മാനങ്ങളിൽ യുക്തിപരമായിരിക്കില്ല. പ്രസിദ്ധമായ ഐൻസ്റ്റൈൻ-ബോർ ബൗദ്ധിക സംവാദത്തിനു കാരണമായതും ക്വാണ്ടം ഭൗതികത്തിന്റെ ഈ അനിശ്ചിത ഭാഷയാണ്. സങ്കീർണ്ണമായതും യുക്തിക്കു നിരക്കാത്തതുമായ ഒരു സ്ഥിതിവിവരക്കണക്കായാണ് ഐൻസ്റ്റൈൻ ചിലപ്പോഴെങ്കിലും ക്വാണ്ടം ഭൗതികത്തെ വിശേഷിപ്പിച്ചത്. അതുമാത്രമല്ല, ഒരു ഉണ്മയെത്തേടുന്ന മട്ടിലുള്ള (Quantum Reality) സമീപനമാണ് അതിന്റെ പ്രണേതാക്കളിൽ നിന്നുണ്ടാകുന്നതെന്ന്, ആപേക്ഷികതയ്ക്കപ്പുറമൊന്നുമില്ലെന്ന് വിശ്വസിച്ചിരുന്ന ഐൻസ്റ്റൈന് തോന്നുക സ്വാഭാവികം മാത്രമാണ്. എന്നാൽ ഇത്തരം സംശയങ്ങൾ തത്ത്വചിന്താപരമായി മാത്രം നിലനില്ക്കുന്നതാണെന്നും ദ്വന്ദ്വ സ്വഭാവത്തിനൊരു അഭൗതിക തലം നല്കേണ്ടതില്ലെന്നുമായിരുന്നു ക്വാണ്ടം ഭൗതികജ്ഞരുടെ സമീപനം. യൂജിൻ വൈഗ്നറാണ് ആദ്യമായി മൈൻഡ് -ബോഡി പ്രഹേളികയുടെ ക്വാണ്ടം പരിഭാഷ അവതരിപ്പിച്ചത്. ക്ലാസിക്കൽ ഭൗതികത്തിന്റെ ലോകം അളക്കാൻ കഴിയുന്നതും അനുഭവവേദ്യവുമാണ്. പ്രവചന സാദ്ധ്യത അതിന്റെ സവിശേഷതയുമാണ്. ഉദാഹരണമായി ഒരു അണുവിന്റെ സ്ഥാനവും അതിന്റെ പ്രവേഗവും കൃത്യമായി കണക്കു കൂട്ടാൻ കഴിഞ്ഞാൽ അതിന്റെ ഭാവി കൃത്യമായി പ്രവചിക്കാൻ കഴിയും. ജ്യോതിശാസ്ത്രത്തിലെ വലിയ മാനങ്ങളിലുള്ള പ്രതിഭാസങ്ങൾ കൃത്യമായി പ്രവചിക്കാൻ കഴിയുന്നത് ഇതുകൊണ്ടാണ്. ഇനി ഈ പരികല്പനയെ ഒരു നിരീക്ഷകനിലേക്ക് ആരോപിച്ചാൽ അയാളുടെ വർത്തമാനത്തെക്കുറിച്ച് ലഭിച്ചിരിക്കുന്ന വിവരങ്ങളുടെ അടിസ്ഥാനത്തിൽ അയാളുടെ ഭാവി കൃത്യമായി പ്രവചിക്കാൻ കഴിയും എന്നുവരും. ഇവിടെ

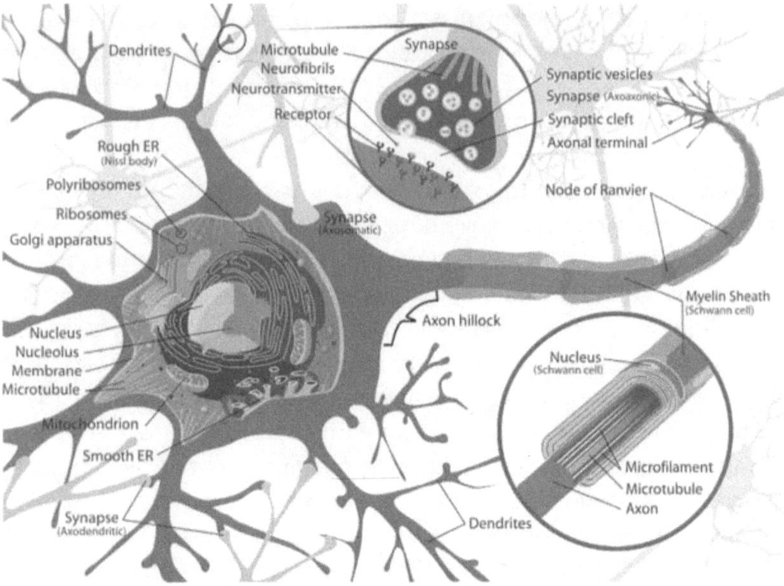

നിരീക്ഷകന്റെ മസ്തിഷ്കത്തിലുണ്ടാകുന്ന മാറ്റങ്ങൾ പരിഗണിക്കേണ്ട തുണ്ട്. വിവരങ്ങൾ ആറ്റങ്ങളിലേക്ക് പകർത്തപ്പെടുകയും ആറ്റങ്ങൾ നിര ന്തരമായി മാറ്റങ്ങൾക്കു വിധേയമാവുകയും ചെയ്യുമ്പോൾ ഓരോ നിമി ഷവും വിവരങ്ങൾ ശേഖരിക്കുകയും വിതരണം നടത്തപ്പെടുകയും ചെയ്യ പ്പെടുന്നത് പുതിയ മസ്തിഷ്കത്തിലും പുതിയ വ്യക്തിയിലുമായിരിക്കും. അപ്പോൾ ക്ലാസിക്കൽ ഭൗതികത്തിലെ യാന്ത്രിക ഭാവി പ്രവചനങ്ങൾ ജീവകോശങ്ങളിൽ വിശേഷിച്ചും മസ്തിഷ്ക കോശങ്ങളിൽ ആരോപി ക്കുന്നതിൽ കഴമ്പില്ല. വൈഗ്നറുടെ മൈൻഡ്–ബോഡി പ്രഹേളിക നിര വധി ഭൗതിക ശാസ്ത്രജ്ഞരെ ക്ലാസിക്കൽ ഭൗതികത്തിലെ യാന്ത്രിക പ്രവചനങ്ങളിൽ നിന്ന് പിന്തിരിപ്പിക്കാൻ കാരണമായി എന്നതാണ് യാഥാർത്ഥ്യം. ക്വാണ്ടം ഭൗതികത്തിലെ പ്രതിഭാസങ്ങൾ പലപ്പോഴും ഒരു മായക്കാഴ്ചയായി മാത്രമേ ഒരു ക്ലാസിക്കൽ നിരീക്ഷകന് ബോദ്ധ്യപ്പെ ടുകയുള്ളൂ. അളക്കുന്നില്ലെങ്കിൽ പ്രകാശം തരംഗവും കണികയുമാ ണെന്നും അളന്നാൽ ഇതിൽ ഏതെങ്കിലും ഒന്നുമാത്രമാണെന്നും, അവ രണ്ടും ചേർന്നതല്ലെന്നുമുള്ള സൂപ്പർ പൊസിഷനും അനിശ്ചിതത്വ പ്രമാ ണവുമെല്ലാം പരമ്പരാഗത ഭൗതിക ശാസ്ത്രത്തിന്റെ കേവല യുക്തിക്ക പ്പുറമാണ്. സ്ഥൂല പ്രപഞ്ചത്തിൽ ഒരു ദ്രവ്യരൂപത്തിന്റെ സ്ഥാനവും പ്രവേഗവും കൃത്യമായി അളക്കാമെന്നിരിക്കേ സൂക്ഷ്മ പ്രപഞ്ചത്തിൽ അതിന് കഴിയില്ലെന്നു വരുമ്പോൾ പ്രശ്നം കൂടുതൽ സങ്കീർണ്ണമാവു കയാണ്. സ്ഥൂല പ്രപഞ്ചം കാര്യകാരണയുക്തവും പ്രവചന സാദ്ധ്യത യുമുള്ളതാകുമ്പോൾ സൂക്ഷ്മ പ്രപഞ്ചം അങ്ങനെയല്ലാതാവുന്നത് എന്തു

കൊണ്ടാണ്? ഇത് നിരീക്ഷകന്റെ പരിമിതിയാണോയെന്നും സംശയിക്കേണ്ടിയിരിക്കുന്നു. എന്നാൽ അനിശ്ചിതത്വം മൗലിക കണങ്ങളുടെ അടിസ്ഥാന സ്വഭാവമാണെന്നും അത് നിരീക്ഷണത്തിന്റെ പരിമിതിയല്ലെന്നും ക്വാണ്ടം ഭൗതികം അസന്നിഗ്ദ്ധമായി തെളിയിച്ചിട്ടുണ്ട്.

കാര്യകാരണ യുക്തിക്കു വേണ്ടിയുള്ള വാശിയും ഭൗതികതയുടെ അതിപ്രസരവും ക്ലാസിക്കൽ ഭൗതിക വീക്ഷണത്തെ ഒരു പരിധിവരെ തത്ത്വചിന്താധാരയിൽ നിന്ന് അകറ്റി നിർത്തിയിട്ടുണ്ട്. എന്നാൽ ഇന്ന് മനസ്സിന്റെ അർത്ഥതലങ്ങളെക്കുറിച്ച് ഭൗതികശാസ്ത്രം ചർച്ച ചെയ്യുന്നത് തത്ത്വചിന്തകർ ഒരുകാലത്ത് പഠനം നടത്തിയ ആത്മാവിന്റെ തലത്തിൽ നിന്നുകൊണ്ടുതന്നെയാണ്. ആത്മാവും ബോധവുമെല്ലാം അതീത ഭൗതികമാണെന്നു കരുതുന്ന കേവല യുക്തിചിന്തയ്ക്കപ്പുറമാണ് ക്വാണ്ടം ഭൗതികം സഞ്ചരിക്കുന്ന പാത. പ്രപഞ്ച കഥ ആദ്യമായി പറയാനാരംഭിച്ചത് തത്ത്വചിന്തകരായിരുന്നു. അതുകൊണ്ടുതന്നെയാവാം ഇപ്പോഴും പ്രപഞ്ചത്തിനൊരു മിസ്റ്റിക് ഭാവം നിലനില്ക്കുന്നത്. ഭൗതികശാസ്ത്രജ്ഞർക്ക് തത്ത്വചിന്തകരിൽ നിന്നും മതപുരോഹിതന്മാരിൽ നിന്നുമുണ്ടായ തിക്താനുഭവങ്ങളാവാം തത്ത്വചിന്തയ്ക്ക് ഇത്ര അയിത്തം കല്പിക്കാൻ ഭൗതികശാസ്ത്രത്തെ നിർബ്ബന്ധിതമാക്കിയത്. എന്നാൽ വൈഗ്നറെപ്പോലെയുള്ള ക്വാണ്ടം ഭൗതികജ്ഞർ മുഖ്യധാരാ ശാസ്ത്രചിന്തയ്ക്കുള്ളിൽ നിന്നുകൊണ്ടുതന്നെ ബോധത്തെയും ആത്മാവിനെയും നിർവ്വചിക്കാൻ കഴിയുമെന്ന് വിശ്വസിച്ചിരുന്നു.

പ്രസിദ്ധമായ കോപ്പൻഹേഗൻ വ്യാഖ്യാനത്തിൽ മുൻകൂട്ടി നിർവ്വചിക്കാൻ കഴിയാത്ത നിരീക്ഷണങ്ങളുടെ ഫലം പ്രവചിക്കുന്നതിനുള്ള സാദ്ധ്യതകളാണ് ക്വാണ്ടം ഭൗതികം ചർച്ച ചെയ്യുന്നതെന്ന സമീപനമാണ് രൂപപ്പെട്ടുവന്നത്. എന്നാൽ ആരാണ് നിരീക്ഷകനെന്നോ, എന്താണ് നിരീക്ഷണമെന്നോ ഈ വ്യാഖ്യാനത്തിൽ പരാമർശിച്ചിട്ടില്ല. മാത്രവുമല്ല, ഒരു വ്യൂഹം നിരീക്ഷണത്തിനുശേഷം മറ്റൊന്നായി മാറുകയും ചെയ്യും. നിരീക്ഷണത്തിനിടയിൽ സംഭവിക്കുന്ന സാദ്ധ്യതാ തരംഗങ്ങളുടെ ക്ഷയം നിരീക്ഷകന്റെ അസാന്നിദ്ധ്യത്തിൽ സംഭവിക്കാത്തിടത്തോളം ഈ വ്യൂഹം ഒരു സൂപ്പർ പൊസിഷനിൽ തന്നെ നിലനില്ക്കും. ക്വാണ്ടം ഭൗതികത്തിന്റെ പ്രകൃതം പരമ്പരാഗത ഭൗതികശാസ്ത്രത്തിന്റെ നേരെ വാ – നേരെ പോ യുക്തിചിന്തയ്ക്കപ്പുറമാണെന്ന് മേൽപ്പറഞ്ഞ പ്രസ്താവനകൾ സാക്ഷ്യപ്പെടുത്തുന്നുണ്ട്. നിത്യജീവിതത്തിലെ അനുഭവങ്ങൾ വിവരിക്കുന്നതിനുള്ള പ്രമാണങ്ങളല്ല ക്വാണ്ടം ഭൗതികത്തിലുള്ളത്. അങ്ങനെ വരുമ്പോൾ ക്വാണ്ടം ഭൗതികത്തിനും ക്ലാസിക്കൽ ഭൗതികത്തിനുമിടയിൽ ഒരു അതിർത്തി ആവശ്യമായി വരും. പദാർത്ഥം ക്വാണ്ടം ലോകത്തിൽ നിന്നും സ്ഥൂല പ്രപഞ്ചത്തിലേക്കു കടക്കുന്നതിനുള്ള പാതയിലെ ഒരു അതിർവരമ്പ്. എന്നാൽ ഇത്തരമൊരു അതിർത്തി നിർണ്ണയം ഭൗതികശാസ്ത്രത്തിന്റെ വിഷയമാണോ എന്നും പരിശോ

ധിക്കേണ്ടിയിരിക്കുന്നു. സ്ഥൂലമെന്നും സൂക്ഷ്മമെന്നുമുള്ള വ്യത്യാസമില്ലാതെ പ്രപഞ്ചത്തെ കാണുമ്പോൾ അതിലുള്ള ഒരു പ്രതിഭാസത്തിനും കാരണമന്വേഷിച്ച് തത്ത്വചിന്തകരെ ആശ്രയിക്കേണ്ടി വരില്ല. അത്തരം ക്വാണ്ടം ഗ്രാവിറ്റി സിദ്ധാന്തങ്ങളിലായിരിക്കും ഉണ്മയുടെ സമവാക്യങ്ങൾ രേഖപ്പെടുത്തിയിരിക്കുക.

ഇതിനകം മൃതശരീരമായിക്കഴിഞ്ഞിരിക്കുന്ന തത്ത്വചിന്തയുടെ ശവപ്പെട്ടിയിലുള്ള അവസാനത്തെ ആണിയാവുകയാണ് പെൻറോസിന്റെയും ഹാമെറോഫിന്റെയും പുതിയ കണ്ടെത്തലുകൾ. ആത്മാവും ബോധവുമെല്ലാം വിവരിക്കുന്നതിന് ഇനി പരമ്പരാഗത വിശ്വാസ പ്രമാണങ്ങളും ദൈവസങ്കല്പവുമൊന്നും ആവശ്യമുണ്ടാകില്ല. ആത്മാവിന്റെ ക്ഷേത്രം ഇനി ക്വാണ്ടം ഭൗതികത്തിന്റെ കളിയരങ്ങാണ്. മത–ദൈവ വിശ്വാസികൾക്കും, തത്ത്വചിന്തകർക്കും അതിഭൗതികവാദികൾക്കുമെല്ലാം ഇനി പുറത്തിരുന്ന് കളി കാണാം.

www.ingramcontent.com/pod-product-compliance
Lightning Source LLC
LaVergne TN
LVHW100815051026
849519LV00006B/2091
* 9 7 8 9 3 8 5 0 4 5 6 7 7 *